# ಏಳು ಪರ್ವತಗಳು
# ಒಂದು ನದಿ

### ಡಾ॥ ಎಂ. ವೆಂಕಟಸ್ವಾಮಿ

ನವಕರ್ನಾಟಕ ಪ್ರಕಾಶನ

**ELU PARVATAGALU ONDU NADI** (Kannada)
*A book on Life and Environment in the North-Eastern States*
*by Dr. M. Venkataswamy*

Third Print : 2019 Pages : 176 Price : ₹ 175
Paper : 70 gsm NS Maplitho 18.6 Kgs (1/8 Demy Size)

ಮೊದಲನೇ ಮುದ್ರಣ : 2011
ಎರಡನೇ ಮುದ್ರಣ : 2015
ಮೂರನೇ ಮುದ್ರಣ : 2019

ಪ್ರತಿಗಳ ಸಂಖ್ಯೆ : 500

ಕನ್ನಡ ಕೃತಿಸ್ವಾಮ್ಯ : ನವಕರ್ನಾಟಕ ಪಬ್ಲಿಕೇಷನ್ಸ್ ಪ್ರೈವೆಟ್ ಲಿಮಿಟೆಡ್
ಮೂಲ ಹಕ್ಕುಗಳು : ಲೇಖಕರವು

**ಬೆಲೆ : ₹ 175**

ಮುಖಚಿತ್ರ : ನವಕರ್ನಾಟಕ ವಿನ್ಯಾಸ
ಒಳಚಿತ್ರಗಳು : ಲೇಖಕರ ಸಂಗ್ರಹದಿಂದ

ಪ್ರಕಾಶಕರು
**ನವಕರ್ನಾಟಕ ಪಬ್ಲಿಕೇಷನ್ಸ್ ಪ್ರೈವೆಟ್ ಲಿಮಿಟೆಡ್**
ಎಂಬೆಸಿ ಸೆಂಟರ್, ಕ್ರೆಸೆಂಟ್ ರಸ್ತೆ, ಬೆಂಗಳೂರು – 560 001
ದೂರವಾಣಿ : 080–22161900 / 22161901 / 22161902

*ಶಾಖೆಗಳು/ ಮಳಿಗೆಗಳು*
ನವಕರ್ನಾಟಕ, ಕ್ರೆಸೆಂಟ್ ರಸ್ತೆ, ಬೆಂಗಳೂರು – 1, ✆ 080–22161913/14, Email : nkpsales@gmail.com
ನವಕರ್ನಾಟಕ, ಕೆಂಪೇಗೌಡ ರಸ್ತೆ, ಬೆಂಗಳೂರು – 9, ✆ 080–22203106, Email : nkpkgr@gmail.com
ನವಕರ್ನಾಟಕ, ಕೆ.ಎಸ್. ರಾವ್ ರಸ್ತೆ, ಮಂಗಳೂರು – 1, ✆ 0824–2441016, Email : nkpmng@gmail.com
ನವಕರ್ನಾಟಕ, ಬಲ್ಮಠ, ಮಂಗಳೂರು – 1, ✆ 0824–2425161, Email : nkpbalmatta@gmail.com
ನವಕರ್ನಾಟಕ, ರಾಮಸ್ವಾಮಿ ವೃತ್ತ, ಮೈಸೂರು–24, ✆ 0821–2424094, Email : nkpmysuru@gmail.com
ನವಕರ್ನಾಟಕ, ಸ್ಟೇಷನ್ ರಸ್ತೆ, ಕಲಬುರಗಿ – 2, ✆ 08472–224302, Email : nkpglb@gmail.com

ಮುದ್ರಕರು : ಎಸ್.ಆರ್.ಎಸ್. ಎಂಟರ್‌ಪ್ರೈಸಸ್, ಬೆಂಗಳೂರು – 560 079

**0303195321** **ISBN 978-81-8467-175-9**

Published by Navakarnataka Publications Private Limited, Embassy Centre Crescent Road, Bengaluru - 560 001 (India). Email : navakarnataka@gmail.com

ಅರ್ಪಣೆ

**ಜಿಯಾಲಜಿಕಲ್ ಸರ್ವೇ ಆಫ್ ಇಂಡಿಯಾ**

# ಲೇಖಕನ ಮಾತು

ಏಳು ಪರ್ವತಗಳು, ಒಂದು ನದಿ – ಈಶಾನ್ಯ ಭಾರತದಲ್ಲಿ ೧೯೮೮–೯೨ ಮತ್ತು ೨೦೦೭–೦೯ರ ಮಧ್ಯೆ ಭೂವಿಜ್ಞಾನಿಯಾಗಿ ನಾನು ಕಾರ್ಯ ನಿರ್ವಹಿಸಿದ ಮತ್ತು ಅಲ್ಲಿನ ಸಪ್ತಸಹೋದರಿಯರು ಮತ್ತು ಒಬ್ಬ ಪುಟ್ಟ ತಮ್ಮ ಎಂದು ಕರೆಯುವ ಎಂಟು ರಾಜ್ಯಗಳಲ್ಲಿ ಓಡಾಡಿದ ನನ್ನ ಅನುಭವಗಳನ್ನು ಈ ಕೃತಿಯಲ್ಲಿ ದಾಖಲಿಸಿದ್ದೇನೆ. ಇಡೀ ಈಶಾನ್ಯ ವಲಯದ ಸಾಂಸ್ಕೃತಿಕ, ಸಾಮಾಜಿಕ ಮತ್ತು ಆರ್ಥಿಕ ಸ್ಥಿತಿಗತಿಗಳ ಬಗ್ಗೆ, ಇಂಡೋ–ಮಂಗೋಲಾಯ್ಡ್ ಬುಡಕಟ್ಟುಗಳ ಆಚಾರ–ವಿಚಾರ, ಕಲೆ, ಭಾಷೆ, ಅವರ ಕಷ್ಟ–ಸುಖ, ಭಾರತ, ಚೀನಾ ದೇಶಗಳ ನಡುವಿನ ಸಮಸ್ಯೆಗಳು, ಬಂಡುಕೋರರ ಅಟ್ಟಹಾಸ, ಇಲ್ಲಿನ ಅರಣ್ಯ ಸಂಪತ್ತು ನೈಸರ್ಗಿಕ ಸೊಬಗು ಇತ್ಯಾದಿ ವಿವರಗಳನ್ನು ವಿಶ್ಲೇಷಿಸಿದ್ದೇನೆ.

ನಾನು ಮೊದಲಿಗೆ ೧೯೮೮–೯೨ರ ಮಧ್ಯೆ ಈ ವಲಯದಲ್ಲಿ ಉದ್ಯೋಗ ನಿರ್ವಹಿಸಿದಾಗ ಕಂಪ್ಯೂಟರ್, ಮೊಬೈಲ್, ಇಂಟರ್‌ನೆಟ್, ಹೆಚ್ಚಾಗಿ/ಒಳ್ಳೆಯ ರೈಲು, ವಿಮಾನ ಹೀಗೆ ಯಾವುವೇ ಸೌಕರ್ಯಗಳು ಇರಲಿಲ್ಲ. ಆಗಲೂ ಈ ವಲಯದಲ್ಲಿ ಹತ್ತಾರು ಬಂಡುಕೋರ ಗುಂಪುಗಳಿಂದ ದಿನನಿತ್ಯ ಬಂದ್ ಹರತಾಳಗಳು ನಡೆಯುತ್ತಿದ್ದವು. ಅನಂತರ ೨೦ ವರ್ಷಗಳಾದ ಮೇಲೂ ಈ ವಲಯದಲ್ಲಿ ಓಡಾಡಿದಾಗ ಯಾವುದೇ ಬದಲಾವಣೆಗಳು ಬಂದಂತೆ ಕಾಣಿಸಲಿಲ್ಲ, ಜನಸಂಖ್ಯೆ ಮಾತ್ರ ಬೆಳೆದಿದೆ. ಅದೇ ರೀತಿಯ ಉಗ್ರವಾದ, ಪ್ರತಿಭಟನೆಗಳು ಮತ್ತು ಜನರು ಉಸಿರು ಬಿಗಿಹಿಡಿದು ಬದುಕುವ ಪರಿಸ್ಥಿತಿ ಮುಂದುವರಿದಿದೆ. ಭಾರತ ಸರಕಾರ ಈ ವಲಯದ ಜನರನ್ನು ಮುಖ್ಯ ವಾಹಿನಿಗೆ ಕರೆತರಲು ಎಷ್ಟೇ ಪ್ರಯತ್ನಪಟ್ಟರೂ ಸರಿಸ್ಥಿತಿ ಇಂದಿಗೂ ಫಲಕಾರಿಯಾಗಿಲ್ಲ. ಒಟ್ಟಿನಲ್ಲಿ ಈ ಕೃತಿಯಲ್ಲಿನ ಲೇಖನಗಳು ಎಲ್ಲವನ್ನೂ ಸ್ಥೂಲವಾಗಿ ತಿಳಿಸುತ್ತವೆ ಎನ್ನುವುದು ನನ್ನ ಅನಿಸಿಕೆ. ಜೊತೆಗೆ ಕೃತಿಯ ಮೊದಲನೇ ಭಾಗದ ಪೀಠಿಕೆಯ ಕೆಳಗಡೆ ಇಡೀ ಈಶಾನ್ಯ ವಲಯದ ಬಗ್ಗೆ ಒಂದು ಕಿರುನೋಟವನ್ನೂ ಕೊಡಲಾಗಿದೆ.

ಇಲ್ಲಿನ ಬಹಳಷ್ಟು ಲೇಖನಗಳು **ಹೊಸತು, ಸುಧಾ** ಮತ್ತು ವೆಬ್ ಪತ್ರಿಕೆ **ಕೆಂಡಸಂಪಿಗೆ**ಯಲ್ಲಿ ಪ್ರಕಟವಾದವುಗಳು. ಆ ಪತ್ರಿಕೆಗಳ ಸಂಪಾದಕರಾದ ಡಾ॥ ಜಿ. ಆರ್., ಸಿ. ಜಿ. ಮಂಜುಳಾ ಮತ್ತು ಅಬ್ದುಲ್ ರಶೀದ್ ಅವರಿಗೆ ನನ್ನ ಕೃತಜ್ಞತೆಗಳು. ನಾನು ಈಶಾನ್ಯ ವಲಯದಲ್ಲಿ ಕಾರ್ಯ ನಿರ್ವಹಿಸಿದ ಕಾಲದಲ್ಲಿ ನನ್ನ ಒಡನಾಟದಲ್ಲಿದ್ದ ಅನೇಕ ಸಹೋದ್ಯೋಗಿಗಳು, ಇನ್ನಿತರ ವಿಭಾಗಗಳ ಮಿತ್ರರು ಮತ್ತು ಸ್ಥಳೀಯರ ಹೆಸರುಗಳನ್ನು ಬರೆದರೆ ಅದೊಂದು ದೊಡ್ಡ ಪಟ್ಟಿಯೇ ಆಗುತ್ತದೆ. ಅವರೆಲ್ಲರಿಗೂ ಮತ್ತು ಬದುಕಿನ ಉದ್ದಕ್ಕೂ ನನ್ನ ಹಿಂದೆಯೇ ನನಗೆ ಬೆಂಬಲವಾಗಿ ಇರುವ ಸುಶೀಲಳಿಗೆ ಕೃತಜ್ಞತೆಗಳು.

ಕೃತಿಯನ್ನು ಓದಿ ಹಲವು ಉಪಯುಕ್ತ ಸಲಹೆಗಳನ್ನು ನೀಡಿ ಕೃತಿಯನ್ನು ತಿದ್ದಿಕೊಟ್ಟ ಶ್ರೀ ಕೆ. ಎಲ್. ಗೋಪಾಲಕೃಷ್ಣ ರಾವ್ ಅವರಿಗೆ ಮತ್ತು ನವಕರ್ನಾಟಕ ಪ್ರಕಾಶನದಲ್ಲಿ ಪ್ರಕಟವಾಗುವ ಎಲ್ಲಾ ಕೃತಿಗಳನ್ನು ಬಹಳ ಮುತುವರ್ಜಿಯಿಂದ ನೋಡಿ, ಪರಿಶೀಲಿಸಿ ಪ್ರಕಟಿಸುವ ಶ್ರೀ ಆರ್. ಎಸ್. ರಾಜಾರಾಮ್ ಅವರಿಗೆ ನನ್ನ ವಿಶೇಷ ಕೃತಜ್ಞತೆಗಳು. ಈ ಕೃತಿ ನವಕರ್ನಾಟಕದ ಚಿನ್ನದ ಹಬ್ಬದ ಸಂಭ್ರಮ ವರ್ಷದಲ್ಲಿ ಪ್ರಕಟವಾಗುತ್ತಿರುವುದು ಇನ್ನೊಂದು ವಿಶೇಷ.

**ಡಾ॥ ಎಂ. ವೆಂಕಟಸ್ವಾಮಿ**
e-mail: alemarimvs@gmail.com

# ಪೀಠಿಕೆ

ಈಶಾನ್ಯ ಭಾರತ ಆಗ್ನೇಯ ಏಶಿಯಾದ ಸಾಂಸ್ಕೃತಿಕ ಪಡಸಾಲೆ. ೨.೬ ಮಿಲಿಯನ್ ಚದರ ಕಿ.ಮೀ. ವಿಸ್ತೀರ್ಣದ ಈ ಪ್ರದೇಶದಲ್ಲಿ ೮ ರಾಜ್ಯಗಳಿದ್ದು ಅವುಗಳನ್ನು ಸಪ್ತ ಸಹೋದರಿಯರು ಮತ್ತು ಒಬ್ಬ ಪುಟ್ಟ ತಮ್ಮ(ಸಿಕ್ಕಿಂ) ಎನ್ನುತ್ತಾರೆ. ಈ ವಲಯದಲ್ಲಿ ಸುಮಾರು ೧೩೦ ಪ್ರಮುಖ ಬುಡಕಟ್ಟು ಮತ್ತು ಉಪಬುಡಕಟ್ಟು ಜನಾಂಗಗಳು ವಾಸಿಸುತ್ತಿವೆ. ಈಶಾನ್ಯ ಭಾರತ ಭೌಗೋಳಿಕವಾಗಿ, ಸಾಂಸ್ಕೃತಿವಾಗಿ ಮತ್ತು ಚಾರಿತ್ರಿಕವಾಗಿ ಬಹಳ ವೈವಿಧ್ಯತೆಯಿಂದ ಕೂಡಿದ್ದು ಇಂಡೋ–ಮಂಗೋಲಾಯ್ಡ್–ನೀಗ್ರೋ ಜನಾಂಗಗಳು ನೂರಾರು ವರ್ಷಗಳಿಂದ ಇಲ್ಲಿ ಸಂಕರಗೊಂಡಿವೆ. ನೈಸರ್ಗಿಕ ರಮಣೀಯವಾದ ಈ ಪ್ರದೇಶ ಹಿಮಾಲಯ ಪರ್ವತ ಶ್ರೇಣಿಗಳು ಮತ್ತು ದಟ್ಟ ಹರಿದ್ವರ್ಣ ಕಾಡುಗಳಿಂದ ಕಂಗೊಳಿಸುತ್ತಿದ್ದು, ಮಧ್ಯ ಭಾಗದಲ್ಲಿ ಗಂಡು ನದಿ ಬ್ರಹ್ಮಪುತ್ರ ಹರಿಯುತ್ತಿದೆ.

ಕ್ರಿ. ಶ. ೧೨೨೮ರಲ್ಲಿ ಬರ್ಮಾದ ಆಓಮ್ಸ್ ಜನರು ಚಿಂದ್‌ವಾಡ್ ಕಣಿವೆಯ ಮೂಲಕ ಈಶಾನ್ಯ ವಲಯಕ್ಕೆ ಬಂದು ಇಲ್ಲಿನ ಜನಾಂಗಗಳ ಮೇಲೆ ದಾಳಿ ನಡೆಸಿದುದರೊಂದಿಗೆ ಇಲ್ಲಿನ ಚರಿತ್ರೆ ತೆರೆದುಕೊಳ್ಳುತ್ತದೆ. ಅದಕ್ಕೂ ಮುಂಚೆ ಚೀನೀ ಚರಿತ್ರೆಕಾರರು ಇಲ್ಲಿನ ಜನರ ಬಗ್ಗೆ ದಾಖಲಿಸಿರುವುದು ಚರಿತ್ರೆಯಲ್ಲಿ ಕಾಣಸಿಗುತ್ತದೆ. ಹಿಂದೂ ಪುರಾಣಗಳಲ್ಲೂ ಮತ್ತು ಮಹಾಭಾರತದಲ್ಲೂ ಈ ಜನಾಂಗಗಳ ಬಗ್ಗೆ ಕೆಲವು ಕಡೆ ಉಲ್ಲೇಖಗಳು ದೊರಕುತ್ತವೆ. ನಾಗಾಲ್ಯಾಂಡಿನಲ್ಲಿರುವ ದಿಮಾಪುರವು ಮಹಾಭಾರತದಲ್ಲಿ ಭೀಮನು ವರಿಸಿದ ಹಿಡಿಂಬೆಯ ಊರು ಇಡಿಂಬಾಪುರವಾಗಿ, ಅರ್ಜುನನು ವರಿಸಿದ ಸುಭದ್ರಳ ತವರೂರು ಮಣಿಪುರ ಎಂಬುದಾಗಿ ಉಲ್ಲೇಖಗೊಂಡಿದೆ.

ಈಶಾನ್ಯ ವಲಯದಲ್ಲಿ ಕಾಕಸಿಕ್ ಮತ್ತು ಮಂಗೋಲಾಯ್ಡ್ ಎಂಬ ಎರಡು ಮೂಲನಿವಾಸಿ ಜನಾಂಗಗಳು ಇದ್ದವು. ಕಾಕಸಿಕ್ ಜನಾಂಗಕ್ಕೆ ಸೇರಿದ ಇಂಡಿಡ್‌ನಲ್ಲಿ ಎರಡು ವಿಧ, ಹಿಂದೂ ಮತ್ತು ಇಸ್ಲಾಂ ಮತಾನುಯಾಯಿಗಳು. ಮಂಗೋಲಾಯ್ಡ್‌ರಲ್ಲಿ ಪರ್ವತ ಮತ್ತು ಬಯಲು ಪ್ರದೇಶಗಳಲ್ಲಿ ನೆಲೆ ನಿಂತವರು. ಅದಕ್ಕೂ ಮುಂಚೆ ಆಸ್ಟ್ರೋಲಾಯ್ಡ್ ಎಂಬ ಜನರು ಇಲ್ಲಿ ನೆಲೆಸಿದ್ದರು. ಬಹುಶಃ ಮಂಗೋಲಾಯ್ಡ್ ಜನಾಂಗಗಳು ಹೆಚ್ಚಾಗಿ ವಲಸೆ ಬಂದ ಕಾರಣ ಆಸ್ಟ್ರೋಲಾಯ್ಡ್ ಲಕ್ಷಣದ ಜನಾಂಗಗಳನ್ನು ಮಂಗೋಲಾಯ್ಡ್ ಜನಾಂಗಗಳು ಲೀನಗೊಳಿಸಿಕೊಂಡಿರಬೇಕು. ಆರ್ಯರ ವೇದಗಳಲ್ಲಿ ಇವರನ್ನು ನಿಶಾದಾಸ್ ಮತ್ತು ಸಬಾರಾಸ್ ಎಂದು ಗುರುತಿಸಲಾಗಿದೆ. ಆಸ್ಟ್ರೋಲಾಯ್ಡ್‌ರನ್ನು ಪುಲಿಂದಾಸ್ ಎಂದೂ ಮಂಗೋಲಾಯ್ಡ್‌ರನ್ನು ಕಿರಾತಾಸ್ ಎಂದೂ ಕರೆಯಲಾಗಿದೆ.

ಈಶಾನ್ಯ ಚೀನಾದ ಹೋಹಾಂಗ್ ಮತ್ತು ಯಾಂಗ್–ಟೆಝ್ ಕಿಯಾಂಗ್ ನದಿಗಳ ಉಗಮ ಪ್ರದೇಶಗಳು ಮಂಗೋಲಾಯ್ಡ್‌ರ ಮೂಲಸ್ಥಳ ಎಂದು ಗುರುತಿಸಲಾಗಿದೆ. ಪ್ರಾಗೈತಿಹಾಸಿಕ ಕಾಲದಿಂದಲೇ ಗುಂಪು ಗುಂಪುಗಳಾಗಿ ಅವರು ದಕ್ಷಿಣ ಮತ್ತು ಪಶ್ಚಿಮದ ಕಡೆಗೆ ವಲಸೆ ಬಂದರು. ಮೊದಲಿಗೆ ಬರ್ಮಾ ಕಡೆಗೆ ಬಂದು ಅಲ್ಲಿಂದ ಇನ್ನಷ್ಟು ಗುಂಪುಗಳಾಗಿ ಪ್ರತ್ಯೇಕಗೊಂಡರು. ಒಂದು ಗುಂಪು ಬರ್ಮಾದ ದಕ್ಷಿಣ ಭಾಗಕ್ಕೆ,

ಇನ್ನೊಂದು ಆಗ್ನೇಯ ಏಷಿಯಾದ ಕಡೆಗೆ, ಮತ್ತೊಂದು ಬ್ರಹ್ಮಪುತ್ರ ಕಣಿವೆಯ ಕಡೆಗೆ ಬಂದವು. ಅಲ್ಲಿಂದ ಇನ್ನೊಂದು ಗುಂಪು ನೇಪಾಳದ ಕಡೆಗೆ ಸಾಗಿತು.

ಸಂಸ್ಕೃತ ಸಾಹಿತ್ಯದಲ್ಲಿ ಮಂಗೊಲಾಯ್ಡ್‌ರನ್ನು ಕಿರಾತಾಸ್ ಎಂದು ಉಲ್ಲೇಖಿಸಲಾಗಿದೆ. ಒಂದು ಕಾಲಕ್ಕೆ ಇವರು ಈಶಾನ್ಯ ಭಾರತದ ಮೂಲೆ ಮೂಲೆಯನ್ನೂ ಆವರಿಸಿ ಕೊಂಡಿದ್ದರು. ಇಂಡೋ - ಮಂಗೋಲಾಯ್ಡ್ ಗುಂಪಿಗೆ ಸೇರಿದ ಬೋಡೋ ಗುಂಪಿನ ಭಾಷೆಗಳನ್ನು ಮಾತನಾಡುವವರು ಬ್ರಹ್ಮಪುತ್ರ ಕಣಿವೆಯಿಂದ ಪೂರ್ವ ಮತ್ತು ಪಶ್ಚಿಮ ಬಂಗಾಲದವರೆಗೂ ಹರಡಿದ್ದರು ಎನ್ನಲಾಗಿದೆ. ಪ್ರಸ್ತುತ ಅವರನ್ನು ಬೋಡೊ, ಕಛಾರಿ, ಘಾರೋ, ಹಾಜೋಂಗ್, ತ್ರಿಪುರಿಗಳೆಂದು ಕರೆಯಲಾಗುತ್ತಿದೆ. ಈ ಮಂಗೋಲಾಯ್ಡ್ ಗುಂಪುಗಳು ವಿವಿಧ ಪರಿಸರಗಳಲ್ಲಿ ನೆಲೆಯೂರಿ ಹಲವಾರು ಸಣ್ಣ ಸಣ್ಣ ಹೆಸರಿನ ಗುಂಪುಗಳಾಗಿ ಈಶಾನ್ಯ ವಲಯದಲ್ಲಿ ಇಂದು ಅಸ್ತಿತ್ವದಲ್ಲಿವೆ.

ಮಂಗೋಲಾಯ್ಡ್‌ರು ಈ ಪ್ರದೇಶಕ್ಕೆ ಬರುವುದಕ್ಕಿಂತ ಮುನ್ನ ಇಲ್ಲಿ ಕಾಕಸಾಯ್ಡ್ ಮೂಲದ ಜನಾಂಗಗಳಿದ್ದವು ಎನ್ನಲಾಗಿದೆ. ಕಾಕಸಾಯ್ಡ್ ಮತ್ತು ಮಂಗೋಲಾಯ್ಡ್‌ರ ನಡುವೆ ನೂರಾರು ವರ್ಷಗಳಲ್ಲಿ ಭಿನ್ನ ಕುಲ ಮದುವೆಗಳು ಮತ್ತು ಸಜಾತೀಕರಣದಿಂದಾಗಿ ಕಾಕಸಾಯ್ಡ್ ಮತ್ತು ಮಂಗೋಲಾಯ್ಡ್‌ರ ಲಕ್ಷಣಗಳು ಮಿಳನಗೊಂಡಿವೆ. ಕಾಕಸಾಯ್ಡ್ ಲಕ್ಷಣಗಳನ್ನು ಪ್ರಬಲ ಮಂಗೋಲಾಯ್ಡ್ ಜನಾಂಗಗಳು ಜೀರ್ಣಿಸಿಕೊಂಡುಬಿಟ್ಟಿವೆ ಎನ್ನಲಾಗುತ್ತದೆ. ಮಂಗೋಲಾಯ್ಡ್ ಜನಾಂಗಕ್ಕೆ ಸೇರಿದವರು ಹಳದೀ ಅಥವಾ ಕಂದು ಬಣ್ಣದವರಾಗಿದ್ದು ಗಡುಸಾದ ಉದ್ದನೆ ಕೂದಲು, ಕಪ್ಪು ಅಥವಾ ಕಂದು ಬಣ್ಣದ ಕಣ್ಣು ಪಾಪೆಗಳನ್ನು ಹೊಂದಿರುತ್ತಾರೆ. ಇವರ ಕಣ್ಣು ರೆಪ್ಪೆಗಳು ಓರೆಯಾಗಿರುತ್ತವೆ. ಮುಖ ಅಗಲವಾಗಿದ್ದು ಕೆನ್ನೆ ಎಲುಬುಗಳು ಎದ್ದು ಕಾಣಿಸುತ್ತವೆ. ವಿಶೇಷವಾಗಿ ಇವರ ಮುಖ ಮತ್ತು ದೇಹದ ಮೇಲೆ ರೋಮಗಳು ಇರುವುದಿಲ್ಲ.

ಈಶಾನ್ಯ ಭಾರತದ ಇಂಡೋ–ಮಂಗೋಲಾಯ್ಡ್‌ರು ಸೈನೊ–ಟಿಬೆಟಿಯನ್ ಗುಂಪಿನ ಭಾಷೆಗಳನ್ನು ಮಾತನಾಡುತ್ತಾರೆ. ಇದನ್ನು ಮುಖ್ಯವಾಗಿ ಎರಡು ಗುಂಪುಗಳಾಗಿ ವಿಭಾಗಿಸ ಲಾಗಿದೆ: ಟಿಬೆಟೋ–ಬರ್ಮನ್ ಮತ್ತು ಸಿಯಾಮೀಸ್–ಚೈನೀಸ್. ಸಿಯಾಮೀಸ್–ಚೈನೀಸ್ ಗುಂಪಿನಲ್ಲಿ ಸಿಯಾಮೀಸ್ ಮತ್ತು ಪ್ರಾದೇಶಿಕ ಭಾಷೆಗಳು ದೇವಿ ಅಥವಾ ತಾಯ್ ಗುಂಪಿಗೆ ಸೇರಿವೆ. ಈಶಾನ್ಯದಲ್ಲಿ ಮಾತನಾಡುವ ಆಓಮ್, ಕಾಮ್ತಿ, ಕಾಮ್ಯಾಂಗ್, ಆಯಿಟನ್, ಫೇಕಿಯಲ್, ತುರಂಗ್ ಇತ್ಯಾದಿ ಭಾಷೆಗಳು ತಾಯ್ ಭಾಷೆಯ ಉಪಭಾಷೆಗಳಾಗಿವೆ.

ಇನ್ನೊಂದು, ಇಂಡೋ–ಮಂಗೋಲಾಯ್ಡ್ ಗುಂಪಿನ ಭಾಷೆಗಳು (ಕಾಶಿ ಮತ್ತು ಪ್ನರ್ ಭಾಷೆಗಳನ್ನು ಬಿಟ್ಟು) ಟಿಬೆಟೊ–ಬರ್ಮನ್ ಗುಂಪಿಗೆ ಸೇರಿವೆ. ಇವು ಉತ್ತರ ಅಸ್ಸಾಂನಲ್ಲಿ ಮಾತನಾಡುವ ಭಾಷೆಗಳು. ಉದಾ : ಅರುಣಾಚಲ ಪ್ರದೇಶದ ಉಪಬುಡಕಟ್ಟುಗಳು ಮತ್ತು ಅಸ್ಸಾಂನ ಕೆಲವು ಭಾಗಗಳಲ್ಲಿ ಅಕಾ, ಆದಿ, ಮಿಸ್ಸಿಂಗ್, ನಿಶೆ, ಮಿಸ್ಮೀ ಇತ್ಯಾದಿ ಗುಂಪುಗಳ ಜನರು ಮಾತನಾಡುವ ಭಾಷೆಗಳು. ಇನ್ನೊಂದು ಟಿಬೆಟೊ–ಬರ್ಮನ್ ಗುಂಪಿನಲ್ಲಿ ಅಸ್ಸಾಂ–ಬರ್ಮಾ ಭಾಷೆಗಳು ಸೃಷ್ಟಿಯಾಗಿವೆ. ಇವು ಉತ್ತರ ಮತ್ತು ಪೂರ್ವ ಬಂಗಾಳ, ಅಸ್ಸಾಂ ಮತ್ತು ಬರ್ಮಾ ಪ್ರದೇಶಗಳಲ್ಲಿ ಮಾತನಾಡುವ ಭಾಷೆಗಳು : (೧) ಬೋಡೋ, ಮೆಕ್, ರಾಭಾ, ಘಾರೋ, ಕಛಾರಿ, ತಿಪ್ರಿ ಇನ್ನಿತರ ಉಪಭಾಷೆಗಳು. (೨) ನಾಗಾ ಬುಡಕಟ್ಟು ಜನರು ಮಾತನಾಡುವ ಆಓ, ಅಂಗಾಮಿ, ಸೇಮಾ, ತಂಕೂಲ್, ಸಂಗ್ಟಮ್, ಕೊನ್ಯಾಕ್,

ಲೋಥಾ, ಮಾಹೊ ಮತ್ತು ಕುಬೈ ಇತ್ಯಾದಿ. (೩) ಕುಕಿ, ಚಿನ್ ಬುಡಕಟ್ಟು ಜನರು ಮಾತನಾಡುವ ಮಣಿಪುರಿ, ತ್ರಿಪುರ ಮತ್ತು ಮಿಜೋರಾಂ ಭಾಷೆಗಳು.

ಮೇಘಾಲಯದಲ್ಲಿ ಮಾತನಾಡುವ ಕಾಶಿ ಮತ್ತು ಅದರ ಉಪಭಾಷೆಗಳು ಮಾತ್ರ ಈಶಾನ್ಯ ಭಾರತದಲ್ಲಿ ಮಾತನಾಡುವ ಭಾಷೆಗಳಿಂದ ಭಿನ್ನವಾದವು. ಅವರು ಮೊನ್-ಕೇಮಿರ್ ಗುಂಪಿನ ಭಾಷೆಯನ್ನು ಮಾತನಾಡುತ್ತಾರೆ. ಇವು ಆಸ್ಟ್ರೋ-ಏಷಿಯಾಟಿಕ್ ಗುಂಪಿಗೆ ಸೇರಿದ ಭಾಷೆಗಳಾಗಿವೆ. ವಿಶೇಷವೆಂದರೆ ಈ ಭಾಷೆ ಮಾತನಾಡುವ ಜನರ ಸುತ್ತಲೂ ಟಿಬೆಟೊ-ಬರ್ಮನ್ ಭಾಷೆಗಳು ಸುತ್ತುವರಿದಿರುವುದು.

ದೇಶದ ಈಶಾನ್ಯ ಭಾಗದಲ್ಲಿರುವ ೭ ರಾಜ್ಯಗಳನ್ನು 'ಸಪ್ತ ಸಹೋದರಿಯರು' ಎಂದು ಕರೆಯುತ್ತಾರೆ. ಗಂಡು ನದಿ ಬ್ರಹ್ಮಪುತ್ರಾದ ಎರಡೂ ಕಡೆ ಸಮತಟ್ಟು ಮತ್ತು ಕೆಳತಪ್ಪಲು ಪ್ರದೇಶಗಳನ್ನು ಬಿಟ್ಟರೆ ಉಳಿದ ಇಡೀ ಈಶಾನ್ಯ ವಲಯ ಹಿಮಾಲಯ ಪರ್ವತ ಶ್ರೇಣಿಗಳಿಂದ ಕೂಡಿದೆ. ನೂರಾರು ಬುಡಕಟ್ಟು ಜನಾಂಗಗಳು ಮತ್ತು ಭಾಷೆಗಳನ್ನು ಹೊಂದಿರುವ ಈ ಪ್ರದೇಶದ ಚಾರಿತ್ರಿಕ, ಸಾಂಸ್ಕೃತಿಕ ಮತ್ತು ಸಾಮಾಜಿಕ ವೈವಿಧ್ಯತೆಗಳನ್ನು ತಿಳಿದುಕೊಳ್ಳುತ್ತಾ ಹೋದರೆ ವಿಸ್ಮಯ ಮತ್ತು ರೋಮಾಂಚನವಾಗುತ್ತದೆ. ಪರ್ವತ ಶಿಖರಗಳ ತುತ್ತತುದಿಯಲ್ಲಿ ಹಳ್ಳಿಗಳನ್ನು ಕಟ್ಟಿಕೊಳ್ಳುವುದು, ಯುವಕ-ಯುವತಿಯರು ಮದುವೆಯಾಗುವ ಮುನ್ನ ಬರಿ ಕೈಯಲ್ಲಿ ಕಾಡಿಗೆ ಹೋಗಿ ಜೀವನ ನಡೆಸಿ ಬಂದು ಮದುವೆಯಾಗುವುದು. ಡಿಸೆಂಬರ್ ಚಳಿಯಲ್ಲಿ ತಾವೇ ತಯಾರಿಸಿದ ನಾಗಾ ಅಕ್ಕಿ ಬೀರು ಕುಡಿದು ಇಡೀ ರಾತ್ರಿ ಪರ್ವತಗಳ ಮೇಲೆ ಹೆಣ್ಣು-ಗಂಡೆನ್ನದೆ ಅರೆಬೆತ್ತಲೆಯಾಗಿ ಕುಣಿಯುವುದು. ನಾಯಿ, ಕೋತಿಗಳನ್ನು ಆನಂದದಿಂದ ಭಕ್ಷಿಸುವುದು. ಶತ್ರುಗಳ ತಲೆಗಳನ್ನು ಚೆಂಡಾಡಿ ಅವುಗಳನ್ನು ವಿಜಯದ ಟ್ರೋಫಿಗಳಂತೆ ಮನೆ ಮುಂದೆ ನೇತುಹಾಕುವಂತಹ ಬೀಭತ್ಸ ಪದ್ಧತಿ... ಇತ್ಯಾದಿ.

ಇಂದಿಗೂ ಈ ವಲಯದಲ್ಲಿ ಹೆಚ್ಚಿನ ಬುಡಕಟ್ಟು ಜನಾಂಗಗಳಲ್ಲಿ ಹೆಣ್ಣೆ ಮನೆಯ ಒಡತಿ, ಇಡೀ ಆಸ್ತಿ ಅವಳ ಹೆಸರಿನಲ್ಲೇ ಇರುತ್ತದೆ. ಮದುವೆಯಾಗುವ ಮುನ್ನ ಹೆಣ್ಣಿನ ಮನೆಯವರು ಗಂಡಿನ ಮನೆಗೆ ಹೋಗಿ ಹುಡುಗನನ್ನು ನೋಡಿಕೊಂಡು ಬರುತ್ತಾರೆ. ನೂರಕ್ಕೆ ಶೇಕಡ ೭೦ರಷ್ಟು ಜನಾಂಗಗಳನ್ನು ಪಶ್ಚಿಮ ದೇಶಗಳ ಮಿಷನರಿಗಳು ೧೮/೧೯ನೇ ಶತಮಾನಗಳಲ್ಲಿ ಕ್ರೈಸ್ತ ಧರ್ಮಕ್ಕೆ ಮತಾಂತರಿಸಿದ್ದಾರೆ. ಫಲಿತಾಂಶ ಎಲ್ಲೆಲ್ಲೂ ಇಂಗ್ಲಿಷ್ ಶಾಲೆಗಳು ಮತ್ತು ಚರ್ಚ್‌ಗಳೇ. ಪ್ರಸ್ತುತ ಇಡೀ ಈಶಾನ್ಯ ವಲಯದ ವಿದ್ಯಾಭ್ಯಾಸ ಇಂಗ್ಲಿಷ್ ಮಾಧ್ಯಮದಲ್ಲೇ ನಡೆಯುತ್ತಿದೆ. ಅದಕ್ಕೆ ಮುಂಚೆ ಅವರೆಲ್ಲ ನಿಸರ್ಗದ ಆರಾಧಕರಾಗಿದ್ದರು. ಸೂಕ್ಷ್ಮವಾಗಿ ಗಮನಿಸಿದರೆ ಈಗಲೂ ಅದು ಅವರು ನಡೆಸುವ ಸಾಂಸ್ಕೃತಿಕ ಆಚಾರ-ವಿಚಾರಗಳಲ್ಲಿ ಕಂಡುಬರುತ್ತದೆ.

ಇಡೀ ಈಶಾನ್ಯ ಭಾರತದಲ್ಲಿ ನಾಗಾಬುಡಕಟ್ಟು ಜನಾಂಗಗಳು ಚತುರ, ಶಕ್ತಿಶಾಲಿ ಮತ್ತು ಸಿಂಹ ಹೃದಯಿಗಳು ಎನ್ನುವ ಖ್ಯಾತಿ ಇದೆ. ಅಂತಹ ನಾಗಾಗಳು ಇಂದಿಗೆ ಸರಿಯಾಗಿ ೧೩೨ ವರ್ಷಗಳ ಹಿಂದೆ, ಅಂದರೆ ೧೮೭೮ರಲ್ಲಿ, ಪೂರ್ವ ಹಿಮಾಲಯ ಪರ್ವತಗಳಲ್ಲಿ ಬ್ರಿಟಿಷ್ ಸೈನ್ಯದ ಬ್ಯಾರಕ್‌ಗಳಿಗೆ ನುಗ್ಗಿ ಬ್ರಿಟಿಷರ ರುಂಡಗಳನ್ನು ಚೆಂಡಾಡಿದ ಭೀಕರ ಯುದ್ಧ ನಡೆಯಿತು. ಇಡೀ ಭಾರತದಲ್ಲಿ ಬ್ರಿಟಿಷರು ಭಾರತೀಯರಿಗೆ ಸಿಂಹಸ್ವಪ್ನರಾಗಿದ್ದರೆ, ಈಶಾನ್ಯ ವಲಯದಲ್ಲಿ ನಾಗಾಗಳು ಬ್ರಿಟಿಷರಿಗೆ ಸಿಂಹಸ್ವಪ್ನರಾಗಿದ್ದರು. ಅದಕ್ಕಾಗಿಯೇ ಈ ಯುದ್ಧವನ್ನು ಚರಿತ್ರೆಕಾರರು ಚರಿತ್ರೆಯಲ್ಲಿ ಒಂದು ಮೈಲಿಗಲ್ಲು ಎಂದಿದ್ದಾರೆ. ಆದರೆ ಎಂದಿನಂತೆ ಬ್ರಿಟಿಷರು

ಕುಟಿಲ ರಾಜಕೀಯದಿಂದ ಮಣಿಪುರದ ಹಿಂದೂ ರಾಜರ ಸಹಾಯ ಪಡೆದು ನಾಗಾಗಳನ್ನು ಸೋಲಿಸಿ ಈ ವಲಯವನ್ನು ಪೂರ್ಣವಾಗಿ ವಶಪಡಿಸಿಕೊಂಡರು. ಕೊನೆಗೆ ಸಹಾಯ ಮಾಡಿದ ಮಣಿಪುರದ ರಾಜರಲ್ಲೇ ಕೆಲವರನ್ನು ಬ್ರಿಟಿಷರು ಮೋಸದಿಂದ ಜೈಲಿನಲ್ಲಿ ಕೂಡುಹಾಕಿದರೆ ಮತ್ತೆ ಕೆಲವರನ್ನು ಗಲ್ಲಿಗೆ ಏರಿಸಿದರು.

ಇಂದಿನ ಮಣಿಪುರ (ಇಂಫಾಲ್ ರಾಜ್ಯಧಾನಿ) ಆ ಕಾಲಕ್ಕೆ ಬಂಗಾಳಿಗಳ ಪ್ರಭಾವದಿಂದ ಹಿಂದೂ ರಾಜರ ಒಡೆತನದಲ್ಲಿತ್ತು. ಈಶಾನ್ಯ ವಲಯವನ್ನು ಆ ಕಾಲಕ್ಕೆ North-Eastern Frontier Association (NEFA) ಎಂದು ಕರೆಯುತ್ತಿದ್ದರು. ೧೯೪೭ರ ನಂತರ ಈ ವಿಶಾಲ ಪ್ರದೇಶದಿಂದ ಒಂದೊಂದೇ ರಾಜ್ಯ ಪ್ರತ್ಯೇಕಗೊಳ್ಳುತ್ತಾ ಹೋಯಿತು. ಅದಕ್ಕೂ ಮುಂಚೆ ಈ ಪ್ರದೇಶವೆಲ್ಲ ಇಂದಿನ ಬಾಂಗ್ಲಾ ದೇಶವೂ ಸೇರಿದಂತೆ ಅಖಂಡ ಭಾರತವಾಗಿತ್ತು. ಬಾಂಗ್ಲಾ ದೇಶ, ಇಂದಿನ ಪಶ್ಚಿಮ ಬಂಗಾಳ ಮತ್ತು ಉಳಿದ ಎಂಟು ರಾಜ್ಯಗಳಿಗೂ ಒಟ್ಟಿನಲ್ಲಿ ಕಲಕತ್ತಾ ನಗರವೇ ಬ್ರಿಟಿಷರ ರಾಜಧಾನಿಯಾಗಿತ್ತು. ೧೯೦೫ರಲ್ಲಿ ದಿಲ್ಲಿಯು ದೇಶದ ರಾಜಧಾನಿಯಾಯಿತು. ಅನಂತರ ಈಶಾನ್ಯ ವಲಯಕ್ಕೆ ಶಿಲ್ಲಾಂಗ್ (ಅದಕ್ಕೂ ಮುಂಚೆ ಕೆಲವು ವರ್ಷಗಳು ಕಾಲ ಚಿರಾಪುಂಜಿ ರಾಜಧಾನಿಯಾಗಿತ್ತು) ರಾಜಧಾನಿಯಾಯಿತು. ಮೊದಲಿಗೆ ಅಸ್ಸಾಂ ರಾಜ್ಯ ಅನಂತರ ೧೯೭೨ರಲ್ಲಿ ಮೇಘಾಲಯ ಈಶಾನ್ಯ ವಲಯದಿಂದ ಪ್ರತ್ಯೇಕಗೊಂಡವು. ಅನಂತರ ತ್ರಿಪುರಾ, ಸಿಕ್ಕಿಂ ಇತ್ಯಾದಿ ಪ್ರತ್ಯೇಕ ರಾಜ್ಯಗಳು ಸೃಷ್ಟಿಯಾದವು.

ಭಾಗ–೧

# ಈಶಾನ್ಯ ರಾಜ್ಯಗಳಲ್ಲಿನ ಅನುಭವಗಳು

ಅಧ್ಯಾಯಗಳು

ಭಾಗ–೨

# ನಾಗಾ ರಾಜ್ಯದಲ್ಲಿನ ಅನುಭವಗಳು

ಅಧ್ಯಾಯಗಳು

ಭಾಗ – ೧

ಈಶಾನ್ಯ ರಾಜ್ಯಗಳಲ್ಲಿನ ಅನುಭವಗಳು

# ಅಧ್ಯಾಯ ೧

## ರುಂಡ ಚೆಂಡಾಡುವ ಬುಡಕಟ್ಟು ಜನಾಂಗಗಳು

ಅದು ಭಾರತ ದೇಶದ ಈಶಾನ್ಯ ದಿಕ್ಕಿನ ಒಂದು ಭಾಗ. ಮಿಲಿಯಾಂತರ ವರ್ಷಗಳ ಹಿಂದೆ ತೆಥೀಸ್ ಮಹಾಸಾಗರದಿಂದ ಎದ್ದು ನಿಂತ ಹಿಮಾಲಯ ಪರ್ವತ ಪಂಕ್ತಿಗಳ ನಡುವೆ ಹಾವುಗಳಂತೆ ಹರಿದಾಡುತ್ತಿರುವ ನದಿ ಝರಿಗಳು. ಸೂರ್ಯ ಇಣಿಕಿ ನೋಡಲಾಗದಷ್ಟು ದಟ್ಟ ಹರಿದ್ವರ್ಣ ಕಾಡುಗಳು. ಮರಗಳಿಗೆ ಹೆಣೆದುಕೊಂಡ ಹೇರಳ ಬಳ್ಳಿ ಹೂವಿನ ಹಾರಗಳು. ಪರ್ವತಗಳ ತುತ್ತತುದಿಗಳಲ್ಲಿ ದೂರದೂರ ಗುಂಪುಗುಂಪು ಬಿದಿರಿನ ಮನೆಗಳು. ಮನೆಗಳ ಮೇಲೆ ಹೊದಿಸಿರುವ ಪಾಮ್ ಗಿಡದ ಎಲೆಗಳು ಚಂದ್ರನ ಬೆಳಕಿಗೆ ಸ್ಫಟಿಕದ ಕಲ್ಲುಗಳಂತೆ ಹೊಳೆಯುತ್ತಿವೆ. ಆ ಮನೆಗಳ ಒಳಗೆ ಒಬ್ಬರನ್ನೊಬ್ಬರು ಅಪ್ಪಿಕೊಂಡು ಸರಸಸಲ್ಲಾಪದಲ್ಲಿ ತೊಡಗಿರುವ ಯುವ ಜೋಡಿಗಳು. ಯುವತಿ ಯುವಕನ ಕಣ್ಣಲ್ಲಿ ದೃಷ್ಟಿ ಇಟ್ಟು ನೋಡುತ್ತಾ 'ನಾಳೆ ನೀನು ಬರುವಾಗ ನಿನ್ನ ಎರಡೂ ಕೈಗಳಲ್ಲಿ ಕನಿಷ್ಠ ಐದಾರು ಯುವತಿಯರ ತಲೆಗಳಾದರೂ ಇರಬೇಕು' ಎನ್ನುತ್ತಾಳೆ. ಯುವಕನ ಕಣ್ಣಲ್ಲಿ ಬೆಳಕಿನ ಮಿಂಚು ಮಿಡಿಯುತ್ತದೆ. ಮುಖ ಬಿಗಿದುಕೊಂಡು ಗಡುಸಾಗುತ್ತದೆ. 'ಖಂಡಿತ ತರುತ್ತೇನೆ' ಎಂದು ಹೇಳಿ ಅವಳನ್ನೊಮ್ಮೆ ಗಟ್ಟಿಯಾಗಿ ತಬ್ಬಿಕೊಂಡು ಬೆಳುದಿಂಗಳಲ್ಲಿ ಕರಗಿಹೋಗುತ್ತಾನೆ. ಆ ಜೋಡಿಯೇ ಅಲ್ಲ ಇಡೀ ಹಳ್ಳಿಯೇ ನಾಳೆಯ ಮನುಷ್ಯರ ತಲೆಗಳ ಬೇಟೆಯ ಬಗ್ಗೆ ಮಾತನಾಡುತ್ತದೆ. ಸುಮಾರು ದಿನಗಳಿಂದ ಹಳ್ಳಿಯ ಯುವಕರು ಬೇಟೆಯ ತಯಾರಿಗಾಗಿ ವಿಧವಿಧವಾದ ಕೆಲಸಗಳಲ್ಲಿ ಮುಳುಗಿ ಹೋಗಿದ್ದಾರೆ. ಕೆಲವರು ಚಿರತೆ, ಹುಲಿಗಳನ್ನು ಕಾಡಿನಲ್ಲಿ ಹಿಮ್ಮೆಟ್ಟಿಸಿಕೊಂಡು ಓಡಿದರೆ, ಇನ್ನೂ ಕೆಲವರು ಜೇನುಗೂಡುಗಳಿಗೆ ಕೈಹಾಕಿ ಜೇನುಹುಳುಗಳನ್ನು ಹಿಸುಕಿ ಹಿಸುಕಿ ಸಾಯಿಸುತ್ತಿದ್ದಾರೆ. ಇನ್ನು ಕೆಲವರು ಜಿಂಕೆ, ಕಾಡುಕೋಳಿ, ಮುಳ್ಳುಹಂದಿ, ಮಿಥುನ್ ಮುಂತಾದ ಪ್ರಾಣಿಗಳನ್ನು ಒಂದೇ ಏಟಿಗೆ ತುಂಡು ತುಂಡಾಗಿಸುತ್ತಿದ್ದಾರೆ. ಹಳ್ಳಿಯ ವೃದ್ಧರು ಮಚ್ಚು, ಈಟಿ ಮತ್ತು ವಿಷದ ಬಾಣಗಳನ್ನು ತಯಾರಿಸುತ್ತಿದ್ದಾರೆ.

ನೀರವ ರಾತ್ರಿಯಲ್ಲಿ ಪರ್ವತಗಳು ಗಾಢ

ಚಿತ್ರ ೧ : ಸಾಂಪ್ರದಾಯಿಕ ಯುದ್ಧ ತೊಡಿಗೆಯಲ್ಲಿ ನಾಗಾ ಯೋಧ

ನಿದ್ದೆಯಲ್ಲಿ ಮುಳುಗಿವೆ. ಹಸಿರು ಕಾಡುಗಳು ದಟ್ಟ ಮಂಜಿನಲ್ಲಿ ಪೂರ್ಣವಾಗಿ ಕಾಣದಾಗಿವೆ. ಅದು ಎರಡನೆಯ ಬೆಳಗಿನ ಜಾವ. ಒಮ್ಮೆಲೆ ಮುಗಿಲು ಮುಟ್ಟುವಂತೆ ವಿಕಾರವಾಗಿ ಕಿರುಚುತ್ತ ಬೇಟೆಗಾರರು ಶತ್ರುಗಳ ಹಳ್ಳಿಯ ಸುತ್ತ ಒಣಗಿದ ಎಲೆಗಳ ಮೇಲೆ ಓಡುತ್ತಾ ಹಳ್ಳಿಯನ್ನು ಸುತ್ತುವರಿಯುತ್ತಾರೆ. ಸೂರ್ಯ ತನ್ನ ಕಿರಣಗಳನ್ನು ಒಮ್ಮೆಲೆ ಚೆಲ್ಲಿಬಿಡಲು ಕಾತುರದಿಂದ ಅರುಣಾಚಲ ಪರ್ವತಗಳತ್ತ ಧಾವಿಸಿ ಬರುತ್ತಿದ್ದಾನೆ. ಬೇಟೆಗಾರರ ಕೈಗಳಲ್ಲಿ ವಿಷದ ಬಾಣಗಳು, ಈಟಿಗಳು ಮತ್ತು ಮಚ್ಚುಗಳು ರಕ್ತದಾಹದಿಂದ ಗಾಳಿಯಲ್ಲಿ ಹಾರಾಡುತ್ತಿವೆ. ಶತ್ರುಗಳ ಹಳ್ಳಿಯಿಂದ ಹಸು, ಹಂದಿ, ನಾಯಿಗಳು ದಿಕ್ಕು ತಿಳಿಯದೆ ಕಿರಿಚಿಕೊಂಡು ಓಡತೊಡಗಿದರೆ, ಮಹಿಳೆಯರು ಮಕ್ಕಳು ಅಡಗಿಕೊಳ್ಳುತ್ತಾರೆ. ಯುವಕರು, ಮುದುಕರು ತಮ್ಮ ತಮ್ಮ ಆಯುಧಗಳನ್ನು ಮಿಂಚಿನಂತೆ ಹೊರಸೆಳೆದುಕೊಂಡು ಬೇಟೆಗಾರರ ಮೇಲೆ ಎರಗುತ್ತಾರೆ. ಕೆಲವೇ ನಿಮಿಷಗಳಲ್ಲಿ ನೂರಾರು ಜನರು ತಮ್ಮ ತಲೆ ಕೈಕಾಲು ಕಿವಿ ತುಟಿ ಮೂಗುಗಳನ್ನು ಕಳೆದುಕೊಳ್ಳುತ್ತಾರೆ. ಬೇಟೆಗಾರರು ಪ್ರಾಣ ಸಮೇತ ತಮ್ಮ ಕೈಗೆ ಸಿಕ್ಕಿದ ಕೆಲವರನ್ನು ಹಿಡಿದುಕೊಂಡು ವಿಜಯದಿಂದ ತಮ್ಮ ಹಳ್ಳಿಯ ಕಡೆಗೆ ಧಾವಿಸುತ್ತಾರೆ. ರುಂಡಗಳನ್ನು ಕಳೆದುಕೊಂಡ ಮುಂಡಗಳು ನೆಲದ ಮೇಲೆಲ್ಲ ಉರುಳಾಡುತ್ತವೆ. ಇಡೀ ಹಳ್ಳಿಯೇ ಸ್ಮಶಾನವಾಗಿ ರಕ್ತ ಹರಿಸತೊಡಗುತ್ತದೆ.

ಇತ್ತ ಹಳ್ಳಿಯಲ್ಲಿ ಬೇಟೆಗಾರರ ವಿಜಯೋತ್ಸವ ಕೊಂಡಾಡಲು ಮಹಿಳೆಯರು, ಮಕ್ಕಳು, ಮುದುಕರು ಆತುರದಿಂದ ಕಾಯುತ್ತಿರುತ್ತಾರೆ. ರಕ್ತ ತೊಟ್ಟಿಕ್ಕುವ ತಲೆಗಳನ್ನು, ಕೈಕಾಲುಗಳನ್ನು ಹಿಡಿದುಕೊಂಡು ವಿಜಯದ ಹಾಡುಗಳನ್ನು ಹಾಡುತ್ತಾ ಬೇಟೆಗಾರರು ಬರುತ್ತಾರೆ. ಒಬ್ಬರನ್ನೊಬ್ಬರು ತಬ್ಬಿಕೊಂಡು ಆನಂದದಿಂದ ಕುಣಿಯುತ್ತಾರೆ. ಮದುವೆ ಆಗದ ಯುವಕರು ತಮ್ಮ ಗೆಳತಿಯರ ಕಡೆಗೆ ನೋಡಿ ನಗುತ್ತಾರೆ. ರುಂಡಗಳನ್ನು ತರಲಾಗದವರು ನಾಚಿಕೆಪಡುತ್ತಾ ದೂರವೆ ನಿಲ್ಲುತ್ತಾರೆ. ಅಲ್ಲಿ ಶತ್ರುಗಳ ಹಳ್ಳಿಯಲ್ಲೂ ಸಿಕ್ಕಿಬಿದ್ದ ಬೇಟೆಗಾರರನ್ನು ಸಾಯಿಸಿ ವಿಜಯೋತ್ಸವ ನಡೆದಿರುತ್ತದೆ. ತಂದ ರುಂಡ ಮತ್ತಿತರ ಅಂಗಾಂಗಗಳನ್ನು ಹಳ್ಳಿಯ ಮಧ್ಯದಲ್ಲಿರುವ ಕಲ್ಲು ಕಟ್ಟೆಯ ಮೇಲೆ ಇರಿಸಿ ಬಣ್ಣ ಬಣ್ಣದ ಬಟ್ಟೆ, ಹಲವು ಪ್ರಾಣಿಗಳ ಚರ್ಮ, ಕೊಂಬು, ಕೂದಲು, ಹಕ್ಕಿಗಳ ರೆಕ್ಕೆ ಇತ್ಯಾದಿಗಳನ್ನು ವಿಚಿತ್ರವಾಗಿ ಧರಿಸಿದ ಇಡೀ ಹಳ್ಳಿಯೇ ರುಂಡಗಳ ಸುತ್ತ ಕುಣಿದಾಡುತ್ತದೆ. ಅದರಲ್ಲೂ ರುಂಡಗಳನ್ನು ತಂದ ಯುವಕರು ವಿಶೇಷ ಉಡುಗೆ ಧರಿಸಿರುತ್ತಾರೆ. ಎಷ್ಟು ತಲೆಗಳನ್ನು ಕತ್ತರಿಸಿ ತಂದಿರುವರೊ ಅಷ್ಟು ತಲೆಗಳನ್ನು ಮರ ಅಥವಾ ಲೋಹದಲ್ಲಿ ಸಣ್ಣದಾದ ಹಾರ ಮಾಡಿ ಎದೆಯ ಮೇಲೆ ಧರಿಸಿಕೊಂಡು ಬೀಗುತ್ತಿರುತ್ತಾರೆ. ಮಿಥುನ್ (ಹಸು–

**ಚಿತ್ರ ೨ : ನಾಗಾ ಮನೆಯ ಮುಂದೆ ನೇತು ಹಾಕಿರುವ ಮನುಷ್ಯ ತಲೆ**

ಎಮ್ಮೆಯ ಕೂಡಿಕೆಯಿಂದಾದ ತಳಿ), ಹಂದಿ, ನಾಯಿ, ಕೋತಿ, ಕೋಳಿ ಮುಂತಾದ ಕಾಡು ಪ್ರಾಣಿಗಳ ಮಾಂಸ ಮಡಿಕೆಗಳಲ್ಲಿ ಕೊತಕೊತನೆ ಕುದಿಯುತ್ತಿರುತ್ತದೆ. ಜೊತೆಗೆ ಮನೆ ಮನೆಯಲ್ಲೂ ಅಕ್ಕಿಬೀರು ತಯಾರಾಗಿರುತ್ತದೆ.

ಹಳ್ಳಿಯ ಮುಖ್ಯಸ್ಥ ಮುಂದೆ ಬಂದು ಅಕ್ಕಿಬೀರು, ಅನ್ನ ಮತ್ತು ಒಡೆದ ಕೋಳಿ ಮೊಟ್ಟೆಗಳನ್ನು ರುಂಡಗಳ ಮೇಲೆ ಸಿಂಪಡಿಸುತ್ತಾನೆ. ಸತ್ತವರ ರುಂಡಗಳಲ್ಲಿನ ಕಣ್ಣುಗಳನ್ನು ಮೊನಚಾದ ಮುಳ್ಳುಹಂದಿಯ ಮುಳ್ಳುಗಳಿಂದ (ಸತ್ತ ದೆವ್ವ ಕುರುಡಾಗಲೆಂದು) ಚುಚ್ಚುತ್ತಾರೆ. ಅನಂತರ ಆಕಾಶದ ಕಡೆಗೆ ನೋಡುತ್ತ... 'ಓ ಸ್ವರ್ಗ ದೇವರೆ... ಈ ತಲೆಗಳ ವಾರಸುದಾರರೆಲ್ಲರನ್ನೂ ಕಳುಹಿಸು... ಈ ಮಧು, ಅಕ್ಕಿ ಮತ್ತು ಮೊಟ್ಟೆಗಳನ್ನು ತಿನ್ನಲು ದಯವಿಟ್ಟು ಕಳುಹಿಸು. ಬೇಗ... ಬೇಗ...' ಎಂದು ಪ್ರಾರ್ಥಿಸುತ್ತಾನೆ. ಸುತ್ತಲಿರುವವರು ಕೂಡ ಆಕಾಶದ ಕಡೆಗೆ ನೋಡುತ್ತ ಒಮ್ಮೆಲೇ ಬಾಯಿ ಒಡೆದುಹೋಗುವಂತೆ ಅದೇ ಮಾತುಗಳನ್ನು ಕೂಗುತ್ತಾರೆ. ಶತ್ರು ಹಳ್ಳಿಯಿಂದ ಶತ್ರುಗಳನ್ನು ಪ್ರಾಣ ಸಮೇತ ತಂದಿದ್ದರೆ ಅವರ ಕೈಕಾಲುಗಳನ್ನು ಸಣ್ಣದಾಗಿ ಕತ್ತರಿಸಿ ತುಂಡುಗಳನ್ನು ಪ್ರತಿಯೊಬ್ಬರಿಗೂ ಹಂಚಲಾಗುತ್ತದೆ. ಅವರು ಅವುಗಳನ್ನು ಭದ್ರವಾಗಿ ಇಟ್ಟುಕೊಳ್ಳುತ್ತಾರೆ. ರುಂಡಗಳನ್ನು ವಿಜಯ ಟ್ರೋಫಿಗಳಾಗಿ ಮರಗಳ ಮತ್ತು ಮನೆಯ ಮುಂದಿನ ಗೋಡೆಗಳ ಮೇಲೆ ನೇತು ಹಾಕುತ್ತಾರೆ. ಎಲ್ಲರಿಗೂ ಅಕ್ಕಿಬೀರು, ಮಾಂಸ ಸರಬರಾಜಾಗುತ್ತದೆ. ಮತ್ತೆ ನಾನ್-ಸ್ಟಾಪ್ ನೃತ್ಯ ರಾತ್ರಿಯೆಲ್ಲ, ಮರುದಿನ ಸೂರ್ಯ ಹುಟ್ಟಿ ಬರುವವರೆಗೂ.

* * *

ಮೇಲಿನ ಆಟವು ನಾಗಾಲ್ಯಾಂಡಿನ ಇಂಡೋ-ಮಂಗೋಲಾಯ್ಡ್ ಬುಡಕಟ್ಟುಗಳ ನಾಗಾಗಳು ನಡೆಸುವ ರುಂಡ ಚೆಂಡಾಟ ಬೇಟೆಯ (ಹೆಡ್ ಹಂಟಿಂಗ್ ಎಕ್ಸಪಿಡೇಷನ್) ಒಂದು ಚಿತ್ರಣ. ಇದು ಸುಮಾರು ೧೯೫೦ರವರೆಗೂ ಈಶಾನ್ಯ ಭಾರತದ ಬರ್ಮಾ-ನಾಗಾಲ್ಯಾಂಡಿನ ಹಳ್ಳಿಗಳಲ್ಲಿ ನಡೆಯುತ್ತಲೇ ಇತ್ತು. ಮಾನವನು ಹುಟ್ಟು ಕ್ರೂರನಾಗಿದ್ದ. ಆದಿಕಾಲದಿಂದಲೂ ಈ ಬೇಟೆ ನಡೆಯುತ್ತಿದೆ. ಪ್ರಪಂಚದ ಮೂಲೆ ಮೂಲೆಗಳಲ್ಲಿ, ಅದರಲ್ಲೂ ಆದಿವಾಸಿಗಳಲ್ಲಿ, ತಲೆಗಳ ಬೇಟೆ ಬಳಕೆಯಲ್ಲಿದೆ. ಆಫ್ರಿಕಾ, ಅಮೆರಿಕಾ, ಇಂಡೋನೇಷಿಯಾ (ನಾಗಾ ಮೂಲದವರು) ರಿಜಿಸ್ಥಾನ (ಈಗ ಪಾಕಿಸ್ತಾನದಲ್ಲಿದೆ)ದಲ್ಲೂ ಈ ಬೇಟೆ ಕದ್ದುಮುಚ್ಚಿ ನಡೆಯುತ್ತ ರೂಢಿಯಲ್ಲಿದೆ ಎಂದು ಹೇಳಲಾಗುತ್ತದೆ. ನಾಗಾಲ್ಯಾಂಡಿನ ಮೋನ್, ಮೊಖಕ್‌ಚುಂಗ್ ಜಿಲ್ಲೆಗಳ ಹಲವು ಬುಡಕಟ್ಟುಗಳ ನಾಗಾಗಳು ಇದನ್ನು ೧೯೫೦ರವರೆಗೂ ನಡೆಸಿಕೊಂಡು ಬಂದಿದ್ದರು. ಎರಡನೇ ಪ್ರಪಂಚ ಮಹಾಯುದ್ಧ ನಡೆಯುವವರೆಗೂ ಸರಿಯಾದ ಒಂದು ರಸ್ತೆ ಕೂಡ ಇಲ್ಲದೆ, ನಾಗರಿಕತೆಯ ಗಾಳಿಯೂ ಸೋಂಕದಿದ್ದ ಪ್ರದೇಶದಲ್ಲಿ ಈ ಜನರು ಕಾಡಿನಲ್ಲಿ ಪ್ರಾಣಿಗಳಂತೆ ಸ್ವಚ್ಛಂದವಾಗಿ ತಮ್ಮ ಜೀವನ ನಡೆಸಿದ್ದರು. ಇವರ ಮೂಢನಂಬಿಕೆಗಳ ಗೂಡು ಕೆದಕಿದಷ್ಟೂ ನಿಗೂಢ. ಈ ಬಗ್ಗೆ ಚರಿತ್ರೆ ಕೂಡ ತನ್ನ ತುಟಿಗಳನ್ನು ಅಷ್ಟು ಸುಲಭವಾಗಿ ಬಿಚ್ಚುವುದಿಲ್ಲ. ನಾಗರಿಕತೆ ಬೆಳೆದ ಹಾಗೆ ಮೂಢನಂಬಿಕೆಗಳು ಮಾಯವಾಗುತ್ತವೆ. ಆದರೆ ನಾಗಾಗಳಲ್ಲಿ ಹಾಗಾಗಲಿಲ್ಲ. ಕಾಡುಗಳಲ್ಲೆ ಜೀವನ ನಡೆಸುತ್ತಿದ್ದ ಇಂಡೋ-ಮಂಗೋಲಾಯ್ಡ್ ಕುಲದ ಈ ಆದಿವಾಸಿ ಪಂಗಡಗಳ ಜನರು ತೀರ ಈಚೆಗಿನವರೆಗೂ ನಾಗರಿಕತೆಯಿಂದ ದೂರವಾಗಿಯೇ ಉಳಿದಿದ್ದರು. ಆದುದರಿಂದಲೋ ಏನೋ ಅವರು ಈ ವಿಚಿತ್ರ ಗುಣಗಳನ್ನು ಇನ್ನೂ ಮುಂದುವರಿಸಿಕೊಂಡು ಬಂದಿದ್ದಾರೆ.

ಮನುಷ್ಯನ ಆತ್ಮ ಹಣೆಯ ಕೆಳಗೆ ತಲೆಯ ಒಳಗಿರುತ್ತದೆ. ಮನುಷ್ಯನ ಶಕ್ತಿ-ಯುಕ್ತಿಗಳೆಲ್ಲ ಅವನ ತಲೆಯಲ್ಲೇ ಅಡಗಿರುತ್ತದೆ. ಜೊತೆಗೆ ಅದು ಒಬ್ಬರಿಂದ ಒಬ್ಬರಿಗೆ ಸಾಗುತ್ತಲಿರುತ್ತದೆ. ಇದು ಆತ್ಮ ಮತ್ತು ದೇಹಗಳ ಎಲ್ಲಾ ಕೆಲಸಗಳನ್ನೂ ನಿಯಂತ್ರಿಸುತ್ತದೆ. ಇದು ನಾಗಾಗಳ ನಂಬಿಕೆ. ಒಂದು ಜನಾಂಗದ ಆತ್ಮಶಕ್ತಿ ಎಲ್ಲಾ ಕೂಡಿ ಆ ಪಂಗಡದ ಅಭಿವೃದ್ಧಿಯನ್ನಾಗಿಸುತ್ತದೆ. ಪ್ರಕೃತಿ ವಿಕೋಪಗಳಾದ ಭೂಕಂಪ, ಪ್ರವಾಹ, ಗುಡುಗು-ಸಿಡಿಲು, ಬೆಂಕಿ, ಸಾಂಕ್ರಾಮಿಕ ರೋಗಗಳು ಮುಂತಾದ ಪ್ರಕೃತಿ ವಿಕೋಪಗಳಿಂದ ಬೆಳೆ ನಾಶವಾದರೆ ಅದಕ್ಕೆ ತಮ್ಮ ಆತ್ಮಶಕ್ತಿಯ ಕೊರತೆಯೇ ಕಾರಣ ಎಂಬುದೇ ಅವರ ನಂಬಿಕೆ. ಇದನ್ನು ಸರಿದೂಗಿಸಿಕೊಳ್ಳ ಬೇಕಾದರೆ ಬೇರೆ ಬುಡಕಟ್ಟಿನ ತಮ್ಮ ಜನಾಂಗದವರಲ್ಲದವರ ತಲೆಗಳನ್ನು ಕಡಿದು ತರಬೇಕು ಎನ್ನುವುದು ಅವರ ನಂಬಿಕೆ.

ಕೆಲವು ಶತಮಾನಗಳ ಮುಂಚೆ ಈ ಆದಿವಾಸಿ ಪಂಗಡಗಳ ಜನರು ತಲೆಗಳನ್ನು ಬೇಟೆಯಾಡುವುದರ ಜೊತೆಗೆ ಮನುಷ್ಯರನ್ನು ಭಕ್ಷಿಸುತ್ತಿದ್ದರು. ತಮ್ಮ ವಂಶದ ಅಭಿವೃದ್ಧಿಗಾಗಿ ಮತ್ತು ಆರೋಗ್ಯವುಳ್ಳ ದಷ್ಟಪುಷ್ಟ ಮಕ್ಕಳನ್ನು ಪಡೆಯುವುದಕ್ಕಾಗಿ ಶತ್ರುಗಳ ಮಾಂಸ ಮತ್ತು ರಕ್ತವನ್ನು ತಮ್ಮಲ್ಲಿ ಸೇರಿಸಿಕೊಳ್ಳಬೇಕು. ಹಾಗಾದರೆ ಆ ಶತ್ರುಗಳ ಶಕ್ತಿಯೂ ತಮ್ಮೊಳಗೆ ಸೇರಿಕೊಳ್ಳುತ್ತದೆ ಎಂದು ನಂಬಿದ್ದರು. ಕರೆನ್ಸ್ ಎಂಬ ಬರ್ಮಾ ನಾಗಾಗಳು ನಂಬಿದಂತೆ ಮನುಷ್ಯರ ತಲೆಯಲ್ಲಿ ಶಕ್ತಿಯುತ ದ್ರವವೊಂದಿದ್ದು ಅದನ್ನು ನೆಲದಲ್ಲಿ ಚುಮುಕಿಸಿದರೆ ಮಣ್ಣು ಫಲವತ್ತಾಗಿ, ಬೆಳೆ ಹೆಚ್ಚಾಗಿ ಬೆಳೆಯುತ್ತದೆ. ಅಂತಹ ಬೆಳೆ ತಿಂದ ಪ್ರಾಣಿಗಳು ದಷ್ಟಪುಷ್ಟವಾಗುತ್ತವೆ. ಇಂತಹ ಬೆಳೆ ಮತ್ತು ಪ್ರಾಣಿಗಳನ್ನು ತಿನ್ನುವ ಮನುಷ್ಯರ ವಂಶಾಭಿವೃದ್ಧಿ ಹಾಗೂ ಸಾಮರ್ಥ್ಯ ಹೆಚ್ಚುತ್ತದೆಂದೇ ನಂಬಿದ್ದರು. ಅದರಲ್ಲೂ ಯುವತಿಯರ ರಕ್ತ ಮಾಂಸ ಎಂದರೆ ಅಚ್ಚುಮೆಚ್ಚು. ಇವರಿಂದಲೇ ತಾನೇ ವಂಶ ಅಭಿವೃದ್ಧಿಯಾಗುವುದು. ದೆವ್ವಗಳೆಂದರೆ ಪ್ರಾಣಬಿಡುವ ಈ ಆದಿವಾಸಿ ಪಂಗಡಗಳು ಸತ್ತವನು ಸಾಯಿಸಿದವನ ಸೇವಕನಾಗಿ ಬರುತ್ತಾನೆಂದು ನಂಬುತ್ತಾರೆ. ಆದುದರಿಂದ ಕನಿಷ್ಠ ಒಬ್ಬ ಮನುಷ್ಯ ಒಬ್ಬ ಮನುಷ್ಯನನ್ನಾದರೂ ಸಾಯಿಸಿದರೆ, ಸತ್ತ ಮೇಲೆ ಒಳ್ಳೆ ಸೇವೆ ಮಾಡಲು ಸೇವಕ ದೊರಕುತ್ತಾನೆಂಬ ಪ್ರತೀತಿ ಚಾಲ್ತಿಯಲ್ಲಿದೆ.

ತಲೆ ಬೇಟೆಯಾಡಲು ಇನ್ನೂ ಕೆಲವು ಕಾರಣಗಳಿವೆ. ಕೆಲವೊಂದು ಸಲ ಎರಡು ಹಳ್ಳಿಗಳು ಶಾಂತಿ ಕೋರಿದ್ದೆಯಾದರೆ ಯಾವ ಹಳ್ಳಿ ಎಷ್ಟು ಜಾಸ್ತಿ ತಲೆಗಳನ್ನು ತೆಗೆದಿದ್ದಿತೋ ಅಷ್ಟು ತಲೆ ಸೇವಕರನ್ನು ಇನ್ನೊಂದು ಹಳ್ಳಿಗೆ ಕೊಡುತ್ತದೆ. ಕೊಟ್ಟ ಸೇವಕರ ತಲೆಗಳ ಬೇಟೆಯಾದ ಸ್ಥಳದಲ್ಲೇ ಅವರನ್ನು ಸಾಯಿಸಿ ಹಳ್ಳಿಗೆ ವಿಜಯದಿಂದ ಮರಳುತ್ತಾರೆ. ಸಾಂಕ್ರಾಮಿಕ ರೋಗಗಳು ಬಂದಾಗ ತಲೆಗಳನ್ನು ಊರಿಗೆ ತಂದರೆ ರೋಗ ನಿವಾರಣೆ ಯಾಗುತ್ತದೆ ಎಂಬ ನಂಬಿಕೆಯಿಂದಲೂ ತಲೆಗಳ ಬೇಟೆಯಾಡುತ್ತಾರೆ. ಬಿತ್ತನೆಯ ಮುನ್ನ ಸೇವಕರನ್ನು ಬಲಿ ಕೊಡುತ್ತಾರೆ. ಹಳ್ಳಿಯ ಮುಖ್ಯಸ್ಥನ ಮಗನಿಗೆ ಅಧಿಕಾರ ವಹಿಸಿಕೊಡುವ ಸಮಯದಲ್ಲೂ ಸೇವಕರನ್ನು ತಂದು ಕಟ್ಟಿಹಾಕಿ ಯುವ ಮುಖ್ಯಸ್ಥನ ಕೈಯಲ್ಲಿ ಅವರ ಶರೀರಗಳನ್ನು ಸಣ್ಣಸಣ್ಣ ತುಂಡುಗಳನ್ನಾಗಿ ಕತ್ತರಿಸಿ ನೆರೆದ ಎಲ್ಲರಿಗೂ ಹಂಚುವ ಪದ್ಧತಿಯೂ ಇತ್ತು.

## ಅಧ್ಯಾಯ ೨

# ಈಶಾನ್ಯ ಭಾರತದ ಬಂಡುಕೋರರು

ಭಾರತದ ಈಶಾನ್ಯ ಭಾಗವು ಚೀನಾ, ಭೂತಾನ್, ಮ್ಯಾನ್ಮಾರ್(ಬರ್ಮಾ) ಮತ್ತು ಬಾಂಗ್ಲಾ ದೇಶಗಳ ಗಡಿಗಳಿಂದ ಸುತ್ತುವರಿದಿದ್ದು ಬಾಂಗ್ಲಾ ದೇಶಿಗರು ನಿರಂತರವಾಗಿ ಪ್ರವಾಹದಂತೆ ಈ ವಲಯಕ್ಕೆ ವಲಸೆ ಬರುತ್ತಿದ್ದಾರೆ. ಈ ಭಾಗ ಹಿಮಾಲಯದ ಒಂದು ತುಂಡಾಗಿದ್ದು ದೇಶದ ಮೈನ್‌ಲ್ಯಾಂಡ್‌ನಿಂದ ಭೌಗೋಳಿಕವಾಗಿ ಪ್ರತ್ಯೇಕಗೊಂಡಿದೆ. ಭಾವನಾತ್ಮಕವಾಗಿಯೂ ಪರಕೀಯತೆಯಿಂದ ನರಳುತ್ತಿದೆ. ಈ ವಲಯವು ಸ್ವಾತಂತ್ರ್ಯಪೂರ್ವ ದಿಂದಲೂ ಉಗ್ರವಾದಿಗಳ ಕೋಟೆಯಾಗಿದ್ದು ಮಿಲಿಟರಿ ಕೂಡ ನಿಯಂತ್ರಿಸಲಾಗದೆ ಒಂದು ದೊಡ್ಡ ಸಮಸ್ಯೆಯಾಗಿ ಪರಿಣಮಿಸಿದೆ.

ಪ್ರಸ್ತುತ ಮುಖ್ಯವಾಗಿ ನಾಲ್ಕು ರಾಜ್ಯಗಳಾದ ಅಸ್ಸಾಂ, ಮಣಿಪುರ, ನಾಗಾಲ್ಯಾಂಡ್ ಮತ್ತು ತ್ರಿಪುರಾಗಳಲ್ಲಿ ಹೆಚ್ಚು ಕಡಿಮೆ ಸಣ್ಣ ಪ್ರಮಾಣದ ಯುದ್ಧಗಳು ನಡೆಯುತ್ತಲೇ ಇವೆ. ಬಂಡುಕೋರರ ಉದ್ದೇಶಗಳು ಮತ್ತು ಸಮಸ್ಯೆಗಳು ರಾಜ್ಯದಿಂದ ರಾಜ್ಯಕ್ಕೆ ಬೇರೆ ಬೇರೆಯಾಗಿವೆ. ಕೆಲವರು ಪ್ರತ್ಯೇಕ ರಾಜ್ಯಗಳನ್ನು ಕೋರಿದರೆ, ಮತ್ತೆ ಕೆಲವರು ಸರಕಾರದ ಎಲ್ಲ ವ್ಯವಹಾರಗಳನ್ನೂ ತಾವೇ ಕೈಗೆ ತೆಗೆದುಕೊಳ್ಳಲು ಹವಣಿಸುತ್ತಿದ್ದಾರೆ. ಇನ್ನು ಕೆಲವರು ತಮ್ಮದೇ ಸ್ವತಂತ್ರ ದೇಶ ಸ್ಥಾಪಿಸಿಕೊಳ್ಳಲು ಹೋರಾಟ ನಡೆಸುತ್ತಿರುವುದಾಗಿ ಹೇಳಿಕೊಳ್ಳುತ್ತಿದ್ದಾರೆ. ಕೆಲವು ಗುಂಪುಗಳು ರಾಜಕೀಯವಾಗಿ ಸಂಧಾನ ಮಾಡಿಕೊಳ್ಳಲು ಯೋಚಿಸುತ್ತಿದ್ದರೂ ಅದರಿಂದ ಏನೂ ಪ್ರಯೋಜನವಿಲ್ಲ ಎಂಬ ತೀರ್ಮಾನಕ್ಕೂ ಬಂದಿವೆ. ಕೇಂದ್ರ ಸರಕಾರದ ಎಲ್ಲ ರೀತಿಯ ಪ್ರಯತ್ನಗಳೂ ಇದುವರೆಗೂ ಸೋಲನ್ನೆ ಕಂಡಿವೆ. ಸರಕಾರ ನಡೆಸಿದ ಮಿಲಿಟರಿ ಕಾರ್ಯಾಚರಣೆಗಳಿಂದಲೂ ಗೆಲುವು ಲಭಿಸಲಿಲ್ಲ. ಇದು ಕಾಡುಮೇಡುಗಳ ಪ್ರದೇಶವಾಗಿದ್ದು ಸ್ಥಳೀಯರ ಅಸಹಕಾರ, ಬಂಡುಕೋರರಿಗೆ ಆಶ್ರಯ ನೀಡುವುದು, ದೇಶದ ಗಡಿ ಭಾಗಗಳಲ್ಲಿ ಉಗ್ರರು ಹೊಂದಿರುವ ಸಂಬಂಧಗಳು, ರಾಜಕೀಯ ಅಸ್ಥಿರತೆ, ಇದರ ಜೊತೆಗೆ ಈಗಾಗಲೆ ಈ ಭಾಗದಲ್ಲಿನ ಗಲಿಬಿಲಿ ಸ್ಥಿತಿ ಮತ್ತು ಸ್ಥಳೀಯರ ವಿರೋಧ, ೧೯೪೭ರಿಂದಲೂ ಕುಂಟುತ್ತ ನಡೆಯುತ್ತಿರುವ ಅಭಿವೃದ್ಧಿ ಯೋಜನೆಗಳು, ನಿರಂತರವಾಗಿ ಬಾಂಗ್ಲಾ ದೇಶ ಮತ್ತು ಇತರ ರಾಜ್ಯಗಳಿಂದ ಬರುತ್ತಿರುವ ವಲಸೆಗಾರರ ಸಮಸ್ಯೆಗಳು – ಇವೆಲ್ಲ ಇದಕ್ಕೆ ಕಾರಣ. ಹೊಸ ಹೊಸ ರಾಜ್ಯಗಳು ಸೃಷ್ಟಿಯಾದಾಗಲೂ ಸರಿಯಾದ ನಿರ್ಣಯಗಳನ್ನು ತೆಗೆದುಕೊಳ್ಳದೆಹೋದುದು. ೧೯೫೦ರಲ್ಲಿ ಸಂಭವಿಸಿದ ಬೃಹತ್ ಭೂಕಂಪನದಿಂದ ಈಶಾನ್ಯ ವಲಯದ ಹಲವಾರು ಅಣೆಕಟ್ಟುಗಳು ಕುಸಿದುಬಿದ್ದವು. ಬ್ರಹ್ಮಪುತ್ರಾ ನದಿಯೇ ಹತ್ತಾರು ಕಡೆ ತನ್ನ ದಿಕ್ಕನ್ನು ಬದಲಿಸಿಕೊಂಡು, ಅಪಾರ ಆಸ್ತಿ ಮತ್ತು ಪ್ರಾಣಹಾನಿ ಉಂಟಾದವು.

ದಿಲ್ಲಿಯಲ್ಲಿ ರೂಪಗೊಳ್ಳುವ ಅಭಿವೃದ್ಧಿ ಯೋಜನೆಗಳ ಬಗ್ಗೆ ಸ್ಥಳೀಯರಿಗೆ ಏನೇನೂ ವಿವರಗಳು ದೊರಕುತ್ತಿಲ್ಲ. ಕೇಂದ್ರ ಸರಕಾರ ಸ್ಥಳೀಯರ ಸಹಕಾರ ಮತ್ತು ಸಲಹೆಗಳನ್ನು ಪಡೆಯದ ಕಾರಣ ಯೋಜನೆಗಳೆಲ್ಲ ಸಾಮಾನ್ಯ ಜನರಿಂದ ದೂರವಾಗಿಯೇ

ಉಳಿದುಕೊಂಡಿವೆ. ಕಾರಣ ಕೇಂದ್ರ ಸರಕಾರದ ಯಾವುದೇ ಅಣೆಕಟ್ಟು, ಗಣಿಗಾರಿಕೆ, ಕಾರ್ಖಾನೆ ಮತ್ತು ಮೂಲಭೂತ ಸೌಕರ್ಯ ಯೋಜನೆಗಳಿಗೆ ಸ್ಥಳೀಯರಿಂದ ಸಹಕಾರದ ಬದಲು ವಿರೋಧಗಳೇ ಹುಟ್ಟಿಕೊಳ್ಳುತ್ತಿವೆ. ಕಳೆದ ೫-೬ ದಶಕಗಳಿಂದಲೂ ನಾನಾ ಪ್ರಕಾರಗಳ ಸಾಂಸ್ಕೃತಿಕ, ರಕ್ಷಣಾತ್ಮಕ, ರಾಜಕೀಯ ಮತ್ತು ಅಭಿವೃದ್ಧಿ ಯೋಜನೆಗಳು ರೂಪಿತವಾದರೂ ಯಾವುದೇ ಒಂದು ಯೋಜನೆಯೂ ಪೂರ್ಣವಾಗಿ ಜನರನ್ನು ಮುಟ್ಟಿಲ್ಲ ಎಂದೇ ಹೇಳಬಹುದು. ಸರಕಾರದ ಸೋಲಿನ ಆಡಳಿತ ಮತ್ತು ಜನರ ತೀವ್ರ ಹತಾಶೆ ಇವುಗಳ ಕಾರಣ ಬಂಡುಕೋರರ ವಿರೋಧ ಇಂದಿಗೂ ಮುಂದುವರಿದಿದ್ದು ಅಭಿವೃದ್ಧಿಗೆ ಹಿನ್ನಡೆಯಾಗಿದೆ. ಈಶಾನ್ಯ ಭಾಗದ ವಿಶಾಲತೆ ಮತ್ತು ಅದರ ಆಯಕಟ್ಟಿನ ಪ್ರಾಮುಖ್ಯತೆಯನ್ನು ಸರಿಯಾಗಿ ನಿರ್ಧರಿಸದ ಕಾರಣ ಕೇವಲ ೨೪ ಸದಸ್ಯರನ್ನು ಲೋಕಸಭೆಗೆ ಆಯ್ಕೆ ಮಾಡಲಾಗುತ್ತದೆ. ಇದೇ ರಾಜಕಾರಣದಿಂದ ಈ ಭಾಗವನ್ನು ನಿರ್ಲಕ್ಷಿಸಲಾಗಿದೆ. ಲೋಕಸಭೆಗೆ ಆಯ್ಕೆಯಾಗುವವರ ಸಂಖ್ಯೆಯನ್ನು ಆಯಾ ರಾಜ್ಯಗಳ ಜನಸಂಖ್ಯೆಯ ಆಧಾರದ ಮೇಲೆ ನಿರ್ಣಯಿಸಲಾಗುತ್ತಿದ್ದು, ಬಿಹಾರ್ ಮತ್ತು ಉತ್ತರ ಪ್ರದೇಶ ರಾಜ್ಯಗಳಿಗೆ ಹೋಲಿಸಿದರೆ ಈ ಪ್ರದೇಶಗಳ ಲೋಕಸಭಾ ಸದಸ್ಯರ ಸಂಖ್ಯೆ ತೀರ ಅಗಣನೀಯ. ಈಶಾನ್ಯ ಉರಿಯುತ್ತಿರುವುದಕ್ಕೆ ಮುಖ್ಯ ಕಾರಣ ಬುಡಕಟ್ಟು ಜನರಿಗೆ ಕೊಟ್ಟಿರುವ ಪ್ರಜಾಪ್ರಭುತ್ವದ ವಿಶೇಷ ಸ್ವಾತಂತ್ರ್ಯ, ಸ್ವಾಯತ್ತತೆ, ಸ್ವಯಂ ಆಡಳಿತ ಮತ್ತು ವಿವಿಧ ಸಾಂಸ್ಕೃತಿಕ ಭಿನ್ನತೆಗಳು. ಜಮ್ಮು-ಕಾಶ್ಮೀರ ನರಳುತ್ತಿರುವುದೂ ಇದೇ ಕಾರಣಗಳಿಂದ. ಇದು ದೇಶದ ಇತರೇ ಭಾಗಗಳಲ್ಲಿ ಕಂಡುಬರುವುದಿಲ್ಲ.

ಈ ದೇಶದ ಆಡಳಿತ ಚುಕ್ಕಾಣಿಯನ್ನು ನಿರ್ಣಯಿಸುತ್ತಿರುವುದು ಉತ್ತರ ಭಾರತದ ಗ್ರಾಮಾಂತರ ಪ್ರದೇಶಗಳ ಸಂಕುಚಿತ ಭಾವನೆಗಳ ಮತ್ತು ನವೀನ ಐಶ್ವರ್ಯವಂತರ ಸೊಕ್ಕು. ಈ ವ್ಯವಸ್ಥೆಯ ಮಧ್ಯೆ ಮತ್ತು ಈ ಕ್ರಮಾಗತದ ಏರುಪೇರುಗಳ ನಡುವೆ ಈಶಾನ್ಯ ವಲಯವು ದೇಶದ ಸಾಮಾಜಿಕ ಗುಡ್ಡೆಯ ಕೆಳಗೆಲ್ಲೋ ಬರುತ್ತದೆ. ಪ್ರತಿ ವರ್ಷವೂ ಬಜೆಟ್ ಹಂಚಿಕೆ ಮಾಡುವ ಪ್ರಧಾನಮಂತ್ರಿಗಳು ಇಲ್ಲಿನ ಜನಸಾಮಾನ್ಯರಿಗೆ ಯಾವ ಹೊಸ ಕೊಡುಗೆಯನ್ನೂ ನೀಡಲಾಗದೆ ಹೋಗುತ್ತಿದ್ದಾರೆ. ಈಶಾನ್ಯದಲ್ಲಿ ಕೆಲಸ ನಿರ್ವಹಿಸುವ ಹೊರ ರಾಜ್ಯಗಳ ಅಧಿಕಾರಿಗಳು ಈ ಭಾಗದಲ್ಲಿ ಕೆಲಸ ಮಾಡುವುದೆಂದರೆ ಶಿಕ್ಷೆ ಎಂದೇ ಭಾವಿಸುವಾಗ ಅವರಿಂದ ಇಲ್ಲಿನ ಜನರು ಏನು ಕೊಡುಗೆ ನಿರೀಕ್ಷಿಸಲು ಸಾಧ್ಯ? ಎನ್ನುವ ಪ್ರಶ್ನೆಗಳು ಕೇಳಿಬರುತ್ತಿವೆ. ಸ್ಥಳೀಯರಲ್ಲಿ ಅಧಿಕಾರಿಗಳ ಸಂಖ್ಯೆ ತೀರ ಕಡಿಮೆ ಇರುವ ಕಾರಣ ಕೇಂದ್ರ ಸರಕಾರವು ಸಾಧಾರಣ ಅಧಿಕಾರಿಗಳನ್ನು (ರಾಜಕೀಯ ಸಂಬಂಧ ಇರುವವರು ಯಾರೂ ಬರುವುದಿಲ್ಲ) ೨-೩ ವರ್ಷಗಳ ಕಾಲ ಈಶಾನ್ಯಕ್ಕೆ ಕಡ್ಡಾಯವಾಗಿ ಕಳುಹಿಸುತ್ತಿದೆ. ಇದರ ಜೊತೆಗೆ ಸರಕಾರದ ಯಾವ ಕಾನೂನುಗಳೂ ಇಲ್ಲಿ ನಡೆಯುತ್ತಿಲ್ಲ, ಅಧಿಕಾರಿಗಳಿಗೆ ರಕ್ಷಣೆಯೂ ದೊರಕುತ್ತಿಲ್ಲ. ಇವೆಲ್ಲವೂ ಸ್ವಯಂ ಆಡಳಿತದ ರಾಜ್ಯಗಳು. ವಿಚಿತ್ರ ಮತ್ತು ಆಶ್ಚರ್ಯ ಎಂದರೆ ಸರಕಾರಕ್ಕೆ ಸೇರಿದ ಆಸ್ತಿ ಇಲ್ಲಿ ಏನೂ ಇಲ್ಲ. ಭೂಮಿ ಅರಣ್ಯ ಎಲ್ಲವೂ ಆಯಾ ಹಳ್ಳಿಗಳಿಗೇ ಸೇರಿದ ಆಸ್ತಿ. ಜನರೇ ಎಲ್ಲವನ್ನೂ ತೀರ್ಮಾನಿಸುತ್ತಾರೆ. ಸರಕಾರ ಯಾವುದಾದರೂ ಕಟ್ಟಡ ಕಟ್ಟಬೇಕಾದರೂ ಹಳ್ಳಿಯ ಜನರಿಂದ ಒಪ್ಪಿಗೆ ಪಡೆದು ಕೇಳಿದಷ್ಟು ಹಣ ನೀಡಿ ನಿವೇಶನ ಕೊಂಡುಕೊಳ್ಳಬೇಕು. ಅದೂ ಕೂಡ ೯೯ ವರ್ಷಗಳ ಲೀಸ್ ಕರಾರಿನಂತೆ. ಹಳ್ಳಿಗರು ತಮ್ಮ ಜಮೀನು ಎಂದು ಗೆರೆಗಳನ್ನು ಹಾಕಿಕೊಂಡಿರುವ ಕಾಡನ್ನು

ಕಡಿದು ಯಾರಿಗೆ ಬೇಕಾದರೂ ಮಾರಬಹುದು. ಖನಿಜ ಸಂಪತ್ತಿದ್ದರೂ ಅದಕ್ಕೂ ಅವರೇ ವಾರಸುದಾರರು.

ಮೇಘಾಲಯ ರಾಜ್ಯದಲ್ಲಿ ಜಮೀನಿನ ಒಡೆಯರಿಂದ ವ್ಯಾಪಾರಿಗಳು ಹೇರಳ ಕಲ್ಲಿದ್ದಲನ್ನು ಕೊಂಡುಕೊಂಡು ಹೋಗುತ್ತಾರೆ. ಕೇಂದ್ರ ಸರಕಾರದ ಅಧೀನದಲ್ಲಿರುವ ಯುರೇನಿಯಂ ಖನಿಜ ನಿಕ್ಷೇಪಗಳನ್ನು ಸಹ ಮೇಘಾಲಯದಲ್ಲಿ ಸ್ಥಳೀಯ ರಾಜಕಾರಣಿಗಳು ಮತ್ತು ವ್ಯಾಪಾರಿಗಳು ಬಾಂಗ್ಲಾ ದೇಶದ ಮೂಲಕ ಬೇರೆ ದೇಶಗಳ ಏಜಂಟರಿಗೆ ರಾಜಾರೋಷವಾಗಿಯೇ ಮಾರುತ್ತಿದ್ದಾರೆ. ಕೇಂದ್ರ ಸರಕಾರ ಏನೂ ಗೊತ್ತಿಲ್ಲದಂತೆ ಕಣ್ಣು ಮುಚ್ಚಿ ಕುಳಿತುಕೊಂಡಿದೆ. ಸರಕಾರದ ನೀತಿಯಂತೆ ಹೊರ ರಾಜ್ಯಗಳ ಜನರು ಒಂದು ಚೂರು ನೆಲವನ್ನೂ ಇಲ್ಲಿ ಕೊಂಡುಕೊಳ್ಳುವಂತಿಲ್ಲ. ಸ್ಥಳೀಯ ಅಧಿಕಾರಿಗಳು, ವ್ಯಾಪಾರಿಗಳು, ಹಣವಂತರು ರಾಜಕಾರಣಿಗಳು ಯಾರೂ ಒಂದು ರೂಪಾಯಿನಷ್ಟೂ ತೆರಿಗೆ ನೀಡುವಂತಿಲ್ಲ. ಆದರೆ ಇತರೆ ರಾಜ್ಯಗಳಿಂದ ವರ್ಗವಾಗಿ ಬರುವ ಅಧಿಕಾರಿಗಳು ಮಾತ್ರ ತೆರಿಗೆ ನೀಡಬೇಕಾಗುತ್ತದೆ. ಇನ್ನು ಈ ರಾಜ್ಯಗಳು ಅಭಿವೃದ್ಧಿ ಹೊಂದುವುದಾದರೂ ಹೇಗೆ? ಕೆಲವರಂತು ದೇಶದ ಇತರ ಭಾಗಗಳಲ್ಲಿ ಇರುವ ಕುಬೇರರಂತೆ ಇಲ್ಲಿಯೂ ರಾರಾಜಿಸುತ್ತಿದ್ದಾರೆ. ಅವರ ಮಕ್ಕಳು ದೇಶದ ದೊಡ್ಡ ದೊಡ್ಡ ಪಟ್ಟಣಗಳಲ್ಲಿ ಮಸ್ತಿ ಮಾಡುತ್ತಿದ್ದಾರೆ. ಶಿಲ್ಲಾಂಗ್‌ನ ಪ್ರತಿ ಎರಡನೇ ಮನೆಯ ಒಬ್ಬ ವಿದ್ಯಾರ್ಥಿ ಬೆಂಗಳೂರಿನಲ್ಲಿ ವ್ಯಾಸಂಗ ಮಾಡುತ್ತಿದ್ದಾನೆ.

ಕೇಂದ್ರ ಸರಕಾರ ನೂರಾರು ಮಿಲಿಟರಿ ತುಕಡಿಗಳನ್ನು ನೇಮಿಸಿ ಎಲ್ಲವನ್ನು ಹಿಡಿತದಲ್ಲಿ ಇಡುವಂತೆ ಆದೇಶ ನೀಡಿದ್ದರೂ ಅವುಗಳಿಗೆ ಸರಿಯಾದ ಅಧಿಕಾರ ಮಾತ್ರ ನೀಡಿಲ್ಲ. ಎಲ್ಲ ಕಾನೂನುಗಳೂ ಮಹಾತ್ಮಾ ಗಾಂಧೀಜಿ ಅವರ ನೆಚ್ಚಿನ ಮೂರು ಕೋತಿಗಳ ದೃಷ್ಟಿಕೋನವನ್ನೇ ಹೊಂದಿವೆ. ೧೯೪೭-೨೦೦೭ರ ಅವಧಿಯಲ್ಲಿ ಮಿಲಿಟರಿ, ಪೋಲೀಸರು ಮತ್ತು ಉಗ್ರರ ಘರ್ಷಣೆಗಳಿಂದ ಈಶಾನ್ಯದಲ್ಲಿ ೫೦,೦೦೦ ಜನರು ಪ್ರಾಣ ಕಳೆದುಕೊಂಡಿದ್ದಾರೆ. ೨,೮೫,೦೦೦ಕ್ಕಿಂತ ಹೆಚ್ಚು ಜನರು ಇವರ ಸಹವಾಸವೆ ಬೇಡವೆಂದು ಸ್ಥಳ ಬಿಟ್ಟು ಬೇರೆ ಕಡೆಗೆ ವಲಸೆ ಹೋಗಿದ್ದಾರೆ. ಮಿಲಿಟರಿ ತುಕಡಿಗಳನ್ನು ಹೆಚ್ಚಿಸಿ ಬಂಡುಕೋರರನ್ನು ಮಟ್ಟ ಹಾಕುವ ಆಲೋಚನೆ ಫಲಿಸುವಂತೆ ತೋರುತ್ತಿಲ್ಲ. ಉಗ್ರರು ದಂಗೆ ಏಳುತ್ತಿರುವುದು ಕಾನೂನಿನ ಸಡಿಲತೆಯಿಂದಾಗಿ ಎನ್ನುವುದು ಆಡಳಿತದ ಅನಿಸಿಕೆ. ಆದರೆ ಸಮಸ್ಯೆಯ ಬೇರುಗಳಿರುವುದು ಚಾರಿತ್ರಿಕವಾಗಿ ನಡೆದಿರುವ ಸಾಮಾಜಿಕ ಅನ್ಯಾಯದಿಂದ. ಬುಡಕಟ್ಟು ಜನರ ಸೂಕ್ಷ್ಮ ಜನಾಂಗೀಯ ಸಮತೋಲನೆಯನ್ನು ದೇಶದ ಆಡಳಿತ ಇದುವರೆಗೂ ಗಮನಿಸಲಾಗಿಲ್ಲ. ಇಲ್ಲಿನ ಚರಿತ್ರಾತ್ಮಕ ಸಮಸ್ಯೆಗಳು ಬಂಡುಕೋರರನ್ನು ಹುರಿದುಂಬಿಸುತ್ತಲೇ ಬಂದಿವೆ. ಮೂಲ ಸಮಸ್ಯೆಗಳನ್ನು ಇಲ್ಲಿನ ಜನರೊಂದಿಗೆ ನೇರವಾಗಿ ಚರ್ಚಿಸಬೇಕಿದೆ. ಆದರೆ ಅದರ ಬದಲು ಕೇಂದ್ರ ಮತ್ತು ರಾಜ್ಯ ಸರಕಾರಗಳ ಅಧಿಕಾರಿಗಳು ಮುಚ್ಚುಮರೆಯಾಗಿ ಬಂಡುಕೋರರ ಜೊತೆಗೆ ತಾತ್ಕಾಲಿಕ ಒಪ್ಪಂದಗಳನ್ನು ಮಾಡಿಕೊಳ್ಳುತ್ತಿರುವುದರಿಂದ ಯಾವ ಫಲಿತಾಂಶವೂ ಸಿಕ್ಕಿಲ್ಲ.

ಉಗ್ರರ ಕೆಲವು ಗುಂಪುಗಳು ಸ್ವಯಂ ಆಡಳಿತವನ್ನು ಅಪೇಕ್ಷಿಸುತ್ತಾ ರಾಜ್ಯ, ಜಿಲ್ಲೆ ಅಥವಾ ಒಂದು ಬುಡಕಟ್ಟು ಜನರು ವಾಸಿಸುವ ಪ್ರದೇಶವನ್ನು ಆಯ್ಕೆ ಮಾಡಿಕೊಂಡು ಘರ್ಷಣೆಗೆ ಇಳಿದರೆ, ಇನ್ನು ಕೆಲವು ಜನಾಂಗೀಯ ಗುಂಪುಗಳು ನೆಲಕ್ಕಾಗಿ ರಕ್ತ ಹರಿಸುತ್ತಾ

**ಚಿತ್ರ ೩ : ಬಾಂಗ್ಲಾದೇಶದ ವಲಸಿಗರನ್ನೂ ಮತ್ತು ಅನ್ಯ ರಾಜ್ಯಗಳ ಜನರನ್ನೂ ಅಸ್ಸಾಂನಿಂದ ಹಿಂದಕ್ಕೆ ಕಳುಹಿಸುವಂತೆ ಗೌಹಾಟಿಯಲ್ಲಿ ಪ್ರತಿಭಟನೆ ನಡೆಸುತ್ತಿರುವ ಅಸ್ಸಾಮಿ ಜನರು**

ಹೋರಾಡುತ್ತಿವೆ. ಕೆಲವು ಕಡೆ ವಲಸೆ ಬಂದಿರುವ ಬಂಗ್ಲಾ ದೇಶೀಯರ ವಿರುದ್ಧ ಸ್ಥಳೀಯರು ಹೋರಾಡುತ್ತಿದ್ದಾರೆ. ೨೦೦೭ರಲ್ಲಿ ಅಸ್ಸಾಂ ಜನರು ಹಿಂದಿ ಮಾತನಾಡುವ ಬಿಹಾರಿಗಳ ವಿರುದ್ಧ ಹಿಂಸೆ ನಡೆಸಿದ್ದರು. ಇವರೆಲ್ಲ ದಶಕಗಳ ಹಿಂದಿನಿಂದಲೂ ಇಲ್ಲಿ ನೆಲೆಯೂರಿದ್ದು ಅವರಿಗೆ ಬಿಹಾರದಲ್ಲಿ ಯಾವುದೇ ನೆಲವಿಲ್ಲ, ಬಿಹಾರಿನಲ್ಲೂ ಏನೂ ಉಳಿದಿಲ್ಲ. ೨೦೦೮ರಲ್ಲಿ ಬಾಂಗ್ಲಾ ದೇಶೀಯರ ವಿರುದ್ಧ ಹೋರಾಟಗಳು ನಡೆದವು. ಅವರೆಲ್ಲ ಸ್ಥಳೀಯರ ಕೆಲಸಗಳನ್ನು ಕಸಿದುಕೊಂಡು ವ್ಯಾಪಾರದಲ್ಲಿ ತೊಡಗಿದ್ದಾರೆ ಎನ್ನುವುದು ಇಲ್ಲಿಯವರ ದೂರು. ಒಟ್ಟಿನಲ್ಲಿ ಘರ್ಷಣೆಗೆ ಕಾರಣಗಳು ಅನೇಕ ಮತ್ತು ವಿಧವಿಧ. ಜೊತೆಗೆ ಈಶಾನ್ಯ ವಲಯ ಮೈನ್‌ಲ್ಯಾಂಡ್‌ನಿಂದ ದೂರ ಇರುವುದಲ್ಲದೆ ಹೊಸದಿಲ್ಲಿಯ ನೀತಿ-ನಿಯಮಗಳು ವಿಚಿತ್ರವಾಗಿವೆ. ಬುಡಕಟ್ಟು ಜನರ ಸಾಂಸ್ಕೃತಿಕ ಹಿನ್ನೆಲೆ, ವಿಭಿನ್ನ ಸಾಮಾಜಿಕ ಕಟ್ಟಳೆಗಳು, ಜನಾಂಗೀಯ ಭಿನ್ನತೆಗಳು ವೈವಿಧ್ಯತೆಯಿಂದ ಕೂಡಿವೆ. ಮತಾಂತರ ಚಟುವಟಿಕೆಗಳು ನಿರಂತರವಾಗಿ ನಡೆದಿವೆ. ನಾಗಾಲ್ಯಾಂಡ್, ಮೇಘಾಲಯ, ಮಣಿಪುರ (ಲೋಕ್‌ಟಕ್ ಕಣಿವೆ ಬಿಟ್ಟು)ಗಳಲ್ಲಿ ಹೆಚ್ಚು ಕ್ರೈಸ್ತರೆ ಇದ್ದಾರೆ. ತ್ರಿಪುರಾ, ಮಿಜೋರಾಂ ರಾಜ್ಯಗಳಲ್ಲೂ ಬಹಳಷ್ಟು ಜನರು ಈಗಾಗಲೇ ಕ್ರೈಸ್ತರಾಗಿದ್ದಾರೆ. ಅಸ್ಸಾಂ ಮತ್ತು ಅರುಣಾಚಲ ಪ್ರದೇಶದಲ್ಲೂ ಕ್ರೈಸ್ತರಿದ್ದು ಈಗಲೂ ಮತಾಂತರ ನಡೆಯುತ್ತಿದೆ. ಒಟ್ಟಿನಲ್ಲಿ ಈಶಾನ್ಯ ವಲಯವು ಭಾಷೆ, ಜನಾಂಗೀಯ ಕಲಹಗಳು ಮತ್ತು ಮತಾಂತರ ಚಟುವಟಿಕೆಗಳ ಸಂಕೀರ್ಣ ಮತ್ತು ಅತಿ ಕ್ಲಿಷ್ಟ ವಲಯವಾಗಿದೆ.

## ಚಾರಿತ್ರಿಕ ಹಿನ್ನೆಲೆ

ಚರಿತ್ರೆಯನ್ನು ಕೆದಕುತ್ತಾ ಹೋದರೆ ಇಲ್ಲಿನ ಜಟಿಲ ಸಮಸ್ಯೆಗಳ ಕೊಂಬೆಗಳು ಅಷ್ಟೊಂದು ಸಲೀಸಾಗಿ ತುಟಿ ಬಿಚ್ಚುವುದಿಲ್ಲ. ೧೮೨೬ರಲ್ಲಿ ಬ್ರಿಟಿಷರು ಇಲ್ಲಿಗೆ (ಅಸ್ಸಾಂಗೆ)

ಕಾಲಿಟ್ಟಾಗಿನಿಂದ ಎಲ್ಲವೂ ಚರಿತ್ರೆಯಲ್ಲಿ ನಿಖರವಾಗಿ ದಾಖಲಾಗಿದೆ. ೧೯೪೭ರಲ್ಲಿ ದೇಶ ವಿಭಜನೆಯ ನಂತರ ಪಶ್ಚಿಮ ಪಾಕಿಸ್ತಾನದಿಂದ ಇನ್ನಷ್ಟು ಸಮಸ್ಯೆಗಳು ಉಲ್ಬಣಗೊಂಡವು. ಪ್ರಾರಂಭದಿಂದಲೂ ಈ ವಲಯ ಹೊಸದಿಲ್ಲಿಯ ಹಿಡಿತಕ್ಕೆ ದೊರಕಿಲ್ಲ. ಬ್ರಿಟಿಷರ ಕಾಲದಿಂದಲೂ ಈ ವಲಯವನ್ನು ಒಂದು ಮೃಗಾಲಯವಾಗಿ ಮಾರ್ಪಡಿಸಲಾಗಿದೆ. ಒಂದೊಂದೂ ಬುಡಕಟ್ಟು ಜನರು ತಮ್ಮ ಪ್ರದೇಶದಲ್ಲಿ ಸಂಪೂರ್ಣ ವಾರಸುದಾರರು. ಬ್ರಿಟಿಷರ ಕಾಲದಿಂದಲೂ ಈ ಪ್ರದೇಶಗಳಿಗೆ ಸ್ವಾಯತ್ತತೆ ನೀಡಿ ಭಾರತದ ಇತರರು ಈ ಭಾಗಗಳಿಗೆ ಹೋಗದಂತೆ ನಿರ್ಬಂಧ ಹೇರಲಾಗಿತ್ತು. ಅದೇ ರೀತಿ ಬುಡಕಟ್ಟು ಜನಾಂಗಗಳು ಭಾರತದ ಇತರ ಭಾಗಗಳಿಗೆ ಹೋಗದಂತೆ ನೋಡಿಕೊಳ್ಳಲಾಯಿತು. ಅಂದರೆ ಇವರನ್ನು ಮುಖ್ಯಭಾರತದಿಂದ ದೂರ ಇಡಲಾಯಿತು. ಇದಕ್ಕೆ ಕಾರಣ ಇಂಗ್ಲೆಂಡಿನಲ್ಲಿ ನಿರ್ಧಾರ ವಾಗುತ್ತಿದ್ದ ಬ್ರಿಟಿಷರ ಆರ್ಥಿಕ ಹಿತಾಸಕ್ತಿಯ ಮೋಸಗಾರಿಕೆ. ಒಟ್ಟಿನಲ್ಲಿ ಬುಡಕಟ್ಟು ಜನರ ಮತ್ತು ಭಾರತದ ಇತರ ಭಾಗಗಳ ಮಧ್ಯೆ ಅಜಗಜಾಂತರ ವ್ಯತ್ಯಾಸವನ್ನು ನಿರ್ಮಾಣ ಮಾಡಲಾಯಿತು. ಹಾಗಾಗಿ ಈಶಾನ್ಯ ವಲಯವು ಬಯಲು ಪ್ರದೇಶಗಳಿಗೆ ಹೋಲಿಸಿದಂತೆ ಯಾವುದೇ ಆರ್ಥಿಕ ಅಭಿವೃದ್ಧಿ ಇಲ್ಲದೆ ತೀರ ಹಿಂದುಳಿದುಕೊಂಡಿತು. ಇಲ್ಲಿಂದಲೇ ಇಬ್ಬರ ನಡುವೆಯೂ ಈರ್ಷ್ಯೆ ಮತ್ತು ಅಸೂಯೆ ಬೆಳೆಯುತ್ತಾ ಹೋಯಿತು. ಈಶಾನ್ಯದಲ್ಲಿ ಸ್ವಲ್ಪಮಟ್ಟಿಗಿನ ಬೆಳವಣಿಗೆ ಕಂಡಿದ್ದರೆ ಅದು ಬ್ರಹ್ಮಪುತ್ರಾ ನದಿಯ ಇಕ್ಕೆಲಗಳಲ್ಲಿ ಮಾತ್ರ. ಸಾವಿರಾರು ಎಕರೆಗಳ ಚಹಾ ತೋಟಗಳನ್ನು ಕೆಳತಪ್ಪಲುಗಳಲ್ಲಿ ಬೆಳೆಸಲಾಯಿತು. ಬ್ರಿಟಿಷರಿಗೆ ಇದು ವರವಾಗಿ ಪರಿಣಮಿಸಿತ್ತು. ಪರ್ವತಗಳ ಕ್ರೂರ ಬುಡಕಟ್ಟು ಜನರ ವಿರುದ್ಧ ಹೋರಾಡುವ ಬದಲು ಈಶಾನ್ಯದ ಬ್ರಹ್ಮಪುತ್ರಾ ಬಯಲು ಪ್ರದೇಶದಲ್ಲಿ ನೆಲೆ ನಿಂತರು. ಕೂಲಿ ಕೆಲಸಕ್ಕೆ ಭಾರತದ ಇತರೆ ಭಾಗಗಳಿಂದ ಜನರನ್ನು ಕರೆಸಿಕೊಳ್ಳಲಾಯಿತು. ಬ್ರಿಟಿಷರ ಎದುರಾಳಿಗಳಾದ ಚೀನಾ ಮತ್ತು ಜಪಾನ್‌ಗೆ ದಟ್ಟ ಅರಣ್ಯ / ಪರ್ವತ ಪ್ರದೇಶಗಳನ್ನು ದಾಟಿಕೊಂಡು ಮತ್ತು ಬುಡಕಟ್ಟು ಜನರನ್ನು ನಿಭಾಯಿಸಿಕೊಂಡು ಬರುವುದು ಕಷ್ಟದ ಕೆಲಸವಾಗಿತ್ತು.

ಭಾರತವು ಬ್ರಿಟಿಷರ ನೀತಿಯನ್ನು ಮುಂದುವರಿಸಿಕೊಂಡು ಬಂದಿದೆ. ಬಿಳಿಯರ ನಂತರ ಭಾರತ ತನ್ನ ಯೋಜನೆಗಳನ್ನು ಪರಿಶೀಲಿಸಿ ತೀವ್ರ ಸೂಕ್ಷ್ಮ ಭೌಗೋಳಿಕ ವಲಯದ ಮತ್ತು ಇಲ್ಲಿನ ಜನಾಂಗಗಳ ಸಂಕೀರ್ಣ ಸಮಸ್ಯೆಗಳನ್ನು ಸರಿಯಾದ ರೀತಿಯಲ್ಲಿ ನಿರ್ವಹಿಸ ಬೇಕಾಗಿತ್ತು. ಈಶಾನ್ಯ ವಲಯದ ಶೇಕಡ ೭೫ ಭಾಗ ಅರಣ್ಯ/ಪರ್ವತಗಳಾದರೆ ಉಳಿದ ೨೫ ಭಾಗ ನಾಲ್ಕು ಬಯಲು ಪ್ರದೇಶಗಳಿಂದ ಕೂಡಿದೆ. ಅಸ್ಸಾಂನ ಬ್ರಹ್ಮಪುತ್ರಾ, ಬರಾಕ್ ಕಣಿವೆ, ತ್ರಿಪುರಾ ಮತ್ತು ಮಣಿಪುರದ ಲೋಕ್‌ಟಕ್ – ಇವಷ್ಟೇ ಬಯಲು ಪ್ರದೇಶ. ಈ ಬಯಲು ಪ್ರದೇಶಗಳಲ್ಲಿ ಶೇಕಡ ೮೦ ಜನಸಂಖ್ಯೆ ಇದ್ದರೆ, ಪರ್ವತಗಳಲ್ಲಿ ೨೦ ಜನಸಂಖ್ಯೆ ನೆಲೆಸಿದೆ. ಸರಕಾರ ಬುಡಕಟ್ಟು ಜನರಿಗಾಗಿ ಅನೇಕ ಯೋಜನೆಗಳನ್ನು ರೂಪಿಸುತ್ತಿದ್ದು ಅವೆಲ್ಲ ಸರಕಾರದ ವಿರುದ್ಧವೆ ತಿರುಗುಬಾಣಗಳಾಗಿ ಎದ್ದು ನಿಂತಿವೆ.

ಜನಾಂಗೀಯ ಹಿನ್ನೆಲೆಯಿಂದಾಗಿ ಇಲ್ಲಿನ ಜನರನ್ನು ಬುಡಕಟ್ಟು ಜನರು ಎಂದು ಕರೆಯುವುದೇ ತಪ್ಪು, ಮಹಾಪರಾಧ. ಅವರನ್ನು ಬುಡಕಟ್ಟು ಜನರು ಎಂದೂ ಆ ವಲಯವನ್ನು ಬುಡಕಟ್ಟು ಪ್ರದೇಶ ಎಂದು ಕರೆಯುವುದರಿಂದಲೇ ಅವರಲ್ಲಿ ಇತರರು ಪರಕೀಯರು ಅಥವಾ ಶತ್ರುಗಳು ಎಂಬ ಭಾವನೆ ಹುಟ್ಟುವಂತಾಗಿದೆ ಎನ್ನುತ್ತಾರೆ ಕೆಲವು

ವಿದ್ವಾಂಸರು. ಪ್ರತ್ಯೇಕತೆ, ಸ್ವಯಂ ಆಡಳಿತ, ಸ್ವಾತಂತ್ರ್ಯ ಇತ್ಯಾದಿಗಳ ಜೊತೆಗೆ ತಮ್ಮ ಸಾಂಸ್ಕೃತಿಕ ವಿಶೇಷತೆ ಮತ್ತು ಬಲಿದಾನ ಪದ್ಧತಿಗಳನ್ನು ಕಾಯ್ದುಕೊಳ್ಳಲು ಹಲವು ಜನಾಂಗೀಯ ಗುಂಪುಗಳು ಒಂದಾಗಿ ಹೋರಾಡುತ್ತಿವೆ. ಆಧುನಿಕತೆಯ ಆಗಮನ ದಿಂದಾಗಿ ಮತ್ತು ನಿರುದ್ಯೋಗದಿಂದಾಗಿ ಯುವಕರು ತಮ್ಮದೇ ದಾರಿಗಳಲ್ಲಿ ನಡೆದಿದ್ದಾರೆ. ಬುಡಕಟ್ಟು ಜನರು ತಮ್ಮತನವನ್ನು ಕಾಯ್ದುಕೊಳ್ಳಲು ಇತರ ಬುಡಕಟ್ಟುಗಳ ಜೊತೆಗೂಡಿ ಹೊರಗಿನವರ ವಿರುದ್ಧ ದಂಗೆ ಎದ್ದಿದ್ದಾರೆ.

ಚರಿತ್ರೆಯಲ್ಲೂ ಬುಡಕಟ್ಟು ಮತ್ತು ಉಪಬುಡಕಟ್ಟು ಜನರ ಮಧ್ಯೆ ಭಯಾನಕ ಯುದ್ಧಗಳೇ ನಡೆದಿವೆ. ಭಾಷೆಗಳ ಗೊಡವೆ ಇನ್ನೊಂದು ರೀತಿಯದು. ಇಲ್ಲಿ ಬಹಳಷ್ಟು ಕಡೆ ಪ್ರತಿಯೊಂದು ಹಳ್ಳಿಯಲ್ಲೂ ಪ್ರತ್ಯೇಕ ಬುಡಕಟ್ಟು ಭಾಷೆ ಬಳಕೆಯಲ್ಲಿದೆ. ಈಶಾನ್ಯದಲ್ಲಿ ಇರುವಷ್ಟು ಭಾಷೆಗಳು ದೇಶದ ಬೇರೆ ಯಾವುದೇ ಮೂಲೆಯಲ್ಲೂ ಇಲ್ಲ. ಇಲ್ಲಿ ಸುಮಾರು ೧೮೦ ಭಾಷೆಗಳು ಇರುವುದಾಗಿ ತಿಳಿದುಬಂದಿದೆ. ಕೆಲವು ಭಾಷೆಗಳಿಗೆ ಮಾತ್ರ ಲಿಪಿ ಇದ್ದು ಉಳಿದ ಭಾಷೆಗಳೆಲ್ಲ ಮೌಖಿಕ. ಅಂದರೆ ಅವೆಲ್ಲ ಇನ್ನೂ ಬಾಲ್ಯಾವಸ್ಥೆಯಲ್ಲೇ ಇವೆ. ಅರುಣಾಚಲ ಪ್ರದೇಶ ಒಂದರಲ್ಲೇ ೭೦ ಭಾಷೆಗಳಿವೆ. ನಾಗಾಗಳಲ್ಲಿ ಶೇಕಡ ೯೮ ಜನರು ಪ್ರಾಟಿಸ್ಟೆಂಟ್ ಕ್ರೈಸ್ತರಾಗಿದ್ದು ಅವರು ಒಗ್ಗಟ್ಟಾಗಿರಲು ಇದೊಂದು ಕಾರಣವಾಗಿದೆ. ಅವರು ಹಿಂದು-ಇಂಡಿಯಾ, ಕಮ್ಯುನಿಸ್ಟ್ - ಚೀನಾ, ಬೌದ್ಧ - ಬರ್ಮಾ ಮತ್ತು ಮುಸ್ಲಿಂ-ಬಾಂಗ್ಲಾ ಈ ಯಾರ ಹಿಡಿತಕ್ಕೂ ದೊರಕುವುದಿಲ್ಲ. ಭಾರತದ ಜಾತ್ಯತೀತತೆ ಅವರಿಗೆ ಯಾವ ಲೆಕ್ಕಕ್ಕೂ ಇಲ್ಲ.

ಬಾಂಗ್ಲಾ ದೇಶ ಹುಟ್ಟಿಕೊಂಡ ಮೇಲೆ ಈ ವಲಯದಲ್ಲಿ ಇನ್ನಷ್ಟು ತೊಂದರೆಗಳು ಕಾಣಿಸಿಕೊಂಡವು. ಭಾರತದ ಇತರೆ ಭಾಗಗಳಿಂದ ಈಶಾನ್ಯ ವಲಯಕ್ಕೆ ಸುಗಮವಾಗಿ ಸಾಗುತ್ತಿದ್ದ ಸಾರಿಗೆ ಮತ್ತು ಆರ್ಥಿಕ ವ್ಯವಸ್ಥೆ ಕಡಿದುಕೊಂಡಿತು. ಕಲಕತ್ತಾದಿಂದ ಈಶಾನ್ಯ ಭಾಗಕ್ಕೆ ರಸ್ತೆ ಮೂಲಕ ಹೋಗಬೇಕಾದರೆ ಬಾಂಗ್ಲಾ ದೇಶ ಸುತ್ತಿಕೊಂಡು ಸುಮಾರು ೧೦೦೦-೧೫೦೦ ಕಿ.ಮೀ. ದೂರ ಸಾಗಬೇಕಿದೆ. ಬಾಂಗ್ಲಾ ದೇಶಕ್ಕೆ ಸ್ವಾತಂತ್ರ್ಯ ಗಳಿಸಿಕೊಟ್ಟ ಭಾರತ ಆ ದೇಶದ ಮೂಲಕ ಈಶಾನ್ಯ ಭಾಗಕ್ಕೆ ಸಂಪರ್ಕ ಕಲ್ಪಿಸುವ ರಸ್ತೆ ಉಳಿಸಿಕೊಂಡಿದ್ದರೆ ಕೋಟ್ಯಂತರ ರೂ.ಗಳಷ್ಟು ಖರ್ಚು ಉಳಿಸಬಹುದಾಗಿತ್ತು. ನಮ್ಮ ದೇಶದ ರಾಜಕಾರಣಿಗಳು ಮತ್ತು ಅಧಿಕಾರಶಾಹಿಗೆ ಕಿಂಚಿತ್ತಾದರೂ ಮುಂದಾಲೋಚನೆ ಇಲ್ಲ. ಪ್ರಸ್ತುತ ಈಶಾನ್ಯ ವಲಯ ಮುಖ್ಯವಾಗಿ ಮೂರು ತೊಂದರೆಗಳಿಂದ ನರಳುತ್ತಿದೆ. ಒಂದು ಬುಡಕಟ್ಟು ಜನರು ಮತ್ತು ಆಡಳಿತಾಂಗದ ನಡುವೆ ಘರ್ಷಣೆ; ಇನ್ನೊಂದು ಬುಡಕಟ್ಟು ಜನರು ಮತ್ತು ಇತರ ಭಾಗಗಳ ಜನರ ನಡುವಿನ ಘರ್ಷಣೆ; ಮೂರನೆಯದು ಬುಡಕಟ್ಟು ಬುಡಕಟ್ಟುಗಳ ನಡುವಿನ ಪರಸ್ಪರ ವಿಧ್ವಂಸಕರ ಕೃತ್ಯಗಳು.

ನೂರಾರು ಬಂಡುಕೋರ ಗುಂಪುಗಳ ನಡುವೆ ಹೋರಾಟ, ಸಾರ್ವಜನಿಕರ ಮತ್ತು ಸಾರ್ವಜನಿಕ ಆಸ್ತಿಯ ಮೇಲೆ ಆಕ್ರಮಣ, ಜನರ ಮಧ್ಯೆ ದೊಂಬಿ ಎಬ್ಬಿಸುವುದು, ಮಿಲಿಟರಿ ಮತ್ತು ಪೊಲೀಸರ ಮೇಲೆ ಆಕ್ರಮಣ, ಗೆರಿಲ್ಲಾ ಯುದ್ಧಗಳು - ಇವೆಲ್ಲಕ್ಕೂ ಇಲ್ಲಿನ ಏಳೂ ರಾಜ್ಯಗಳು ತುತ್ತಾಗಿವೆ. ಮುಖ್ಯವಾಗಿ ನಾಗಾಲ್ಯಾಂಡ್, ಅಸ್ಸಾಂ, ಮಣಿಪುರ ಮತ್ತು ತ್ರಿಪುರಾ ರಾಜ್ಯಗಳು ಭಯಾನಕ ಪರಿಸ್ಥಿತಿಗೆ ಸಿಲುಕಿಕೊಂಡಿದ್ದು ಬಂಡುಕೋರ ಗುಂಪುಗಳು ಈಶಾನ್ಯ ಅಭಿವೃದ್ಧಿಗೆ ಮಾರಕವಾಗಿ ಪರಿಣಮಿಸಿವೆ. ಪರಿಸ್ಥಿತಿಯನ್ನು ನಿಯಂತ್ರಣದಲ್ಲಿ ಇರಿಸಲು

ಸರಕಾರ ಮಿಲಿಟರಿ ಹಾಗೂ ಪ್ಯಾರಾಮಿಲಿಟರಿಯ ಹೆಚ್ಚು ತುಕಡಿಗಳನ್ನು ಇಲ್ಲಿ ನೆಲೆಗೊಳಿಸಿದೆ. ಈ ಬಂಡುಕೋರರ ಗುಂಪುಗಳು ಇರುವವರೆಗೂ ಈ ವಲಯದಲ್ಲಿ ಯಾವುದೇ ಕ್ಷೇತ್ರದಲ್ಲಿಯೂ ಪ್ರಗತಿಯನ್ನು ಸಾಧಿಸುವುದು ದುಸ್ತರ.

## ಅಭಿವೃದ್ಧಿ ಮತ್ತು ಬಂಡುಕೋರರು

### ನಾಗಾಲ್ಯಾಂಡ್

ನಾಗಾಲ್ಯಾಂಡಿನ ಅಂಗಾಮಿ (ಒಂದು ಉಪಬುಡಕಟ್ಟು) ಜಾಪು ಫಿಜೊ ಎಂಬ ಉಗ್ರವಾದಿ ಸ್ಥಾಪಿಸಿದ ನಾಗಾ ನ್ಯಾಷನಲ್ ಕೌನ್ಸಿಲ್ (ಎನ್‌ಎನ್‌ಸಿ) ನಡೆಸುತ್ತಿರುವ ಆಂದೋಲನವು ದಕ್ಷಿಣ ಏಷಿಯಾದಲ್ಲೇ ಅತ್ಯಂತ ಹಳೆಯದು. ಆಗ ಭಾರತಕ್ಕೆ ಸ್ವಾತಂತ್ರ್ಯವೂ

**ಚಿತ್ರ ೪ : ದಿಮಾಪುರದಲ್ಲಿ ಹಗಲು ಹೊತ್ತೆ ಬಂಡುಕೋರರ ನಡುವೆ ನಡೆದ ಹೋರಾಟ**

ಬಂದಿರಲಿಲ್ಲ. ಎನ್‌ಎನ್‌ಸಿ ಪ್ರತಿನಿಧಿಗಳು ಜುಲೈ ೧೯೪೭ರಲ್ಲಿ ಮಹಾತ್ಮಾ ಗಾಂಧಿಯವರನ್ನು ಭೇಟಿಯಾಗಿ ನಾಗಾಗಳನ್ನು ಸ್ವಾತಂತ್ರ್ಯ ಭಾರತದಲ್ಲಿ ಐಕ್ಯ ಮಾಡದಂತೆ ಆಶ್ವಾಸನೆ ತೆಗೆದುಕೊಂಡರು. ಬ್ರಿಟಿಷರ ವಿರುದ್ಧ ಹೋರಾಡಿ, ಭಾರತದೊಂದಿಗೆ ಐಕ್ಯವಾಗುವುದನ್ನು ವಿರೋಧಿಸಿ ಎನ್‌ಎನ್‌ಸಿಯು ೧೪ ಆಗಸ್ಟ್ ೧೯೪೭ರಂದು, ಅಂದರೆ ಭಾರತ ಸ್ವಾತಂತ್ರ್ಯ ಪಡೆಯುವುದಕ್ಕೆ ಒಂದು ದಿನ ಮುಂಚೆ, ಸ್ವತಂತ್ರ ನಾಗಾಲ್ಯಾಂಡನ್ನು ಘೋಷಿಸಿತ್ತು. ಆದರೆ ಭಾರತ ಎನ್‌ಎನ್‌ಸಿ ಘೋಷಣೆಯನ್ನು ಧಿಕ್ಕರಿಸಿ ಇಡೀ ದೇಶಕ್ಕೆ ಸಂವಿಧಾನ ರಚಿಸಲು ಆಜ್ಞೆ ನೀಡಿತು. ಆದರೆ ಎನ್‌ಎನ್‌ಸಿಯು ಸಂವಿಧಾನದ ಉಪಸಮಿತಿಯಲ್ಲಿ ತನ್ನನ್ನು ಪ್ರತಿನಿಧಿಸಲು ಯಾರನ್ನೂ ಕಳುಹಿಸಲಿಲ್ಲ. ೧೯೫೧ರಲ್ಲಿ ಜನಾಭಿಪ್ರಾಯ ಸಂಗ್ರಹ ಮಾಡಿದಾಗ ಇಲ್ಲಿನ ಶೇಕಡ ೯೯ ಜನರು ಸ್ವತಂತ್ರ ನಾಗಾಲ್ಯಾಂಡಿನ ಪರವಾಗಿ ಮತ

ಚಲಾಯಿಸಿ ಜನಾಭಿಪ್ರಾಯಕ್ಕೆ ಗೌರವ ನೀಡಬೇಕೆಂದು ಘೋಷಿಸಿದರು. ಫಿಜೊ ನಾಗಾ ಫೆಡರಲ್ ಸೈನ್ಯವನ್ನು ಸ್ಥಾಪಿಸಿ ಪ್ಯಾರಲಲ್ ಸರಕಾರವನ್ನು ಘೋಷಿಸಿತು. ಈ ಕಾಲದಲ್ಲಿ ಹಲವು ಉಗ್ರ ಚಟುವಟಿಕೆಗಳು ಹುಟ್ಟಿಕೊಂಡವು. ಕಾರಣ ಕೇಂದ್ರ ಸರಕಾರ ವಿಧಿ ಇಲ್ಲದೆ ಅವರನ್ನು ಉಗ್ರವಾದಿಗಳು ಎಂದು ಪಟ್ಟಿ ಮಾಡಿತು. ಮಿಲಿಟರಿ ಪಡೆಗಳು ಅವರ ಎದುರು ಹೋರಾಟಕ್ಕೆ ನಿಂತವು. ಇದರಿಂದ ಉಗ್ರರು ಇನ್ನಷ್ಟು ವ್ಯಗ್ರರಾಗಿ ಕೊನೆಗೆ ಫಿಜೊ ಗುಂಪು ಭೂಗತ ಹೋಗಿ ಪ್ಯಾರಲಲ್ ಸರಕಾರ ಸ್ಥಾಪಿಸಿತು. ತಾನು ಹೋರಾಡುತ್ತಿರುವುದು ತಮ್ಮ ಹಕ್ಕು ಮತ್ತು ನ್ಯಾಯಕ್ಕಾಗಿ ಎಂದು ಫಿಜೋ ಘೋಷಿಸಿದ್ದ. ಸ್ವಾತಂತ್ರ್ಯಪೂರ್ವದಿಂದಲೂ ನಾಗಾಲ್ಯಾಂಡ್ ಕೇಂದ್ರ ಸರಕಾರಕ್ಕೆ ಬಿಡಿಸಲಾರದ ಕಗ್ಗಂಟಾಗಿ ಇಂದಿಗೂ ಅದು ತಲೆನೋವಾಗಿಯೇ ಉಳಿದುಕೊಂಡು ಬಂದಿದೆ.

೧೯೬೨ರಲ್ಲಿ ಭಾರತಕ್ಕಷ್ಟೆ ಅಲ್ಲ ನಾಗಾಲ್ಯಾಂಡಿಗೂ ಕರಾಳ ವರ್ಷ, ಚೀನಾ ದೇಶವೂ ಈಶಾನ್ಯ ಭಾರತದ ಮೇಲೆ ಧಾಳಿ ಮಾಡಿತ್ತು. ಆರು ಚೀನಾ ಬ್ರಿಗೆಡಿಯರ್‌ಗಳು ಕೆಮಂಗ್ ಫ್ರಾಂಟಿಯರ್ ವಿಭಾಗದಲ್ಲಿ ಭಾರತದ ಶಿಲಾಪಾಸ್‌ನ ನೂರಂಗ್‌ವರೆಗೂ ೧೬ ಕಿ.ಮೀ. ಒಳಕ್ಕೆ ನುಗ್ಗಿ ಬಂದಿದ್ದರು. ಭಾರತದ ಗಡಿ ಪಡೆಗಳು ಶಿಲಾಪಾಸ್ ಹತ್ತಿರ ಒಟ್ಟುಗೂಡಿ ಚೀನಾ ಪಡೆಗಳನ್ನು ತಡೆಗಟ್ಟಲು ಪ್ರಯತ್ನಿಸಿ ವಿಫಲವಾದವು. ೧೮ ನವೆಂಬರ್ ಚೀನಾ ತುಕಡಿಗಳು ಅಸ್ಸಾಂನ ತೇಜ್‌ಪುರದವರೆಗೂ (೩೦೦ ಕಿ.ಮೀ. ದೂರ ಭಾರತದ ಒಳಗೆ) ಬಂದು, ಮೂರು ದಿನಗಳ ನಂತರ ತಾವೇ ಹಿಂದಕ್ಕೆ ಹೋಗಿಬಿಟ್ಟವು. ನಾಗಾಲ್ಯಾಂಡಿನಲ್ಲಿ ಬೀಡುಬಿಟ್ಟಿದ್ದ ಭಾರತದ ಮಿಲಿಟರಿ ಪಡೆಗಳು ಅರುಣಾಚಲ ಪ್ರದೇಶ, ಅಸ್ಸಾಂ, ಸಿಕ್ಕಿಂನ ಗಡಿ ಭಾಗಗಳಿಗೆ ತಲುಪಿ ಕಾವಲು ನಿಂತವು. ಪಂಡಿತ್ ಜವಾಹರಲಾಲ್ ನೆಹರುರವರು ನಾಗಾ ಯುವಕರ ಜೊತೆಗೆ ಸಂಧಾನ ನಡೆಸಿ ನಾಗಾರಾಜ್ಯ ಸ್ಥಾಪನೆಗೆ ಒಪ್ಪಿಕೊಂಡರು, ಆದರೆ ಸಮಸ್ಯೆ ಅಲ್ಲಿಗೇ ನಿಲ್ಲಲಿಲ್ಲ. ಎನ್‌ಎನ್‌ಸಿ ಇದನ್ನು ಖಂಡಿಸಿತು. ಆದರೆ ಅದೇ ಹೊತ್ತಿನಲ್ಲಿ ಅದು ಇಬ್ಭಾಗವಾಗಿ ಒಡೆದುಹೋಗಿತ್ತು. ಕೆಲವು ಉಗ್ರ ಗುಂಪುಗಳ ಜೊತೆಗೆ ಕೇಂದ್ರ ಸರಕಾರ ೧೯೭೫ರಲ್ಲಿ ಶಿಲ್ಲಾಂಗ್‌ನಲ್ಲಿ ಒಂದು ಒಪ್ಪಂದ ಮಾಡಿಕೊಂಡಿತು. ಇದನ್ನು ಮತ್ತೆ ಥಯುಂಗ್‌ಲೆಂಗ್ ಮುಯ್‌ವ ಮತ್ತು ಎಸ್‌ಎಸ್ ಕಪ್ಲಾಂಗ್ ಬಂಡುಕೋರರ ಗುಂಪು ತಿರಸ್ಕರಿಸಿ ತಮ್ಮದೇ ನ್ಯಾಷನಲ್ ಸೋಷಲಿಸ್ಟ್ ಕೌನ್ಸಿಲ್ ಆಫ್ ನಗಲಿಮ್ (ಎನ್‌ಎಸ್‌ಸಿಎನ್) ಎಂಬ ಬಂಡುಕೋರ ಗುಂಪನ್ನು ಸ್ಥಾಪಿಸಿಕೊಂಡರು. ಮೂಲ ಎನ್‌ಎನ್‌ಸಿ ಮತ್ತು ಎನ್‌ಎಸ್‌ಸಿಎನ್ ಗುಂಪುಗಳ ನಡುವಿನ ಹಗೆತನ ಈಗಲೂ ಮುಂದುವರಿಯುತ್ತಿದೆ. ಆದರೆ ಎರಡು ಗುಂಪುಗಳೂ ಸ್ವತಂತ್ರ ನಾಗಾಲ್ಯಾಂಡಿಗಾಗಿ ಹೋರಾಡುತ್ತಲೇ ಇರುತ್ತೇವೆ ಎಂದು ಒಟ್ಟಾಗಿ ಹೇಳಿಕೊಳ್ಳುತ್ತಲೆ ಬಂದಿವೆ.

ಬರ್ಮಾ ಮತ್ತು ಬಂಗ್ಲಾ ದೇಶಗಳ ಗಡಿಗಳಲ್ಲಿ ಉಗ್ರರ ಚಟುವಟಿಕೆಗಳು ನಿರಂತರವಾಗಿ ನಡೆಯುತ್ತಿದ್ದು, ಆಯುಧಗಳ ಕಳ್ಳಸಾಗಣೆ, ಹಣ ಸುಲಿಗೆ, ಜನರನ್ನು ಕೊಲ್ಲುವುದು, ಅಪಹರಿಸುವುದು ನಾಗಾಲ್ಯಾಂಡಿನಲ್ಲೆ ಅಲ್ಲದೆ ಕುಕ್ಕಿ ನಾಗಾಗಳಿರುವ ಮಣಿಪುರ ಮತ್ತು ಅಸ್ಸಾಂ ಗಡಿಗಳಲ್ಲಿ ಇಂದಿಗೂ ಮುಂದುವರಿಯುತ್ತಿವೆ. ನಾಗಾಲ್ಯಾಂಡಿನಲ್ಲಿ ಹುಟ್ಟಿಕೊಂಡ ಎನ್‌ಎಸ್‌ಸಿಎನ್(ಮ) ಮತ್ತು ಎನ್‌ಎಸ್‌ಸಿಎನ್(ಕೆ) ಉಗ್ರ ಗುಂಪುಗಳು ಈಶಾನ್ಯ ವಲಯದ ಎಲ್ಲ ಉಗ್ರ ಗುಂಪುಗಳಿಗೆ ಪ್ರೇರಕ ಮತ್ತು ತರಬೇತಿ ನೀಡುವ (ಹಣ ಪಡೆದು) ಸಂಸ್ಥೆಗಳಾಗಿವೆ. ಎನ್‌ಎಸ್‌ಸಿಎನ್(ಎಮ್), ಅಸ್ಸಾಂನ ಯುಎಲ್‌ಎಫ್‌ಎ ಮತ್ತು ಬಿಡಿಎಸ್‌ಎಫ್ (ಬೋಡೋ) ಒಟ್ಟಾಗಿ ಹೋರಾಟ ನಡೆಸುವುದಾಗಿ ಒಪ್ಪಂದ ಮಾಡಿಕೊಂಡಿವೆ. ಎನ್‌ಎಸ್‌ಸಿಎನ್

**ಚಿತ್ರ ೫ : ಬಾಂಗ್ಲಾ ದೇಶದ ವಲಸಿಗರ ಮಕ್ಕಳು**

ಮೇಘಾಲಯದ ಎಚ್‌ಎಲ್‌ಎನ್‌ಸಿ ಗುಂಪಿಗೆ ಸಹಾಯ ಮಾಡುತ್ತ ಇರುವುದಾಗಿ ಹೇಳಿಕೊಳ್ಳುತ್ತಿದೆ. ಈ ಗುಂಪು ಮೇಘಾಲಯದ ಘಾರೋ ಪರ್ವತ ಜಿಲ್ಲೆಗಳನ್ನು ಬಾಂಗ್ಲಾ ಮತ್ತು ಅಸ್ಸಾಂ ರಾಜ್ಯಗಳಿಂದ ಸ್ವಾತಂತ್ರ್ಯ ಪಡೆಯಲು ಹೋರಾಡುವುದಾಗಿ ಹೇಳುತ್ತಿದೆ. ೬೦ ವರ್ಷಗಳಿಂದಲೂ ಕೇಂದ್ರ ಸರಕಾರ ಈ ಗುಂಪುಗಳ ಜೊತೆಗೆ ನಡೆಸುತ್ತಿರುವ ಮಾತುಕತೆಗಳು ಯಾವುದೇ ಫಲವನ್ನು ನೀಡಿಲ್ಲ. ನಾಗಾಲ್ಯಾಂಡ್‌ನಲ್ಲಿ ೨೬ ಬುಡಕಟ್ಟು ಭಾಷೆಗಳಿದ್ದು ಒಬ್ಬರ ಭಾಷೆ ಇನ್ನೊಬ್ಬರಿಗೆ ಅರ್ಥವಾಗುವುದಿಲ್ಲ. ೨-೩ ಮುಖ್ಯ ಉಪಬುಡಕಟ್ಟು ಭಾಷೆಗಳಿಗೆ ಮಾತ್ರ ರೋಮನ್ ಲಿಪಿ ಅಳವಡಿಸಲಾಗಿದ್ದು ಎಲ್ಲರೂ

ಇಂಗ್ಲಿಷ್ ಅಥವಾ ನಾಗಾಮೀಸ್ (ಅಸ್ಸಾಮಿಯಿಂದ ಸಿಡಿದು ಬಂದ) ಭಾಷೆಯನ್ನು ಮಾತನಾಡುತ್ತಾರೆ.

## ಅಸ್ಸಾಂ

ನಾಗಾಲ್ಯಾಂಡ್‌ನಿಂದ ಪ್ರಾರಂಭವಾದ ಬಂಡುಕೋರರ ಚಟುವಟಿಕೆಗಳು ಮಣಿಪುರ, ಮಿಜೋರಾಂ, ತ್ರಿಪುರಾ, ಅಸ್ಸಾಂ ರಾಜ್ಯಗಳಿಗೂ ವ್ಯಾಪಿಸಿದವು. ಮಿಜೋರಾಂನಲ್ಲಿ ಮಿಲಿಟರಿ ಪಡೆಗಳು ಜನರ ಒಪ್ಪಿಗೆ ಪಡೆದು ಉಗ್ರರ ವಿರುದ್ಧ ನಡೆಸಿದ ಹೋರಾಟ ಫಲಿಸಿದರೂ ಪಕ್ಕದಲ್ಲಿರುವ ತ್ರಿಪುರಾ ಮತ್ತು ಮಣಿಪುರಗಳಲ್ಲಿ ಅದು ಯಶಸ್ವಿಯಾಗಲಿಲ್ಲ. ಪ್ರಸ್ತುತ ಅಸ್ಸಾಂ ರಾಜ್ಯವು ದೇಶದಲ್ಲಿಯೇ ಅತಿ ಅಪಾಯದ ಸ್ಥಳವಾಗಿದೆ (ಜಮ್ಮು-ಕಾಶ್ಮೀರ ಬಿಟ್ಟರೆ). ಯುನೈಟೆಡ್ ಲಿಬರೇಷನ್ ಫ್ರಂಟ್ ಆಫ್ ಅಸ್ಸಾಂ (ಯುಎಲ್‌ಎಫ್‌ಎ) ಉಗ್ರರು ಪ್ರತ್ಯೇಕ ದೇಶಕ್ಕಾಗಿ ಆಗ್ರಹಿಸುತ್ತಿದ್ದು, ಅಸ್ಸಾಂನಿಂದ ಹಿಂದೀ ಮಾತನಾಡುವ ಎಲ್ಲರನ್ನೂ ಹೊರಹಾಕಲು ಹೋರಾಡುತ್ತಿದ್ದಾರೆ. ೧೯೭೦ರ ದಶಕದಲ್ಲಿ ಪರೇಶ ಬರೂವ ಮತ್ತು ಅರವಿಂದೊ ರಾಜಕೊವ್ವ ಎಂಬ ಇತರರ (ಯುಎಲ್‌ಎಫ್‌ಎ) ಒಂದು ಗುಂಪು ಸ್ಥಾಪನೆಯಾಯಿತು. ದೇಶದಲ್ಲಿಯೇ ಹೆಚ್ಚು ನೈಸರ್ಗಿಕ ಅನಿಲ ಮತ್ತು ಇಂಧನ ಬಾವಿಗಳನ್ನು ಹೊಂದಿರುವ ಅಸ್ಸಾಂ ಚಹಾ ತೋಟಗಳಿಗೂ ಪ್ರಖ್ಯಾತ. ಈ ರಾಜ್ಯ ಒಂದರಲ್ಲಿಯೇ ಇದುವರೆವಿಗೂ ಇವರ ಹೋರಾಟದಿಂದಾಗಿ ೧೦,೦೦೦ ಜನರು ಪ್ರಾಣ ಕಳೆದುಕೊಂಡಿದ್ದಾರೆ. ಯುಎಲ್‌ಎಫ್‌ಎ ಜೊತೆಗೆ ಇತರ ೩೪ ಉಗ್ರ ಗುಂಪುಗಳು ಅಸ್ಸಾಂನಲ್ಲಿ ಕಾರ್ಯ ನಿರ್ವಹಿಸುತ್ತಿದ್ದು ಇವುಗಳಲ್ಲಿ ಎಮ್‌ಯುಎಲ್‌ಟಿಯು, ಎನ್‌ಡಿಎಫ್‌ಬಿ, ಡಿಎಚ್‌ಡಿ ಮುಖ್ಯವಾದವು.

ಒಟ್ಟು ೨.೫ ಕೋಟಿ ಜನಸಂಖ್ಯೆಯ ಅಸ್ಸಾಂ ಜನರನ್ನು ಮುಖ್ಯವಾಗಿ ನಾಲ್ಕು ವಿಭಾಗಗಳಾಗಿ ವಿಂಗಡಿಸಬಹುದು: (೧) ಅಸ್ಸಾಂ ಸಮಾಜ, ಈ ವಲಯದಲ್ಲಿ ಚಾರಿತ್ರಿಕವಾಗಿ ಮಿಶ್ರಣಗೊಂಡ ಹಲವು ಜನಾಂಗಗಳು (೨) ಈ ಮಿಶ್ರಣಗೊಂಡ ಹಲವು ಜನಾಂಗಗಳಿಂದ ಹೊರಗೆ ನಿಂತ ಮೂಲ ಬುಡಕಟ್ಟು ಜನಾಂಗಗಳು (೩) ಮೂಲವಾಗಿ ಮಿಶ್ರಣಗೊಂಡ ಅಸ್ಸಾಂ ಜನಾಂಗಗಳು (೪) ವಿದೇಶೀಯರು – ದೇಶದ ಇತರ ರಾಜ್ಯಗಳಿಂದ ವಲಸೆ ಬಂದು ನೆಲೆಸಿರುವವರು. ಅಸ್ಸಾಂನಲ್ಲಿ ಮೂಲವಾಗಿ ನೆಲೆ ನಿಂತವರೆಂದರೆ ಆಸ್ಟ್ರಿಕ್ (ಕರ್ಬಿಸ್), ಮಂಗೋಲರು (ಕಿರಾತರು), ಕಾಕಾಸಿಯನ್ಸ್ (ಆರ್ಯನ್ಸ್), ನೇಪಾಳೀಯರು ಮತ್ತು ದ್ರಬ್ರಿಸ್ (ಕೈಬರ್ತಾಸ್) ಮತ್ತು ಬನಿಯಾಸ್. ಇವೆಲ್ಲದರ ಕಾರಣ ಅಸ್ಸಾಂ ಹಲವು ಸಾಮಾಜಿಕ ಮತ್ತು ಸಾಂಸ್ಕೃತಿಕ ಸಮಾಜಗಳಿಂದ ಮಿಶ್ರಣಗೊಂಡಿದೆ. ಒಟ್ಟಿನಲ್ಲಿ ಅಸ್ಸಾಂ ಈಶಾನ್ಯ ವಲಯದ ಒಂದು ಮಿನಿ ಸಂಕೀರ್ಣ ಭಾರತವಾಗಿದೆ. ಅಸ್ಸಾಂ ದೊಡ್ಡ ರಾಜ್ಯ ಮತ್ತು ಈಶಾನ್ಯದ ಹೆಬ್ಬಾಗಿಲಾಗಿದೆ. ಇದರ ಸಮಸ್ಯೆಗಳಿಗೆ ಪರಿಹಾರ ದೊರಕದೆ ಈಶಾನ್ಯದ ಯಾವುದೇ ರಾಜ್ಯಗಳ ತೊಂದರೆಗಳನ್ನು ನಿವಾರಿಸುವುದು ಸುಲಭದ ಮಾತಲ್ಲ. ಈಶಾನ್ಯದ ಎಲ್ಲ ಉಗ್ರಗಾಮಿಗಳೂ ಅಸ್ಸಾಂ ಉಗ್ರರ ಜೊತೆಗೆ ಸಂಬಂಧ ಇಟ್ಟುಕೊಂಡಿದ್ದಾರೆ.

ಸರಕಾರ ಮತ್ತು ಮಿಲಿಟರಿ ಪಡೆಗಳ ಹಿಡಿತಕ್ಕೆ ಸಿಗದೆ ಸಮಸ್ಯೆಗಳ ಸರಮಾಲೆಯನ್ನೇ ಧರಿಸಿರುವ ಅಸ್ಸಾಂನ ತೊಂದರೆಗಳನ್ನು ಮುಖ್ಯವಾಗಿ ಈ ರೀತಿ ಪಟ್ಟಿ ಮಾಡಬಹುದು : ದೇಶದಲ್ಲಿಯೆ ಹೆಚ್ಚು ನೈಸರ್ಗಿಕ ಮತ್ತು ಅನಿಲ ಬಾವಿಗಳು ಮತ್ತು ಚಹಾ ತೋಟಗಳು ಇರುವ

ಅಸ್ಸಾಂ, ದೇಶದ ಬಡ ರಾಜ್ಯಗಳಲ್ಲಿ ಒಂದು. ರಾಜ್ಯದ ಸಂಪತ್ತನ್ನೆಲ್ಲ ಕೇಂದ್ರ ಸರಕಾರ ದೋಚುತ್ತಿದ್ದು, ಬದಲಿಗೆ ಈ ರಾಜ್ಯಕ್ಕೆ ಏನೇನೂ ಮಾಡುತ್ತಿಲ್ಲ ಎನ್ನುವುದು ಅಸ್ಸಾಂ ಜನರ ದೂರು. ರಾಜ್ಯದಲ್ಲಿ ೧೧೫ ಸಮಾಜಗಳಿದ್ದು ಎಲ್ಲವೂ ಜನಾಂಗೀಯ ಕಲಹಗಳಿಂದ ನರಳುತ್ತಿವೆ. ಜಮ್ಮು-ಕಾಶ್ಮೀರ ಬಿಟ್ಟರೆ ಹೆಚ್ಚು ಮುಸ್ಲಿಂ ಜನಸಂಖ್ಯೆ ಇರುವುದು ಅಸ್ಸಾಂ ರಾಜ್ಯದಲ್ಲೆ. ಗೌಹಾಟಿ ನಗರ ಬಿಟ್ಟು ಇತರ ಭಾಗಗಳಲ್ಲಿರುವ ಬುಡಕಟ್ಟು ಜನರು, ನಗರಗಳಲ್ಲಿರುವವರನ್ನು ಹೊರಗಿನವರು ಎಂದುಕೊಂಡರೆ, ಬಾಂಗ್ಲಾ ದೇಶ ಮತ್ತು ಭಾರತದ ಇತರ ಭಾಗಗಳಿಂದ ಬಂದವರನ್ನು ವಲಸಿಗರು ಮತ್ತು ಶತ್ರುಗಳು ಎಂದು ಭಾವಿಸುತ್ತಾರೆ.

**ಚಿತ್ರ ೬ : ಗೌಹಾಟಿಯ ಹತ್ತಿರ ಪೊಲೀಸರ ಗುಂಡಿಗೆ ಹತರಾಗಿರುವ ಉಗ್ರವಾದಿಗಳು**

ಅಸ್ಸಾಂ ಇರುವುದು ಅಸ್ಸಾಮಿಗಳಿಗೆ ಮಾತ್ರ ಎನ್ನುವುದು ಅವರ ವಾದ. ದೇಶದ ಒಳಗೆಯೇ ಕೇಂದ್ರ ಸರಕಾರ ಒಂದೊಂದು ರಾಜ್ಯಕ್ಕೆ ಒಂದೊಂದು ಕಾನೂನು ಏರ್ಪಡಿಸಿರುವುದು ಇದಕ್ಕೆಲ್ಲ ಕಾರಣವಾಗಿದೆ. ಒಟ್ಟಿನಲ್ಲಿ ಅಸ್ಸಾಂನಲ್ಲಿ ಸಾಂಸ್ಕೃತಿಕ ಏಕತೆ ಕಾಣದೆ ಇರುವುದು, ಸಾಮಾಜಿಕ ಅಸಮಾನತೆ, ಅಭಿವೃದ್ಧಿ ಯೋಜನಗಳು ಈಡೇರದೆ ಹೋಗಿರುವುದು, ಆರ್ಥಿಕ ಅಸಮಾನತೆ, ಹೆಚ್ಚುತ್ತಿರುವ ಜನಸಂಖ್ಯೆ ಮತ್ತು ನಿರಂತರ ವಲಸೆ ಇವುಗಳಿಂದ ಅಸ್ಸಾಂ ತತ್ತರಿಸಿಹೋಗಿದೆ.

ವಿಶೇಷ ತಜ್ಞರ ಅಭಿಪ್ರಾಯದಂತೆ ಈಶಾನ್ಯ ಭಾರತ, ಬರ್ಮಾ, ಭೂತಾನ್, ಬಾಂಗ್ಲಾ ದೇಶಗಳು ಘನಘೋರ ಕೃತ್ಯಗಳನ್ನು ಎಸಗುತ್ತಿರುವ ತಿರುಗಣೆಯಾಗಿದೆ. ಭೂತಾನ್ ಒಳಗೆ ಉಲ್ಫಾ ಹಲವಾರು ಉಗ್ರರ ಗುಂಪುಗಳನ್ನು ಸ್ಥಾಪಿಸಿ ನಿರುದ್ಯೋಗಿಗಳನ್ನು ನೇಮಿಸಿಕೊಂಡು ತರಬೇತಿ ನೀಡುತ್ತಿದೆ. ೨೦೦೩ರಲ್ಲಿ ಭಾರತ ಪಡೆಗಳ ಸಹಾಯದಿಂದ ಭೂತಾನ್‌ನಿಂದ

ಈ ಉಗ್ರರನ್ನೆಲ್ಲ ಓಡಿಸಿದ ಮೇಲೆ ಅಸ್ಸಾಂನಲ್ಲಿ ಹಿಂಸೆ ಹೆಚ್ಚಾಯಿತು. ಅಸ್ಸಾಂನಲ್ಲಿರುವ ಬಾಂಗ್ಲಾ ದೇಶಿಗರ ಮೇಲೆ ಹಿಂಸೆ ಮಾಡದೆ ಇರಲೋಸುಗ ಬಾಂಗ್ಲಾ ದೇಶದ ಗಡಿಗಳಲ್ಲಿ ಉಲ್ಫಾ ಉಗ್ರಗಾಮಿಗಳಿಗೆ ಸಹಾಯ ನೀಡಲಾಗುತ್ತಿದೆ ಎನ್ನುವ ಸೂಚನೆಗಳು ಇವೆ. ಭಾರತ ಸರಕಾರ ಯಾವುದೇ ಉಗ್ರ ಗುಂಪುಗಳ ಜೊತೆ ಸಂಧಾನ ನಡೆಸಲು ಸಿದ್ಧವಾಗಿದೆ. ಆದರೆ ಅವು ಹಿಂಸೆಯನ್ನು ತೊರೆಯಬೇಕು ಮತ್ತು ಷರತ್ತುಗಳು ಸಂವಿಧಾನದ ಚೌಕಟ್ಟಿನ ಒಳಗಿರಬೇಕು ಎನ್ನುತ್ತದೆ. ಫೆಬ್ರವರಿ ೨೦೦೭ರಲ್ಲಿ ಉಲ್ಫಾ ಕಮ್ಯಾಂಡರ್-ಇನ್-ಚೀಫ್ ಭಾರತ ಸರಕಾರದ ಜೊತೆಗೆ ಸಂಧಾನ ನಡೆಸಲು ತಾನು ಸಿದ್ಧ, ಆದರೆ ಅಸ್ಸಾಂ ಸಾರ್ವಭೌಮತ್ವದ ಬಗ್ಗೆ ಪ್ರಸ್ತುತ ಮಾತುಕತೆ ನಡೆಸಬಾರದು ಎನ್ನುವ ಷರತ್ತಿಟ್ಟ. ಚಹಾ ತೋಟಗಳು ಮತ್ತು ಇಂಧನ ಬಾವಿಗಳಿರುವ ಉತ್ತರ ಅಸ್ಸಾಂನ ಕಾಡುಮೇಡು ಪ್ರದೇಶಗಳಲ್ಲಿ ಉಲ್ಫಾಗಳು ಯಾವಾಗಲೂ ಹಿಟ್-ಅಂಡ್-ರನ್ ಆಟವಾಡುತ್ತ ಸಿಕ್ಕಿದ ಕಡೆ ಬಾಂಬುಗಳನ್ನು ಸ್ಫೋಟಿಸಿ ಜನರನ್ನು ಸಾಯಿಸುತ್ತಿದ್ದಾರೆ. ತೀವ್ರ ತೊಂದರೆಯಾದಾಗ ಕದನವಿರಾಮ ಘೋಷಿಸಿ ಸಾಕಷ್ಟು ಹಣ ದೋಚಿ ಒಳಗಿದ್ದವರು ಹೊರಕ್ಕೆ, ಹೊರಗಿದ್ದವರು ಒಳಕ್ಕೆ ಬಂದು ನೆಲೆಸುತ್ತಿದ್ದಾರೆ. ಸರಕಾರ ಸ್ವಲ್ಪ ದಿನ ಕಣ್ಣುಮುಚ್ಚಿಕೊಂಡಿರುತ್ತದೆ. ರಾಜಕಾರಣಿಗಳು, ವ್ಯಾಪಾರಿಗಳು, ಅಧಿಕಾರಿಗಳು ಮತ್ತು ಚಹಾ ತೋಟಗಳ ಮಾಲೀಕರಿಂದ ಉಲ್ಫಾ ಗುಂಪಿನ ಏಜಂಟರು ಸಾಕಷ್ಟು ಹಣ ಸಂಗ್ರಹಿಸುತ್ತಾರೆ. ಮತ್ತೆ ಅದೇ ಪರಿಪಾಠ.

ಉಲ್ಫಾ, ಎನ್‌ಡಿಎಫ್‌ಬಿ, ಕೆಎಲ್‌ಒ, ಎನ್‌ಎಸ್‌ಸಿಎನ್ ಮತ್ತಿತರ ಗುಂಪುಗಳು ದೇಶದ ಎಲ್ಲಾ ಅಪಾಯಕಾರಿ ಉಗ್ರ ಗುಂಪುಗಳ ಜೊತೆಗೆ ಸಂಪರ್ಕ ಹೊಂದಿವೆ. ಮುಖ್ಯವಾಗಿ ಮಧ್ಯಪ್ರದೇಶದ ನಕ್ಸಲ್‌ರೊಂದಿಗೆ. ಪರಿಸ್ಥಿತಿ ಈಗ ಯಾವ ಮಟ್ಟ ಮುಟ್ಟಿದೆ ಎಂದರೆ ಉಲ್ಫಾ ಸಮಸ್ಯೆಯನ್ನು ಹೇಗಾದರೂ ಮಾಡಿ ಆದಷ್ಟು ಬೇಗನೆ ಪರಿಹರಿಸದಿದ್ದರೆ ಮುಂದಿನ ದಿನಗಳಲ್ಲಿ ಅದು ತೀರಾ ಉಲ್ಬಣಿಸಿ ಇಡೀ ಈಶಾನ್ಯದಲ್ಲಿ ಶಾಂತಿ ಸ್ಥಾಪಿಸಲು ಸಾಧ್ಯವೇ ಇಲ್ಲದೆ ಹೋಗುವ ದಿನಗಳು ಬಹಳ ಬೇಗನೆ ಬರಲಿವೆ. ಆಗ ಯಾರೂ ಏನು ಮಾಡಲೂ ಸಾಧ್ಯವಿಲ್ಲದೆ ದೇಶದಿಂದ ಈಶಾನ್ಯ ವಲಯವೆಂಬ ಈ ಅಶಾಂತಿಯ ಕೊಂಡಿ ಕಳಚಿಹೋದರೂ ಆಶ್ಚರ್ಯಪಡಬೇಕಾಗಿಲ್ಲ. ಅಸ್ಸಾಂ ಭಾಷೆಯು ಬೆಂಗಾಲಿ ಮತ್ತು ಹಿಂದಿ ಭಾಷೆಗಳ ಸಮ್ಮಿಶ್ರಣವಾಗಿದ್ದು ಲಿಪಿ ಕೂಡ ಅದೇ ಭಾಷೆಗಳ ಮಿಶ್ರಣವಾಗಿದೆ.

## ಮಣಿಪುರ

ಚಾರಿತ್ರಿಕ ಹಿರಿಮೆಯ ಮಣಿಪುರ ರಾಜ್ಯ ೧೮೯೧ರಲ್ಲಿ ಬ್ರಿಟಿಷರ ವಿರುದ್ಧ ಯುದ್ಧದಲ್ಲಿ ಸೋತ ನಂತರ ಬ್ರಿಟಿಷರ ಅಧೀನ ರಾಜ್ಯವಾಗಿತ್ತು. ೨ನೇ ಜಾಗತಿಕ ಮಹಾಯುದ್ಧದಲ್ಲಿ ಮಣಿಪುರವು ಬ್ರಿಟಿಷ್ ಪಡೆಗಳೊಂದಿಗೆ ಜಪಾನ್ ಮತ್ತು ಇತರ ದೇಶಗಳ ವಿರುದ್ಧ ಹಲವು ಮಹತ್ವ ಹೋರಾಟಗಳಲ್ಲಿ ಪಾಲ್ಗೊಂಡಿತ್ತು. ಜಪಾನ್ ಪಡೆಗಳು ಪೂರ್ವ ಏಷಿಯಾದ ದೇಶಗಳನ್ನೆಲ್ಲ ವಶಪಡಿಸಿಕೊಂಡು ಮಣಿಪುರ ತಲುಪಿದ್ದವು. ಆಗ ಭಾರತ ರಾಷ್ಟ್ರೀಯ ಸೈನ್ಯವು (ಐಎನ್‌ಎ) ಬ್ರಿಟಿಷರ ವಿರುದ್ಧ ಜಪಾನ್ ಪಡೆಗಳೊಂದಿಗೆ ಕೈಜೋಡಿಸಿತ್ತು. ಅದರ ಉಸ್ತುವಾರಿಯನ್ನು ನೇತಾಜಿ ಸುಭಾಷ್‌ಚಂದ್ರ ಬೋಸ್ ವಹಿಸಿದ್ದು ಐಎನ್‌ಎ ಭಾರತದ ನೆಲ ಮೆಟ್ಟುವವರೆಗೂ ಜಪಾನ್ ಪಡೆಗಳೊಂದಿಗೆ ಇರುತ್ತದೆ. ಅನಂತರ ಜಪಾನಿನ ಯಾವ ಷರತ್ತುಗಳು ನಮ್ಮ ಮೇಲೆ ಇರುವುದಿಲ್ಲ ಎಂದಿದ್ದರು. ಮಣಿಪುರದ ಮೊಯಿರಾಂಗ್‌ನಲ್ಲಿ

ಸುಭಾಷ್‌ಚಂದ್ರ ಬೋಸ್ ನೆಟ್ಟ ತ್ರಿರಂಗ ಬಾವುಟವೇ ಮುಂದೆ ರಾಷ್ಟ್ರೀಯ ಬಾವುಟ ಆಯಿತು.

೧೯೪೭ರಲ್ಲಿ ಬ್ರಿಟಿಷ್ ಸರಕಾರ ಭಾರತ ದೇಶಕ್ಕೆ ಸ್ವಾತಂತ್ರ್ಯ ನೀಡುವ ಕಾರ್ಯದಲ್ಲಿ ತೊಡಗಿದ್ದಾಗ ಮಣಿಪುರ ಸಂಸ್ಥಾನ ಸ್ವಾತಂತ್ರ್ಯ ಪಡೆಯಿತು. ಮಣಿಪುರ ಮಹಾರಾಜ ಬುದ್ಧಚಂದ್ರ ದೇವವರ್ಷ ಮಣಿಪುರ ಶಾಸನವನ್ನು ಜಾರಿಗೆ ತಂದರು. ೧೯೪೯ರಲ್ಲಿ ಬುದ್ಧಚಂದ್ರನನ್ನು ಶಿಲ್ಲಾಂಗ್‌ಗೆ ಆಹ್ವಾನಿಸಿ ಬಲವಂತದಿಂದ ಆತನ ಕೈಯಲ್ಲಿ ಮಣಿಪುರ ಭಾರತ ದೇಶದ ಒಂದು ಭಾಗ ಎಂದು ಬರೆಸಿಕೊಳ್ಳಲಾಯಿತು. ಇಲ್ಲಿಂದ ಮಣಿಪುರ ಅನೇಕ ತೊಂದರೆಗಳಿಗೆ ಸಿಲುಕಿಕೊಂಡಿತು. ಕೇಂದ್ರ ಸರಕಾರ ನೀಡುವ ಹಣ ನೆಲಮಟ್ಟಕ್ಕೆ ತಲುಪಲೇ ಇಲ್ಲ. ಗಾಂಜಾ–ಅಫೀಮು ವ್ಯಾಪಾರ, ಬಂಡುಕೋರರು ಮತ್ತು ರಾಜಕಾರಣಿಗಳ ಸಂಬಂಧ, ನಾಯಕರ ಕೊರತೆ, ಮೂಲ ಜನಾಂಗಗಳ ಭಿನ್ನಮತ, ಉಗ್ರಗುಂಪುಗಳ ವಿಧವಿಧ ಬೇಡಿಕೆಗಳು ಮತ್ತು ಹೋರಾಟ, ಕಪ್ಪು ಹಣದ ಹಸ್ತಾಂತರ, ಆಯುಧಗಳ ಸರಬರಾಜು, ಬಾಂಗ್ಲಾ ದೇಶಿಗರ ವಲಸೆ ಇತ್ಯಾದಿಗಳೆಲ್ಲ ನಿರಂತರವಾಗಿ ನಡೆದವು.

ಮಣಿಪುರಿ ಮೂಲ ಜನಾಂಗಗಳನ್ನು ಎರಡು ಭಾಗಗಳಾಗಿ ವಿಂಗಡಿಸಬಹುದು. ಒಂದು ಮಣಿಪುರದ ಲೋಕ್‌ಟಕ್ ಕಣಿವೆಯಲ್ಲಿರುವ ಮೆಹಿಟೀಸ್ ಜನಾಂಗ, ಇನ್ನೊಂದು ಪರ್ವತಗಳಲ್ಲಿ ಚದುರಿಹೋಗಿರುವ ೨೯ ಉಪಬುಡಕಟ್ಟು ಜನಾಂಗಗಳು. ಇವರನ್ನು ಮತ್ತೆ ಎರಡು ಮೂಲ ಜನಾಂಗಗಳಾಗಿ ವಿಭಾಗಿಸಬಹುದು: ನಾಗಾ ಮತ್ತು ಕುಕಿ–ಚಿನ್ಸ್ (ಕುಕ್ಕಿ ನಾಗಾಸ್). ಮೆಹಟೀಸ್‌ಗಳಲ್ಲೂ ಎರಡು ಗುಂಪುಗಳಿವೆ. ಬಾಮಾನ್ಸ್ (ಬೆಂಗಾಲಿ ಬ್ರಾಹ್ಮಣರು) ಮತ್ತು ಮೆಹಿಟೀ ಪಂಗನ್ಸ್ (ಬಾಂಗ್ಲಾ ದೇಶದಿಂದ ವಲಸೆ ಬಂದವರು) ಇಬ್ಬರೂ ಮೆಹಿಟೀ ಭಾಷೆ ಮಾತನಾಡುತ್ತಾರೆ. ಇವರ ಜೊತೆಗೆ ಕಣಿವೆಯಲ್ಲಿ ನೇಪಾಳಿ, ಬಂಗಾಲಿ ಮತ್ತಿತರ ಜನಾಂಗಗಳ ಜನರಿದ್ದಾರೆ. ಪರ್ವತಗಳಲ್ಲಿ ಜೀವಿಸುತ್ತಿದ್ದ ಅನೇಕ ಬುಡಕಟ್ಟು ಜನರು ಇಳಿದು ಬಂದು ಈಗ ಕಣಿವೆ ಸೇರಿಕೊಂಡಿದ್ದಾರೆ.

ನಾಗಾ ಗುಂಪುಗಳಲ್ಲಿ ಜೆಲಿಯಾಂಗ್ರಂಗ್ ಗುಂಪು, ರೊಂಗ್‌ಮೆಯಿ ಅಥವಾ ಕಬುಯಿ, ಲಿಯಂಗ್‌ಮೆಯಿ ಅಥವಾ ಜೆಮಿಯ ಮತ್ತು ಕಚನಾಗಾ ಎಂಬ ಮೂರು ಉಪಕುಟುಂಬಗಳ ಸಂಗಮ. ತಂಗ್ಕುಲ್, ಮರಮ್, ಮರಿಂಗ್ ಮತ್ತು ಟರೊ. ಚಿನ್–ಕುಕಿ ಗುಂಪಿನಲ್ಲಿ ಟಡಿಮ್‌ಚಿನ್(ಸುಕ್ಟೆ) ಗಂಗ್ಟೆ, ಹ್ಮರ್, ಪೈಯಿಟಿ, ಟೊಡವ್, ಮೈಫೈಯಿ ಝೋವ್, ಹೈಮೊಲ್, ಧಿಶು, ಕೊಯಿರೆಂಗ್, ಕೋಮ್, ಅನಲ್ ಚೂತೆ, ಲಮ್‌ಗಂಗ್, ಕೊಯಿರೊ, ತಂಗಲ್, ಮೊಯೊನ್ ಮತ್ತು ಮೊನ್‌ಸಂಗ್ ಜೊತೆ ಕೂಡಿವೆ. ಇತ್ತೀಚೆಗೆ ಬಹಳಷ್ಟು ಚಿನ್–ಕುಕಿಗಳು ತಮ್ಮನ್ನು ನಾಗಾಗಳೆಂದು ಗುರುತಿಸಿಕೊಂಡಿದ್ದಾರೆ. ಹೊರ ಪ್ರದೇಶಗಳಿಂದ ಬಂದವರನ್ನು ಮಯಾಂಗ್ ಎನ್ನುತ್ತಾರೆ. ಮೆಹಿಟೀಗಳು ವೈಷ್ಣವ ಹಿಂದೂಗಳಾಗಿದ್ದು ಇವರಿಗೆ ಯಾವುದೇ ರಿಯಾಯಿತಿ ಇಲ್ಲ. ಜೊತೆಗೆ ಅವರು ಬುಡಕಟ್ಟು ಜನರಿರುವ ಪರ್ವತಗಳಲ್ಲಿ ನೆಲೆಸುವಂತಿಲ್ಲ. ಜಮೀನು ಕೊಂಡುಕೊಳ್ಳುವಂತಿಲ್ಲ. ಅದೇ ಕ್ರೈಸ್ತ ಮತಕ್ಕೆ ಮತಾಂತರಾಗಿರುವ ನಾಗಾ ಮತ್ತು ಕುಕಿಗಳಿಗೆ ಯಾವುದೇ ನಿಯಂತ್ರಣಗಳಿಲ್ಲ. ಈ ಕಾರಣದಿಂದ ಮೆಹಿಟೀಸ್ ಜನರಿಗೂ ಬುಡಕಟ್ಟು ಜನರಿಗೂ ನಡುವೆ ಹೊಂದಾಣಿಕೆ ಇಲ್ಲದಾಗಿದೆ.

ಮೇಲಿನ ಕಾರಣಗಳಿಂದ ಉಗ್ರರು ಕೂಡ ಮುಖ್ಯವಾಗಿ ಮೆಹಿಟೀ, ನಾಗಾ ಮತ್ತು ಕುಕಿ ಎಂಬ ಮೂರು ಗುಂಪುಗಳಾಗಿ ವಿಂಗಡವಾಗಿದ್ದಾರೆ. ಹಿಂದೆ ಬ್ರಿಟಿಷರಿಗೆ ಸೇರಿದ್ದ ಪ್ರದೇಶವನ್ನು ಭಾರತೀಯರಿಂದ ಹಿಂದಕ್ಕೆ ಪಡೆದುಕೊಳ್ಳುವುದು ಮೆಹಿಟೀ ಉಗ್ರರ

ಆಂದೋಲನವಾಗಿತ್ತು. ನಾಗಾಗಳ ಹೋರಾಟವೆಂದರೆ ಅಖಂಡ ಸ್ವತಂತ್ರ ನಾಗಾ ದೇಶವನ್ನು ಸ್ಥಾಪಿಸುವುದು. ಇದು ಮಣಿಪುರ, ಅಸ್ಸಾಂ ಅರುಣಾಚಲ ಪ್ರದೇಶ ಮತ್ತು ಬರ್ಮಾ ಭಾಗಗಳಲ್ಲಿರುವ ನಾಗಾಗಳನ್ನೆಲ್ಲ ಒಟ್ಟಾಗಿ ತಂದಿದೆ. ಕುಕಿಗಳ ಕನಸೆಂದರೆ ಬರ್ಮಾದಲ್ಲಿರುವ ಕುಕಿಗಳನ್ನು ಸೇರಿಸಿಕೊಂಡು ಪ್ರತ್ಯೇಕ ಕುಕಿ ನಾಡನ್ನು ಕಟ್ಟುವುದು. ಮಣಿಪುರದಲ್ಲಿ ಒಟ್ಟು ೩೫ ಉಗ್ರರ ಗುಂಪುಗಳು ಕಾರ್ಯ ನಿರ್ವಹಿಸುತ್ತಿವೆ. ರಾಜಕಾರಣಿಗಳು, ಅಧಿಕಾರಿಗಳು, ವ್ಯಾಪಾರಿಗಳು ಎಲ್ಲರೂ ಉಗ್ರ ಗುಂಪುಗಳಿಗೆ ಹಣ ನೀಡಲೇಬೇಕು. ಅನೇಕ ಶಾಲೆಗಳು ಉಗ್ರರಿಗೆ ಹಣ ನೀಡಲಾಗದೆ ಒಂದೊಂದಾಗಿ ಮುಚ್ಚಿಕೊಂಡಿವೆ. ಶಾಲೆಗೆ ಹೋಗುವ ಮಕ್ಕಳನ್ನು ಹಾರಿಸಿಕೊಂಡು ಹೋಗಿ ಒತ್ತೆ ಇಟ್ಟುಕೊಂಡು ಹಣ ದೋಚಲಾಗುತ್ತಿದೆ. ಯಾವ ಅಧಿಕಾರಿಗಳೂ ಮನೆಯಲ್ಲಿ ಫೋನ್, ಜೇಬಿನಲ್ಲಿ ಮೊಬೈಲ್ ಇಟ್ಟುಕೊಳ್ಳುತ್ತಿಲ್ಲ. ಇಟ್ಟುಕೊಂಡರೆ ಬಂಡುಕೋರರು ಫೋನ್ ಮಾಡಿ ಬೆದರಿಸಿ ಹಣ ಕೇಳುತ್ತಾರೆ. ಬಹಳಷ್ಟು ಮಣಿಪುರಿಗಳು ನೆಲ, ಮನೆಗಳನ್ನು ಮಾರಾಟ ಮಾಡಿ ಅಕ್ಕಪಕ್ಕದ ರಾಜ್ಯಗಳಿಗೆ ವಲಸೆ ಹೋಗುತ್ತಿದ್ದಾರೆ. ಹಣವಂತರಂತೂ ಕಲಕತ್ತಾ, ಬೆಂಗಳೂರು, ಚೆನ್ನೈ ಸೇರಿಕೊಳ್ಳುತ್ತಿದ್ದಾರೆ. ಕೇಂದ್ರ ಸರಕಾರದ ಅಧಿಕಾರಿಗಳು ಮಣಿಪುರ ಎಂದರೆ ಬೆಚ್ಚಿಬಿದ್ದು ಆ ಕಡೆಗೆ ತಲೆಹಾಕಿಯೂ ಮಲಗುತ್ತಿಲ್ಲ. ಅಪ್ಪಿತಪ್ಪಿ ಭಂಡ ಧೈರ್ಯಮಾಡಿ ಹೋದರೆ ಉಗ್ರರು ಅವರನ್ನು ಎತ್ತಾಕಿಕೊಂಡು ಹೋಗಿ ಒಂದೆರಡು ಲಕ್ಷ ಹಣ ಮಾಡಿಕೊಳ್ಳುತ್ತಾರೆ.

ಈ ಬಂಡುಕೋರರ ಗುಂಪುಗಳು ಕೇಂದ್ರ ಮತ್ತು ರಾಜ್ಯ ಸರಕಾರಗಳ ವಿರುದ್ಧ ಕಳೆದ ಐದಾರು ದಶಕಗಳಿಂದ ಹೋರಾಡುತ್ತಲೇ ಬಂದಿವೆ. ಇವರಲ್ಲಿ ಜನರಿಂದ ದೋಚಿದ ಹೇರಳ ಹಣವೂ ಇದೆ. ನಿರುದ್ಯೋಗಿಗಳನ್ನು ಹಣ ಕೊಟ್ಟು ಕೊಂಡುಕೊಂಡು ಸಮಾಜಘಾತಕ ಚಟುವಟಿಕೆಗಳಲ್ಲಿ ತೊಡಗಿಸುತ್ತಾರೆ. ಪಂಡಿತ್ ನೆಹರುರವರು ಮಣಿಪುರವನ್ನು 'ಜ್ಯುವೆಲ್ ಆಫ್ ಇಂಡಿಯಾ' ಎಂದು ಕರೆದಿದ್ದರು. ಆದರೆ ಉಗ್ರರ ಸಮಸ್ಯೆಗಳಿಂದ ತತ್ತರಿಸಿ ಹೋಗಿರುವ ಮಣಿಪುರದ ಪರಿಸ್ಥಿತಿ ಅಸ್ಸಾಂ ಮತ್ತು ಜಮ್ಮು-ಕಾಶ್ಮೀರಕ್ಕಿಂತ ಹದಗೆಟ್ಟಿದೆ. ರೈಲು ರಸ್ತೆ ಇಲ್ಲದ ಮಣಿಪುರಕ್ಕೆ ನಾಗಾಲ್ಯಾಂಡ್ ಮೂಲಕ ಹಾದುಹೋಗುವ (ದಿಮಾಪುರ-ಕೊಹಿಮಾ-ಇಂಫಾಲ್: ಅರಣ್ಯ / ಪರ್ವತಗಳ) ರಸ್ತೆಯು ಬಂಡುಕೋರರಿಗೆ ನೇರವಾಗಿ ಸುಲಿಗೆ ಮಾಡುವ ಒಂದು ಕೋಶಾಗಾರವಾಗಿದೆ. ಮಣಿಪುರ ಭಾಷೆಗೆ ಬೆಂಗಾಲಿ ಲಿಪಿ ಅಳವಡಿಸಲಾಗಿದೆ.

## ತ್ರಿಪುರಾ

ಮಾಣಿಕ್ಯ ರಾಜ ವಂಶದವರು ತ್ರಿಪುರಾ ರಾಜ್ಯವನ್ನು ಆಳುತ್ತಿದ್ದರು. ಬ್ರಿಟಿಷರ ಕಾಲದಲ್ಲೂ ಇದು ಮಹಾರಾಜರ ಆಡಳಿತದಲ್ಲೇ ಇತ್ತು. ಭಾರತಕ್ಕೆ ಸ್ವಾತಂತ್ರ್ಯ ಬಂದ ತಕ್ಷಣವೆ ಸೆಪ್ಟೆಂಬರ್ ೯, ೧೯೪೭ರಂದು ಭಾರತದೊಂದಿಗೆ ಐಕ್ಯಗೊಳ್ಳಲು ತ್ರಿಪುರಾ ಮಹಾರಾಣಿ ಒಪ್ಪಿಗೆ ನೀಡಿದ್ದರು. ಅಕ್ಟೋಬರ್ ೧೫, ೧೯೪೯ರಂದು ಭಾರತ, ತ್ರಿಪುರಾ ರಾಜ್ಯವನ್ನು ತನ್ನ ವಶಕ್ಕೆ ತೆಗೆದುಕೊಂಡಿತು. ಮೂರು ಕಡೆ ಬಾಂಗ್ಲಾ ದೇಶದಿಂದ ಸುತ್ತುವರಿದಿರುವ ಈ ಪರ್ವತ ಕಣಿವೆಗಳ ನಾಡಿನಲ್ಲಿ ಬಂಗಾಳಿಗಳ ಸಂಖ್ಯೆಯೇ ಹೆಚ್ಚಾಗಿ ತುಂಬಿಕೊಂಡಿದೆ. ೨೦೦೧ರ ಜನಗಣತಿಯ ಪ್ರಕಾರ ಶೇಕಡ ೭೦ ಬಂಗಾಳಿಗಳು ಮತ್ತು ಶೇಕಡ ೩೦ರಷ್ಟು ಸ್ಥಳೀಯ ಬುಡಕಟ್ಟು ಜನರಿದ್ದು ಇವರೆಲ್ಲ ಕ್ರೈಸ್ತರಾಗಿ ಮತಾಂತರ

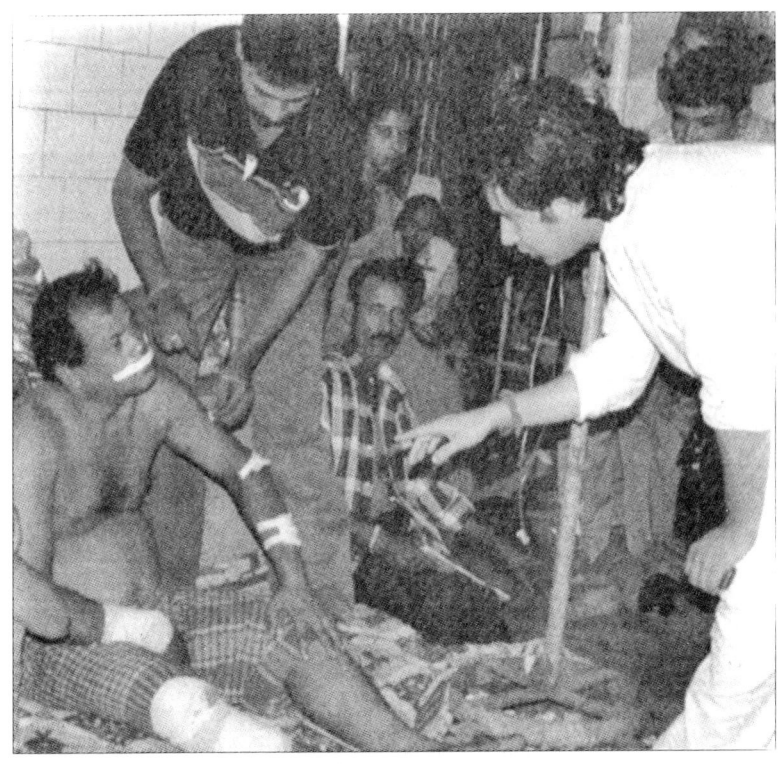

**ಚಿತ್ರ ೭ : ಅಗರ್ತಲಾದಲ್ಲಿ ಉಗ್ರವಾದಿಗಳ ಬಾಂಬಿನಿಂದ ಗಾಯಗೊಂಡವರು**

ಹೊಂದಿದ್ದಾರೆ. ತ್ರಿಪುರಾ ರಾಜ್ಯದಲ್ಲಿ ಕಮ್ಯುನಿಸ್ಟ್ ಸರಕಾರ ಇದ್ದು, ಬಂಗಾಳಿ ಭಾಷೆ ರಾಜ್ಯ ಭಾಷೆಯಾಗಿದೆ.

೧೯೪೭ರಲ್ಲಿ ಪೂರ್ವ ಪಾಕಿಸ್ತಾನದಲ್ಲಿದ್ದ ಹಿಂದೂ ಬಂಗಾಳಿಗಳು ತ್ರಿಪುರಾ ಕಡೆಗೆ ವಲಸೆ ಬಂದರೆ, ೧೯೭೧ರಲ್ಲಿ ಬಾಂಗ್ಲಾ ದೇಶ ಹುಟ್ಟಿಕೊಂಡಾಗ ಅಲ್ಲಿನ ಹಿಂದೂಗಳೂ ಮತ್ತು ಮುಸ್ಲಿಮರೂ ತ್ರಿಪುರಾ ಸೇರಿಕೊಂಡರು. ಈ ಕಾರಣದಿಂದ ಸ್ಥಳೀಯರ ಸಂಖ್ಯೆ ತೀರ ಕಡಿಮೆಯಾಗಿ ಕೆಲವು ಬಂಡುಕೋರರ ಗುಂಪುಗಳು ಈ ಹೊರಗಿನವರ ವಿರುದ್ಧ ಹೋರಾಡುತ್ತಿವೆ. ಈ ಗುಂಪುಗಳು ಹಲವು ಮೂಲ ಜನಾಂಗಗಳ ಭಿನ್ನ ಭಾಷೆ ಮತ್ತು ಸಾಂಸ್ಕೃತಿಕ ವೈವಿಧ್ಯತೆಗಳಿಂದ ಕೂಡಿವೆ. ಇಲ್ಲಿನ ಮುಖ್ಯ ಜನಾಂಗಗಳೆಂದರೆ ಕೊಕ್‌ಬೊರಕ್ ಭಾಷೆ ಮಾತನಾಡುವ (ಶೇಕಡಾ ೧೬) ಜಮಾತಿಯಾ, ರಿಯಂಗ್ ಮತ್ತು ನೊಅಟಿಯ. ಇಲ್ಲಿನ ಬುಡಕಟ್ಟು ಜನರ ಮತ್ತು ಬಂಗಾಳಿಗಳ ನಡುವೆ ತೀವ್ರ ಘರ್ಷಣೆಯ ವಾತಾವರಣ ಇದೆ. ಹಾಗೆಯೆ ಇಲ್ಲಿನ ಉಗ್ರರು ಈಶಾನ್ಯದ ಹಲವು ಭಯಾನಕ ಉಗ್ರ ಗುಂಪುಗಳ ಜೊತೆಗೆ ಕೈಜೋಡಿಸಿದ್ದು ಪ್ರತ್ಯೇಕ ತ್ರಿಪುರಾ ದೇಶ ಕಟ್ಟಲು ಹೋರಾಡುತ್ತಿದ್ದಾರೆ. ಈಶಾನ್ಯದ ಅತಿ ಸಣ್ಣ ರಾಜ್ಯ ಇದಾಗಿದ್ದು, ಜನಸಂಖ್ಯೆಯಲ್ಲಿ ಅಸ್ಸಾಂ ಬಿಟ್ಟರೆ ಹೆಚ್ಚು ಜನದಟ್ಟಣೆ ಇರುವುದು ಇಲ್ಲೆ.

ಶೇಕಡ ೭೪ ಅಕ್ಷರಸ್ಥರಿದ್ದು ದೇಶದ ೨೪ನೇ ಬಡ ರಾಜ್ಯವಾಗಿದೆ. ಕೇರಳದ ನಂತರ ಇದು ಎರಡನೇ ರಬ್ಬರ್ ರಾಜ್ಯ ಎನ್ನುವ ಹೆಗ್ಗಳಿಕೆ ಪಡೆದಿದೆ. ತ್ರಿಪುರಾ ಪ್ರಸ್ತುತ ಸ್ವಲ್ಪ ನಿರಾಳವಾಗಿ ಉಸಿರಾಡುತ್ತಿದೆ.

## ಅರುಣಾಚಲ ಪ್ರದೇಶ

ಈ ರಾಜ್ಯ ಉದ್ದವಾದ ಚೀನಾ ಗಡಿಯನ್ನು ತನ್ನ ನೆರೆಯಲ್ಲಿ ಹೊಂದಿದ್ದು ಯಾವಾಗಲೂ ಉದ್ರಿಕ್ತ ಪರಿಸ್ಥಿತಿಯಿಂದಲೇ ಕೂಡಿರುತ್ತದೆ. ಚೀನಾ ದೇಶವು ಸದಾ ತವಾಂಗ್ ಪ್ರದೇಶ ತನ್ನದು ಎನ್ನುತ್ತಲೆ ಇರುತ್ತದೆ. ಏಳು ರಾಜ್ಯಗಳ ಪೈಕಿ ಮಿಜೋರಾಂ ಮತ್ತು ಮೇಘಾಲಯದಲ್ಲಿ ಪರಿಸ್ಥಿತಿ ಸ್ವಲ್ಪ ಸುಧಾರಿಸಿದ್ದು, ಅಕ್ಕಪಕ್ಕದ ರಾಜ್ಯಗಳಲ್ಲಿ ನಡೆಯುತ್ತಿರುವ ಹಿಂಸೆ ಯಾವ ಘಳಿಗೆಯಲ್ಲಾದರೂ ಇಲ್ಲಿಗೂ ಹರಡಬಹುದು. ಯಾವುದೇ ವಿಷಯ ಕಾನೂನಿನ ಚೌಕಟ್ಟಿನ ಒಳಗೆ ಇರಬೇಕು ಎನ್ನುವ ಕೇಂದ್ರ ಸರಕಾರದ ಮಾತುಗಳಿಂದಾಗಲೀ ಮಿಲಿಟರಿ ಪಡೆಗಳಿಂದಾಗಲೀ ಬಂಡುಕೋರರನ್ನು ಹಿಡಿತದಲ್ಲಿ ಇಡುವುದು ಸಾಧ್ಯವಿಲ್ಲ. ಕೇಂದ್ರ ಸರಕಾರ ಕೋಟ್ಯಂತರ ರೂಪಾಯಿಗಳನ್ನು ಇಲ್ಲಿ ಚೆಲ್ಲುತ್ತಿದ್ದರೂ ನೂರಾರು ಜನ ಪ್ರಾಣ ಕಳೆದುಕೊಳ್ಳುತ್ತಿದ್ದಾರೆ.

ಈಶಾನ್ಯ ರಾಜ್ಯಗಳಲ್ಲಿ ಪರಿಸ್ಥಿತಿ ಹೇಗಿದೆಯೆಂದರೆ, ವರ್ಷಕ್ಕೆ ಎರಡು ಸಲ ನಡೆಯುವ ಸರಕಾರಿ ಹಬ್ಬಗಳಾದ ಸ್ವಾತಂತ್ರ್ಯ ಮತ್ತು ಗಣರಾಜ್ಯ ದಿನಾಚರಣೆಗಳನ್ನು ಯಾವ ರೀತಿ ಆಚರಿಸಲಾಗುತ್ತದೆ ಎಂದರೆ ಯಾವುದೋ ಅಪರಿಚಿತ ದೇಶದಲ್ಲಿ ಅಪರಿಚಿತ ಜನರು ರಾಷ್ಟ್ರ ಧ್ವಜವನ್ನು ಹಾರಿಸುವುದು ಏನೋ ಅಪರಾಧ ಮಾಡುತ್ತಿರುವಂತೆ ತೋರುತ್ತದೆ. ಟಿವಿ ಚಾನೆಲ್‌ಗಳು ಈ ರಾಜ್ಯಗಳ ರಂಗುರಂಗು ಸಾಂಸ್ಕೃತಿಕ ಕಲೆ ಮತ್ತು ನೃತ್ಯಗಳನ್ನು ಬಿತ್ತರಿಸುತ್ತವೆ. ಅದು ಕೇಂದ್ರ ಸರಕಾರದ ಕುರುಡು ಕಣ್ಣುಗಳಿಗೆ ಹೇಗೆ ಕಾಣಿಸುತ್ತದೊ ಗೊತ್ತಿಲ್ಲ. ಇವೆಲ್ಲ ದೆಹಲಿಯಿಂದ ಬರುವ ಹಣಕ್ಕೆ ರಾಜ್ಯ ಸರಕಾರಗಳು ತೋರಿಸುವ ನಾಟಕವೆಂದರೆ ತಪ್ಪಾಗುವುದಿಲ್ಲ. ೨೦೦೭ರಿಂದ ೨೦೦೯ರವರೆಗೂ ನಾನು ಶಿಲ್ಲಾಂಗ್‌ನಲ್ಲಿದ್ದೆ. ಅಸ್ಸಾಂ, ನಾಗಾಲ್ಯಾಂಡ್ ಮತ್ತು ಮೇಘಾಲಯದ ಬಂಡುಕೋರರ ಗುಂಪುಗಳು ಸ್ವಾತಂತ್ರ್ಯ ದಿನವನ್ನು ಪ್ರತಿಭಟಿಸಿ ಆಯಾ ರಾಜ್ಯಗಳ ಬಂದ್ ಘೋಷಿಸಿದ್ದವು. ಅಸ್ಸಾಂನಲ್ಲಿ ಬಂಡುಕೋರರ ಗುಂಪುಗಳು ಅನೇಕ ಕಡೆ ಕಪ್ಪು ಬಾವುಟಗಳನ್ನು ಹಾರಿಸಿದವು. ಹಾಗೆ ಬಂಡುಕೋರರು ತಾವು ಬೀಡುಬಿಟ್ಟಿರುವ ಕೇಂದ್ರ ಕಾರ್ಯಾಲಯ ಎಂದು ಹೇಳಿಕೊಳ್ಳುವ ಸ್ಥಳಗಳಿಂದಲೇ ಕೆಲವು ನಿರ್ಣಯಗಳನ್ನು ಘೋಷಿಸುತ್ತಾರೆ. ಉದಾ: ನಾಳೆ ಬಂದ್ ಎಂದರೆ ಸಾಕು ತಕ್ಷಣ ಸಾರ್ವಜನಿಕರು ಭೀತಿಯಿಂದ ಮನೆಗಳಲ್ಲಿಯೆ ಇದ್ದುಬಿಡುತ್ತಾರೆ. ಇನ್ನು ರಾಜ್ಯ ಸರಕಾರದ ಕಾರ್ಮಿಕರಿಗೆ ಅದು ಪೂರ್ಣವಾಗಿ ರಜಾ ದಿನ. ಎಲ್ಲೆಲ್ಲೂ ಪೋಲೀಸರ ಬಂದೋಬಸ್ತು. ಭೀತಿಯಿಂದ ಅಲ್ಲಿ ಇಲ್ಲಿ ತ್ರಿವರ್ಣ ಧ್ವಜಗಳು ಹಾರಾಡುವುದಕ್ಕಿಂತ ಕಪ್ಪು ಬಾವುಟಗಳೆ ಹೆಚ್ಚಾಗಿ ಹಾರಾಡುತ್ತವೆ. ನಮ್ಮ ಕಛೇರಿಯ ಮುಂದೆ ಎರಡು ಸಲ ಬಾವುಟ ಹಾರಿಸಿದಾಗ ಹೊರ ರಾಜ್ಯಗಳಿಂದ ಬಂದಿದ್ದ ಅಧಿಕಾರಿಗಳು ಮಾತ್ರ ಇದ್ದೆವು. ಸ್ಥಳೀಯ ಅಧಿಕಾರಿಗಳು, ಕಾರ್ಮಿಕರು ಒಬ್ಬರೂ ಬಂದಿರಲಿಲ್ಲ. ನಾಳೆ ದಿನ ಬಂದ್ ಎಂದು ಒಂದೇ ಒಂದು ಈ-ಮೇಲ್ ಬಂದಿದೆ ಎಂದು ಯಾರಾದರೂ ಗುಲ್ಲೆಬ್ಬಿಸಿದರೆ ಸಾಕು, ಇಡೀ ರಾಜ್ಯದಲ್ಲಿ ಒಂದೇ ಒಂದು ಸರಕಾರಿ, ಖಾಸಗಿ ವಾಹನವೂ ಓಡುವುದಿಲ್ಲ.

ಒಂದು ಅಂಗಡಿಯೂ ತೆರೆದಿರುವುದಿಲ್ಲ. ಬಂದ್ ಕರೆದವರು ಯಾವ ಗುಂಪಿನ ಬಂಡುಕೋರರು ಎನ್ನುವುದು ಯಾರಿಗೂ ಗೊತ್ತಿರುವುದಿಲ್ಲ. ಇವೆಲ್ಲ ಭಾರತ ದೇಶದ ಒಳಗಿರುವ ರಾಜ್ಯಗಳೇ ಎನ್ನುವ ಸಂಶಯ ಹುಟ್ಟುತ್ತದೆ.

ಈಶಾನ್ಯದ ೮ ರಾಜ್ಯಗಳ ಒಟ್ಟು ಜನಸಂಖ್ಯೆ ೨೦೦೭-೦೮ರಲ್ಲಿ ೩.೨೦ ಕೋಟಿಯಾದರೆ ಅವುಗಳಿಗಾಗಿ ಕೇಂದ್ರ ಸರಕಾರ ಮಾಡುವ ವೆಚ್ಚ ೩೦,೦೦೦ ಕೋಟಿ. ಅಂದರೆ ಪ್ರತಿ ಮನುಷ್ಯನ ಮೇಲೆ ಸರಾಸರಿ ೧೦,೦೦೦ ರೂ. ಖರ್ಚು ಮಾಡುತ್ತದೆ. ಕೇಂದ್ರ ಸರಕಾರದಿಂದ ಬರುವ ಸುಮಾರು ೨೦,೦೦೦ ಕೋಟಿ ರೂ. ಕೆಳಗಿನ ರೀತಿ ಆಯಾ ರಾಜ್ಯಗಳಿಗೆ ಅನುದಾನವಾಗಿ ದೊರಕುತ್ತದೆ: ಅರುಣಾಚಲ ಪ್ರದೇಶಕ್ಕೆ ೮೫%, ಅಸ್ಸಾಂಗೆ ೫೧%, ಮೇಘಾಲಯಕ್ಕೆ ೭೦%, ಮಣಿಪುರಕ್ಕೆ ೮೦%, ನಾಗಾಲ್ಯಾಂಡ್‌ಗೆ ೮೦%, ಸಿಕ್ಕಿಂಗೆ ೪೦%, ತ್ರಿಪುರಾಗೆ ೭೦% ಮತ್ತು ಮಿಜೋರಾಂ ೭೨%. ಉಳಿದ ೧೦,೦೦೦ ಕೋಟಿ ಆಯಾ ರಾಜ್ಯಗಳ ರೆವಿನ್ಯೂ. ವಿಶೇಷವೆಂದರೆ ಇಲ್ಲಿನ ಎಲ್ಲಾ ರಾಜ್ಯಗಳ ಬುಡಕಟ್ಟು ಜನರು ಕೇಂದ್ರ ಮತ್ತು ರಾಜ್ಯ ಸರಕಾರಗಳಿಗೆ ಯಾವುದೇ ರೀತಿಯ ತೆರಿಗೆಯನ್ನು ಪಾವತಿಸುವಂತಿಲ್ಲ. ಸ್ಥಳೀಯ ಅಧಿಕಾರಿಗಳು, ವ್ಯಾಪಾರಿಗಳು, ರಾಜಕಾರಣಿಗಳಿಗೂ ತೆರಿಗೆ ಇಲ್ಲ. ಆದರೆ ಇಲ್ಲಿಗೆ ವರ್ಗವಾಗಿ ಬರುವ ಇತರೆ ರಾಜ್ಯಗಳ ಕೇಂದ್ರ ಸರಕಾರ, ಬ್ಯಾಂಕ್ ಅಧಿಕಾರಿಗಳು ತೆರಿಗೆ ಕೊಡಬೇಕು. ಆದರೂ ಇಲ್ಲಿನ ಗುಡ್ಡಗಾಡು ಹಳ್ಳಿಗಳಲ್ಲಿ ಬಡತನ ಮಾತ್ರ ನೀಗಿಲ್ಲ. ಕೆಲವರು ಹೇಳುವಂತೆ ಸರಕಾರ ಯಾವುದೇ ರೀತಿಯ ಅಭಿವೃದ್ಧಿ ಕಾರ್ಯಗಳನ್ನು ಮಾಡದೆ ಪ್ರತಿಯೊಬ್ಬರ ಹೆಸರಿನಲ್ಲಿ ವರ್ಷಕ್ಕೆ ೧೦,೦೦೦ ರೂ. ಬ್ಯಾಂಕ್ ಖಾತೆಗೆ ಹಾಕಿಬಿಟ್ಟರೆ ಭ್ರಷ್ಟ ಅಧಿಕಾರಿಗಳು ಮತ್ತು ರಾಜಕಾರಣಿಗಳಿಂದ ಅವರನ್ನು ದೂರವಿರಿಸಬಹುದು ಎನ್ನುತ್ತಾರೆ.

## ಅಧ್ಯಾಯ ೩

# ಬ್ರಹ್ಮ(ನ)ಪುತ್ರ – ಜಿಮಾ ಯಾಂಗ್‌ರ್ಝೊಂಗ್

ಭೂಮಿ ರೂಪುಗೊಂಡಿದ್ದು ಸುಮಾರು ೪.೬ ಬಿಲಿಯನ್ ವರ್ಷಗಳ ಆಸುಪಾಸು. ಅನಂತರ ಸುತ್ತಲಿನ ಅನಿಲ ಮೋಡಗಳು ತಂಪುಗೊಂಡ ಕಾರಣ ಆಮ್ಲಜನಕ ಮತ್ತು ಜಲಜನಕ ಕಣಗಳು ಒಟ್ಟುಗೂಡಿ ಮೋಡ ಕಟ್ಟಿ ಒಂದೇ ಸಮನೆ ಮಳೆ ಸುರಿಯಿತು. ನದಿಗಳು ಸೃಷ್ಟಿಯಾಗಿ ಸಮುದ್ರ ರೂಪುಗೊಳ್ಳುತ್ತಾ ಹೋಯಿತು. ಉತ್ತರ ದಕ್ಷಿಣ ಧ್ರುವಗಳಲ್ಲಿ ಸೂರ್ಯನ ಕಿರಣಗಳು ವರ್ಷಕ್ಕೆ ಕೇವಲ ಮೂರು ತಿಂಗಳು ಕಾಲ ಅದೂ ಕೂಡ ವಕ್ರವಾಗಿ ಬೀಳುವುದರಿಂದ ಎರಡೂ ಧ್ರುವಗಳಲ್ಲಿ ಅಗಾಧ ಬರ್ಫ್ ಗುಡ್ಡಗಳು ಬೆಳೆದುನಿಂತಿವೆ. ಬಿಸಿಲು ಬಂದಾಗ ಕರಗುವುದು, ತಂಪಾದಾಗ ಗಟ್ಟಿಗೊಳ್ಳುವುದು ಇವುಗಳ ಕೆಲಸವಾಯಿತು. ಈ ಪ್ರಕ್ರಿಯೆಯಲ್ಲಿ ಬರ್ಫ್ ಗುಡ್ಡಗಳಿಂದ ಕರಗಿದ ನೀರು ನದಿಗಳಾಗಿ ಹರಿಯುವುದು ಮತ್ತು ಮಳೆಗಾಲದಲ್ಲಿ ಇದು ಇನ್ನಷ್ಟು ತೀವ್ರವಾಗುತ್ತದೆ.

ದೆಹಲಿಯಿಂದ ಈಶಾನ್ಯಕ್ಕೆ ಸುಮಾರು ೫೦೦ ಕಿಲೋಮೀಟರು ದೂರದ ಉತ್ತರ ಹಿಮಾಲಯಗಳ ಮಧ್ಯೆ ಟಿಬೆಟ್‌ನ ಅತಿ ಎತ್ತರ ಪ್ರದೇಶದಲ್ಲಿ ಜಿಮಾ ಯಾಂಗ್‌ರ್ಝೊಂಗ್ ಎಂಬ ಗ್ಲೇಸಿಯರ್‌ನಿಂದ ಯರ್ಲುಂಗ್ ಝಂಗ್ಪೊ ನದಿ ಉದ್ಭವಿಸುತ್ತದೆ. ದಕ್ಷಿಣ ಟಿಬೆಟ್ ಹಿಮಾಲಯಗಳಲ್ಲಿ ನೂರಾರು ಪ್ರಪಾತಗಳನ್ನು ಕೊರೆದು ಅಲ್ಲಿಂದ ಸರಾಸರಿ ೧೩೦೦೦ ಅಡಿಗಳ

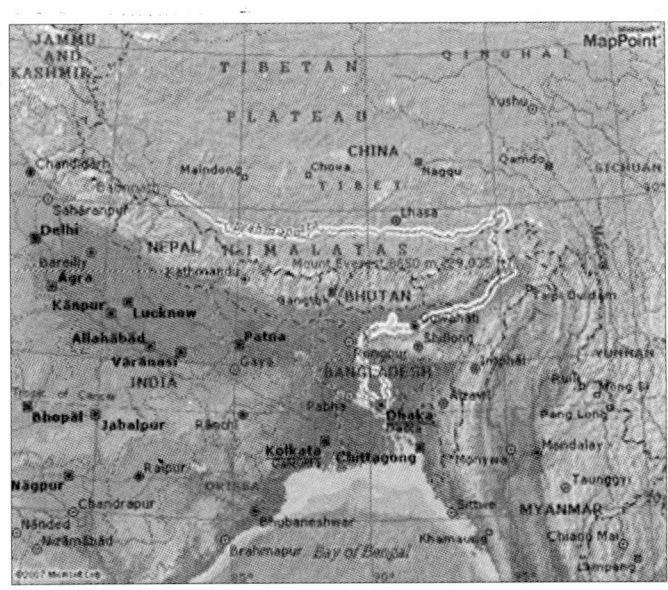

**ಚಿತ್ರ ೮ : ಬ್ರಹ್ಮಪುತ್ರ ನದಿಯ ಉಗಮ ಮತ್ತು ಜಾಡು**

ಎತ್ತರದಲ್ಲಿ ಪೂರ್ವಕ್ಕೆ ೧೭೦೦ ಕಿಲೋಮೀಟರ್ ದೂರ ಹರಿಯುವ ಈ ನದಿ ಅರುಣಾಚಲ ಪ್ರದೇಶದ ಮುಂಚೂಣಿ ತಲಪುತ್ತದೆ. ಅಲ್ಲಿ ಅಡ್ಡಬರುವ ನಮ್ಚಾ ಬರ್ವಾ ಎಂಬ ದೊಡ್ಡ ಪರ್ವತವನ್ನು ಬಳಸಿಕೊಂಡು ಧುಮುಕುವಾಗ ಒಂದು ದೊಡ್ಡ ಕೊಳ್ಳ ಕಾಣಿಸಿಕೊಳ್ಳುತ್ತದೆ; ಇದು ಪ್ರಪಂಚದಲ್ಲಿಯೇ ಅತಿ ದೊಡ್ಡ ಕೊಳ್ಳ ಎನ್ನಲಾಗಿದೆ.

ಅರುಣಾಚಲ ಪ್ರದೇಶ ತಲುಪಿದಾಗ ಈ ನದಿಯನ್ನು ಸಿಯಾಂಗ್ ಎಂಬ ಹೆಸರಿನಿಂದ ಕರೆಯಲಾಗುತ್ತದೆ. ಈ ಸ್ಥಳವನ್ನು ಪಸಿಘಾಟ್ ಎಂದು ಕರೆಯಲಾಗಿದ್ದು ಇಲ್ಲಿ ಅರ್ಧ ಗಂಟೆಗೆ ಒಮ್ಮೆ ನದಿ ತನ್ನ ಬಣ್ಣ ಬದಲಿಸಿಕೊಳ್ಳುತ್ತದೆ. ನದಿಯ ಎರಡೂ ಕಡೆ ಅಗಾಧ ಹರಿದ್ವರ್ಣ ಕಾಡಿದ್ದು ಇದೊಂದು ರಮಣೀಯ ಸ್ಥಳವಾಗಿ ರೂಪುಗೊಂಡಿದೆ. ಈ ನದಿ ಪರ್ವತಗಳಲ್ಲಿ ಸ್ವಲ್ಪ ದೂರ ಅಂತರ್ಗಾಮಿಯಾಗಿ ಹರಿದು, ಮುಂದೆ ಬಯಲಿನಲ್ಲಿ ಕಾಣಿಸಿಕೊಳ್ಳುತ್ತದೆ. ಇಲ್ಲಿಂದ ಇದನ್ನು ದಿಹಾಂಗ್ ನದಿ ಎಂದು ಕರೆಯಲಾಗುವುದು. ಇಲ್ಲಿಂದ ೩೫ ಕಿಲೋಮೀಟರ್ ದೂರದಲ್ಲಿ ಅರುಣಾಚಲ ಪ್ರದೇಶದಲ್ಲಿ ಹುಟ್ಟಿ ಹರಿಯುವ ದಿಬಾಂಗ್ ಮತ್ತು ಲೋಹಿತ್ ನದಿಗಳು ಇದರೊಂದಿಗೆ ಸಂಗಮಗೊಳ್ಳುತ್ತವೆ. ಈ ತ್ರಿವಳಿಗಳ ಸಂಗಮದಿಂದ ನದಿ ಅತಿ ವಿಶಾಲವಾಗಿ ಹರಡಿಕೊಂಡು ಇಲ್ಲಿಂದ ನದಿ ಬ್ರಹ್ಮ(ನ)ಪುತ್ರ ಎಂದು ಹೆಸರು ಪಡೆದುಕೊಳ್ಳುತ್ತದೆ. ಮುಂದೆ ಸೊನಿತ್‌ಪುರದ ಹತ್ತಿರ ಜಯ್ ಬೊರೇಲಿ ನದಿ ಸೇರಿಕೊಳ್ಳುತ್ತದೆ (ಈ ನದಿಯನ್ನು ಕೆಮಿಂಗ್ ನದಿ ಎಂದೂ ಕರೆಯುತ್ತಾರೆ). ಮುಂದೆ ಬ್ರಹ್ಮಪುತ್ರ ನದಿ ಇಡೀ ಅಸ್ಸಾಂ ರಾಜ್ಯದ ಉದ್ದಕ್ಕೂ ಅತಿ ವಿಶಾಲವಾಗಿ ಹರಿಯುತ್ತದೆ.

**ಚಿತ್ರ ೯ : ಟಿಬೆಟ್‌ನಲ್ಲಿ ಬ್ರಹ್ಮಪುತ್ರ ನದಿಯ ಒಂದು ನೋಟ**

ಕೆಲವು ಕಡೆ ೧೦ ಕಿಲೋಮೀಟರ್‌ಗಳಿಗಿಂತ ಅಗಲವಾಗಿ ಹರಿಯುತ್ತದೆ. ದಿಬ್ರೂಗರ್ ಮತ್ತು ಲಕ್ಕೀಮ್‌ಪುರ ಮಧ್ಯೆ ನದಿ ಎರಡು ನದಿಗಳಾಗಿ ಕವಲೊಡೆಯುತ್ತದೆ. ಇವನ್ನು ಉತ್ತರದ ಬೆರೆಕ್ಸುಟಿಯ ಮತ್ತು ದಕ್ಷಿಣದ ಬ್ರಹ್ಮಪುತ್ರ ಎಂದು ಕರೆಯಲಾಗುತ್ತಿದೆ. ಎರಡೂ ನದಿಗಳು ನೂರು ಕಿಲೋಮೀಟರ್ ದೂರ ಸಾಗಿದ ಮೇಲೆ ಮತ್ತೆ ಒಂದಾಗುತ್ತವೆ. ಈ ನದಿಗಳ ಮಧ್ಯೆ ಮಜುಲಿ ಎಂಬ ದೊಡ್ಡ ದ್ವೀಪ ರೂಪುಗೊಂಡಿದ್ದು ಸಾವಿರಾರು ಜನರು ವಾಸಿಸುವ ೨೩ ಹಳ್ಳಿಗಳು ಈ ದ್ವೀಪದಲ್ಲಿವೆ. ನೂರಾರು ಎಕರೆಗಳ ಗದ್ದೆ ತೋಟಗಳೂ ಇವೆ. ಪ್ರಖ್ಯಾತ ಶಿವನ ಮಂದಿರದ ಜೊತೆಗೆ ಹಲವು ಮಂದಿರ ಮತ್ತು ಮಠಗಳೂ ಇಲ್ಲಿವೆ.

ಮೊದಲಿಗೆ ಹಾಜು ಎಂದು ಕರೆಯುತ್ತಿದ್ದ ಪವಿತ್ರ ಸ್ಥಳದಲ್ಲಿ (ಗೌಹಾಟಿ ಹತ್ತಿರ)

ಬ್ರಹ್ಮಪುತ್ರ ನದಿ ೧೦ ಕಿಲೋಮೀಟರ್‌ಗಳ ಅಗಲದಿಂದ ಕೇವಲ ೧ ಕಿಲೊಮೀಟರ್‌ನಷ್ಟು ಕಿರಿದಾಗಿ ಗಟ್ಟಿ ಶಿಲೆಗಳ ಪರ್ವತಗಳನ್ನು ಕಡಿದು ಮುಂದೆ ಸಾಗುತ್ತದೆ. ಪ್ರಖ್ಯಾತ ಸಿಯಾಘಾಟ್ ಯುದ್ಧ ನಡೆದಿದ್ದು ಇದೇ ಸ್ಥಳದಲ್ಲಿ. ಈಶಾನ್ಯ ವಲಯಕ್ಕೆ ತಲಪುವುದಕ್ಕೆ ಇದೊಂದೇ ದಾರಿ. ಏಪ್ರಿಲ್ ೧೯೬೨ರಲ್ಲಿ ಬ್ರಹ್ಮಪುತ್ರ ನದಿಯ ಮೇಲೆ ರೈಲುಮಾರ್ಗ ಮತ್ತು ರಾಷ್ಟ್ರೀಯ ಹೆದ್ದಾರಿಯನ್ನು ಸ್ಥಾಪಿಸಿ ಈಶಾನ್ಯಕ್ಕೆ ಹೆಬ್ಬಾಗಿಲನ್ನು ಇಡಲಾಯಿತು. ಅದಕ್ಕೆ ಮುಂಚೆ ಕಲಕತ್ತಾದಿಂದ ಹುಗ್ಲಿ ನದಿಯ ಮೂಲಕ ಅಥವಾ ಬಿಹಾರದ ಕಡೆಯಿಂದ ಬರಕ್ಕಾ ಮೂಲಕ ಉಗಿದೋಣಿಗಳಲ್ಲಿ ಬ್ರಹ್ಮಪುತ್ರ ನದಿಯಲ್ಲಿ ಪ್ರಯಾಣ ಮಾಡಿ ಗೌಹಾಟಿ ದಡ ತಲುಪ ಬೇಕಾಗಿತ್ತು. ಅದು ಕಲಕತ್ತಾದಿಂದ ಮೂರು ದಿನಗಳ ಪ್ರಯಾಣ. ಸ್ವಾತಂತ್ರ್ಯಪೂರ್ವದಲ್ಲಿ ಈ ಮಧ್ಯದ ಒಂದು ಭಾಗವನ್ನು ರಾಷ್ಟ್ರೀಯ ಜಲಹೆದ್ದಾರಿ ೨ ಎಂದು ಘೋಷಿಸಲಾಗಿತ್ತು.

**ಚಿತ್ರ ೧೦ : ಗೌಹಾಟಿ ಹತ್ತಿರದ ಬ್ರಹ್ಮಪುತ್ರ ನದಿ**

ಅರುಣಾಚಲ ಪ್ರದೇಶ ಮತ್ತು ಅಸ್ಸಾಂ ರಾಜ್ಯಗಳಲ್ಲಿ ನೈಋತ್ಯ ದಿಕ್ಕಿನಲ್ಲಿ ಸಾಗುವ ನದಿ ಬಾಂಗ್ಲಾ ದೇಶದಲ್ಲಿ ಜಮುನಾ ನದಿಯ ಹೆಸರಿನಿಂದ ದಕ್ಷಿಣ ದಿಕ್ಕಿಗೆ ಹರಿಯುತ್ತದೆ. ಗಂಗಾ ಮತ್ತು ಯಮುನಾ ನದಿಗಳು ಉತ್ತರ ಪ್ರದೇಶದ ಹಿಮಾಲಯಗಳಲ್ಲಿ ಗಂಗೋತ್ರಿ ಮತ್ತು ಯಮುನೋತ್ರಿ ಎಂಬ ಸ್ಥಳಗಳಿಂದ ಉದ್ಭವಗೊಂಡು ಅಲಹಾಬಾದ್ ಹತ್ತಿರ ಸಂಗಮ ಗೊಳ್ಳುತ್ತವೆ. ನೇಪಾಳದಿಂದ ಸಾಗಿ ಬರುವ ಗಂಡಕ್ ನದಿಯೂ ಸಹ ಇಲ್ಲಿ ಗಂಗಾ-ಯಮುನಾ ನದಿಗಳನ್ನು ಸೇರಿಕೊಳ್ಳುತ್ತದೆ. ಒಂದು ಕಾಲದಲ್ಲಿ ಅಲಹಾಬಾದ್ ಹತ್ತಿರ ಗಂಗಾ, ಯಮುನಾ ಮತ್ತು ಸರಸ್ವತಿ (ಅಂತರ್‌ಗಾಮಿಯಾಗಿ) ನದಿಗಳು ಸಂಗಮಗೊಳ್ಳುತ್ತವೆ ಎನ್ನುವ ಪ್ರತೀತಿ ಇತ್ತು. ಆದರೆ ಸರಸ್ವತಿ ನದಿ ಯಮುನೋತ್ರಿಯ ಹತ್ತಿರದಲ್ಲೇ ಉದ್ಭವಿಸಿದರೂ

ಅದು ಹಿಮಾಚಲ ಪ್ರದೇಶದ ಕುರುಕ್ಷೇತ್ರ, ರಾಜಸ್ಥಾನದ ಜೈಸಲ್‌ಮೇರ್ ಮೂಲಕ ಗುಜರಾತ್‌ನ ಕಚ್ಛ್ ತಲುಪಿ ಅರಬ್ಬಿ ಸಮುದ್ರ ಸೇರುತ್ತಿತ್ತು. ಈ ನದಿ ಹಿಮಾಲಯ ಮತ್ತು ಕಚ್ಛ್‌ನಲ್ಲಾದ ಒಂದೆರಡು ಭಯಾನಕ ಭೂಕಂಪನಗಳಿಂದಾಗಿ ಮತ್ತು ಸಟ್ಲೆಜ್ ನದಿಯ ಸೆಳೆತಕ್ಕೆ ತುತ್ತಾಗಿ ಈಗ ಪೂರ್ಣವಾಗಿ ಬತ್ತಿಹೋಗಿದೆ. ಸರಸ್ವತಿ ನದಿಯ ಜಾಡನ್ನು ವೈಜ್ಞಾನಿಕವಾಗಿ ಗುರುತಿಸಲಾಗಿದೆ. ಬ್ರಹ್ಮಪುತ್ರ ಮತ್ತು ಗಂಗಾ ನದಿಗಳು ಬಾಂಗ್ಲಾ ದೇಶದಲ್ಲಿ ಒಟ್ಟುಗೂಡಿ ಅನಂತರ ಹುಗ್ಲಿ ಮತ್ತು ಪದ್ಮ ನದಿಗಳು ಎಂದು ಹೆಸರು ಪಡೆದು ಮುಂದಕ್ಕೆ ಹರಿಯುತ್ತವೆ..

ವಿಶಾಲವಾಗಿ ಹಲವು ಕವಲೊಡೆದುಕೊಳ್ಳುವ ಪದ್ಮ ಮತ್ತು ಹುಗ್ಲಿ ನದಿಗಳು ಬಾಂಗ್ಲಾ ದೇಶ ಮತ್ತು ಪಶ್ಚಿಮ ಬಂಗಾಳದ ಮೂಲಕ ತಂದು ಸುರಿಯುವ ಅಗಾಧ ಮೆಕ್ಕಲು ಮಣ್ಣಿನಿಂದ ಇಲ್ಲಿ ಪ್ರಪಂಚದಲ್ಲಿಯೇ ದೊಡ್ಡ ಡೆಲ್ಟಾ ಪ್ರದೇಶ (ನದೀಮುಖಜ ಭೂಮಿ) ರೂಪುಗೊಂಡಿದ್ದು ಇದನ್ನು ಸುಂದರ್‌ಬನ್ (ಸುಂದರ ಬನ) ಜೌಗು ಪ್ರದೇಶ ಎಂದು ಕರೆಯುತ್ತಾರೆ. ಈ ಜೌಗು ಪ್ರದೇಶದಲ್ಲಿ ಅಗಾಧವಾದ ಮಾವಿನ ತೋಪುಗಳು ಮತ್ತು ಹೇರಳ ಹೆಜ್ಜೇನು ಕಾಡುಗಳು ಇವೆ. ಈ ಕಾಡುಗಳು ತೇಲಾಡುವ ಕಾಡುಗಳು ಎಂದೇ ಪ್ರಖ್ಯಾತಿ. ಕಾರಣ ವಿಶೇಷವಾಗಿ ಮಳೆಗಾಲದಲ್ಲಿ ಹುಗ್ಲಿ ಮತ್ತು ಪದ್ಮ ತಂದು ಸುರಿಯುವ ಮಿಲಿಯ ಟನ್‌ಗಟ್ಟಲೆ ಮೆಕ್ಕಲು ಮಣ್ಣಿನಿಂದ ಪ್ರತಿ ದಿನವೂ ಈ ಡೆಲ್ಟಾ ಪ್ರದೇಶದಲ್ಲಿ ಎಷ್ಟು ಭಾಗ ಸಮುದ್ರದಿಂದ ಮೇಲಕ್ಕೆ ಬರುತ್ತದೆ ಎಷ್ಟು ಭಾಗ ಸಮುದ್ರದಲ್ಲಿ ಮುಳುಗುತ್ತದೆ ಎನ್ನುವುದು ಗೊತ್ತಿಲ್ಲ. ಬೆಳಿಗ್ಗೆ ಇದ್ದ ಪ್ರದೇಶ ಸಾಯಂಕಾಲ ಇಲ್ಲದೆ ಹೋಗುತ್ತದೆ.

ಈ ಪ್ರದೇಶದಲ್ಲಿ ೪೦ ಹಳ್ಳಿಗಳಿದ್ದು ಒಂದೆರಡು ಪಟ್ಟಣಗಳೂ ಇವೆ. ಇಲ್ಲಿನ ಜನರು ಈ ಕಾಡುಗಳಲ್ಲಿ ದೊರಕುವ ಹೆಜ್ಜೇನು, ಮೀನು ಮತ್ತು ಏಡಿ ಕಾಯಿಗಳನ್ನು ಆಯುತ್ತ ಜೀವನ ನಡೆಸುತ್ತಿದ್ದಾರೆ. ಅಲ್ಲಿ ಇಲ್ಲಿ ಸ್ವಲ್ಪ ಬತ್ತ ಮತ್ತು ತರಕಾರಿಯನ್ನೂ ಬೆಳೆಯುತ್ತಾರೆ. ಸಾವಿರಾರು ಜನರು ಇಲ್ಲಿ ನೆಲೆಸಿ ಜೀವನ ನಡೆಸುತ್ತಿದ್ದಾರೆ. ೨೫ ಹಳ್ಳಿಗಳು ಭಾರತದ ಒಳಗೆ ಮತ್ತು ೧೫ ಹಳ್ಳಿಗಳೂ ಬಾಂಗ್ಲಾ ದೇಶದ ಒಳಗಿವೆ. ಈ ಪ್ರದೇಶ ಹುಲಿಗಳಿಗೂ ಪ್ರಖ್ಯಾತಿ. ಟಿಬೆಟ್ಟಿನಲ್ಲಿ ಹುಟ್ಟಿ ಹರಿಯುವ ಬ್ರಹ್ಮಪುತ್ರ ನದಿ ಇಲ್ಲಿಗೆ ತಲುಪುವ ವೇಳೆಗೆ ೨೯೦೦ ಕಿಲೋಮೀಟರ್ ದೂರದ ಹಾದಿ ಕ್ರಮಿಸಿರುತ್ತದೆ. ಭೂಮಿಯ ನಿರಂತರ ಬದಲಾವಣೆಗಳಿಂದ ಈ ಅಗಾಧ ಡೆಲ್ಟಾ ಮುಂದೆ ಒಂದು ಕಾಲಕ್ಕೆ ನೆಲವಾಗಿ ಸಮುದ್ರದಿಂದ ಮೇಲಕ್ಕೆ ಬರುವ ಎಲ್ಲಾ ಸೂಚನೆಗಳೂ ಇವೆ. ಆದರೆ ಅದು ನಡೆಯುವುದು ಕೆಲವು ಮಿಲಿಯನ್ ವರ್ಷಗಳಲ್ಲಿ.

* * *

ಪ್ರಾಚೀನ ಕಾಲದಲ್ಲಿ ಈ ನದಿಯನ್ನು ಲೋಹಿತ್ಯ ಎಂದರೆ ಸ್ಥಳೀಯ ಅಸ್ಸಾಮಿ ಭಾಷೆಯಲ್ಲಿ ಲುಹಿತ್, ಎಂದು ಕರೆಯಲಾಗಿದೆ. ಸ್ಥಳೀಯ ಬೋಡೋ ಜನರು ಮೊದಲಿಗೆ ಜುಳುಜುಳು ಎಂದು ಹರಿಯುತ್ತಿದ್ದ ನದಿಯನ್ನು ಬುಲ್ಲಮ್... ಬುತ್ತರ್... ಎಂದು ಕರೆಯುತ್ತಿದ್ದು ಅನಂತರ ಅದನ್ನು ಬ್ರಹ್ಮಪುತ್ರ ಎಂದು ಸಂಸ್ಕೃತೀಕರಣಗೊಳಿಸಲಾಯಿತು ಎನ್ನಲಾಗಿದೆ. ಹಿಂದೂ ಪುರಾಣಗಳ ಪ್ರಕಾರ ಎಲ್ಲವೂ ಬ್ರಹ್ಮಮಯ. ಹಾಗೆ ಈ ನದಿ ಬ್ರಹ್ಮನ ಪುತ್ರ. ೧೦ನೇ ಶತಮಾನದ ಕಲಿಕಾ ಪುರಾಣದಲ್ಲಿ ಬಂದಿರುವಂತೆ ಋಷಿ ಶಾಂತನು ಮತ್ತು ಆತನ ಪತ್ನಿ ಆಮೋಘರವರ ಭಕ್ತಿಗೆ ಮೆಚ್ಚಿದ ಬ್ರಹ್ಮನು ಆಮೋಘಳ ವ್ಯಕ್ತಿತ್ವವನ್ನು ಮೆಚ್ಚಿ ಆಕೆಯ ಹೊಟ್ಟೆಯಲ್ಲಿ ಲೋಕ ಕಲ್ಯಾಣಕ್ಕಾಗಿ ತನ್ನ ಮಗನನ್ನು ಸೃಷ್ಟಿಸಿದ. ಬ್ರಹ್ಮನ ಈ ಪುತ್ರನನ್ನು ಶಾಂತನು ಕೈಲಾಸ, ಜರಾಧಿ, ಗಂಧಮಾದನ ಮತ್ತು ಶಂಬಕ ಎಂಬ ನಾಲ್ಕು ಪರ್ವತಗಳ

ಮಧ್ಯೆ ಬೆಳೆಯಲು ಬಿಟ್ಟ. ಬ್ರಹ್ಮಪುತ್ರನು ನೀರಿನ ರೂಪದಲ್ಲಿ ಅಗಾಧವಾಗಿ ಹರಡಿಕೊಂಡ. ಸ್ವರ್ಗದಿಂದ ಇಳಿದು ಬಂದ ದೇವಾನುದೇವತೆಗಳು ಮತ್ತು ಅಪ್ಸರೆಯರು ಅಲ್ಲಿ ಜಳಕವಾಡಿ ಪುಳಕಿತಗೊಂಡು ಸಂತೋಷಪಟ್ಟರು. ಈ ಕತೆಯ ಪ್ರಕಾರ ಬ್ರಹ್ಮನ ಪುತ್ರನು ಗಂಡು ನದಿಯಾಗಿ ಪೃಥ್ವಿಯ ಮೇಲೆ ಲೋಕ ಕಲ್ಯಾಣಕ್ಕಾಗಿ ಹರಿದು ಬಂದ.

ಅಸ್ಸಾಂನಲ್ಲಿ ಬ್ರಹ್ಮಪುತ್ರ ನದಿ ಸಾಗುವ ಉದ್ದಗಲಕ್ಕೂ ಕುರುಕ್ಷೇತ್ರಕ್ಕೆ ಸಂಬಂಧಪಟ್ಟ ನೂರಾರು ಕಥೆಗಳಿವೆ. ಶಿವನು ಮಹಾದೇವನ ರೂಪದಲ್ಲಿ ಅಸ್ಸಾಂ ರಾಜ್ಯದಾದ್ಯಂತ ಪ್ರಖ್ಯಾತ. ಮಹಾಭಾರತದ ಕಾಲದಲ್ಲಿಯೇ ಶಿವನ ಆರಾಧಕರು ಇಲ್ಲಿ ನೆಲೆಸಿದ್ದ ದಾಖಲೆಗಳು ದೊರಕುತ್ತವೆ. ಒಂದು ಕಾಲದಲ್ಲಿ ಇಲ್ಲಿಗೆ ಆಗಮಿಸಿದ ಶೈವಾಯಿತರು ಸ್ಥಳೀಯ ಅಸ್ಸಾಮಿ ಜನರನ್ನು ಶೈವಾಯಿತರನ್ನಾಗಿ ಮಾರ್ಪಡಿಸಿದ ಕಥೆಗಳೂ ದೊರಕುತ್ತವೆ.

## ಮಜುಲಿ ದ್ವೀಪ

ಬ್ರಹ್ಮಪುತ್ರ ನದಿಯ ಮಧ್ಯದಲ್ಲಿ ಪ್ರಸ್ತುತ ಉಳಿದುಕೊಂಡಿರುವ ೫೭೭ ಚದರ ಕಿ.ಮೀ. ವಿಸ್ತೀರ್ಣ ಇರುವ ಈ ದ್ವೀಪ ಪ್ರಪಂಚದಲ್ಲಿಯೇ ಅತಿ ದೊಡ್ಡದು ಎನ್ನಲಾಗಿದೆ. ಮಾನಸ ಸರೋವರದ ಹತ್ತಿರ ಟಿಬೆಟ್‌ನಲ್ಲಿ ಹುಟ್ಟಿ ಹರಿದು ಬರುವ ಬ್ರಹ್ಮಪುತ್ರ ನದಿ ಅರುಣಾಚಲ ಪ್ರದೇಶದ ಮೂಲಕ ಅಸ್ಸಾಂನ ಜೊರಾಹಟ್ ಜಿಲ್ಲೆಯಲ್ಲಿ ಎರಡು ಟಿಸಿಲುಗಳಾಗಿ ಒಡೆದುಕೊಂಡು ಸುಮಾರು ೬೦ ಕಿಲೋಮೀಟರ್ ದೂರ ಸಾಗಿ ಮತ್ತೆ ಒಂದಾಗಿ ಕೂಡಿಕೊಳ್ಳುತದೆ. ಈ ಎರಡೂ ಟಿಸಿಲುಗಳ ಮಧ್ಯೆ ಇರುವುದೇ ಮಜುಲಿ ದ್ವೀಪ. ೧೮೫೩ರಲ್ಲಿ ಕ್ಷೇತ್ರ ಸಮೀಕ್ಷೆ ನಡೆಸಿದಾಗ ಅದು ೧,೧೫೦ ಚದರ ಕಿಲೋಮೀಟರ್ ವಿಸ್ತೀರ್ಣ ಇದ್ದುದಾಗಿ ಬ್ರಿಟಿಷರು ದಾಖಲಿಸಿದ್ದಾರೆ. ೨೦ನೇ ಶತಮಾನದ ಮಧ್ಯ ಕಾಲಕ್ಕೆ ಶೇಕಡ ೩೩ರಷ್ಟು ನೆಲ ಕೊರೆತಕ್ಕೊಳಗಾಗಿ ಕೊಚ್ಚಿಕೊಂಡುಹೋಗಿದೆ. ೧೯೯೧ರಿಂದ ಈಚೆಗೆ ಈ ದ್ವೀಪದಲ್ಲಿದ್ದ ೩೫ ಹಳ್ಳಿಗಳು ನೆರೆಗೆ ಸಿಕ್ಕಿ ಕೊಚ್ಚಿಹೋಗಿವೆ. ಬರುವ ೧೫–೨೦ ವರ್ಷಗಳಲ್ಲಿ ಈ ದ್ವೀಪ ಸಂಪೂರ್ಣವಾಗಿ ಮಾಯವಾಗಲಿದೆ ಎಂಬುದಾಗಿ ವಿಜ್ಞಾನಿಗಳು ಹೇಳುತ್ತಾರೆ. ಇದಕ್ಕೆಲ್ಲ ಕಾರಣ ನದಿಯ ಮೇಲು ಭಾಗದಲ್ಲಿರುವ ಪಟ್ಟಣಗಳು ನೆರೆಗೆ ಒಳಗಾಗದಂತೆ ಒಡ್ಡುಗಳನ್ನು

**ಚಿತ್ರ ೧೧ : ಬ್ರಹ್ಮಪುತ್ರ ನದಿ ಕವಲು ಮಧ್ಯೆ ಇರುವ ಮಜುಲಿ ದ್ವೀಪ**

ಕಟ್ಟುತ್ತಿರುವುದು. ಫಲಿತಾಂಶ ಮಳೆಗಾಲದಲ್ಲಿ ಬ್ರಹ್ಮಪುತ್ರ ನದಿಯಲ್ಲಿ ನೆರೆ ಉಕ್ಕಿ ಹೆಚ್ಚು ರಭಸವಾಗಿ ಹರಿಯುವುದರಿಂದ ಮಜುಲಿ ದ್ವೀಪದ ದಡಗಳು ನಿರಂತರವಾಗಿ ಕೊಚ್ಚಿಹೋಗುತ್ತಿವೆ.

ಮಹಾಭಾರತದ ಶ್ರೀಕೃಷ್ಣನು ತನ್ನ ಬಾಲ್ಯದಲ್ಲಿ ಗೆಳೆಯರ ಜೊತೆಗೆ ಈ ದ್ವೀಪದಲ್ಲೆಲ್ಲ ಆಟವಾಡಿದ್ದ ಎನ್ನುವ ಪ್ರತೀತಿ ಇಂದಿಗೂ ಇದೆ. ೧೬ನೇ ಶತಮಾನದಿಂದ ಮಜುಲಿ ದ್ವೀಪ ಅಸ್ಸಾಮಿ ಜನರ ಸಾಂಸ್ಕೃತಿಕ ಕೇಂದ್ರವಾಗಿದ್ದುಕೊಂಡು ಬಂದಿದೆ. ಆ ಕಾಲದಲ್ಲಿ ಇಲ್ಲಿಗೆ ಬಂದ ಶ್ರೀಶಂಕರದೇವರು ವೈಷ್ಣವ ಧರ್ಮವನ್ನು ಪ್ರಚಾರ ಮಾಡತೊಡಗಿದರು. ಹಾಗೆಯೇ ಅಸ್ಸಾಂ ರಾಜ್ಯದಾದ್ಯಂತ ೬೦೦ ಛತ್ರಗಳನ್ನು ಕಟ್ಟಿಸಿದರು ಎನ್ನಲಾಗಿದೆ. ಮಜುಲಿ ದ್ವೀಪದಲ್ಲಿಯೇ ೬೫ ಛತ್ರಗಳನ್ನು ಕಟ್ಟಲಾಗಿದ್ದು ಅವುಗಳಲ್ಲಿ ಪ್ರಸ್ತುತ ೨೨ ಮಾತ್ರ ಉಳಿದುಕೊಂಡಿವೆ. ಅಸ್ಸಾಂನ ಬಹಳಷ್ಟು ಜನರು ಇಂದಿಗೂ ವೈಷ್ಣವ ಧರ್ಮವನ್ನು ಅನುಸರಿಸುತ್ತಿದ್ದು ಜೊತೆಜೊತೆಗೆ ತಮ್ಮ ಮೂಲ ಸಾಂಸ್ಕೃತಿಕ ಕಲೆ ಮತ್ತು ನೃತ್ಯಗಳನ್ನೂ ಉಳಿಸಿಕೊಂಡು ಬಂದಿದ್ದಾರೆ. ೧೮೩೦ರ ಮಧ್ಯೆ ಇಲ್ಲಿಗೆ ಬಂದ ಬ್ರಿಟಿಷರು ೧೯೪೭ರವರೆಗೂ ಈ ದ್ವೀಪವನ್ನು ತಮ್ಮ ಆಡಳಿತ ದಲ್ಲಿಯೇ ಉಳಿಸಿಕೊಂಡಿದ್ದರು. ಪ್ರಸ್ತುತ ಮಜುಲಿ ದ್ವೀಪದಲ್ಲಿ ೨೩ ಹಳ್ಳಿಗಳಿದ್ದು ೧,೫೦,೦೦೦ ಜನರು ವಾಸಿಸುತ್ತಿದ್ದಾರೆ. ಇದೇ ದ್ವೀಪದಲ್ಲಿ ಇಂದಿಗೂ ೧೦೦ಕ್ಕಿಂತ ಹೆಚ್ಚು ಬತ್ತದ ತಳಿಗಳನ್ನು ಬೆಳೆಸಲಾಗುತ್ತಿದೆ. 'ಕೂಮೂಲ್ ಸಹೂಲ್' ಎಂಬ ಹೆಸರಿನ ಅಕ್ಕಿಯನ್ನು ೧೫ ನಿಮಿಷ ಬಿಸಿ ನೀರಿನಲ್ಲಿ ನೆನೆಸಿ ಹಾಗೆಯೇ ತಿನ್ನಬಹುದಾಗಿದೆ. ಅದು ಈ ದ್ವೀಪದಲ್ಲಿ ನೆಲೆಸಿರುವ ಅಸ್ಸಾಮಿಗಳ ನೆಚ್ಚಿನ ಬೆಳಗಿನ ಉಪಾಹಾರವಾಗಿದೆ. ಬಹೊ ಧಾನ್ ಹೆಸರಿನ ಬತ್ತ ೧೦ ತಿಂಗಳು ಕಾಲ ನೀರಿನ ಒಳಗೆ ಬೆಳೆಯುತ್ತದೆ. ಮೀನುಗಾರಿಕೆ, ಕುಂಬಾರಿಕೆ, ಬಟ್ಟೆ ನೇಯುವುದು, ತೆಪ್ಪ ಕಟ್ಟುವುದು ಇಲ್ಲಿನ ಮುಖ್ಯ ಕಸುಬು. ಇಲ್ಲಿನ ಜನರು ಹೊರಗೆ ಹೋಗಬೇಕಾದರೆ ತೆಪ್ಪ ಮತ್ತು ಸಣ್ಣ ದೋಣಿಗಳನ್ನೆ ಅವಲಂಬಿಸಬೇಕಾಗಿದೆ.

ಮಜುಲಿ ದ್ವೀಪದಲ್ಲಿರುವ ಜನರು ಮೂಲತಃ ಬುಡಕಟ್ಟು ಜನಾಂಗಗಳಿಗೆ ಸೇರಿದವರು. ಅರುಣಾಚಲ ಪ್ರದೇಶದ ಮಿಸ್ಸಿಂಗ್ ಜನಾಂಗ ಇಲ್ಲಿಗೆ ಆಗಮಿಸಿದ ಮೊದಲಿಗರು. ಅನಂತರ ದಿಯೋರಿ ಮತ್ತು ಸೋನಾವಾಲ್ ಕಛಾರಿಗಳು ಆಗಮಿಸಿದರು. ಪ್ರಸ್ತುತ ಶಾಲೆ-ಕಾಲೇಜು, ಆಸ್ಪತ್ರೆ ಮತ್ತು ಸಿಮೆಂಟ್ ಮನೆಗಳು ಕೂಡ ಈ ದ್ವೀಪಕ್ಕೆ ಹೆಜ್ಜೆ ಹಾಕಿಕೊಂಡು ಬಂದಿವೆ. ಜೊತೆಗೆ ವಿದ್ಯುತ್ ಕೂಡ ಬಂದಿದೆ. ಪ್ರತಿ ಹಳ್ಳಿಯ ಮಧ್ಯದಲ್ಲೂ 'ನಾಮ್‌ಘರ್' ಎಂಬ ಸಾಂಸ್ಕೃತಿಕ ಕೇಂದ್ರ ಇದ್ದು ಹಳ್ಳಿಯ ಪ್ರತಿಯೊಂದು ವಿಷಯವೂ ಇಲ್ಲಿ ತೀರ್ಮಾನವಾಗುತ್ತದೆ. ಕಲೆ, ನೃತ್ಯ, ಹಬ್ಬ ಹರಿದಿನಗಳು ಇಲ್ಲಿಂದಲೇ ಪ್ರಾರಂಭಗೊಳ್ಳುತ್ತವೆ. ಐದಾರು ಶತಮಾನಗಳ ಸಾಂಸ್ಕೃತಿಕ ಕಲಾಕೃತಿಗಳನ್ನು ಈ ನಾಮ್‌ಘರ್‌ಗಳಲ್ಲಿ ಜೋಪಾನವಾಗಿ ಶೇಖರಿಸಿ ಇಡಲಾಗಿದೆ. ಬಂಡುಕೋರರು ಸಹ ಇಲ್ಲಿಗೆ ಆಗಮಿಸಿ ಜನರು ತಲ್ಲಣಿಸುವಂತೆ ಮಾಡಿದ್ದಾರೆ.

ಅಸ್ಸಾಂನ ರಾಜಧಾನಿ ಗೌಹಾಟಿಯಿಂದ ಪೂರ್ವಕ್ಕೆ ೨೦೦ ಕಿ.ಮೀ. ದೂರದ ಜೊರಾಹಟ್ ಪಟ್ಟಣ ತಲುಪಿ, ಅಲ್ಲಿಂದ ೨೦ ಕಿ.ಮೀ. ದೂರ ಬಸ್ಸು ಅಥವಾ ಕಾರಿನಲ್ಲಿ ಪ್ರಯಾಣಿಸಿ ನಿಮಾತಿ ಸ್ಟೀಮರ್ ನಿಲ್ದಾಣ ತಲುಪಬೇಕು. ಅಲ್ಲಿ ಬ್ರಹ್ಮಪುತ್ರ ನದಿಯ ದಡದಿಂದ ದೋಣಿಗಳ ಮೂಲಕ ದ್ವೀಪಕ್ಕೆ ಸಾಗಬೇಕು. ಈ ಮಜುಲಿ ದ್ವೀಪ ಸಮುದ್ರ ಮಟ್ಟದಿಂದ ಕೇವಲ ೨೬೦ ಅಡಿಗಳ ಮೇಲಿರುವುದು ಒಂದು ವಿಶೇಷ. ಹಾಗಾಗಿ ಬ್ರಹ್ಮಪುತ್ರ ನದಿಯ ನೆರೆ ಮತ್ತು ಮಣ್ಣು ಕೊರೆತದಿಂದಾಗಿ ಬಂಗಾಳಕೊಲ್ಲಿಯೂ ಒಂದಾನೊಂದು ಕಾಲಕ್ಕೆ ಇಲ್ಲಿಯವರೆಗೂ ಬಂದು ಈ ಪ್ರದೇಶವನ್ನು ನುಂಗಿಹಾಕಿದರೂ ಆಶ್ಚರ್ಯಪಡಬೇಕಾಗಿಲ್ಲ.

## ಅಧ್ಯಾಯ ೪

# ಚಿರಾಪುಂಜಿ, ಅಲ್ಲ, ಸೋಹ್ರಾ

Wettest place on earth...

ಮೋಡಗಳ ಆಲಯ ಮೇಘಾಲಯ, ೨೨,೫೦೦ ಚದರ ಕಿಲೋಮೀಟರ್ ವಿಸ್ತೀರ್ಣ ಉಳ್ಳ ಈ ಪುಟ್ಟ ರಾಜ್ಯ ಬ್ರಹ್ಮಪುತ್ರ ನದಿಯ ದಕ್ಷಿಣಕ್ಕೆ ಹಿಮಾಲಯ ಪರ್ವತ ಶ್ರೇಣಿಗಳಿಗೆ ಅಂಟಿಕೊಂಡಿದ್ದು ಕೆಳಗೆ ಬಾಂಗ್ಲಾ ದೇಶದ ಬಯಲುಗಳು ಸುತ್ತುವರಿದಿವೆ. ಅಗಾಧ ಹಸಿರು ಕಣಿವೆ ತಪ್ಪಲುಗಳ ಈ ಹರಿದ್ವರ್ಣ ಅರಣ್ಯಗಳನ್ನು ಬ್ರಿಟಿಷರು 'ಸ್ಕಾಟಿಷ್ ಲ್ಯಾಂಡ್ ಆಫ್ ಈಸ್ಟ್' ಎಂದು ಕರೆದರು. ಮೇಘಾಲಯವನ್ನು ಮುಖ್ಯವಾಗಿ ಘಾರೋ, ಜಯಂತಿ ಮತ್ತು ಕಾಶಿ ಪರ್ವತಗಳೆಂದು ವಿಭಾಗಿಸಿದ್ದು, ಅದೇ ಹೆಸರಿನ ಬುಡಕಟ್ಟು ಜನಾಂಗಗಳು ಇಲ್ಲಿ ವಾಸಿಸುತ್ತಿವೆ. ಘಾರೋ ಜನರು ಮೂಲತಃ ಟಿಬೆಟೋ-ಬರ್ಮಾ ಜನಾಂಗಕ್ಕೆ ಸೇರಿದವರಾದರೆ, ಕಾಶಿ ಜನರು ಮೋನ್-ಕೇಮರ್ ಗುಂಪಿನವರು, ಜಯಂತಿ ಜನಾಂಗದವರು ಆಗ್ನೇಯ ಏಷಿಯಾ ಮೂಲದ ಜನರೆಂದು ಹೇಳುತ್ತಾರೆ. ಇವರಲ್ಲಿ ಅನೇಕ ಉಪಬುಡಕಟ್ಟುಗಳು ಇವೆ. ಪ್ರತಿಯೊಂದಕ್ಕೂ ತನ್ನದೇ ಆದ ಪ್ರತ್ಯೇಕ ಬುಡಕಟ್ಟು ಭಾಷೆ ಇದ್ದು ಒಬ್ಬರ ಭಾಷೆ ಇನ್ನೊಬ್ಬರಿಗೆ ಅರ್ಥವಾಗುವುದಿಲ್ಲ. ಯಾವ ಭಾಷೆಗೂ ಲಿಪಿ ಇಲ್ಲ. ಕಾಶಿ, ಘಾರೋ, ಜಯಂತಿ ಭಾಷೆಗಳಿಗೆ ೧೮ನೇ ಶತಮಾನದಲ್ಲಿ ಮಿಷನರಿಗಳು ಇಂಗ್ಲಿಷ್ ಅಕ್ಷರಗಳನ್ನೇ ಲಿಪಿಯಾಗಿ ಅಳವಡಿಸಿದರು.

**ಚಿತ್ರ ೧೨ : ಚಿರಾಪುಂಜಿಯ ಹಸಿರು ಕಣಿವೆಗಳು**

ಅಸ್ಸಾಂ ರಾಜ್ಯದ ರಾಜಧಾನಿ ಗೌಹಾಟಿಯಿಂದ ೧೦೦ ಕಿ.ಮೀ. ದಕ್ಷಿಣಕ್ಕೆ ರಸ್ತೆಯ ಮೂಲಕ ಸಾಗಿದರೆ ಮೇಘಾಲಯ ರಾಜಧಾನಿ ಶಿಲ್ಲಾಂಗ್ ಸಿಗುತ್ತದೆ. ಅಲ್ಲಿಂದ ಹಾಗೆಯೇ ದಕ್ಷಿಣಕ್ಕೆ ೫೬ ಕಿಲೋಮೀಟರ್ ಸಾಗಿದರೆ ಪ್ರಪಂಚದ ಅತ್ಯಂತ ತೇವವಾದ ನೆಲ ಚಿರಾಪುಂಜಿ, ಅಲ್ಲ, ಸೋಹ್ರಾ ಸಿಗುತ್ತದೆ. ಸೋಹ್ರಾ ಕಾಶಿ ಬುಡಕಟ್ಟು ಜನರ ಪುಟ್ಟ ಹಳ್ಳಿ. ಬ್ರಿಟಿಷರು ಸೋಹ್ರಾ ಎಂದು ಕರೆಯಲಾಗದೆ ಅದನ್ನು ಚಿರಾಪುಂಜಿ ಎಂದು ಕರೆದರು. ಈಗಲೂ ಈ ಹಳ್ಳಿಯು ಸೋಹ್ರಾ ಎಂದೇ ಪ್ರಖ್ಯಾತಿ. ೧೯೭೪ ಒಂದೇ ವರ್ಷದಲ್ಲಿ ಇಲ್ಲಿ ೨೪,೫೫೫.೪ ಮಿ.ಮೀ. ಮಳೆ ಸುರಿದಿದೆ. ೧೯೯೫, ಜೂನ್ ೧೬ನೇ ತಾರೀಖು ೨೪ ಗಂಟೆಗಳಲ್ಲಿ ೧೫೬೩ ಮಿ.ಮೀ. ಮಳೆ ಸುರಿದಿದೆ. ಪೃಥ್ವಿಯ ಮೇಲೆ ಸೋಹ್ರಾದಲ್ಲಿ ಮಾತ್ರ ಇಷ್ಟೊಂದು ಮಳೆ ಬೀಳುವುದು ಹೇಗೆ ? ಅದಕ್ಕೊಂದು ವೈಜ್ಞಾನಿಕ ಕಾರಣವಿದೆ.

ಅದಕ್ಕಿಂತ ಮುಂಚೆ ಶಿಲ್ಲಾಂಗ್ ಮತ್ತು ಸೋಹ್ರಾ ನಡುವಿನ ಸೊಬಗನ್ನು ಸ್ವಲ್ಪ ಸವಿಯೋಣ. ಬೆಳಿಗ್ಗೆ ೯ ಗಂಟೆಗೆ ಸರಿಯಾಗಿ ನಾವಿದ್ದ ಬೊಲೆರೋ ವಾಹನ ಶಿಲ್ಲಾಂಗ್‌ನಿಂದ ಸೋಹ್ರಾ ಕಡೆಗೆ ಹೊರಟಿತ್ತು. ತಣ್ಣನೆ ವಾತಾವರಣ, ಸೊಗಸಾದ ತಪ್ಪಲುಗಳು. ಸೂರ್ಯನು, ಚಂದ್ರನಂತೆ ತಣ್ಣನೆ ಕಿರಣಗಳನ್ನು ಮಾತ್ರ ಚೆಲ್ಲುತ್ತಿದ್ದ. ಎರಡು ಮೂರು ದಿನಗಳ ಹಿಂದೆ ಬಿದ್ದಿದ್ದ ಮಳೆಯಿಂದ ಅಲ್ಲಲ್ಲಿ ನೀರಿನ ಹೊಂಡಗಳು, ಸಣ್ಣದಾಗಿ ಹರಿಯುತ್ತಿದ್ದು ಝರಿಗಳು ಇಣುಕುತ್ತಿದ್ದವು. ಅಂಕುಡೊಂಕಿನ ರಸ್ತೆಯಲ್ಲಿ ತಪ್ಪಲಿಂದ ತಪ್ಪಲಿಗೆ, ಕೆಲವೊಮ್ಮೆ ಕಣಿವೆಯ ಸೊಂಟದ ಮೇಲೆ, ಮತ್ತೊಮ್ಮೆ ನದಿ ದಡಗಳ ಮೇಲೆ ವಾಹನ ಸುತ್ತಿ ಬಳಸಿ ಹೋಗುತ್ತಿತ್ತು. ಅಲ್ಲಲ್ಲಿ ಸಣ್ಣಪುಟ್ಟ ಹಳ್ಳಿಗಳು, ಮರಗಳಿಂದ ನಿರ್ಮಿಸಿದ ಪುಟ್ಟಪುಟ್ಟ ಮನೆಗಳು ಹಾದು ಹೋಗುತ್ತಿದ್ದವು. ಮಧ್ಯೆ ಮಧ್ಯೆ ಸಮತಟ್ಟು ಪ್ರದೇಶಗಳು ಮತ್ತು ದಿಬ್ಬಗಳ ಸುತ್ತಲೂ ಸಾಲು ಸಾಲು ಬದುಗಳ ಮಧ್ಯೆ ಬೆಳೆದ ಬತ್ತವನ್ನು ಆಗ ತಾನೇ ಕಟಾವು ಮಾಡಿರುವುದು ಕಾಣಿಸುತ್ತಿತ್ತು. ಎಲೆಕೋಸು, ಹೂವುಕೋಸು, ಆಲೂಗಡ್ಡೆ, ಮೂಲಂಗಿ, ಕ್ಯಾರೆಟ್ ಬೆಳೆಗಳು ಅಲ್ಲಲ್ಲಿ ಬೆಳೆದು ನಿಂತಿದ್ದವು. ತಪ್ಪಲುಗಳಿಗೆ ಅಂಟಿಕೊಂಡ ಬೇಲಿಗಳಂತೆ ಅನಾನಸ್ ಬೆಳೆ ಕಾಣಿಸುತ್ತಿತ್ತು. ಒಂದು ನದಿಯನ್ನು ದಾಟಿ ನಮ್ಮ ವಾಹನ ನಿಂತುಕೊಂಡಿತು. ಎದುರಿಗೆ ನಾಲ್ಕಾರು ಅಂಗಡಿಗಳು, ರಿಯಟ್ ಮೌಕ್‌ಡಕ್ ಎಂಬ ಹೆಸರಿನ ಹಳ್ಳಿ. ಎಡಗಡೆ ನೋಡಿದರೆ ಕಣ್ಣಿಗೆ ಕಾಣುವಷ್ಟು ದೂರವೂ ಹಚ್ಚ ಹಸಿರು ಹೊದ್ದು ಮಲಗಿರುವ ಕಣಿವೆ. ನದಿಯ ಎರಡೂ ಕಡೆ ನೆಲವೇ ಕಾಣದೆ ಹಸಿರೋ ಹಸಿರು. ನಿಜವಾಗಿಯೂ ರಮಣೀಯ ದೃಶ್ಯ. ಇಲ್ಲಿಂದ ನಮ್ಮ ಹಸುರು ಯಾತ್ರೆ ಪ್ರಾರಂಭವಾಗಿತ್ತು.

ಸೋಹ್ರಾ ಹತ್ತಿರವಾಗುತ್ತಿದ್ದಂತೆ ಎಡಗಡೆ ಒಮ್ಮೆಲೆ ಮುರಿದುಕೊಂಡು ಬಿದ್ದಿರುವ ಪ್ರಪಾತಗಳು ಮತ್ತು ಬಲಗಡೆ ಬೋಳು ತಪ್ಪಲುಗಳು ಕಾಣಿಸಿಕೊಂಡು ನನಗೆ ಸ್ವಲ್ಪ ಆಘಾತವಾಯಿತು. ಪ್ರಪಂಚದಲ್ಲಿಯೇ ಅತಿ ತೇವವಾದ ನೆಲದಲ್ಲಿ ಗಿಡ ಮರಗಳಿಗೆ ಬರವೆ? ಹೌದು ಇನ್ನೂ ಸ್ವಲ್ಪ ದೂರ ಹೋದರೆ ಸುಣ್ಣ ಶಿಲೆಗಳ ಕ್ವಾರಿಗಳಿಂದ ಸಿಡಿ ಮದ್ದುಗಳ ಸ್ಫೋಟನೆ ಕೇಳಿಸಿಕೊಂಡಿತು. ಸುಣ್ಣ ಶಿಲೆಗಳ ಜೊತೆಗೆ ಸುತ್ತಮುತ್ತಲ ಪ್ರದೇಶಗಳಲ್ಲಿ ಕಲ್ಲಿದ್ದಲು ಕೂಡ ದೊರಕುತ್ತಿದ್ದು ಹತ್ತಿರದಲ್ಲೆ ಸಿಮೆಂಟ್ ಕಾರ್ಖಾನೆಯೊಂದು ಆಕಾಶದ ಕಡೆಗೆ ಹೊಗೆಯನ್ನು ಉಗುಳುತ್ತಿತ್ತು. ಸೋಹ್ರಾ ಪರಿಸರ ಮಾಲಿನ್ಯಗೊಳ್ಳುತ್ತಿದ್ದು ಪರಿಸರವಾದಿಗಳು ಮತ್ತು ಜನರು ಎಚ್ಚೆತ್ತುಕೊಳ್ಳದೆ ಹೋದರೆ ಪೃಥ್ವಿಯ ಅತಿ ತೇವವಾದ ನೆಲ ಮತ್ತು ಹಸಿರು ಕಣಿವೆಗಳು ಈ ಪ್ರದೇಶದಿಂದ ಮಾಯವಾಗುತ್ತವೆ.

**ಚಿತ್ರ ೧೩ : ಚಿರಾಪುಂಜಿ ಕಣಿವೆಗಳ ಮೇಲೆ ಮುಂಗಾರು ಮೋಡಗಳು**

ಈಗ ಸೋಹ್ರಾದಲ್ಲಿ ಮಾತ್ರ ಅಷ್ಟೊಂದು ಮಳೆ ಬೀಳುವುದು ಏಕೆ ಎನ್ನುವ ವಿಷಯಕ್ಕೆ ಬರೋಣ. ವಿಶ್ವದಲ್ಲಿ ಎಲ್ಲಾ ಆಕಾಶಗಂಗೆಗಳು, ನಕ್ಷತ್ರಪುಂಜಗಳು, ಸಾವಿರಾರು ಕಿಲೋಮೀಟರ್ ವೇಗದಲ್ಲಿ ಎಲ್ಲಿಗೋ ಧಾವಿಸುತ್ತಿವೆ. ನಮ್ಮ ಸೂರ್ಯಮಂಡಲದಲ್ಲಿರುವ ಗ್ರಹ, ಉಪಗ್ರಹಗಳೂ ಸೂರ್ಯನ ಜೊತೆಗೆ ಅದೇ ವೇಗದಲ್ಲಿ ಚಲಿಸುತ್ತಿವೆ. ಇದಕ್ಕೆ ಇನ್ನೊಂದು ಕಾರಣವೆಂದರೆ, ಗುರುತ್ವಾಕರ್ಷಣೆ. ಇದಲ್ಲದೆ ಭೂಮಿ ತನ್ನ ಸುತ್ತಲೂ ತಾನೇ ಗಿರಿಕಿಹೊಡೆಯುತ್ತ ಒಂದು ಕಡೆ ಚಂದ್ರನಿಂದ ಮತ್ತೊಂದು ಕಡೆ ಸೂರ್ಯನ ಗುರುತ್ವಾಕರ್ಷಣೆಯಿಂದ ಋತುಗಳನ್ನು ಸೃಷ್ಟಿಸುತ್ತಾ ಸಾಗುತ್ತಿದೆ. ಗುರುತ್ವಾಕರ್ಷಣೆ, ಭೌಗೋಳಿಕ ಲಕ್ಷಣಗಳಾದ ಪರ್ವತ, ಸಮುದ್ರಗಳು ಮತ್ತು ಭೂಮಿಯ ಚಲನೆಯಿಂದ ವಿವಿಧ ದಿಕ್ಕುಗಳಲ್ಲಿ ಗಾಳಿ ಬೀಸುತ್ತಿರುತ್ತದೆ. ಭೂಮಿಯ ಮೇಲಿನ ಪ್ರತಿ ಭಾಗವೂ ತನ್ನದೇ ಆದ ಒಂದು ಭೌಗೋಳಿಕ ಲಕ್ಷಣವನ್ನು ಹೊಂದಿದೆ.

ಭೂಮಿಯ ಮೇಲೆ ೬ ತಿಂಗಳು ಈಶಾನ್ಯ, ೬ ತಿಂಗಳು ನೈಋತ್ಯ ದಿಕ್ಕಿನಲ್ಲಿ ಗಾಳಿ ಬೀಸುತ್ತದೆ. ಸಮಭಾಜಕ ವೃತ್ತದ ಕೆಳಗೆ ಭಾರತದ ಹತ್ತಿರ ಏಳುವ ಗಾಳಿ ವಿಶೇಷವಾಗಿ ಪಶ್ಚಿಮದ ಕಡೆಗೆ ಬೀಸುತ್ತದೆ. ಮಾರ್ಚ್ ವೇಳೆಗೆ ಸೂರ್ಯನ ಪ್ರಖರ ಕಿರಣಗಳು ಈ ವಲಯದ ಮೇಲೆ ನೇರವಾಗಿ ಬಿದ್ದು ಸಮುದ್ರ ಶಾಖಗೊಳ್ಳುತ್ತದೆ. ನಿಧಾನವಾಗಿ ಸೂರ್ಯನ ಪ್ರಖರತೆ ಸಮಭಾಜಕ ವೃತ್ತದ ಉತ್ತರದಲ್ಲಿ ಬೀಳುತ್ತಿದ್ದಂತೆ ಸಮುದ್ರದ ಮೇಲೆ ಮೋಡಗಳು ರೂಪುಗೊಳ್ಳುವುದು ಪ್ರಾರಂಭವಾಗುತ್ತದೆ. ಏಪ್ರಿಲ್ ಹೊತ್ತಿಗೆ ಸಮುದ್ರ ಇನ್ನಷ್ಟು ಉಷ್ಣಗೊಂಡು, ಮೇ ತಿಂಗಳ ಮೊದಲ ವಾರದಲ್ಲಿ ನೈಋತ್ಯ ದಿಕ್ಕಿನ ಮುಂಗಾರು ಮೋಡಗಳು ಸಮುದ್ರದಿಂದ ಎದ್ದು ಹಾರಿಕೊಂಡು ಬಂದೇಬಿಡುತ್ತವೆ. ಮುಂಗಾರು ಮೋಡಗಳ ಒಂದು

**ಚಿತ್ರ ೧೪ : ಚಿರಾಪುಂಜಿ ಕಣಿವೆಗಳ ಮೇಲೆ ಮುಂಗಾರು ಮೋಡಗಳು**

ರೆಕ್ಕೆ ಶ್ರೀಲಂಕಾದ ಹತ್ತಿರ ಕಾಣಿಸಿಕೊಂಡರೆ, ಇನ್ನೊಂದು ರೆಕ್ಕೆ ಬಂಗಾಳಕೊಲ್ಲಿಯಲ್ಲಿರುತ್ತದೆ. ಕೊನೆಗೆ ಮೋಡಗಳು ಇಡೀ ಭಾರತವನ್ನು ಸುತ್ತುವರಿದುಬಿಡುತ್ತವೆ. ಸೂರ್ಯನ ಕಿರಣಗಳು ಈಗ ಇನ್ನಷ್ಟು ನೇರವಾಗಿ ಭಾರತ ಉಪಖಂಡದ ಮೇಲೆ ಬಿದ್ದು ಉಪಖಂಡ ಬಿಸಿಯಾಗಿ ಮುಂಗಾರು ಮೋಡಗಳನ್ನು ತನ್ನ ಕಡೆಗೆ ಅಯಸ್ಕಾಂತದಂತೆ ಸೆಳೆದುಕೊಳ್ಳುತ್ತದೆ.

ಸಾಗರಗಳಿಂದ ನೀರು ಆವಿಯಾಗಿ ಮೇಲೆ ಹೋಗಿ ಮೋಡಗಳಾಗಿ ಪರಿವರ್ತನೆಯಾಗುವುದು ಒಂದು ನೈಸರ್ಗಿಕ ಪ್ರಕ್ರಿಯೆ. ಹಿಂದೂ ಮಹಾಸಾಗರದಲ್ಲಿನ ಮೋಡಗಳು ನೈಋತ್ಯ ಕಡೆಯಿಂದ ಭಾರತ ಮತ್ತು ಆಗ್ನೇಯ ದೇಶಗಳ ಮಧ್ಯೆ ಇರುವ ಬಂಗಾಳ ಕೊಲ್ಲಿ ಕಡೆಗೆ ಪ್ರಯಾಣ ಬೆಳೆಸುತ್ತವೆ. ಎರಡು/ಮೂರು ಕಡೆ ನೆಲವಿದ್ದು ಒಂದು ಕಡೆ ಸಮುದ್ರ ಇದ್ದರೆ ಅದನ್ನು ಕೊಲ್ಲಿ ಎನ್ನುತ್ತಾರೆ. ಅಂತಹ ಕೊಲ್ಲಿಗಳಲ್ಲಿ ಚಂಡಮಾರುತ/ಸುನಾಮಿ ಅಲೆಗಳು ಮತ್ತು ಮೋಡಗಳು ಯಾವ ಅಡೆತಡೆಯೂ ಇಲ್ಲದೆ ನುಗ್ಗುತ್ತವೆ. ಜೊತೆಗೆ ಗಾಳಿ ಈ ಮೋಡಗಳಿಗೆ ರೆಕ್ಕೆಗಳನ್ನು ಕಟ್ಟಿ ಹಿಂದೂ ಮಹಾಸಾಗರದಿಂದ ಹಾಗೆ ಹಾರಿಸಿಕೊಂಡು ಹೋಗಿ ಬಾಂಗ್ಲಾ ದೇಶದ ಬಯಲುಗಳ ಮೂಲಕ ಹಿಮಾಲಯದ ಕಡೆಗೆ ಧಾವಿಸುತ್ತವೆ.

ಮೋಡಗಳು ಸಾಮಾನ್ಯವಾಗಿ ೩೦೦೦ ಅಡಿಗಳ ಮೇಲೆ ಸಾಗುತ್ತಿರುತ್ತವೆ. ಸಮುದ್ರ ಮಟ್ಟದಿಂದ ಕೇವಲ ಹತ್ತಾರು ಮೀಟರ್ ಎತ್ತರದ ಬಾಂಗ್ಲಾ ದೇಶದ ಬಯಲುಗಳನ್ನು ಸಲೀಸಾಗಿ ದಾಟಿ ಸೋಹ್ರಾ ಹತ್ತಿರ ಹೋಗಿದ್ದೆ ೪೫೦೦ ಅಡಿ ಎತ್ತರದ ದಟ್ಟವಾದ ಹಸಿರು ಪರ್ವತಗಳು ಮೋಡಗಳನ್ನು ಅಡ್ಡಗಟ್ಟಿ ನಿಲ್ಲಿಸಿಬಿಡುತ್ತವೆ. ಹಸಿರು ನದಿ ಕಣಿವೆ ತಪ್ಪಲುಗಳ ಮಧ್ಯೆ ಸಿಕ್ಕಿಕೊಳ್ಳುವ ಮೋಡಗಳು ತಣ್ಣಗಾಗಿ ಒಂದೇ ಸಮನೆ ಮಳೆ ಸುರಿಯತೊಡಗುತ್ತದೆ.

ಸಮುದ್ರದಿಂದ ನೀರನ್ನು ಒಂದೇ ಸಮನೆ ಮೊಗೆದು ತರುವ ರಾಶಿರಾಶಿ ಮೋಡಗಳು ಮೇ ತಿಂಗಳ ಮೊದಲ ವಾರ ಪ್ರಾರಂಭವಾದರೆ ಕೆಲವೊಮ್ಮೆ ಅಕ್ಟೋಬರ್ ತಿಂಗಳವರೆಗೂ ಮುಂದುವರಿಯುತ್ತವೆ. ಇನ್ನೂ ಸರಳವಾಗಿ ಹೇಳುವುದಾದರೆ ಸೋಘರಾ ಮತ್ತು ಸುತ್ತಮುತ್ತಲ ಕಣಿವೆ ಪರ್ವತಗಳು ನೈಋತ್ಯ ಮುಂಗಾರು ಮೋಡಗಳು ಸಾಗುವ

**ಚಿತ್ರ ೧೫ : ಮುಂಗಾರು ಮಳೆಯಲ್ಲಿ ಭೋರ್ಗರೆಯುತ್ತಿರುವ ಜಲಪಾತ**

ದಾರಿಯಲ್ಲಿವೆ. ಇದೇ ಕಾರಣದಿಂದ ಸೋಹ್ರಾ ಪ್ರಪಂಚದಲ್ಲಿಯೇ ಹೆಚ್ಚು ಮಳೆ ಸುರಿಯುವ ಅತಿ ಒದ್ದೆ ನೆಲವಾಗಿದೆ.

ಸೋಹ್ರಾ ಸುತ್ತಮುತ್ತಲ ಜಲಪಾತಗಳು ಮಳೆ ನೀರನ್ನು ಲಾಳಿಕೆಯಲ್ಲಿ ಬಟ್ಟಿ ಇಳಿಸಿದಂತೆ ಬಾಂಗ್ಲಾ ದೇಶದ ಬಯಲುಗಳ ಮೇಲೆ ಹರಿಹಾಯುತ್ತವೆ. ಈ ವಲಯದಲ್ಲಿ ಧಾರಾಕಾರವಾಗಿ ಸುರಿಯುವ ಮಳೆಯಿಂದ ಇಲ್ಲಿನ ಮರಳು ಮತ್ತು ಸುಣ್ಣದ ಶಿಲೆಗಳು ಮುರಿದು ಬಿದ್ದು, ಮಳೆ ನೀರಿನಲ್ಲಿ ಕೊಚ್ಚಿಹೋಗಿ ಆಳವಾದ ಪ್ರಪಾತಗಳು ಮತ್ತು ಕಮರಿಗಳು ಸೃಷ್ಟಿಯಾಗಿವೆ. ಕೆಲವಂತೂ ಪ್ರಪಂಚದಲ್ಲಿಯೇ ಆಳವಾದ ಪ್ರಪಾತಗಳು. ೪೫೦೦ ಅಡಿಗಳ ಎತ್ತರದಿಂದ ಧುಮುಕುವ ಜಲಪಾತಗಳು ಬಾಂಗ್ಲಾ ದೇಶವನ್ನು ಹೈರಾಣ ಮಾಡಿಬಿಡುತ್ತವೆ. ಮಳೆಗಾಲದಲ್ಲಿ ಸೋಹ್ರಾ ಸುತ್ತಮುತ್ತಲಿರುವ ಪ್ರಪಂಚ ಪ್ರಖ್ಯಾತ ಗುಂಪು ಗುಂಪು ಜಲಪಾತಗಳನ್ನು ನೋಡುವುದೆಂದರೆ ಅದ್ಭುತ ಅನುಭವ. ಆದರೆ ಅದೃಷ್ಟ ಚೆನ್ನಾಗಿಲ್ಲವೆಂದರೆ ಇಡೀ ದಿನ ಕಾದು ಕುಳಿತರೂ ಮಳೆಗಾಲದ ಮೋಡಗಳು ಕಣಿವೆಗಳನ್ನು ಬಿಟ್ಟು ಕದಲುವುದಿಲ್ಲ. ಸೂರ್ಯನು ಇಣಿಕಿ ನಿಮ್ಮ ಮೇಲೆ ಬೆಳಕು ಬೀರಲು ಆಗುವುದಿಲ್ಲ. ಅದೃಷ್ಟ ಇದ್ದರೆ ಬಿಸಿಲು ಮತ್ತು ಮೋಡಗಳ ಕಣ್ಣಾಮುಚ್ಚಾಲೆ ಆಟ ನೋಡಲು ಎರಡು ಕಣ್ಣುಗಳು ಸಾಲದಾಗಿಬಿಡುತ್ತವೆ. ಮೋಡಗಳ ನಡುವೆಯೇ ದೇವಲೋಕದ ಗಾನಗಂಧರ್ವರಂತೆ ನಡೆದುಹೋಗಿ ಬರುವ ಅನುಭವವಂತೂ ಅವರ್ಣನೀಯ.

ಮೇ ತಿಂಗಳಿಂದ ಅಕ್ಟೋಬರ್ ತಿಂಗಳ ಮಧ್ಯೆ ಯಾವಾಗಲಾದರೂ ಬನ್ನಿ. ಮೇ ಜೂನ್ ಜುಲೈ ಮಳೆಗಾಲವಾದರೆ ಅತಿ ಸೊಗಸು. ಶಿಲ್ಲಾಂಗ್‌ನಲ್ಲಿ ಒಂದು ಆಟೋ ಕೂಡ ಇಲ್ಲ. ಎಲ್ಲವೂ ಮಾರುತಿ – ೮೦೦ ಕಾರುಗಳು. ೧೦೦೦ ರೂ. ಕೊಟ್ಟು ನಾಲ್ವರು ಕುಳಿತುಕೊಂಡರೆ ಬೆಳಗ್ಗೆಯಿಂದ ಸಾಯಂಕಾಲದವರಗೆ ಎಲ್ಲವನ್ನೂ ತೋರಿಸಿಕೊಂಡು ಬರುತ್ತಾರೆ. ಮಾರುತಿ ಕಾರಿನಲ್ಲಿ ಅಥವಾ ಮೇಘಾಲಯ ಪ್ರವಾಸಿ ಬಸ್ಸಿನಲ್ಲಿ ಒಬ್ಬರಿಗೆ ೨೫೦–೩೦೦ ರೂ.ಗಳು ಮಾತ್ರ. ಶಿಲ್ಲಾಂಗ್ ಮತ್ತು ಸುತ್ತಮುತ್ತ ಕೂಡ ನೋಡಬಹುದಾದ ಹಲವು ಪ್ರವಾಸಿ ತಾಣಗಳಿವೆ. ಮಿಷನರಿಗಳ ಶ್ರಮದಿಂದ ಈಶಾನ್ಯ ಭಾರತದ ಬಹುಮುಖ್ಯ ವಿದ್ಯಾ ಕೇಂದ್ರವಾಗಿರುವ ಶಿಲ್ಲಾಂಗ್ ನಗರವನ್ನು 'ಸ್ಕಾಟಿಷ್ ಲ್ಯಾಂಡ್ ಆಫ್ ಈಸ್ಟ್' ಎಂದೂ, ಭಾರತದ ಫ್ಯಾಷನ್ ನಗರವೆಂದೂ ಕರೆಯುತ್ತಾರೆ. ಒಂದು ಮಾತ್ರ ಮರೆಯಬೇಡಿ ಬರುವಾಗ ಕೈಯಲ್ಲೊಂದು ಛತ್ರಿ ಇರಲೇಬೇಕು.

## ಅಧ್ಯಾಯ ೫

# ಮೇಘಾಲಯ: ಗುಹೆಗಳ ಮಾಯಾಲೋಕ

## 'ಗುಹೆಗಳು: ನಿಸರ್ಗದ ಅದ್ಭುತ ಕುಸುರಿ ಕಲೆ'

ದೇಶದ ಈಶಾನ್ಯ ರಾಜ್ಯಗಳು ಹಲವು ವಿಸ್ಮಯಗಳಿಗೆ ಮತ್ತು ರಮಣೀಯತೆಗೆ ಪ್ರಸಿದ್ಧಿ. ಮೇಘಾಲಯ: ಸುಂದರವಾದ ಕಾಡು ಕಣಿವೆ ಪರ್ವತ ಶ್ರೇಣಿಗಳ ಮತ್ತು ಭೋರ್ಗರೆಯುವ ಜಲಪಾತಗಳ ಪುಟ್ಟ ರಾಜ್ಯ. ಪ್ರಪಂಚ ಪ್ರಖ್ಯಾತ ಮಳೆಹೊತ್ತ ದಟ್ಟ ಮೇಘಗಳು ಇಲ್ಲಿ ಆಲಯ ಕಟ್ಟಿಕೊಂಡು ಧಾರಾಕಾರವಾಗಿ ಮಳೆ ಸುರಿಸುವುದರಿಂದ ಮೇಘಾಲಯ ಎನ್ನುವ ಹೆಸರು ಬಂದಿದೆ. ಇಂತಹ ಪರ್ವತಗಳ ಒಳಗೆ ಮತ್ತು ಹೊರಗೆ ಸಾವಿರಾರು ನದಿ ತೊರೆ ಝುರಿಗಳು ಜುಳುಜುಳು ಹರಿಯುತ್ತವೆ, ಜಲಪಾತಗಳು ಧುಮ್ಮಿಕ್ಕುತ್ತವೆ, ನೆಲದೊಳಗೆ ಸರೋವರಗಳು ಅಡಗಿ ಕುಳಿತಿವೆ. ಇಲ್ಲಿನ ಸುಣ್ಣ ಮತ್ತು ಮರಳು ಶಿಲೆಗಳಲ್ಲಿ ಸಾವಿರಾರು ಗುಹೆಗಳು ನಿರ್ಮಾಣಗೊಂಡಿವೆ. ವರ್ಷಕ್ಕೆ ಸರಾಸರಿ ೨೬,೪೬೧ ಮಿ.ಮೀ. ಮಳೆ ಬೀಳುವ ಚಿರಾಪುಂಜಿ (ಸೋಘ಼ರಾ) ಮತ್ತು ಮಯ್‌ಸಿನ್ರಾಮ್ ಇರುವುದು ಇದೇ ಪರ್ವತಗಳಲ್ಲಿ.

೨೨,೫೦೦ ಚದರ ಕಿ.ಮೀ. ವಿಸ್ತೀರ್ಣದ ಈ ಪುಟ್ಟ ರಾಜ್ಯದಲ್ಲಿ ಎಲ್ಲೆಲ್ಲೂ ಕಡಿದಾದ ಕಣಿವೆ, ತಪ್ಪಲು, ಪರ್ವತ ಶಿಖರಗಳು ಮತ್ತು ಜಲಪಾತಗಳೇ ತುಂಬಿಕೊಂಡಿವೆ. ಪ್ರಪಂಚದ ಅತಿ ಅದ್ಭುತ ರಮಣೀಯ ಗುಹೆಗಳ ಪಟ್ಟಿಗೆ ಸೇರಿರುವ ನೂರಾರು ಗುಹೆಗಳು ಮೇಘಾಲಯ

**ಚಿತ್ರ ೧೬ : ಸುಣ್ಣದ ಶಿಲೆಗಳಲ್ಲಿ ರೂಪುಗೊಂಡಿರುವ ಗುಹೆ**

ರಾಜ್ಯದಲ್ಲಿದ್ದು ಪ್ರಪಂಚದ ಗುಹಾ ನಕ್ಷೆಯಲ್ಲಿ ಹೆಸರು ಪಡೆದಿವೆ. ಇದುವರೆವಿಗೂ ಮೇಘಾಲಯದಲ್ಲಿ ೧೦೦೦ಕ್ಕಿಂತ ಹೆಚ್ಚು ಗುಹೆಗಳನ್ನು ಗುರುತಿಸಿ ಅವುಗಳಲ್ಲಿ ಸುಮಾರು ೬೦೦ ಗುಹೆಗಳಲ್ಲಿ ಗುಹಾ ಸಂಶೋಧಕರು/ವಿಜ್ಞಾನಿಗಳು ಸಂಶೋಧನೆ ನಡೆಸಿ ನಕ್ಷೆಗಳು ಮತ್ತು ಇನ್ನಿತರ ವಿವರಗಳನ್ನು ಸಂಗ್ರಹಿಸಿದ್ದಾರೆ. ದೇಶದಲ್ಲಿಯೇ ಉದ್ದವಾದ ಮೊದಲ ೨೦ ಗುಹೆಗಳಲ್ಲಿ (೧೮ನೇ ಗುಹೆ ಆಂಧ್ರಪ್ರದೇಶ) ೧೯ ಗುಹೆಗಳು ಮೇಘಾಲಯದಲ್ಲಿವೆ. ಅವುಗಳ ಉದ್ದ ೨೦.೨೦ ಕಿಲೋಮೀಟರ್‌ನಿಂದ ೩.೪ ಕಿಲೋಮೀಟರ್. ಅತಿ ಆಳವಾದ ಮೊದಲ ೨೦ ಗುಹೆಗಳಲ್ಲಿ (೭ನೇ ಗುಹೆ ಮಿಜೋರಾಂ) ೧೯ ಗುಹೆಗಳು ಮೇಘಾಲಯದಲ್ಲಿವೆ. ಇವುಗಳ ಆಳ ೩೧೭ ಮೀಟರ್‌ನಿಂದ ೧೧೧ ಮೀಟರ್.

ಗುಹೆಗಳು ಮಾನವನ ಮೊದಲ ನಾಗರಿಕ ತೊಟ್ಟಿಲುಗಳು. ಮಂಗನಿಂದ ಮಾನವ ರೂಪ ಪಡೆದ ಆದಿಮಾನವ ೫೦ ಲಕ್ಷ ವರ್ಷಗಳ ಹಿಂದೆ ಮರಗಳಿಂದ ಕೆಳಗಿಳಿದು ಬಂದು ಮೊದಲು ಆಶ್ರಯ ಪಡೆದಿದ್ದು ಗುಹೆಗಳಲ್ಲೆ. ಅವನ ಬುದ್ಧಿ ಹಂತಹಂತವಾಗಿ ಬೆಳೆಯಲು ಪ್ರಾರಂಭವಾಗಿದ್ದು ಗುಹೆಗಳಲ್ಲೆ. ಚಿತ್ರ ಕಲೆ ಅರಳಿದ್ದು, ಪ್ರಾಣಿಗಳನ್ನು ಬೇಟೆಯಾಡಲು ಕಲಿತಿದ್ದು, ಬೆಂಕಿ ಕಂಡುಕೊಂಡಿದ್ದು ಗುಹೆಗಳಲ್ಲಿದ್ದಾಗಲೆ. ತೀರ ಈಚಿನವರೆಗೂ ಅಂದರೆ ಸುಮಾರು ೨೦ ಸಾವಿರ ವರ್ಷಗಳ ಹಿಂದಿನವರೆಗೂ ಮನುಷ್ಯ ಗುಹೆಗಳಲ್ಲೆ ಆಶ್ರಯ ಪಡೆದಿದ್ದ. ಅನಂತರ ಬಯಲಿಗೆ ಬಂದು ಗುಡಿಸಿಲು ಕಟ್ಟಿಕೊಳ್ಳಲು ಪ್ರಾರಂಭಿಸಿ, ನದಿ ದಡಗಳು ನಾಗರಿಕ ತೊಟ್ಟಿಲುಗಳಾದವು. ವಿಶೇಷವೆಂದರೆ ಇದುವರೆಗೂ ಮೇಘಾಲಯದ ಯಾವ ಗುಹೆಯಲ್ಲೂ ಆದಿಮಾನವ ಜೀವಿಸಿದ ಕುರುಹುಗಳು ದೊರತಿಲ್ಲ. ಕಾರಣ, ಬಹುಶಃ ಮಾನವನು ಗುಹೆಗಳಲ್ಲಿ ಜೀವಿಸುವ ಹಂತವನ್ನು ದಾಟಿದ ಮೇಲೆ ಬುಡಕಟ್ಟು ಜನರು ಈ ಪ್ರದೇಶಕ್ಕೆ ವಲಸೆ ಬಂದಿರಬೇಕು. ಅದು ಕೇವಲ ಎರಡು ಮೂರು ಸಾವಿರ ವರ್ಷಗಳ ಈಚೆಗೆ. ಮೇಘಾಲಯದಲ್ಲಿ ಜನರು ಯಾವ ಕಾಲದಿಂದ ಜೀವಿಸುತ್ತಿದ್ದರು? ಎನ್ನುವ ಪ್ರಶ್ನೆಗೂ ನಿಖರವಾದ ಉತ್ತರ ಇನ್ನೂ ದೊರೆತಿಲ್ಲ.

ಗುಹೆಗಳು ಮುಖ್ಯವಾಗಿ ಮೃದುವಾದ ಜಲಜ ಮತ್ತು ಸುಣ್ಣದ ಶಿಲೆಗಳಲ್ಲಿ ರೂಪುಗೊಳ್ಳುತ್ತವೆ. ಮೇಘಾಲಯದ ಮಧ್ಯ ಪ್ರಾಂತ್ಯದಲ್ಲಿ ಪೂರ್ವದಿಂದ ಪಶ್ಚಿಮಕ್ಕೆ ೩೦೦ ಕಿ.ಮೀ. ಉದ್ದಕ್ಕೂ ಕಾಶಿ, ಜಯಂತಿಯ ಮತ್ತು ಘಾರೋ ಪರ್ವತಗಳಲ್ಲಿ (ಕಾಶಿ, ಜಯಂತಿಯ ಮತ್ತು ಘಾರೋ ಬುಡಕಟ್ಟುಗಳ ಹೆಸರುಗಳು) ಈ ಗುಹೆಗಳು ಹರಡಿವೆ. ಈ ಭಾಗದ ಇಂದಿನ ಪರ್ವತಗಳು ಬಹಳಷ್ಟು ಕಾಲ ಸಮುದ್ರದ ಅಂಚು ಅಥವಾ ಒಳಗಿದ್ದ ಪ್ರದೇಶವಾಗಿತ್ತು. ಸ್ಥಳೀಯರು ಬಹಳಷ್ಟು ಗುಹೆಗಳ ಜೊತೆಗೆ ಸಾಂಸ್ಕೃತಿಕ ಸಂಬಂಧಗಳನ್ನು ಬೆಳೆಸಿಕೊಂಡಿದ್ದು ಹಲವು ಗುಹೆಗಳು ನಂಬಿಕೆಯ ತಾಣಗಳಾಗಿ ಇಂದಿಗೂ ಉಳಿದುಕೊಂಡು ಬಂದಿವೆ. ಆರೋಗ್ಯ ಕೆಟ್ಟಾಗ ಕೋಳಿ ಆಡುಗಳನ್ನು ಬಲಿಕೊಟ್ಟು ಪೂಜೆ ಮಾಡಿಕೊಂಡು ಬರುವ, ಜಾತ್ರೆ ನಡೆಸುವ ಸ್ಥಳಗಳೂ ಇಲ್ಲಿವೆ. ಮಳೆಗಾಲದಲ್ಲಿ ಇವನ್ನು ಹಸು ಕುರಿ ಮೇಕೆಗಳ ತಂಗುದಾಣಗಳನ್ನಾಗಿ ಉಪಯೋಗಿಸಿಕೊಳ್ಳಲಾಗುತ್ತದೆ. ಗುಹೆಗಳಿಗೆ ಸಂಬಂಧಿಸಿದಂತೆ ಕೆಲವು ಅದ್ಭುತ ಜನಪದ ಕಥೆಗಳು ಜನಜನಿತವಾಗಿವೆ.

ಜಯಂತಿಯ ರಾಜರು ಯುದ್ಧ ನಡೆದಾಗ ಸಿಂಡಯ್ ಗುಹೆಗಳಲ್ಲಿ ಅಡಗಿಕೊಳ್ಳುತ್ತಿದ್ದರೆಂದು ೧೮೨೦ರಲ್ಲಿ ವಾಲ್ಟರ್ ದಾಖಲಿಸಿದ್ದಾರೆ. ೧೮೨೭ರಲ್ಲಿ ಕ್ಯಾಪ್ಟನ್ ಜೇಮ್ಸ್ ಭುಬನ್, ೧೮೨೮ರಲ್ಲಿ ವಾಲ್ಟರ್ ಭುವನ್ ಗುಹೆಗಳನ್ನು ಸಂಶೋಧಿಸಿದ್ದರು. ಇವುಗಳಲ್ಲಿ

ಇಂದಿಗೂ ಸ್ಥಳೀಯರು ಎರಡು ವರ್ಷಕ್ಕೊಮ್ಮೆ ಬುಡಕಟ್ಟು ಸಂಪ್ರದಾಯದ ಹಬ್ಬಗಳನ್ನು ಆಚರಿಸುತ್ತಾರೆ. ೧೮೩೦-೧೮೫೦ರ ಮಧ್ಯ ಚಿರಾಪುಂಜಿಯ ಸುತ್ತಲಿರುವ ಅನೇಕ ಗುಹೆಗಳನ್ನು ಬ್ರಿಟಿಷರು ಶೋಧಿಸಿದ್ದರು. ಇದೇ ಕಾಲದಲ್ಲಿ ಚಿರಾಪುಂಜಿ ಪ್ರದೇಶದಲ್ಲಿ ಧುಮುಕುವ ಕೆಲವು ಜಲಪಾತಗಳು ದಟ್ಟ ಕಾಡು/ಪರ್ವತಗಳ ನಡುವೆ ಕಣ್ಣಿಗೆ ಕಾಣದೆ ಅಂತರ್‌ಗಾಮಿಯಾಗುವುದನ್ನು ಗಮನಿಸಿ ಸಂಶೋಧನೆ ನಡೆಸಿದ್ದರು.

ಆ ಜಲಪಾತಗಳು ಸುಣ್ಣದ ಶಿಲೆಗಳ ಒಳಗಿನ ಗುಹೆಗಳ ಮೂಲಕ ಭೂಗರ್ಭದಲ್ಲಿ ಹರಿದು ಬಾಂಗ್ಲಾ ದೇಶದ ಬಯಲುಗಳನ್ನು ತಲಪುವುದು ತಿಳಿಯಿತು. ಭೂವಿಜ್ಞಾನಿ ಥಾಮಸ್ ಒಲ್ಡ್‌ಹ್ಯಾಮ್ ಇಂತಹ ಅನೇಕ ಜಲಪಾತಗಳ ಮತ್ತು ಗುಹೆಗಳ ನಡುವಿನ ಸಂಬಂಧಗಳನ್ನು ತೋರಿಸಿಕೊಟ್ಟರು. ೧೮೬೭ರಲ್ಲಿ ಗಾಡ್ವಿನ್ ಆಸ್ಟಿನ್, ಫಾರೋ ಪರ್ವತಗಳ ಮಧ್ಯೆ ಚಿಬಕ್ ಎಂಬ ದೊಡ್ಡ ನದಿ ಭೂಮಿಯ ಒಳಗಿಂದ ಹೊರಗಡೆಗೆ ಚಿಮ್ಮಿ ಹರಿಯುತ್ತಿರುವುದನ್ನು ನೋಡಿದರು. ೧೮೭೫ರಲ್ಲಿ ಮಿ.ಸುಂಡರ್ಸನ್ ಆನೆಗಳನ್ನು ಸರಕಾರದ ಖೆಡ್ಡಕ್ಕೆ ಬೀಳಿಸುವ ಕೆಲಸದಲ್ಲಿ ತೊಡಗಿದ್ದಾಗ ಡೊಬೋಕೊಲ್ ಎಂಬ ಸ್ಥಳದಲ್ಲಿ ಒಂದು ಗುಹೆಯ ಬಾಯಿ ಹತ್ತಿರಕ್ಕೆ ಹೋಗಿದ್ದರು. ಆ ಗುಹೆಯಲ್ಲಿ ಇಡೀ ದಿನ ಕಾಲ ಕಳೆದು ೧೯೯೦ ಮೀ. ದೂರ ಹೋಗಿ ಅಲ್ಲೊಂದು ಬೀರು ಬಾಟಲಿನ ಮೇಲೆ ತಾನು ತಲುಪಿದ ವಿಷಯ ಬರೆದಿಟ್ಟು ಬಂದಿದ್ದರು. ಅದನ್ನು ೧೯೧೭ರಲ್ಲಿ ಸ್ಟಾನ್ಲೆ ಕೆಂಪ್ ಮತ್ತು ಮೋಪು ಗುಹೆ ನಕ್ಷೆ ಮಾಡುವಾಗ ಕಂಡುಹಿಡಿದು ತಂದಿದ್ದರು.

ಇಲ್ಲಿನ ಗುಹೆಗಳಲ್ಲಿ ತಲೆಮಾರುಗಳಿಂದ ಜೀವಿಸುವ ಬಹಳಷ್ಟು ಪ್ರಾಣಿಗಳು ಬಿಸಿಲು ಕಾಣದೆ ತೆಳ್ಳಗೆ ಬಿಳುಪಾಗಿ ಕೂದಲು, ರೆಕ್ಕೆ, ಕಣ್ಣುಗಳಿಲ್ಲದಾಗಿವೆ. ಇಲ್ಲಿ ಜೇಡ, ಚೇಳು, ಬಸವನ ಹುಳು, ಕ್ರಿಕೆಟ್ಸ್, ಜಿರಳೆ, ಜೀರುಂಡೆ, ಇರುವೆ, ಏಡಿ, ಕಪ್ಪೆ, ಮೀನು, ಹಲ್ಲಿ ಇತ್ಯಾದಿ ಪ್ರಾಣಿಗಳಿವೆ. ಕಣ್ಣು ಕಾಣದ ಬಾವಲಿಗಳಂತೂ ಮಿಲಿಯಗಟ್ಟಲೆ ಇವೆ. ಹುಲಿ, ಸಿಂಹ, ಚಿರತೆ, ತೋಳ, ಕರಡಿ, ಆನೆ ಇನ್ನಿತರ ಪ್ರಾಣಿಗಳು ಕೆಲವು ಗುಹೆಗಳಲ್ಲಿ ಮನೆ ಮಾಡಿಕೊಂಡಿವೆ. ಆಳವಾದ ಗುಹೆಗಳ ಒಳಕ್ಕೆ ಬಿದ್ದು ಸತ್ತ ಪ್ರಾಣಿಗಳೆಷ್ಟೋ? ರಸ್ತೆ ಪಕ್ಕದಲ್ಲಿದ್ದ ಒಂದು ಗುಹೆಗೆ ಒಂದು ಟ್ರಕ್ಕು ಬಿದ್ದು ಅದರಲ್ಲಿದ್ದವರೆಲ್ಲ ಪ್ರಾಣ ಕಳೆದುಕೊಂಡಿದ್ದುದೂ ಉಂಟು.

ಅಮೆರಿಕ ಮತ್ತು ಯೂರೋಪ್ ದೇಶಗಳ ಗುಹಾ ಸಂಶೋಧಕರು Caving in the Abode of the Clouds ಎಂಬ ಸಂಸ್ಥೆಯನ್ನು ಸ್ಥಾಪಿಸಿ ೧೯೨೨ರಿಂದ ಪ್ರತಿವರ್ಷವೂ ಇಲ್ಲಿಗೆ ಬಂದು ಫೆಬ್ರವರಿ-ಮಾರ್ಚ್‌ನಲ್ಲಿ ಸಂಶೋಧನೆ ನಡೆಸಿ ಹೋಗುತ್ತಾರೆ. ಮೇಘಾಲಯದ ಬ್ರಿಯನ್ ಕೆರ್‌ಪ್ರನ್ ಡೆಲಿ ಎಂಬವರು Adventure Association ನ ಕಾರ್ಯದರ್ಶಿಯಾಗಿದ್ದಾರೆ. ಗುಹೆಗಳ ಬಗ್ಗೆ ಆಸಕ್ತಿ ಇರುವವರು ಬ್ರಿಯನ್ ಕೆರ್‌ಪ್ರನ್ ಡೆಲಿ ಮತ್ತು Directorate of Public and Personal Relation, Meghalaya ಸರಕಾರವನ್ನು ಸಂಪರ್ಕಿಸಬಹುದು.

## ಗುಹೆಗಳ ಸೌಂದರ್ಯ

ಮೇಘಾಲಯದ ಹೆಪ್ಪುಗಟ್ಟುವ ಚಳಿ ಮತ್ತು ತೇವ ತುಂಬಿದ ಗುಹೆಗಳಲ್ಲಿ ಎಲ್ಲಾ ರೀತಿಯ ಸಾಹಸಗಳನ್ನು ಮಾಡಬೇಕಾಗುತ್ತದೆ. ನಡೆದುಕೊಂಡು, ತೆವಳಿಕೊಂಡು, ಹತ್ತಿ

ಇಳಿದು, ಸುತ್ತಿಬಳಸಿ, ನೀರಿನಲ್ಲಿ ನಡೆದು–ಈಜಾಡಿ, ಬಗ್ಗಿ ಬಾಗಿ ದೇಹಗಳನ್ನು ಸಣ್ಣದಾಗಿಸಿಕೊಂಡು ಹೋಗಬೇಕಾಗುತ್ತದೆ.

ಇಲ್ಲಿನ ಬಹಳಷ್ಟು ನದಿಗಳು ಅಡ್ಡ ಬರುವ ಬೆಟ್ಟಗಳನ್ನು ಸುತ್ತಿ ಬಳಸಿ ಹರಿಯುವುದರ ಬದಲು ಬೆಟ್ಟಗಳನ್ನೆ ಕೊರೆದು ಇಲ್ಲ ಶಿಲೆಗಳನ್ನು ಕರಗಿಸಿ ಒಳಕ್ಕೆ ನುಗ್ಗಿ ಹರಿಯುತ್ತವೆ. ಹಾಗಾಗಿ ಪರ್ವತಗಳು ನದಿಗಳಿಗೆ ದಾರಿಮಾಡಿಕೊಟ್ಟು ಮೈಯೆಲ್ಲ ತೂತುಗಳನ್ನು ಮಾಡಿಕೊಂಡು ನಿಂತಿವೆ. ಕೆಲವು ಕಡೆ ಪರ್ವತಗಳ ಅಂತರಾಳದಲ್ಲಿ ಐದಾರು ಕಿ.ಮೀ. ಉದ್ದದ ವಿಶಾಲ ಸರೋವರಗಳೇ ಅಡಗಿ ಕುಳಿತಿವೆ. ಮಧ್ಯೆ ಹತ್ತಾರು ಅಣೆಕಟ್ಟೆಗಳಿವೆ. ಕೆಲವು ಕಡೆ ಗುಹೆಗಳಲ್ಲಿ ಒಂದು ಕಡೆಯಿಂದ ಇನ್ನೊಂದು ಕಡೆಗೆ ಸೂರ್ಯನ ಬೆಳಕು ಬೀಳುವುದನ್ನು ನೋಡಬಹುದು. ಬಹಳಷ್ಟು ಗುಹೆಗಳಲ್ಲಿ ಯಾವಾಗಲೂ ನೀರು ತುಂಬಿರುವುದರಿಂದ

**ಚಿತ್ರ ೧೭ : ಸುಣ್ಣದ ಶಿಲೆಗಳಲ್ಲಿ ರೂಪುಗೊಂಡಿರುವ ಗುಹೆ**

ಅವುಗಳ ಅಂತರಾಳವನ್ನು ಇದುವರೆಗೂ ಯಾರೂ ನೋಡಿಲ್ಲ. ನೂರಾರು ಗುಹೆಗಳು ಕೋಲಾರ ಚಿನ್ನದ ಗಣಿಗಳ ಸುರಂಗಗಳ ಜಾಲದಂತೆ ಈ ಪರ್ವತಗಳ ಕೆಳಗೆ ಬಿಚ್ಚಿಕೊಂಡಿವೆ.

ಕ್ರೆಮ್ ಲಿಮ್‌ಪುಟ್ ಗುಹೆಯಲ್ಲಿ ೨೫ ಮೀ. ಅಗಲ, ೨೫ ಮೀ. ಎತ್ತರ ಮತ್ತು ೭೫ ಮೀ. ಉದ್ದದ ಗ್ಯಾಲರಿ ಇದ್ದು ಅದನ್ನು ಮೊಘಲ್‌ರೂಂ ಎಂದು ಹೆಸರಿಸಲಾಗಿದೆ. ಬಾಂಗ್ಲಾ ದೇಶದ ಬಯಲುಗಳಿಂದ ಮೇಘಾಲಯ ಪರ್ವತಗಳು ಕಡಿಮೆಯೆಂದರೆ ೧೫೦೦ ಮೀ. ಎತ್ತರದಲ್ಲಿ ಕೇಕ್ ಕತ್ತರಿಸಿದಂತೆ ಕುಳಿತಿವೆ. ಈ ವಲಯದಲ್ಲಿ ನೂರಾರು ಗುಹೆಗಳಿವೆ. ಈ ಪರ್ವತಗಳು ಮುರಿದು ಬೀಳುವುದಕ್ಕೆ ಮುಖ್ಯವಾಗಿ ಎರಡು ಕಾರಣಗಳಿವೆ. ಒಂದು ಪ್ರಪಂಚದಲ್ಲಿಯೇ ಹೆಚ್ಚು ಧಾರಾಕಾರವಾಗಿ ಸುರಿಯುವ ಮಳೆ. ಇನ್ನೊಂದು ಮಳೆಯಿಂದ ಕರಗುವ ಸುಣ್ಣ ಮತ್ತು ಜಲಜ ಶಿಲೆಗಳು.

ಕ್ರೆಮ್ ಡಿಯಂಗ್ನ್ಯೆಯ್ ಗುಹೆ ಕೇವಲ ೧೧೬ ಮೀ. ಉದ್ದವಿದ್ದು ಅದರ ಒಳಕ್ಕೆ ಬೆಳಕು ಬಿದ್ದಾಗ ನೂರಾರು ಕ್ಯಾಂಡಲ್ ಹಚ್ಚಿದ ಚರ್ಚ್‌ನಂತೆ ಕಂಗೊಳಿಸುತ್ತದೆ. ಬ್ರಿಟಿಷರು ಮತ್ತು ಕಾಶಿಗಳ ನಡುವೆ ಯುದ್ಧ ನಡೆದಾಗ ಅನೇಕ ಕಾಶಿ ರಾಜರು ಗುಹೆಗಳಲ್ಲಿ ಅಡಗಿಕೊಂಡು ಬ್ರಿಟಿಷರ ಮೇಲೆ ಧಾಳಿ ಮಾಡಿದುದಾಗಿ ತಿಳಿಯುತ್ತದೆ. ಅದೇ ಕಾಲದಲ್ಲಿ ಜಯಂತಿಯ ರಾಜನ ಇಡೀ ಕುಟುಂಬ ಗುಹೆಯೊಂದರಲ್ಲಿ ಆಶ್ರಯ ಪಡೆದಿತ್ತು. ಕ್ರೆಮ್‌ಕುಟ್ ಸ್ಯುಟಂಗ್ ಗುಹೆಯಲ್ಲಿ ಅವಿತುಕೊಂಡ ಸ್ಥಳೀಯರು ಬ್ರಿಟಿಷರ ಮೇಲೆ ವಿಷ ಬಾಣಗಳ ಮಳೆಗರೆದು ನೂರಾರು ಬ್ರಿಟಿಷ್ ಯೋಧರನ್ನು ಸಾಯಿಸಿದ್ದರು. ಆದರೆ ಯಾವ ಕಡೆಯಿಂದ ಬಾಣಗಳು ಬರುತ್ತಿದ್ದವೆಂದು ಬ್ರಿಟಿಷರಿಗೆ ತಿಳಿಯಲಿಲ್ಲವಂತೆ. ಬ್ರಿಟಿಷರು ಸ್ಥಳೀಯರ ಮನೆಗಳ ಮೇಲೆ ಕಂದಾಯ ಏರಿಸಿದ ಕಾರಣದಿಂದ ಈ ಯುದ್ಧ ನಡೆದಿತ್ತು.

**ಚಿತ್ರ ೧೮ : ಸುಣ್ಣದ ಶಿಲೆಗಳಲ್ಲಿ ರೂಪುಗೊಂಡಿರುವ ಗುಹೆ**

ಮೇಘಾಲಯದ ಗುಹೆಗಳ ಉದ್ದ, ಆಳ, ಅಗಲ ಸ್ಟಾಲಗ್‌ಮೈಟ್ ಮತ್ತು ಸ್ಟಾಲಕ್‌ಟೈಟ್ [ಮಳೆ ನೀರು ನೆರಿಕೆ ಬಿರುಕುಗಳಲ್ಲಿ ಜಿನಿಗಿ ಕ್ಯಾಲ್ಸಿಯಂ ಕರಗಿ ತೊಟ್ಟಿಕ್ಕಿದಾಗ ಗುಹೆಗಳ ಒಳಗೆ ಸ್ಟಾಲಗ್‌ಮೈಟ್ ಮತ್ತು ಸ್ಟಾಲಕ್‌ಟೈಟ್ (ಕಲ್ಲುಹೂವು) ರೂಪುಗೊಳ್ಳುತ್ತದೆ.] ಶಿಲೆಗಳು ವೈವಿಧ್ಯಮಯ. ಇನ್ನು ಶಿಲೆಗಳ ಕಲೆ ಬಣ್ಣಿಸಲಾರದಷ್ಟು ವೈವಿಧ್ಯಮಯ. ಇದೆಲ್ಲ ಸಾವಿರಾರು ವರ್ಷಗಳ ನೈಸರ್ಗಿಕ ಕುಸುರಿ ಕಲೆ. ಗುಹೆಗಳು ಅಗಾಧವಾಗಿ ಆಕಾರವಿಲ್ಲದ ಹಳ್ಳಗಳಂತೆ, ನೀಟಾಗಿ ಕತ್ತರಿಸಿದ ಆಕಾಶ ಕಾಣುವ ಭಾವಣಿ ಇಲ್ಲದ ಸುರಂಗಗಳಂತೆ, ಆಳಕ್ಕೆ ಇಳಿದ ಗಣಿ ಶ್ಯಾಫ್ಟ್‌ಗಳಂತೆ, ಮೇಲೆ ಗುಮ್ಮಟಗಳಂತೆ, ಹತ್ತಾರು ಬಾಗಿಲುಗಳಿರುವ ಸಂಕೀರ್ಣ ಗುಹೆಗಳು. ಗೋಳಾಕಾರದ ಆಳ ಪಾತಾಳ ಕೊರಕಲುಗಳು, ಹಳ್ಳ ಕೊಳ್ಳ ದರಿ ನದಿ ಸರೋವರಗಳು, ನೀರಿನ ಸಂಪುಗಳು, ಮರಳು ರಾಶಿಗಳು, ಕಡಿದಾದ ಸ್ತಂಭಗಳು, ಗೋಡೆಗಳಲ್ಲಿ ಮುತ್ತು ಹವಳಗಳನ್ನು ಪೋಣಿಸಿರುವಂತೆ ಕಾಣಿಸುವ ಜಿಪ್ಸಮ್ ಖನಿಜಗಳಿಂದ ರೂಪುಗೊಂಡಿರುವ ಕಾಮನಬಿಲ್ಲು ಬಣ್ಣಗಳ ಕಲ್ಲುಹೂವುಗಳು, ಸೂರ್ಯನ ಬೆಳಕಿನ ಕಿಟಕಿಗಳನ್ನು ಹೊಂದಿರುವ ಗುಹೆಗಳು – ಹೀಗೆ ಒಂದೇ ಎರಡೇ? ಜೊತೆಗೆ ಬಸ್ಸು, ಮೆಟ್ರೊ ರೈಲು ನಿಲ್ದಾಣಗಳು, ಹೆದ್ದಾರಿಗಳು, ಬೆರ್ಲಿನ್ ಗೋಡೆಗಳು, ತಾರಾಲಯಗಳು, ಗಣಿ ಸುರಂಗಗಳು, ಗ್ಯಾಲರಿಗಳು, ಬಾಲ್ಕನಿಗಳು, ಸಿನಿಮಾ ಹಾಲುಗಳು, ಮೆಟ್ಟಲು ಮಾಡುಗಳು, ದೇವಾಲಯ ಗೋಪುರಗಳು ಇಗರ್ಜಿ, ಮಸೀದಿಗಳು ಅಬ್ಬ! ಎಲ್ಲವನ್ನೂ ವರ್ಣಿಸಲು ಅಸಾಧ್ಯ.

ಸಿನ್ರಂಗ್ ಪಮಿಯಂಗ್ ಎಂಬ ಗುಹೆಯ ಬಾಗಿಲಿನಿಂದ ಒಳಕ್ಕೆ ೫೦೦ ಮೀ. ದೂರ ನಡೆದ ಮೇಲೆ ೭೬೩೦ ಮೀ. ಉದ್ದದ ಅಂಕುಡೊಂಕು ದಾರಿ ಸಿಗುತ್ತದೆ. ಇಡೀ ಗುಹೆಯ ನೆಲ ಮತ್ತು ಗೋಡೆಗಳು ಕೆಂಪು ಕಪ್ಪು ಬೂದು ನೀಲಿ ಹಸಿರು ಬಿಳಿ ಬಣ್ಣಗಳ ಜೊತೆಗೆ ಕಂಪ್ಯೂಟರ್ ಸೃಷ್ಟಿಸುವ ಎಲ್ಲಾ ಬಣ್ಣಗಳು ಶಿಲೆಗಳಿಂದ ಪ್ರಜ್ವಲಿಸುತ್ತವೆ. ಇದರ ಮಧ್ಯೆ ದೊರಕುವ ಟೈಟಾನಿಕ್ ಹಾಲ್ ಪ್ರಪಂಚದ ಗುಹೆಗಳಲ್ಲೆ ಅತಿ ಸುಂದರವಾದುದು. ಈ ಹಾಲಿನ ಮೇಣದ ನೆಲವೆಲ್ಲ ಮುತ್ತುಗಳಂತಹ ಖನಿಜಗಳಿಂದ ಬೆಳಗುತ್ತದೆ. ಒಟ್ಟಿನಲ್ಲಿ ಮೇಘಾಲಯ ಗುಹೆಗಳ ಮಾಯಾಲೋಕ.

ಮೇಘಾಲಯದ ಈ ಗುಹೆಗಳಿಗೆ ಬಣ್ಣಬಣ್ಣದ ಬೆಳಕಿನ ದೀಪಗಳನ್ನು ಅಳವಡಿಸಿ ಒಳ್ಳೆ ರಸ್ತೆಗಳನ್ನು ಮಾಡಿ ಪ್ರವಾಸಿಗರನ್ನು ಆಕರ್ಷಿಸಿದರೆ ದೇಶದ ಪ್ರವಾಸೋದ್ಯಮದಲ್ಲಿ ದೊಡ್ಡ ಪವಾಡವನ್ನೇ ಮಾಡಬಹುದು. ಪ್ರಪಂಚದ ಅನೇಕ ದೇಶಗಳಲ್ಲಿ ಗುಹೆಗಳನ್ನು ಪ್ರವಾಸೋದ್ಯಮದ ಆಕರ್ಷಣೀಯ ಸ್ಥಳಗಳನ್ನಾಗಿ ಮಾರ್ಪಡಿಸಲಾಗಿದೆ. ಪ್ರಸ್ತುತದಲ್ಲಿ ಗುಹೆಗಳು ಅನೇಕ ದೇಶಗಳ ಮುಖ್ಯ ಆದಾಯವಾಗಿವೆ.

## ಅಧ್ಯಾಯ ೬

# ಗ್ಯಾರಿಸನ್ ತಂಪುದಾಣ : ಶಿಲ್ಲಾಂಗ್

ಮೋಡಗಳ ಆಲಯ ಮೇಘಾಲಯ. ಸರಾಸರಿ ೫೫೦೦ ಅಡಿಗಳ ಎತ್ತರದಲ್ಲಿ ಪೈನ್ ಕಾಡುಗಳ ಮಧ್ಯೆ ಶಿಲ್ಲಾಂಗ್ ನಗರ ಅಡಗಿಕೊಂಡಿದೆ. ಕಾಶಿ ಜಯಂತಿ ಮತ್ತು ಘಾರೋ ಬುಡಕಟ್ಟು ಸಂಸ್ಕೃತಿಯೊಂದಿಗೆ ಪಶ್ಚಿಮ ದೇಶಗಳ ಕ್ರೈಸ್ತ ಸಂಸ್ಕೃತಿ ಬೆರೆತುಗೊಂಡು ಶಿಲ್ಲಾಂಗ್ ಒಂದು ವರ್ಣಮಯ ಸಾಂಸ್ಕೃತಿಕ ಸಂಗಮವಾಗಿದೆ.

ಮೇಘಾಲಯದ ಅತಿ ಎತ್ತರ ಶಿಖರ 'Shyllong Peak' ನಿಂದ ಶಿಲ್ಲಾಂಗ್ ಹೆಸರು ಬಂದಿದೆ. ಪ್ರಚಲಿತವಾಗಿರುವ ದಂತಕತೆಯಂತೆ: ಲಿರ್ ಎಂಬ ಕನ್ಯೆ ಪವಿತ್ರ ಗರ್ಭ ಧರಿಸಿ ಗರ್ಭದಲ್ಲೆ ಸಾವನ್ನಪ್ಪಿದ ಮಗುವನ್ನು ತನ್ನ ತೋಟದಲ್ಲಿ ಹೂತುಬಿಟ್ಟಳು. ಬಹಳ ವರ್ಷಗಳ ನಂತರ ತೋಟದಲ್ಲಿ ಎದ್ದ ಗದ್ದಲ ಕೇಳಿ ಲಿರ್ ಬಾಗಿಲು ತೆಗೆದು ನೋಡಿದಾಗ, ಎದುರಿಗೆ ನಿಂತಿದ್ದ ಸುಂದರ ಯುವಕ 'ತಾಯಿ ನಾನು ನಿನ್ನ ಮಗ, ತೋಟದಲ್ಲಿ ಹೂತಿದ್ದವನು. ಭಯ ಪಡಬೇಡ ನೀನು ಭೂತಾಯಿ. ನಾನು ಬಂದಿರುವುದು ನಮ್ಮ ಜನರನ್ನೆಲ್ಲ ಸಂತೋಷ ಮತ್ತು ಸಮೃದ್ಧಗೊಳಿಸುವುದಕ್ಕೆ. ನೀನು ನಿನ್ನ ಬಂಧುಬಳಗವನ್ನೆಲ್ಲ ಕರೆಸು. ನಾನು ಅವರಿಗೆ ಆಚಾರ ವಿಚಾರಗಳನ್ನು ತಿಳಿಸುತ್ತೇನೆ' ಎಂದ. ಆತನೆ 'U-Shyllong' ದೇವತೆಯಾಗಿ ಶಿಲ್ಲಾಂಗ್ ಶಿಖರದಲ್ಲಿ ನೆಲೆಸಿದ್ದು ಇಂದಿಗೂ ಆತನಲ್ಲಿ ಸ್ಥಳೀಯರು ನೈಸರ್ಗಿಕ ವಿಪತ್ತುಗಳನ್ನು ತಡೆ ಹಿಡಿಯುವಂತೆ ಮತ್ತು ಸುಖ ಸಂತೋಷಗಳನ್ನು ದಯಪಾಲಿಸುವಂತೆ ಜಾತ್ರೆ ನಡೆಸಿ ಪ್ರಾರ್ಥಿಸುತ್ತಾರೆ.

**ಚಿತ್ರ ೧೯ : ಶಿಲ್ಲಾಂಗ್ ನಗರದ ಮಧ್ಯ ಭಾಗದಲ್ಲಿರುವ ಪೋಲೀಸ್ ಚೌಕ**

೧೮೭೪ರಲ್ಲಿ ಪೂರ್ವ ಬಂಗಾಳದಿಂದ ಅಸ್ಸಾಂ (ಇಡೀ ಈಶಾನ್ಯ ವಲಯ) ರಾಜ್ಯ ಪ್ರತ್ಯೇಕಗೊಂಡು ಶಿಲ್ಲಾಂಗ್ ಅದರ ರಾಜಧಾನಿಯಾಗಿತ್ತು. ಎರಡು ವಿಶ್ವ ಮಹಾಯುದ್ಧಗಳ ಪೂರ್ವದಲ್ಲಿ ಮತ್ತು ಯುದ್ಧಗಳ ನಂತರವೂ ಬಹಳಷ್ಟು ಯೂರೋಪಿಯನ್ ಮಿಲಿಟರಿ ಅಧಿಕಾರಿಗಳು ಶಿಲ್ಲಾಂಗ್‌ನಲ್ಲಿ ನೆಲೆಯೂರಿದ ಕಾರಣ ಈ ನಗರಕ್ಕೆ ಗ್ಯಾರಿಸನ್ ಟೌನ್ ಎಂಬ ಹೆಸರು ಬಂದಿದೆ. ಬ್ರಿಟಿಷರು ಬಿಟ್ಟುಹೋದ ಮೇಲೂ ಶಿಲ್ಲಾಂಗ್ ಭಾರತೀಯ ಮಿಲಿಟರಿ

**ಚಿತ್ರ ೨೦ : ಶಿಲ್ಲಾಂಗ್ ಹತ್ತಿರದ ಶಿಖರದಿಂದ ಕಾಣಿಸುವ ಶಿಲ್ಲಾಂಗ್ ನಗರ**

ಪಡೆಗಳ ಈಶಾನ್ಯ ಕೇಂದ್ರವಾಗಿ ಅಭಿವೃದ್ಧಿ ಪಡೆಯಿತು. ೧೯೭೧ರಲ್ಲಿ ಮೇಘಾಲಯ ಅಸ್ಸಾಂನಿಂದ ಪ್ರತ್ಯೇಕಗೊಂಡು ಬೇರೆ ರಾಜ್ಯವಾಯಿತು. ಅದರ ನಂತರ ಇಲ್ಲಿನ ನೆಲವನ್ನು ಹೊರಗಿನ ಜನರು ಯಾರೂ ಕೊಂಡುಕೊಳ್ಳದಂತೆ ಕಾನೂನನ್ನು ತರಲಾಯಿತು. ೧೯೭೧ರ ಹಿಂದೆ ಇದ್ದ ಕೆಲವು ಬಂಗಾಳಿ, ನೇಪಾಳಿ, ಬಿಹಾರಿ, ಮಾರವಾಡಿ ಮತ್ತು ಮುಸ್ಲಿಮ್ ಜನರು ಅಲ್ಲಲ್ಲಿ ಕೆಲವು ಮನೆಗಳನ್ನು ಕಟ್ಟಿಕೊಂಡಿದ್ದಾರೆ. ಪಂಜಾಬಿನಿಂದ ವಲಸೆ ಬಂದ ಮಜಾಬಿ ಎನ್ನುವ ಅಸ್ಪೃಶ್ಯ ಜನಾಂಗ ಶಿಲ್ಲಾಂಗ್‌ನಲ್ಲಿ ಸಫಾಯಿವಾಲಾ ಕೆಲಸದಲ್ಲಿ ಇಂದಿಗೂ ತೊಡಗಿಕೊಂಡಿದೆ.

ಶಿಲ್ಲಾಂಗ್ ಈಶಾನ್ಯ ಭಾರತದ ಅತಿ ಮುಖ್ಯ ವಿದ್ಯಾ ಕೇಂದ್ರವಾಗಿದ್ದು ಇಂದಿಗೂ ಈಶಾನ್ಯ ರಾಜ್ಯಗಳ ಬಹಳಷ್ಟು ವಿದ್ಯಾರ್ಥಿಗಳು ಇಲ್ಲಿಗೆ ಬಂದು ವಿದ್ಯಾಭ್ಯಾಸ ನಡೆಸುತ್ತಾರೆ. ೧೮೭೦ರಲ್ಲಿ ಜರ್ಮನಿಯಿಂದ ಮೊದಲ ಬಾರಿಗೆ ಸಾಲ್ವಟೋರಿಯನ್ ಪಾದ್ರಿಗಳು ಶಿಲ್ಲಾಂಗ್‌ಗೆ ಬಂದರು. ಅವರ ಮುಖ್ಯ ಉದ್ದೇಶ ಮತ ಪ್ರಚಾರ ಮಾಡುವುದಾದರೂ ಒಂದು ಉನ್ನತ ಶಿಕ್ಷಣದ ವಿದ್ಯಾ ಕೇಂದ್ರವನ್ನು ಸ್ಥಾಪಿಸಲು ನಿಶ್ಚಯಿಸಿದರು. ಆದರೆ ಅವರ ಆಸೆ ಬೇಗನೆ

ಈಡೇರಲಿಲ್ಲ. ಈಶಾನ್ಯದಲ್ಲಿದ್ದ ಯೂರೋಪಿಯನ್ ಅಧಿಕಾರಿಗಳು ಮತ್ತು ಚಹಾ ತೋಟಗಳ ಮಾಲೀಕರು ತಮ್ಮ ಮಕ್ಕಳನ್ನು ಉನ್ನತ ಶಿಕ್ಷಣಕ್ಕಾಗಿ ಇಂಗ್ಲೆಂಡಿಗೆ ಕಳುಹಿಸುತ್ತಿದ್ದರು. ಆಗ ಈಶಾನ್ಯದಲ್ಲಿದ್ದ ಯೂರೋಪಿಯನ್ನರ ಸಂಖ್ಯೆ ೩೦೦೦.

೧೯೦೮ರಲ್ಲಿ ಸಾಲ್ವಟೋರಿಯನ್ ಕೊನೆ ಪಾದ್ರಿ ಎಡ್ಮಂಡ್ ಕ್ರಿಸ್ಟೊಫರ್ ಬೆಕರ್ ಶಿಲ್ಲಾಂಗ್‌ನಲ್ಲಿ ಗಂಡು ಮತ್ತು ಹೆಣ್ಣುಮಕ್ಕಳಿಗಾಗಿ ಒಂದೊಂದು ಶಾಲೆಯನ್ನು ಸ್ಥಾಪಿಸಿ ಕಲಕತ್ತಾದಿಂದ ಐರಿಶ್ ಕ್ರಿಶ್ಚಿಯನ್ ಸಹೋದರರು ಮತ್ತು ಲೊರೆಟ್ ಸಹೋದರಿಯರನ್ನು ಆಹ್ವಾನಿಸಿ ಶಾಲೆಗಳ ಉಸ್ತುವಾರಿಯನ್ನು ಅವರಿಗೆ ವಹಿಸಿಕೊಟ್ಟರು. ದಟ್ಟ ಪೈನ್ ಮರಗಳಿದ್ದ ಕಾಡನ್ನು ಕಡಿದು ಕಟ್ಟಡಗಳನ್ನು ನಿರ್ಮಿಸಲಾಯಿತು. ೧೯೧೪ರಲ್ಲಿ ಮೊದಲನೇ ವಿಶ್ವ ಮಹಾಯುದ್ಧ ಪ್ರಾರಂಭವಾಗಿ ಬ್ರಿಟಿಷರು ಎಲ್ಲಾ ಜರ್ಮನರನ್ನು ಬಂಧಿಸಿ ಅವರ ಬ್ಯಾಂಕ್ ಖಾತೆಗಳನ್ನು ಮುಟ್ಟುಗೋಲು ಹಾಕಿಕೊಂಡರು. ಎಡ್ಮಂಡ್ ಕ್ರಿಸ್ಟೊಫರ್ ಬೆಕರ್ ಅವರನ್ನು ಜರ್ಮನಿಗೆ ಹಿಂದಿರುಗುವಂತೆ ಆಜ್ಞಾಪಿಸಲಾಯಿತು. ೧೯೧೬ರಲ್ಲಿ ಐರಿಶ್ ಸಹೋದರರು ಆಧುನಿಕ ಶಾಲೆಗಳನ್ನು ಪ್ರಾರಂಭಿಸಿ 'ಸೆಂಟ್ ಎಡ್ಮಂಡ್ ಸ್ಕೂಲ್' ಎಂದು ಹೆಸರು ನೀಡಿದರು. ಶಾಲೆಗಳನ್ನು ಕಲಕತ್ತಾ ವಿಶ್ವವಿದ್ಯಾಲಯದ ಆಡಳಿತದ ಕೆಳಗೆ ತರಲಾಯಿತು. ಈ ಶಾಲೆಗಳು ಮುಂದಿನ ದಿನಗಳಲ್ಲಿ ಆಧುನಿಕ ವಿದ್ಯಾ ಕೇಂದ್ರಗಳಾಗಿ ಬೆಳೆಯುತ್ತಾ ಹೋದವು. ಇತ್ತೀಚೆಗೆ ಶಿಲ್ಲಾಂಗ್‌ನಲ್ಲಿ ಐಐಟಿ/ಐಐಎಮ್ ಕೂಡ ಪ್ರಾರಂಭವಾಗಿದೆ. ಇಲ್ಲಿನ ಎಲ್ಲಾ ಶಾಲೆಗಳು ಇಂಗ್ಲಿಷ್ ಮಾಧ್ಯಮ ಕಾನ್ವೆಂಟ್‌ಗಳಾಗಿದ್ದು ತ್ರಿಭಾಷಾ ಸೂತ್ರ, ಮಾತೃಭಾಷೆ, ರಾಷ್ಟ್ರೀಯ ಭಾಷೆ ಎನ್ನುವ ಗೊಡವೆಗಳು ಈ ಮಕ್ಕಳಿಗೆ ಇಲ್ಲ. ಒಂದೊಂದು ತರಗತಿಯಲ್ಲೂ ೨-೩

**ಚಿತ್ರ ೨೧ : ನಗರದ ಮನೆಗಳ ಮುಂದೆ ಬೆಳೆಸುವ ಹೂಗಿಡಗಳು**

ಅಧ್ಯಾಪಕಿಯರು ಮಕ್ಕಳಿಗೆ ಪಾಠ ಕಲಿಸುತ್ತಾರೆ. ಇಲ್ಲಿರುವ ನೇಹು (ನಾರ್ಥ್ ಈಸ್ಟರ್ನ್ ಹಿಲ್ಸ್ ಯೂನಿವರ್ಸಿಟಿ) ವಿಶ್ವವಿದ್ಯಾಲಯ ಈಶಾನ್ಯ ಭಾರತದಲ್ಲಿ ವಿಶೇಷ ಸ್ಥಾನ ಪಡೆದಿದೆ.

ಶಿಲ್ಲಾಂಗ್ ಜನರು ವರ್ಷ ಪೂರ್ತಿ ಮನೆಗಳ ಮುಂದೆ ಮತ್ತು ಗೋಡೆಗಳ ಮೇಲೆ ಬಣ್ಣ ಬಣ್ಣದ ಹೂಗಿಡಗಳನ್ನು ಬೆಳೆಸುತ್ತಾರೆ. ಆದರೆ ಒಂದೇ ಒಂದು ಹೂವನ್ನು ಅವರು ಕೀಳುವುದಿಲ್ಲ, ಎಲ್ಲವೂ ಸೌಂದರ್ಯಕ್ಕಾಗಿ. ಮಾರುಕಟ್ಟೆಯಲ್ಲೂ ಹೂವುಗಳು ದೊರಕುವುದಿಲ್ಲ. ಶಿಲ್ಲಾಂಗ್‌ನ ಏರಿಳಿತ ಮತ್ತು ಅಂಕುಡೊಂಕು ಇಕ್ಕಟ್ಟು ರಸ್ತೆಗಳ ಸಾರಿಗೆ ವ್ಯವಸ್ಥೆ ಮಾರುತಿ – ೮೦೦ ಕಾರುಗಳು. ೫–೧೦ ರೂ. ಕೊಟ್ಟರೆ ನಗರದ ಒಂದು ಮೂಲೆಯಿಂದ ಇನ್ನೊಂದು ಮೂಲೆಗೆ ತಲುಪಿಸಿಬಿಡುತ್ತಾರೆ. ಚಾಲಕರು ಅತಿ ಸಭ್ಯರಾಗಿ ನಡೆದುಕೊಳ್ಳುವುದು ಇನ್ನೊಂದು ವಿಶೇಷ. ಯಾರೇ ಆಗಲಿ ಒಂದು ರೂಪಾಯಿ ಕೂಡ ಹೆಚ್ಚಾಗಿ ಕೇಳುವುದಿಲ್ಲ, ಕೊಟ್ಟರೂ ತೆಗೆದುಕೊಳ್ಳುವುದಿಲ್ಲ. ಜನರು ಬೀದಿಗಳಲ್ಲಿ ಜಗಳವಾಡುವುದಾಗಲಿ, ಅಸಭ್ಯವಾಗಿ ನಡೆದುಕೊಳ್ಳುವುದಾಗಲಿ, ಹೆಣ್ಣುಮಕ್ಕಳನ್ನು ದುರುಗುಟ್ಟಿಕೊಂಡು ನೋಡುವುದಾಗಲಿ ಕಾಣಿಸುವುದಿಲ್ಲ. ಮಕ್ಕಳನ್ನು ಹೊಡೆಯುವ ಪೋಷಕರು, ಅಳುವ ಮಕ್ಕಳು ಕಾಣಿಸುವುದಿಲ್ಲ. ರಸ್ತೆಗಳಲ್ಲಿ ಭಿಕ್ಷುಕರೂ ಕಾಣಿಸುವುದಿಲ್ಲ.

ಆದರೆ ಹದಿಹರೆಯದ ಯುವ ಪೀಳಿಗೆಯಲ್ಲಿ ಪ್ರೀತಿ/ಪ್ರೇಮ ಬಹಳ ಬೇಗನೆ ಅಂಕುರಿಸಿಬಿಡುತ್ತದೆ. ಒಂದು ರೀತಿಯಲ್ಲಿ ಫ್ರೀ ಸೆಕ್ಸ್ ಎಂದೇ ಹೇಳಬಹುದು. ಪ್ರೀತಿಸಿದ ಮೇಲೆ ಹೆಣ್ಣು–ಗಂಡು ಎಷ್ಟೇ ಕಡಿಮೆ ವಯಸ್ಸಿನವರಾದರೂ ಪೋಷಕರ ಮನೆಯಲ್ಲೋ ಇಲ್ಲವೇ ಪ್ರತ್ಯೇಕವಾಗಿಯೂ ಜೀವನ ಪ್ರಾರಂಭಿಸಿಬಿಡುತ್ತಾರೆ. ಮದುವೆಯಾಗುವ ಮುಂಚೆಯೆ ಮಗುವಾದರೂ ತೊಂದರೆ ಇಲ್ಲ. ಪೋಷಕರು ಹಿತವಚನ ಹೇಳಬಹುದು. ಆದರೆ ಅದನ್ನು ಮಕ್ಕಳು ಕೇಳಲೇಬೇಕೆನ್ನುವ ಒತ್ತಾಯ ಇಲ್ಲ. ಅವರಿಗೆ ಇಷ್ಟ ಬಂದಾಗ ಮಕ್ಕಳೊಂದಿಗೆ ಚರ್ಚ್‌ಗೆ ಹೋಗಿ ಮದುವೆ ಮಾಡಿಕೊಳ್ಳುತ್ತಾರೆ. ಮದುವೆಗೆ ದುಂದುವೆಚ್ಚ ಮಾಡುವುದಿಲ್ಲ. ಎಷ್ಟು ಸಾಧ್ಯವೊ ಅಷ್ಟು ಮಾತ್ರ ಖರ್ಚು ಮಾಡುತ್ತಾರೆ. ಗಂಡು ಹೆಣ್ಣು ಇಬ್ಬರದೂ ಸ್ಥಾನಮಾನ ಸರಿಸಮವಾಗಿರುತ್ತದೆ. ತೀರ ಬಡವರಾದರೆ ಚಹಾ ಸಿಹಿಯೊಂದಿಗೆ ಮದುವೆ ಸಮಾರಂಭ ಮುಗಿಯುತ್ತದೆ.

ಇಂದಿಗೂ ಹೆಣ್ಣುಮಕ್ಕಳೇ ಮನೆ ಒಡತಿಯರು ಮತ್ತು ಸ್ವತ್ತಿನ ವಾರಸುದಾರರು. ಇಡೀ ಮನೆ ಜಮೀನು ಎಲ್ಲಾ ಮನೆಯ ಕೊನೆಯ ಮಗಳಿಗೆ ಸೇರುತ್ತದೆ. ಅವಳು ಇಷ್ಟ ಪಟ್ಟರೆ ಒಡಹುಟ್ಟಿದ ಸಹೋದರಿಯರಿಗೆ ಇಂತಿಷ್ಟು ಕೊಡಬಹುದು. ಗಂಡುಮಕ್ಕಳ ಹೆಸರಿನಲ್ಲಿ ಯಾವುದೇ ಆಸ್ತಿ ನೋಂದಣಿ ಆಗುವುದಿಲ್ಲ. ಮದುವೆಗೆ ಮುಂಚೆ ಹೆಣ್ಣಿನ ಮನೆಯವರು ಗಂಡಿನ ಮನೆಗೆ ಹೋಗಿ ವರನನ್ನು ನೋಡಿಕೊಂಡು ಬರುತ್ತಾರೆ. ಹುಡುಗಿಯ ಕಡೆಯವರು ವರನಿಗೆ ಎದ್ದು ನಡೆಯುವಂತೆ ಹೇಳುತ್ತಾರೆ ಮತ್ತು ಏನೆಲ್ಲ ಕೆಲಸಗಳು ಬರುತ್ತವೆ ಎನ್ನುವ ಪ್ರಶ್ನೆಗಳನ್ನು ಕೇಳುತ್ತಾರೆ. ಮದುವೆಯಾದ ಮೇಲೆ ವರನು ವಧುವಿನ ಮನೆಯಲ್ಲಿ ಕಾಯಂ ಆಗಿ ನೆಲೆಸುತ್ತಾನೆ. ನಗರಗಳಲ್ಲಿ ಇತ್ತೀಚೆಗೆ ಇದು ಸ್ವಲ್ಪ ಮಟ್ಟಿಗೆ ಬದಲಾಗಿದ್ದರೂ ಮಹಿಳೆಯೆ ಸ್ವತ್ತಿನ ಸಂಪೂರ್ಣ ವಾರಸುದಾರಳು. ಅವಳ ಅಪ್ಪಣೆ ಇಲ್ಲದೆ ಏನೂ ನಡೆಯುವುದಿಲ್ಲ. ಮಕ್ಕಳ ಹೆಸರೂ ಕೂಡ ಹೆಣ್ಣಿನ ಮನೆತನದ ಹೆಸರಾಗಿರುತ್ತದೆ. ಸ್ಥಳೀಯ ಹೆಣ್ಣುಮಕ್ಕಳನ್ನು ಮದುವೆ ಮಾಡಿಕೊಂಡಿರುವ ಇತರ ರಾಜ್ಯಗಳ ಕೆಲವರು ಯಾವ ಹಕ್ಕಿಗೂ ಬಾಧ್ಯರಾಗದೆ ಮರಗಳಿಗೆ ನೇತುಹಾಕಿದ ಪಿಶಾಚಿಗಳಂತೆ ನೇತಾಡುತ್ತ, ಅವರ ಮನೆಗಳಲ್ಲಿ ಚಟ್ನಿ

ರುಬ್ಬುತ್ತಿದ್ದಾರೆ. ಇಲ್ಲಿನ ಹೆಣ್ಣುಮಗಳು ಮದುವೆಯಾದ ತನ್ನ ಗಂಡನ ಹಿಂದೆ ಅವನ ತವರು ಮನೆಗೆ ಹೋಗುವುದಿಲ್ಲ. ಗಂಡಸರು ಮಾತ್ರ ಮದುವೆಯಾಗಿ ಮನೆಯಲ್ಲೆ ಇರಬೇಕು. ಒಮ್ಮೆ ಮದುವೆಯಾದವರು ಪತ್ನಿಯನ್ನು ಬಿಟ್ಟು ತನ್ನ ಊರಿಗೆ ಹಿಂದಿರುಗಿ ಹೋಗಿರುವ ಒಂದು ಉದಾಹರಣೆಯನ್ನೂ ನಾನು ಕೇಳಿದ್ದಿಲ್ಲ. ಅದೇನು ಪವಾಡವೊ ತಿಳಿಯದು.

ಇನ್ನು ಗಂಡಸರು ಕುಡಿಯುವುದನ್ನು ಬಹು ಬೇಗನೆ ಒಂದು ಚಟವನ್ನಾಗಿ ಮಾಡಿಕೊಂಡು ೪೫-೫೦ ವರ್ಷ ತಲುಪುವುದರೊಳಗೆ ಮುದುಕರಂತೆ ಕಾಣಿಸುತ್ತಾರೆ. ಕಿಡ್ನಿ, ಲಿವರ್ ಹಾಳಾಗಿ ಗಂಟಲು ಕ್ಯಾನ್ಸರ್ ಇತ್ಯಾದಿ ತೊಂದರೆಗಳಿಂದ ನರಳುತ್ತಿರುತ್ತಾರೆ. ೧೦೦ಕ್ಕೆ ೭೦ರಷ್ಟು ಜನರು ಕೇವಲ ೫೦ ವರ್ಷ ತಲುಪುವುದರೊಳಗೆ ತೀರ್ಥಯಾತ್ರೆ ಕೈಗೊಳ್ಳುತ್ತಾರೆ. ಯಾರ ಬಾಯಿ ನೋಡಿದರೂ ಕೆಂಪಾಗಿರುತ್ತದೆ. ಇಡೀ ಮೇಘಾಲಯದ ಜನರಲ್ಲಿ ೧೦೦ಕ್ಕೆ ೯೦ರಷ್ಟು ಜನರು ಇನ್ನೂ ಮಕ್ಕಳಾಗಿರುವಾಗಲೇ ಹಸಿ ಅಡಿಕೆ (ಕ್ವಾಯ್) ಎಲೆ ಮತ್ತು ಸುಣ್ಣ ಅಗಿಯುವುದನ್ನು ಕಲಿತುಕೊಂಡುಬಿಡುತ್ತಾರೆ. ಗಂಡಸರಿಗಿಂತ ಹೆಣ್ಣುಮಕ್ಕಳೇ ಜಾಸ್ತಿ ಕೆನ್ನೆಗಳನ್ನು ಊದಿಸಿಕೊಂಡಿರುತ್ತಾರೆ. ಕೆಲವು ಮಹಿಳೆಯರಂತೂ ರಾತ್ರಿಯೂ ಬಾಯಲ್ಲಿ ತಾಂಬೂಲ ಇಟ್ಟುಕೊಂಡು ಮಲಗುತ್ತಾರೆ. ಶಿಲ್ಲಾಂಗ್‌ನಲ್ಲಿ ೬ ತಿಂಗಳುಗಳಿಗಿಂತ ಹೆಚ್ಚು ಕಾಲ ಮಳೆ ಮತ್ತು ತೀವ್ರ ಚಳಿ ಇರುವುದರಿಂದ ಜನರು ನೀರು ಕುಡಿಯುವುದು ತೀರ ಕಡಿಮೆ. ಕಾರಣ ಬಹಳಷ್ಟು ಜನರು ಕಿಡ್ನಿ ಮತ್ತು ಗಾಲ್ ಬ್ಲಾಡರ್ ಕಲ್ಲು ತೊಂದರೆಗಳಿಂದ ನರಳುತ್ತಿರುತ್ತಾರೆ.

(ನಾನು ಇದನ್ನೆಲ್ಲ ಮೊದಲೇ ಕೇಳಿದ್ದರಿಂದ ಶಿಲ್ಲಾಂಗ್‌ನಲ್ಲಿ ಇದ್ದಷ್ಟು ದಿನವೂ ನೀರನ್ನು ಫಿಲ್ಟರ್ ಮಾಡಿ ಚೆನ್ನಾಗಿ ಕುದಿಸಿ ತಣ್ಣಗಾದ ಮೇಲೆ ಕುಡಿಯುತ್ತಿದ್ದೆ. ಕಛೇರಿಯಲ್ಲೂ ಕಾಯಿಸಿದ ನೀರನ್ನೇ ಕುಡಿಯುತ್ತಿದ್ದೆ. ಶಿಲ್ಲಾಂಗ್‌ನಲ್ಲಿ ಎರಡೂವರೆ ವರ್ಷ ಕೆಲಸ ಮಾಡಿದ ಮೇಲೆ ವರ್ಗ ಸಿಕ್ಕಿ ಬದುಕಿದೆ ಬಡಪಾಯಿ ಎಂದು ವಾಪಸ್ ಬಂದುಬಿಟ್ಟೆ. ಆದರೆ ಬೆಂಗಳೂರಿಗೆ ಬಂದು ಸರಿಯಾಗಿ ಒಂದು ತಿಂಗಳಾದ ಮೇಲೆ ಒಂದು ರಾತ್ರಿ ವಿಪರೀತ ಹೊಟ್ಟೆನೋವು ಬಂದಿತು. ನನ್ನ ಮಗ ನನ್ನನ್ನು ಜಯನಗರದ ರಾಮಕೃಷ್ಣ ನರ್ಸಿಂಗ್ ಹೋಂಗೆ ಕಾರಿನಲ್ಲಿ ಕರೆದುಕೊಂಡು ಹೋದ. ಐದು ದಿನಗಳಾದ ಮೇಲೆ ಆಸ್ಪತ್ರೆಯಿಂದ ಬಿಡುಗಡೆಯಾದಾಗ ಹುಟ್ಟಿದಾಗಿನಿಂದ ನನ್ನ ಜೊತೆಗಿದ್ದ ಗಾಲ್ ಬ್ಲಾಡರನ್ನು ವೈದ್ಯರು ತೆಗೆದು ಬಿಸಾಕಿದ್ದುದು ತಿಳಿದುಬಂದಿತು. ಒಂದು ಲಕ್ಷ ಹತ್ತು ಸಾವಿರ ರೂಪಾಯಿ ಬಿಲ್ ಹಾಕಿ ಮನೆಗೆ ಕಳುಹಿಸಿದರು. ಶಿಲ್ಲಾಂಗ್‌ನಲ್ಲಿ ನಾನೇ ಅಡಿಗೆ ಮಾಡಿಕೊಳ್ಳುವುದನ್ನು ಕಲಿತುಕೊಂಡಿದ್ದೆ. ದಿನಕ್ಕೆ ಒಂದರ್ಧ ಲೀಟರ್ ಹಾಲನ್ನು ಕೊಂಡುಕೊಳ್ಳುತ್ತಿದ್ದೆ. ಒಟ್ಟಿನಲ್ಲಿ ಎಲ್ಲಿ ಏನು ತಪ್ಪಾಯಿತೊ ಬೆಂಗಳೂರಿಗೆ ಬಂದ ಮೇಲೆ ಈ ತೊಂದರೆ ಸಂಭವಿಸಿದ್ದು ಒಳ್ಳೆಯದೆ ಆಯಿತು. ಶಿಲ್ಲಾಂಗ್‌ನಲ್ಲೇ ಹೀಗೆ ಏನಾದರೂ ಆಗಿದ್ದರೆ ಏನಾಗುತ್ತಿತ್ತೊ ಏನೋ? ಶಿಲ್ಲಾಂಗ್‌ನಲ್ಲಿ ಹಲವು ಬಾರಿ ಹೊಟ್ಟೆನೋವು ಕಾಣಿಸಿಕೊಂಡಿದ್ದರೂ ಅಸಿಡಿಟಿ ಅಥವಾ ಗ್ಯಾಸ್ ಸಮಸ್ಯೆ ಎಂದು ಆಗಾಗ ಮಾತ್ರೆ ನುಂಗಿ ಸುಮ್ಮನಾಗುತ್ತಿದ್ದೆ.

ಒಂದು ದಿನ ನನ್ನ ಕೋಣೆಗೆ ಬಂದ ಕಛೇರಿ ಸಿಬ್ಬಂದಿಯ ಕೆಲವರು 'ಸರ್ ನಾಳೆ ನಾವು ಆಫೀಸಿಗೆ ಬರುವುದಿಲ್ಲ' ಎಂದರು. ಯಾಕೆ ಎಂದು ಕೇಳಿದಾಗ 'ನಮ್ಮ ಕಾಲೊನಿಯನ್ನು ನಾಳೆ ಕ್ಲೀನ್ ಮಾಡ್ಬೇಕು' ಎಂದರು. ಮರುದಿನ ಬೆಳಿಗ್ಗೆ ಮನೆ ಹೊರಗೆ ಗದ್ದಲವಾಗಿ

ಬಾಗಿಲು ತೆರೆದು ನೋಡುತ್ತೇವೆ – ಹೆಣ್ಣು–ಗಂಡು, ವಯಸ್ಸಾದವರು, ಮಕ್ಕಳು ಎಲ್ಲರೂ ಪೊರಕೆಗಳನ್ನು ಹಿಡಿದು ಬೀದಿ, ಕಾಲುವೆ, ರಸ್ತೆಗಳೆನ್ನದೆ ಎಲ್ಲವನ್ನೂ ಗುಡಿಸುತ್ತಿದ್ದಾರೆ. ಕೆಲವರು ಡಿಡಿಟಿ ಸಿಂಪಡಿಸುತ್ತಿದ್ದರೆ, ಇನ್ನು ಕೆಲವರು ಕಸವನ್ನು ತಳ್ಳುಗಾಡಿಗಳಲ್ಲಿ ಸಾಗಿಸುತ್ತಿದ್ದಾರೆ. ಒಂದೆರಡು ಕ್ಷಣ ಬೆರಗಾದ ನಾನು ವಿಷಯ ತಿಳಿದು ಮೂಕನಾದೆ. ಕ್ರಿಸ್‌ಮಸ್ ಹಬ್ಬಕ್ಕೆ ಇಡೀ ಶಿಲ್ಲಾಂಗ್ ಜನರು ಒಟ್ಟುಗೂಡಿ ನಗರವನ್ನು ಪ್ರತಿ ವರ್ಷವೂ ಹೀಗೆ ಸ್ವಚ್ಛಗೊಳಿಸುತ್ತಾರಂತೆ. ನಮ್ಮ ಬೆಂಗಳೂರಿನ ನಾಗರಿಕರ ಬಗ್ಗೆ ಆಲೋಚನೆ ಬಂದು ಮನಸ್ಸಿಗೆ ನೋವಾಯಿತು. ಬೆಂಗಳೂರಿನ ಆಟೋ ಚಾಲಕರು, ರಸ್ತೆ ಕಾನೂನು ಪಾಲಿಸದ ವಾಹನ ಸವಾರರು, ನೀರನ್ನು ದುರುಪಯೋಗ ಮಾಡುವವರು, ಪಕ್ಕದ ಮನೆ ಕಾಂಪೌಂಡಿಗೆ ಕಸ ಎಸೆಯುವವರು – ಇವರೆಲ್ಲ ನಿಜವಾಗಿಯೂ ನಾಗರಿಕರೆ ?

ಶಿಲ್ಲಾಂಗ್‌ನ ಜನರು ನಿಜವಾಗಿಯೂ ಬಹಳ ಸಭ್ಯರಾಗಿ ನಡೆದುಕೊಳ್ಳುತ್ತಾರೆ. ಇವರ ಸಭ್ಯ ನಡೆವಳಿಕೆಗೆ ಕ್ರೈಸ್ತ ಧರ್ಮವೂ ಪ್ರೇರಕವಾಗಿದೆ. ಪ್ರತಿ ಶನಿವಾರ ರಾತ್ರಿ ನಾಲ್ಕಾರು ಮನೆಗಳ ಜನ ಒಂದು ಕಡೆ ಸೇರಿ ಹಾಡಿ, ಕುಣಿದು, ಸಂಗೀತದಲ್ಲಿ ಲೀನರಾಗಿ ಸಾಮೂಹಿಕ ಭೋಜನ ಮಾಡುತ್ತಾರೆ. ಮರುದಿನ ಬೆಳಿಗ್ಗೆ ಭಾನುವಾರ ಸ್ನಾನ ಮಾಡಿ ನೀಟಾಗಿ ಒಳ್ಳೆ ಬಟ್ಟೆ ಧರಿಸಿ ಇಡೀ ಮನೆಯವರು ಒಟ್ಟಾಗಿ ಚರ್ಚ್‌ಗೆ ಹೋಗಿ ಪ್ರಾರ್ಥನೆ ಮಾಡಿ ಬರುತ್ತಾರೆ. ಒಟ್ಟಿನಲ್ಲಿ ಈಶಾನ್ಯ ಭಾರತದ ಎಲ್ಲಾ ಪಟ್ಟಣಗಳನ್ನು ಶಿಲ್ಲಾಂಗ್ ನಗರದ ಜೊತೆಗೆ ಹೋಲಿಸಿ ನೋಡಿದಾಗ ಈ ಸುಂದರ ಗ್ಯಾರಿಸನ್ ನಗರದಲ್ಲಿ ಜನರು ನೆಮ್ಮದಿ ಮತ್ತು

**ಚಿತ್ರ ೨೨ : ಶಿಲ್ಲಾಂಗ್ ಹತ್ತಿರದಲ್ಲಿರುವ ಬಾರಾಪಾಣಿ ಅಣೆಕಟ್ಟು**

ಮನಃಶಾಂತಿಯಿಂದ ಇರುವುದನ್ನು ಗಮನಿಸಬಹುದು. ಭಾರತದ ಎಲ್ಲಾ ನಾಗರಿಕರು ಈಶಾನ್ಯ ಭಾರತವನ್ನು ಒಮ್ಮೆ ನೋಡಲೇಬೇಕು – ಅದರಲ್ಲೂ ಶಿಲ್ಲಾಂಗ್, ಚಿರಾಪುಂಜಿ ಮತ್ತು ಮಹಿಸಿನ್ರಾಮ್ ಪ್ರದೇಶಗಳನ್ನು.

## ಶಿಲ್ಲಾಂಗ್ ಮನೆಯಲ್ಲಿ ಕಳ್ಳತನ

ಈಶಾನ್ಯ ವಲಯದಲ್ಲಿ ವೃತ್ತಿ ಮಾಡುವುದೆಂದರೆ ಎಲ್ಲಾ ರೀತಿಯಲ್ಲೂ ಶಿಕ್ಷೆಯೇ ಆಗಿರುತ್ತದೆ. ಚಳಿ ಜಾಸ್ತಿಯಾಗುವ ಭೀತಿಯಿಂದ ಡಿಸೆಂಬರ್ ೨೫ರಂದು ಸುಶೀಲ ಮತ್ತು ನಾನು ಶಿಲ್ಲಾಂಗ್‌ನಿಂದ ಬೆಂಗಳೂರಿಗೆ ಬಂದುಬಿಟ್ಟೆವು. ರಜಾ ಎಷ್ಟು ತೆಗೆದುಕೊಳ್ಳುತ್ತೇವೊ ಅಷ್ಟು ದಿನಗಳು ಹೆಚ್ಚಾಗಿ ಶಿಲ್ಲಾಂಗ್‌ನಲ್ಲೆ (ವರ್ಗ ಮುಂದೂಡಲಾಗುತ್ತದೆ) ಇರಬೇಕಾಗಿದ್ದರಿಂದ ಜನವರಿ ೨೦ರಂದು ಬೆಂಗಳೂರಿನಿಂದ ಮತ್ತೆ ಶಿಲ್ಲಾಂಗ್‌ಗೆ ಹಿಂದಿರುಗಿದೆವು. ನಾವು ಶಿಲ್ಲಾಂಗ್‌ನಿಂದ ಬೆಂಗಳೂರಿಗೆ ಬರುವಾಗ ಮನೆಯ ಒಡೆಯ ಮತ್ತು ಆತನ ಪತ್ನಿ ಇಳಿ ವಯಸ್ಸಿನವರಾಗಿದ್ದು ಚಳಿ ತಾಳಲಾರದೆ ನಮಗಿಂತ ಮುಂಚೆಯೇ ಕಲಕತ್ತಾಗೆ ಹೊರಟು ಹೋಗಿದ್ದರು. ಹೋಗುವ ಮುನ್ನ ನನ್ನನ್ನು ಮತ್ತು ಪಕ್ಕದ ಮನೆಯಲ್ಲಿದ್ದ ಮಲೆಯಾಳಿ ಅಧ್ಯಾಪಕರನ್ನುದ್ದೇಶಿಸಿ (ಗಂಡ ಹೆಂಡತಿ) 'ಒಬ್ಬರಾದರೂ ಕಾಂಪೌಂಡ್‌ನಲ್ಲಿ ಇರಿ ಇಲ್ಲದಿದ್ದರೆ ಯಾರಾದರೂ ಒಬ್ಬರನ್ನು ಮಲಗಿಕೊಳ್ಳುವಂತೆ ಏರ್ಪಾಟು ಮಾಡಿ' ಎಂದು ಹೇಳಿಹೋಗಿದ್ದರು. ಮಲೆಯಾಳಿ ಕೇರಳಕ್ಕೆ ಹೋಗುವ ಮುಂಚೆ 'ಒಬ್ಬಾತ ರಾತ್ರಿ ಹೊತ್ತು ನಮ್ಮ ಮನೆಗೆ ಬಂದು ಮಲಗುತ್ತಾನೆ' ಎಂದು ಹೇಳಿ ಕುಟುಂಬ ಸಮೇತ ಕೇರಳಕ್ಕೆ ಹೊರಟುಹೋದ. ಹೋಗುವ ದಿನ ಆತ ಮನೆ ಖಾಲಿ ಮಾಡುತ್ತಿದ್ದಾನೆಯೋ ಅನ್ನುವಂತೆ ಒಂದು ಲಾರಿ ತುಂಬ ಸಾಮಾನುಗಳನ್ನು ಹೊತ್ತುಕೊಂಡುಹೋಗಿದ್ದ. ನಾನು ಬೆಂಗಳೂರಿಗೆ ಹೋಗುವವರೆಗೂ ಯಾರೂ ಆತನ ಮನೆಯಲ್ಲಿ ಮಲಗಿಕೊಳ್ಳಲು ಬರಲಿಲ್ಲ.

ಜನವರಿ ೨೦ರಂದು ಶಿಲ್ಲಾಂಗ್‌ಗೆ ಹಿಂದಿರುಗಿ ಬಂದು ದೂರದಿಂದಲೇ ಮನೆಯ ಬಾಗಿಲು ಸರಿಯಾಗಿರುವುದನ್ನು ನೋಡಿ ಅಬ್ಬ! ಕಳ್ಳತನವಾಗಿಲ್ಲ ಎಂದುಕೊಂಡೆ. ಬಾಗಿಲು ತೆಗೆದು ಮನೆ ಒಳಗೆ ಹೋಗಿ ನೋಡುತ್ತೇನೆ. ಸಾಮಾನುಗಳೆಲ್ಲ ಚಲ್ಲಾಪಿಲ್ಲಿಯಾಗಿವೆ! ಎಲ್ಲಾ ಕೋಣೆಗಳ ಬಾಗಿಲುಗಳೂ ತೆರೆದಿವೆ, ಹಿತ್ತಲು ಬಾಗಿಲು ಕೂಡ. ಒಂದೆರಡು ಕ್ಷಣ ಗಾಬರಿಯಾಯಿತು. ಗ್ಯಾಸ್ ಸಿಲಿಂಡರ್ ಇಲ್ಲ. ಹೊಸ ಕುಕ್ಕರುಗಳೂ ಇಲ್ಲ. ಮೊಬೈಲ್ ತೆಗೆದುಕೊಂಡು ಚಂದ್ರಶೇಖರ್‌ಗೆ ಫೋನ್ ಮಾಡಿ ಬೇಗನೆ ಬರುವಂತೆ ತಿಳಿಸಿದೆ. ಚಂದ್ರಶೇಖರ್ ಬರುವುದರೊಳಗೆ ಮನೆಯಲ್ಲೆಲ್ಲ ಮತ್ತೊಮ್ಮೆ ನೋಡಿದೆ. ಅಡಿಗೆ ಸಾಮಾನುಗಳು ಒಂದೂ ಇರಲಿಲ್ಲ. ಪಕ್ಕದ ಮನೆ ಮತ್ತು ನಮ್ಮ ಮನೆ ಮಧ್ಯೆ ಇದ್ದ ಬಾಗಿಲು ತೆರೆದುಕೊಂಡಿತ್ತು. ಒಳಕ್ಕೆ ಇಣಿಕಿ ನೋಡಿದೆ ಅಲ್ಲಿಯೂ ಎಲ್ಲಾ ಚೆಲ್ಲಾಪಿಲ್ಲಿಯಾಗಿವೆ. ಆ ಮನೆಯ ಹಿತ್ತಿಲು ಬಾಗಿಲು ತೆರೆದಿದ್ದು ಗ್ಯಾಸ್ ಮತ್ತು ಟಿವಿ ಕಾಣಿಸಲಿಲ್ಲ.

ಅಷ್ಟರಲ್ಲಿ ಚಂದ್ರಶೇಖರ್ ಬಂದು, ಇಬ್ಬರೂ ಹತ್ತಿರದಲ್ಲೇ ಇದ್ದ ಪೊಲೀಸ್ ಠಾಣೆಗೆ ಹೋಗಿ ಕಳ್ಳತನವಾದ ವಿಷಯ ತಿಳಿಸಿದಾಗ, 'ನಿಮ್ಮ ಕಾಂಪೌಂಡ್‌ನಲ್ಲಿ ಕಳ್ಳತನವಾದ ವಿಷಯ ನಮಗೆ ತಿಳಿದಿದೆ' ಎಂದರು. 'ಹೇಗೆ?' ಎಂದಾಗ, 'ನಿಮ್ಮ ಕಾಂಪೌಂಡ್‌ನಲ್ಲಿ ಕಳ್ಳತನವಾಗುತ್ತಿದ್ದುದನ್ನು ಎದುರು ಮನೆಯವರು ನೋಡಿದ್ದಾರೆ. ನೆನ್ನೆ ಸಾಯಂಕಾಲ ೭:೩೦ರ ಸಮಯದಲ್ಲಿ ಕಳ್ಳರು ನಿಮ್ಮ ಎರಡೂ ಮನೆಗಳಿಂದ ಸಾಮಾನುಗಳನ್ನು ತಮ್ಮ

ಕಾರಿನಲ್ಲಿ ತುಂಬಿಕೊಂಡು ಹೋಗಿದ್ದಾರೆ. ಎದುರು ಮನೆಯವರು ನಮಗೆ ಕಾರಿನ ಸಂಖ್ಯೆಯನ್ನೂ ಸಹ ತಿಳಿಸಿದರು. ಆದರೆ ಅದು ತಪ್ಪು ಸಂಖ್ಯೆ. ಇನ್‌ವೆಸ್ಟಿಗೇಷನ್ ನಡೆಸುತ್ತಿದ್ದೇವೆ' ಎಂದರು. ಅನಂತರ ಎಫ್‌ಐಆರ್ ಬುಕ್ ಮಾಡಿ, ಅಲ್ಲಿಂದಲೇ ಮನೆ ಒಡೆಯ ಮತ್ತು ಮಲೆಯಾಳಿಗೆ ಫೋನ್ ಮಾಡಿ ವಿಷಯ ತಿಳಿಸಿದೆವು. ಪೊಲೀಸರ ಜೊತೆಗೆ ಹಿಂದಿರುಗಿ ಬಂದು ಮಲೆಯಾಳಿ ಮನೆಯಲ್ಲಿನ ಸಾಮಾನುಗಳನ್ನು ಚೆಕ್ ಮಾಡಿದಾಗ ಆತನ ಎರಡು ಗ್ಯಾಸ್ ಸಿಲಿಂಡರುಗಳು, ಕಲರ್ ಟಿವಿ, ಕುಕ್ಕರುಗಳು ಕಳ್ಳತನವಾಗಿರುವುದು ಗೊತ್ತಾಯಿತು.

ಮೇಲಿದ್ದ ಒಡೆಯನ ಮನೆಯಲ್ಲೂ ಕೆಲವು ಸಾಮಾನುಗಳನ್ನು ಕದ್ದುಕೊಂಡು ಹೋಗಿರುವುದಾಗಿ ಅನಂತರ ತಿಳಿಯಿತು. ಜೊತೆಗೆ ಆತನ ಮನೆಯಲ್ಲಿ ಹಲವು ಸಾಮಾನುಗಳನ್ನು ಒಡೆದುಹಾಕಲಾಗಿತ್ತು. ಪೊಲೀಸಿನವರು ಎಲ್ಲವನ್ನೂ ನೋಡಿ ವರದಿ ಬರೆದುಕೊಂಡರು. ಆಗ ಎದುರು ಮನೆ ಮಹಿಳೆ ಬಂದು ಕಳ್ಳತನವಾದ ಎಲ್ಲಾ ವಿಷಯಗಳನ್ನೂ ತಿಳಿಸಿದಳು. 'ನೀವು ಕಳ್ಳರನ್ನು ಯಾಕಾದರೂ ತಡೆಯಲಿಲ್ಲ?' ಎಂದರೆ 'ನಮಗೆ ಭಯವಾಯಿತು ಗಂಡಸರ್‍ಯಾರೂ ಮನೆಯಲ್ಲಿರಲಿಲ್ಲ' ಎಂದಳು. ಅನಂತರ ಒಡೆಯನ ಸಂಬಂಧಿಯೊಬ್ಬರು ಬಂದು ನೋಡಿ ಅಲ್ಲಿಯೂ ಕೆಲವು ಸಾಮಾನುಗಳು ಕಳ್ಳತನವಾಗಿರುವುದನ್ನು ದೃಢಪಡಿಸಿದರು. ಹಲವು ಸಾಮಾನುಗಳನ್ನು ಒಡೆದು ಹಾಕಲಾಗಿತ್ತು. ಶಿಲ್ಲಾಂಗ್‌ನಲ್ಲಿ ಕಳ್ಳತನವಾಗುವುದು ತೀರ ವಿರಳ ಅದೂ ಕೂಡ ಸ್ಥಳೀಯರ ಮನೆಗಳಲ್ಲಿ ಅಪರೂಪ. ಆದರೆ ಇತರರ ಮನೆಗಳಲ್ಲಿ ಈಗೀಗ ಕಳ್ಳತನಗಳು ನಡೆಯುತ್ತಿವೆ. ಸ್ಥಳೀಯರು, ಹೊರಗಿನವರು ಮನೆಯನ್ನು ಮಾರಿಕೊಂಡು ಹೋಗಿಬಿಡಲಿ ಎನ್ನುವ ಉದ್ದೇಶದಿಂದ ಕಳ್ಳತನ ಮಾಡಿ ಭೀತಿ ಹುಟ್ಟಿಸುತ್ತಾರೆ ಎಂಬುದಾಗಿ ಕೆಲವರು ಹೇಳುತ್ತಾರೆ. ಕಳ್ಳತನವಾದ ಮೇಲೆ ಎರಡು ತಿಂಗಳು ಕಾಲ ಇಡೀ ಕಾಂಪೌಂಡಿನಲ್ಲಿ ನಾನು ಒಬ್ಬನೇ ಮಲಗಿಕೊಂಡಿದ್ದೆ. ಮೊದಲು ಕೆಲವು ದಿನಗಳು ಸ್ವಲ್ಪ ಗಾಬರಿಯಾಗಿ ನಿದ್ದೆಯೇ ಬರಲಿಲ್ಲ. ಎರಡು ತಿಂಗಳ ನಂತರ ಬೇರೆ ಮನೆ ಸಿಕ್ಕಿ ಆ ಮನೆಯನ್ನು ಖಾಲಿ ಮಾಡಿಬಿಟ್ಟೆ.

ನಮ್ಮ ಮನೆ ಒಡೆಯ ಬಂಗಾಳಿ ಆಗಿದ್ದು ೧೯೭೧ಕ್ಕಿಂತಲೂ ಮುಂಚೆಯೇ ಈ ಜಾಗ ಕೊಂಡುಕೊಂಡು ಮನೆ ಕಟ್ಟಿಸಿದ್ದ. ೧೯೭೧ರ ನಂತರ ಅಸ್ಸಾಂನಿಂದ ಪ್ರತ್ಯೇಕ ರಾಜ್ಯವಾಗಿ ಮೇಘಾಲಯ ಸ್ವಯಂ ಆಡಳಿತ ರಾಜ್ಯವಾದ ಮೇಲೆ ಇತರ ರಾಜ್ಯಗಳ ಜನರು ಇಲ್ಲಿ ಭೂಮಿ ಕೊಂಡುಕೊಳ್ಳುವ ಅವಕಾಶ ತಪ್ಪಿಹೋಗಿತ್ತು. ಹೆಚ್ಚು ಕಡಿಮೆ ಇಡೀ ಈಶಾನ್ಯದ ರಾಜ್ಯಗಳೆಲ್ಲ ಸ್ವಯಂ ಆಡಳಿತ ರಾಜ್ಯಗಳಾಗಿದ್ದು, ಇತರ ರಾಜ್ಯಗಳ ಜನರು ಯಾವುದೇ ಜಮೀನು ಕೊಂಡುಕೊಳ್ಳುವಂತಿಲ್ಲ. ಕೇಂದ್ರ ಸರಕಾರ, ಯಾವುದೇ ವಿಭಾಗದ ಕಚೇರಿಗಳನ್ನು ಕಟ್ಟಿಕೊಳ್ಳಬೇಕಾದರೂ ಸ್ಥಳೀಯರಿಂದ ಹೆಚ್ಚೆಂದರೆ ೯೯ ವರ್ಷಗಳು ಕಾಲ ಲೀಸ್‌ಗೆ ಪಡೆದುಕೊಳ್ಳುತ್ತದೆ. ಅನಂತರ ಅದನ್ನು ಹಾಗೆ ಬಿಟ್ಟುಬಿಡಬೇಕು. ರಾಜ್ಯ ಸರಕಾರಗಳಿಗೂ ಯಾವುದೇ ಹಕ್ಕಿಲ್ಲ. ಎಲ್ಲವೂ ಆಯಾ ಹಳ್ಳಿಗಳ ಮತ್ತು ಸಾರ್ವಜನಿಕರ ಸ್ವತ್ತು. ಕಾಡು, ಖನಿಜ ಸಂಪತ್ತು ಸಹ ಜನರಿಗೆ ಸೇರಿದವು.

ನನ್ನ ಅದೃಷ್ಟವೆಂದರೆ ಬೆಂಗಳೂರಿಗೆ ಹೋಗುವ ಮುನ್ನ ಕೊನೆ ಘಳಿಗೆಯಲ್ಲಿ ಒಂದು ಗ್ಯಾಸ್ ಸಿಲಿಂಡರ್ ಮತ್ತು ಹೊಸ ಕಲರ್ ಟಿವಿಯನ್ನು ಗೆಳೆಯರ ಮನೆಯಲ್ಲಿ ಇಟ್ಟುಬಂದಿದ್ದ ಕಾರಣ ಅವು ಉಳಿದುಕೊಂಡಿದ್ದವು. ಕಳುವಾದ ಸಿಲಿಂಡರನ್ನು ಪೊಲೀಸರು ಕೊನೆಗೂ

ಹುಡುಕಿ ಕೊಡಲಿಲ್ಲ. ಕೇಳಿಕೇಳಿ ಸುಸ್ತಾದ ನಾನು ನ್ಯಾಯಾಲಯಕ್ಕೆ ಹೋಗಿ ಪ್ರಮಾಣಪತ್ರ ಮಾಡಿಸಿ ಒಂದು ಸಾವಿರ ಹಣ ಕಟ್ಟಿ ಹೊಸ ಸಿಲೆಂಡರ್ ಕೊಂಡುಕೊಂಡೆ.

* * *

## ಗುರುಂಗ್ ಚಾಲಕನ ಕತೆ

ಈ ನಡುವೆ ಕಚೇರಿಯಲ್ಲಿ ಒಂದು ತಮಾಷೆ ನಡೆದಿತ್ತು. ನನ್ನ ಸಹಾಯಕರಾಗಿ ಕಾರ್ಯ ನಿರ್ವಹಿಸುತ್ತಿದ್ದ ಇಬ್ಬರು ಭೂವಿಜ್ಞಾನಿಗಳು ಶಿಲ್ಲಾಂಗ್‌ನಿಂದ ೧೦೦ ಕಿ.ಮೀ. ದೂರದ ನಾಂಗ್‌ಸ್ಟಾಯಿನ್ ಪಟ್ಟಣದ ಸುತ್ತಮುತ್ತಲೂ ಕ್ಷೇತ್ರ ಸಮೀಕ್ಷೆ ನಡೆಸುತ್ತಿದ್ದರು. ಮೇಘಾಲಯವು ಕಾಡು, ಕಣಿವೆ, ಜಲಪಾತಗಳು ಮತ್ತು ದಟ್ಟ ಅರಣ್ಯ ಹೊಂದಿರುವ ರಾಜ್ಯ. ರಾತ್ರಿ ಊಟ ಮಾಡಿ, ಚಳಿಗೆ ಕಂಬಳಿ ಹೊದ್ದು ನಾನು ಸುಶೀಲ ಶಿಲ್ಲಾಂಗ್‌ನಲ್ಲಿ ಟಿವಿ ಮುಂದೆ ಕುಳಿತುಕೊಂಡಿದ್ದೆವು. ಮೋಬೈಲ್ ರಿಂಗಾಗಿ ತೆಗೆದುಕೊಂಡು 'ಹಲೋ' ಎಂದೆ. ನಾಂಗ್‌ಸ್ಟಾಯಿನ್‌ನಿಂದ ಅಜಯ್‌ಲಿಂಬು 'ಗುಡ್ ಈವಿನಿಂಗ್ ಸರ್. ಏಕ್ ಪ್ರಾಬ್ಲಮ್ ಹೋಗಯ ಸರ್,' ಎಂದ. 'ಏನು ಲಿಂಬು ಏನು ಪ್ರಾಬ್ಲಮ್?' ಎಂದೆ. 'ನಮ್ಮ ಜೀಪ್ ಡ್ರೈವರ್ ಗುರುಂಗ್ ಸಾಯಂಕಾಲದಿಂದಲೇ ಏಲಿಯೆನೇಷನ್ ಆದಂತೆ ಏನೇನೊ ಮಾತಾಡ್ತಾ ಇದ್ದಾನೆ ಸರ್. ಕೋಣೆ ಒಳಗೆ ಕೂಡುಹಾಕಿದ್ದೀವಿ. ಒಬ್ಬನೇ ಕೂಗಾಡ್ತಾ ಇದ್ದಾನೆ. ಏನಾದರೂ ಮಾಡಿಕೊಂಡುಬಿಟ್ಟರೆ ಏನು ಮಾಡುವುದೊ ಗೊತ್ತಾಗ್ತಿಲ್ಲ ಸರ್?' ಎನ್ನುತ್ತಿದ್ದಂತೆ 'ಯಾಕೆ ಏನಾಯಿತು?' ಕೇಳಿದೆ. 'ಏನೋ ಬುದ್ಧಿಭ್ರಮಣೆ ಆಗಿರಬೇಕು. ಬಹಳ ಕುಡೀತಾ ಇದ್ದು ಒಂದೇ ಸಲಕ್ಕೆ ಬಿಟ್ಟುಬಿಟ್ಟರೂ ಹಾಗಾಗುತ್ತಂತೆ ಸರ್' ಎಂದ. ಗುರುಂಗ್ ತೀರ ಕುಡಿಯುತ್ತಿದ್ದು ಒಮ್ಮೆಲೆ ಬಿಟ್ಟುಬಿಟ್ಟಿರುವುದಾಗಿ ಎರಡು ದಿನಗಳ ಹಿಂದೆಯೇ ಲಿಂಬು ಫೋನ್ ಮಾಡಿ ತಿಳಿಸಿದ್ದ.

'ಬೆಳಗಿನವರೆಗೂ ಹೇಗಾದರೂ ಮಾಡಿ ತಡೆಯಿರಿ, ಬೇಕಾದರೆ ನಾಳೆ ಬೆಳಿಗ್ಗೇನೆ ಜೀಪ್ ಕಳುಹಿಸ್ತೀನಿ. ಗುರುಂಗ್‌ನ ಶಿಲ್ಲಾಂಗ್‌ಗೆ ಕರ್ಕೊಂಡು ಬಂದು ಅವರ ಮನೆಯಲ್ಲಿ ಬಿಟ್ಟುಬಿಡುವಿರಂತೆ' ಎಂದೆ. 'ಆಯಿತು ಸರ್ ಹಾಗೆ ಮಾಡ್ತೀವಿ' ಎಂದ ಲಿಂಬು ಫೋನ್ ಇಟ್ಟುಬಿಟ್ಟ. ಮರುದಿನ ಬೆಳಿಗ್ಗೆ ೧೦ ಗಂಟೆಗೆ ಶಿಲ್ಲಾಂಗ್‌ನಿಂದ ಒಂದು ಜೀಪಿನಲ್ಲಿ ಚಾಲಕನ ಜೊತೆಗೆ ಇನ್ನಿಬ್ಬರನ್ನು ಕಳುಹಿಸಿ ಅಕ್ಕಪಕ್ಕ ಕುಳಿತುಕೊಂಡು ಗುರುಂಗ್‌ನನ್ನು ಎಲ್ಲಿಯೂ ಬಿಡದೆ ಶಿಲ್ಲಾಂಗ್‌ಗೆ ಕರೆದುಕೊಂಡು ಬರುವಂತೆ ಹೇಳಿ ಕಳುಹಿಸಿದೆ.

ಅವರೆಲ್ಲ ಮಧ್ಯಾಹ್ನ ೧೨ ಗಂಟೆಗೆ ನಾಂಗ್‌ಸ್ಟಾಯಿನ್ ತಲುಪಿದಾಗ ಗುರುಂಗ್ ಏಕ್‌ದಂ ನಾರ್ಮಲ್ ಆಗಿಬಿಟ್ಟಿದ್ದ. ಊಟ ಮಾಡಿದ ಮೇಲೆ ೩ ಗಂಟೆಗೆ ಗುರುಂಗ್‌ನನ್ನು ಮಧ್ಯದಲ್ಲಿ ಕೂರಿಸಿಕೊಂಡು ಎಲ್ಲರೂ ಶಿಲ್ಲಾಂಗ್ ಕಡೆಗೆ ಹೊರಟರು. ನಾಂಗ್‌ಸ್ಟಾಯಿನ್ ಪಟ್ಟಣ ಬಿಟ್ಟು ಹೊರವಲಯಕ್ಕೆ ಬಂದಿದ್ದೆ ಗುರುಂಗ್, 'ಒಂದು ಸಿಗರೇಟ್ ಸೇದಲು ಮನಸ್ಸಾಗುತ್ತಿದೆ ಗಾಡಿ ನಿಲ್ಲಿಸಿ,' ಎಂದ. ಗುರುಂಗ್ ಬಗ್ಗೆ ಯಾವ ಅನುಮಾನವು ಇಲ್ಲದ ಕಾರಣ ಜೀಪು ನಿಂತಿತು. ಕೆಳಗಿಳಿದು ಪೆಟ್ಟಿಗೆ ಅಂಗಡಿಯವರೆಗೂ ಸಾಧಾರಣವಾಗಿ ನಡೆದುಹೋದ ಗುರುಂಗ್ ಇದ್ದಕ್ಕಿದ್ದಹಾಗೆ ಜಿಂಕೆಯಂತೆ ಓಡಿಹೋಗಿ ಕಾಡಿನಲ್ಲಿ ಮಾಯವಾಗಿಬಿಟ್ಟ. ಜೀಪಿನ ಒಳಗಿದ್ದವರು ವಿದ್ಯುತ್ ಶಾಕ್ ಹೊಡೆದಂತೆ ತಬ್ಬಿಬ್ಬಾಗಿಬಿಟ್ಟರು. ಎಲ್ಲರೂ ಕೂಗಾಡುತ್ತ

ಜೀಪಿನಿಂದ ಇಳಿದು ಅವನ ಹಿಂದೆಯೇ ಓಡಿದರು. ಆದರೆ ಬೆಟ್ಟಗುಡ್ಡ ದಟ್ಟ ಅರಣ್ಯದಲ್ಲಿ ಗುರುಂಗ್ ಮಾಯವಾಗಿಬಿಟ್ಟಿದ್ದ. ಸಾಯಂಕಾಲದವರೆಗೂ ಹುಡುಕಿದರೂ ಸಿಗಲಿಲ್ಲ.

ಲಿಂಬು ಮೂಲಕ ವಿಷಯ ತಿಳಿದ ನಾನು, ಪೊಲೀಸ್ ಠಾಣೆಯಲ್ಲಿ ದೂರು ನೀಡಿ, ಸಾಧ್ಯವಾದರೆ ಅವರ ಮನೆಗೂ ತಿಳಿಸಿ ರಾತ್ರಿ ಅಲ್ಲಿಯೇ ಉಳಿದುಕೊಂಡು ಮತ್ತೆ ಬೆಳಗ್ಗೆ ಗುರುಂಗ್‌ನನ್ನು ಹುಡುಕುವಂತೆ ತಿಳಿಸಿದೆ. ಕತ್ತಲಲ್ಲಿ ಎಲ್ಲಾದರೂ ಕಾಲು ಜಾರಿ ಬಿದ್ದು ಕೈಯೋ ಕಾಲೋ ಮುರಿದುಕೊಂಡುಬಿಟ್ಟರೆ, ಕಲ್ಲುಗಳಿಗೆ ತಲೆ ಬಡಿದುಕೊಂಡರೆ ಒಳ್ಳೆ ಗ್ರಹಚಾರವಾಯಿತಲ್ಲ ಎಂದುಕೊಂಡೆ. ರಾತ್ರಿಯೆಲ್ಲ ನಾನು ಪೇಚಾಡುತ್ತಿದ್ದು, ಸುಶೀಲ 'ಏನಾದರೂ ಆಗಿಬಿಟ್ಟರೆ ಏನ್ರಿ ಮಾಡುವುದು ಪಾಪ' ಎಂದಳು. 'ಅಯ್ಯೊ ಜಿಎಸ್‌ಐನಲ್ಲಿ ಇದೆಲ್ಲ ಮಾಮೂಲೆ, ಸುಮ್ಮನೆ ಇರು' ಎಂದೆ. ಆದರೂ ಒಳಗೆ ಎಲ್ಲೋ ಒಂದು ರೀತಿಯ ಅಳುಕು ಕಾಡುತ್ತಿತ್ತು. ಹಿಂದಿರುಗಿ ಬಂದರೆ ಸರಿ ಎಲ್ಲಾದರೂ ಬಿದ್ದು ಸತ್ತುಹೋದರೆ ?

ಬೆಳಿಗ್ಗೆ ೭ ಗಂಟೆಗೆ ಮೋಬೈಲ್ ರಿಂಗಾಗಿ 'ಸರ್ ನಾನು ಲಿಂಬು ಒಂದು ಗುಡ್ ನ್ಯೂಸ್ ಸರ್' ಎಂದ. 'ಏನು?' ಪ್ರಶ್ನಿಸಿದೆ. 'ರಾತ್ರಿ ೧೦ ಗಂಟೆಗೆ ಗುರುಂಗ್ ಬಂದುಬಿಟ್ಟ ಸರ್' ಎಂದಿದ್ದೆ 'ಮತ್ತೆ ರಾತ್ರಿ ಯಾಕ್ ಹೇಳಲಿಲ್ಲ? ರಾತ್ರಿಯೆಲ್ಲ ನಾನು ಸರಿಯಾಗಿ ನಿದ್ದೇನೆ ಮಾಡಲಿಲ್ಲವಲ್ಲ ಲಿಂಬು' ಎಂದೆ. 'ಸಾರಿ ಸರ್. ನೀವು ನಿದ್ದೆ ಮಾಡಿಬಿಟ್ಟಿದ್ದರೆ ತೊಂದರೆ ಆಗುತ್ತೆ ಅಂತ ಹೇಳಲಿಲ್ಲ' ಎಂದ. 'ಸರಿ ಪೊಲೀಸ್ ಠಾಣೆಗೆ ಹೋಗಿ ದೂರು ವಾಪಸ್ ತೆಗೆದುಕೊಂಡು, ಅವನನ್ನು ಎಲ್ಲೂ ಬಿಡದೆ ಶಿಲ್ಲಾಂಗ್‌ಗೆ ಕರೆದುಕೊಂಡು ಬಂದು ಮನೆಯಲ್ಲಿ ಬಿಟ್ಟುಬಿಡಿ' ಎಂದೆ. ಅಂತೂ ಸಾಯಂಕಾಲ ೫ ಗಂಟೆಗೆ ಬಂದ ಲಿಂಬು 'ಸರ್ ಗುರುಂಗ್‌ನನ್ನು ಅವನ ಮನೆಗೆ ಬಿಟ್ಟುಬಿಟ್ಟೆವಿ ಸರ್' ಎಂದ. 'ಒಳ್ಳೆ ಕೆಲಸ ಆಯಿತು. ಹೋಗಿ ಎಲ್ಲರೂ ರೆಸ್ಟ್ ತೆಗೆದುಕೊಳ್ಳಿ' ಎಂದೆ.

*  *  *

ಹಿಂದಿನ ದಿನ ಸಾಯಂಕಾಲದಿಂದ ರಾತ್ರಿಯವರೆಗೂ ಚಳಿಯಲ್ಲಿ ಹುಡುಕಿ ಹುಡುಕಿ ಸುಸ್ತಾದ ಅವರು ರಾತ್ರಿ ೧೦ ಗಂಟೆಗೆ ಊಟ ಮಾಡಿ ಬಾಗಿಲು ಮುಚ್ಚಿ ಪೇಚಾಡುತ್ತ ಮಲಗಿಕೊಂಡ ಮೇಲೆ ಯಾರೋ ಬಂದು ಬಾಗಿಲು ಬಡಿದರಂತೆ. ಎದ್ದು ಬಾಗಿಲು ತೆರೆದು ನೋಡಿದಾಗ ಗುರುಂಗ್ ಚಳಿಗೆ ಗಡಗಡ ನಡುಗುತ್ತಾ ದೆವ್ವದಂತೆ ನಿಂತಿದ್ದನಂತೆ. ಊಟ ಕೊಟ್ಟು ಕೋಣೆ ಬಾಗಿಲು ಮುಚ್ಚಿ ಎಲ್ಲರೂ ರಾತ್ರಿ ನಿದ್ರೆ ಇಲ್ಲದೆ ಗುರುಂಗ್‌ನ ಸುತ್ತಲೂ ಕಾವಲು ಕಾಯುತ್ತ ಕುಳಿತಿದ್ದರಂತೆ.

ಮರು ದಿನ ಬೆಳಿಗ್ಗೆ ೯:೩೦ಕ್ಕೆ ನಾನು ಕಚೇರಿಗೆ ಹೋಗಿ ನೋಡಿದರೆ ಗುರುಂಗ್ ಬಾಗಿಲು ಮುಂದೆಯೇ ಕುಳಿತುಕೊಂಡಿದ್ದಾನೆ. ಮುಖವೆಲ್ಲ ಊದಿಕೊಂಡು ಕಣ್ಣುಗಳು ಕೆಂಪಾಗಿವೆ. 'ಗುರುಂಗ್ ಯಾಕೆ ಮನೆಯಲ್ಲಿ ರೆಸ್ಟ್ ತೆಗೆದುಕೊಬಾರದೆ?' ಎಂದಿದ್ದಕ್ಕೆ, 'ಮನೆಯಲ್ಲಿ ನಾನು ಏನ್ ಮಾಡ್ಲಿ ಸರ್' ಎಂದು ನನ್ನನ್ನೇ ಪ್ರಶ್ನಿಸಿದ !

## ಅಧ್ಯಾಯ ೭

# ಅಸ್ಸಾಂನ – ಬೀಹು ವೈಯಾರ ಮಯೂರ

ಸೂರ್ಯ ಸಮಭಾಜಕ ವೃತ್ತ ರೇಖೆಯನ್ನು ದಾಟಿ ಉತ್ತರ ದಿಕ್ಕಿಗೆ ಬಂದಾಗ ಅದು ಉತ್ತರಾಯಣ ಅಥವಾ ಸಂಕ್ರಾಂತಿ, ಅಸ್ಸಾಮಿ ಭಾಷೆಯಲ್ಲಿ 'ಬೀಹು'. ಅಸ್ಸಾಮಿನ ಚರಿತ್ರೆಯುಳ್ಳ ಯಾವುದೇ ಕೃತಿಯನ್ನು ತೆಗೆದರೂ ಮೊದಲಿಗೆ ಕಾಣಿಸುವುದು ಬೀಹು ಗೀತೆಗಳ ಮಯೂರ ನಾಟ್ಯ. ಬೀಹು ಹಬ್ಬದ (ವೈಶಾಖ) ಕಾಲದಲ್ಲಿ ಯುವಕರು ಮತ್ತು ಯುವತಿಯರು ಉಲ್ಲಾಸಭರಿತರಾಗಿ ನೃತ್ಯವಾಡುತ್ತ ತಮ್ಮ ಪ್ರೀತಿಯನ್ನು ಗೀತೆಗಳ ಮೂಲಕ ವ್ಯಕ್ತಪಡಿಸುತ್ತಾರೆ. 'ಬೀಹುನಮ್' ಅಥವಾ 'ಬೀಹು' ಗೀತೆಗಳು ಮುಖ್ಯವಾಗಿ ಎರಡು ರೀತಿ. ಮೊದಲನೆಯದು ಬೀಹು ಹಬ್ಬಕ್ಕೆ ಸೀಮಿತವಾದವು. ಬೀಹು ಹಬ್ಬ ಇಡೀ ಅಸ್ಸಾಂ ಬುಡಕಟ್ಟು ಸಮಾಜಗಳ ಹಬ್ಬವಾದುದರಿಂದ ಪ್ರತಿಯೊಬ್ಬರೂ ಪಾಲ್ಗೊಳ್ಳುತ್ತಾರೆ. ಯಾವುದೇ ರೀತಿಯ ಕಟ್ಟುಪಾಡುಗಳು, ಶೀಲ ಅಶ್ಲೀಲ ಎಂಬ ಭೇದ ಭಾವಗಳಿಲ್ಲದ ಬೀಹು ಗೀತೆಗಳಿಗೆ ತನ್ನದೇ ಪರಂಪರೆ, ವಿಶೇಷತೆಯ ಜೊತೆಗೆ ಆಕರ್ಷಣೆಯೂ ಇದೆ. ಇನ್ನು ನಾಟ್ಯವಾಡುವ ಹೆಣ್ಣು

**ಚಿತ್ರ ೨೩ : ಬೀಹು ನೃತ್ಯಕಲೆ**

ಗಂಡುಗಳಿಗೆ ಎಲುಬುಗಳು ಇವೆಯೋ ಇಲ್ಲವೋ ಎನ್ನುವ ಅನುಮಾನ ಬರುತ್ತದೆ. ಬಳ್ಳಿಯಂತಹ ದೇಹಗಳಿರುವವರು ಮಾತ್ರ 'ಬೀಹು' ನೃತ್ಯ ಮಾಡಲು ಯೋಗ್ಯರು ಎನ್ನುವ ಮಾತೂ ಇದೆ. ಬೀಹುನಲ್ಲಿ ಬಹಾರ್, ಮಾಘ, ಕಟಿ, ಮನು, ಬೀಹುವಾನ್, ಗೋಸೈಯಾನ್ ಹೀಗೆ ಹಲವು ರೀತಿಯ ಬೀಹುಗಳಿವೆ. ೭ ದಿನಗಳಿಂದ ೧ ತಿಂಗಳವರೆಗೂ ಬೀಹು ಹಬ್ಬ ನಡೆಯುತ್ತದೆ.

ಬೀಹು ಕಾಲದಲ್ಲಿ ನೃತ್ಯಪಟುಗಳ ಮತ್ತು ಹಾಡುಗಾರರ ಗುಂಪು (ಹುಸರಿ) ಪ್ರತಿ ಮನೆಯ ಬಾಗಿಲಿಗೂ ಹೋಗಿ ತಾಂಬೂಲ ಪಡೆದು ಎಲ್ಲರನ್ನೂ ಕರೆದುಕೊಂಡು ಅಲ್ಲಿಂದ ನೃತ್ಯ ನಡೆಯುವ ಮೈದಾನಕ್ಕೆ ಆಗಮಿಸುತ್ತದೆ. ಮದ್ದಳೆ, ಕೊಳಲುಗಳು ಮತ್ತು ಹಲವು ರೀತಿಯ ಬಿದಿರು ವಾದ್ಯಗಳೊಂದಿಗೆ ಬೀಹು ಗೀತೆಗಳು ಮತ್ತು ನೃತ್ಯ ಪ್ರಾರಂಭಗೊಳ್ಳುತ್ತದೆ. ವಿಶೇಷ ಬಿದಿರು ದೆಬ್ಬೆಗಳಲ್ಲಿ ತಯಾರಿಸಿದ ವಿಧವಿಧ ವಾದ್ಯಗಳಿಂದ ವಿವಿಧ ರೀತಿಯ ಸಂಗೀತವನ್ನು ನೃತ್ಯಗಾರರು ಕುಣಿಯತ್ತಲೇ ಬಾಯಿಂದ ಹೊರಹೊಮ್ಮಿಸುತ್ತಾರೆ. ಹೆಣ್ಣು ಗಂಡು ತಮ್ಮ ಅಂಗಾಂಗಗಳನ್ನು ಒಣಿಕಿಸಿ ಬಳಕುತ್ತಾ ನೃತ್ಯವಾಡುವ ಸೊಬಗನ್ನು ನೋಡುವುದೇ ಒಂದು ವಿಶೇಷ. ಪ್ರೀತಿ - ಪ್ರೇಮ, ವಿರಹ - ವೇದನೆ, ಕಷ್ಟ-ಸುಖ, ಹಾಸ್ಯ-ವ್ಯಂಗ್ಯ, ಮದುವೆ, ಮಗುವಿನ ಜನನ, ವ್ಯವಸಾಯ ಹೀಗೆ ಎಲ್ಲದರ ಬಗ್ಗೆಯೂ ಬೀಹು ಗೀತೆಗಳನ್ನು ಹೆಣೆಯಲಾಗಿದೆ. ಬೀಹು ನಡೆಯುವ ಸಮಯದಲ್ಲಿ ಅನ್ನತರ್ಪಣೆ

**ಚಿತ್ರ ೨೪ : ಬೀಹು ನೃತ್ಯದ ಒಂದು ದೃಶ್ಯ**

ಮತ್ತು ಅಕ್ಕಿ ಬೀರು ಸರಬರಾಜಾಗುತ್ತದೆ. ಚಳಿ ಹೋಗಲಾಡಿಸಲು ಬೆಂಕಿ ಉರಿಯುತ್ತಿರುತ್ತದೆ. ಹಸುಗಳನ್ನು ತೊಳೆದು ಸಿಂಗರಿಸಿ, ಅನ್ನ, ಒಳ್ಳೆ ಮೇವು ತಿನ್ನಿಸಿ ಮೆರವಣಿಗೆ ಮಾಡಲಾಗುತ್ತದೆ. ಅಸ್ಸಾಮಿ ಭಾಷೆ ಬಾಂಗ್ಲಾ ಭಾಷೆಯಷ್ಟೆ ಕೋಮಲ ಮತ್ತು ನಾಜೂಕಾದ

ಭಾಷೆಯಾಗಿದ್ದು ಬಾಂಗ್ಲಾ, ಹಿಂದಿ ಮತ್ತು ಒರಿಯಾ ಭಾಷೆಗಳಿಂದ ಸಿಡಿದು ರೂಪುಗೊಂಡ ಮಿಶ್ರ ಭಾಷೆಯಾಗಿದೆ.

*ಚೈತ್ರ ಹೋಗಿ ವೈಶಾಖ ಆಗಮಿಸುತ್ತಿದ್ದಂತೆ,*
*ಬೇಬೆಲಿ ಬಳ್ಳಿ ಮೊಗ್ಗೊಡೆದಾಗ ಮಾತು*
*ಮುಗಿಯುವುದೇ ಇಲ್ಲ ಬೀಫು ಬಗ್ಗೆ...*
*ಮದ್ದಳೆಗಾರರು ಬಾರಿಸುತ್ತಾರೆ ಮದ್ದಳೆ,*
*ನೃತ್ಯ ಮಾಡುವವರು ನೃತ್ಯ ಮಾಡುತ್ತಾರೆ:*
*ಓ ನೃತ್ಯಗಾರ ಹತ್ತಿರ ಬರಬೇಡ...*
*ನಿನ್ನ ಆಕರ್ಷಣೆಯಿಂದ ತಪ್ಪಿಸಿಕೊಳ್ಳಲಾರೆ.*

ಆದರೂ ಪ್ರಿಯತಮರು ತಮ್ಮ ಪ್ರೀತಿಯನ್ನು ಪ್ರೇಯಸಿಯರಿಗೆ ತೋರಿಸದೆ ಇರಲಾರರು? ಬೀಫು ಎಂದರೇನೆ ಫಲವತ್ತತೆಯ ಸಂಕೇತ. ತಲೆಮಾರುಗಳ ಜನರು ಪೃಥ್ವಿಯ ಫಲವತ್ತತೆಯನ್ನು ಉತ್ತೇಜಿಸಲು ಹಾಡುವುದೇ ಬೀಫು ನೃತ್ಯಗೀತೆಗಳು. ಆದುದರಿಂದಲೇ ಬೀಫು ಗೀತೆಗಳು ಪ್ರಣಯ ಸಂಬಂಧಿತ ರಸಭಾವದಿಂದ ಕೂಡಿವೆ. ಯುವಕ ಯುವತಿಯರು, ಹಸಿರು ಗುಂಪು ಮರಗಳ ಮಧ್ಯೆ ಸುತ್ತುಗಟ್ಟಿ ಕುಣಿಯುತ್ತ ತಮ್ಮ ಹೃದಯಗಳನ್ನು ತೆರೆದಿಡುತ್ತಾರೆ.

*ರಾತ್ರಿ ಮುಗಿಯುತ್ತ ಹೋದರೂ...*
*ಬೀಫು ನೃತ್ಯದಿಂದ ನಮಗೆ ಆಯಾಸವೆ ಇಲ್ಲ,*
*ರಾತ್ರಿಯೆಲ್ಲ ಗೂಬೆಗಳು ಹೀಕಾರ ಮಾಡಿದರೂ,*
*ಯಾರಿಂದಲೂ ನಮ್ಮ ಬೀಫು ನಿಲ್ಲಿಸಲಸಾಧ್ಯ.*

'ಬಾಗೋಸ್ತ್ರ' ಅಥವಾ 'ಬಂಗೀತ' ಎಂದರೆ ಕಾಡು ಗೀತೆಗಳು. ಈ ಹಾಡುಗಳನ್ನು ವರ್ಷದ ಯಾವ ಕಾಲದಲ್ಲಾದರೂ ಹಾಡಬಹುದು. ಎಮ್ಮೆಯ ಬೆನ್ನಿನ ಮೇಲೆ ಕುಳಿತ ಯುವಕರು, ಒಂಟಿಯಾಗಿ ಕಾಡಿನಲ್ಲಿ ಅಲೆಯುವವರು, ಹಸು ಎಮ್ಮೆಗಳನ್ನು ಮೇಯಿಸುವವರು, ಕಾಡಿನಲ್ಲಿ ಸೌದೆ ಕಡಿಯುವವರು, ಏಕಾಂತದಲ್ಲಿ ಪ್ರೀತಿಗಾಗಿ ಹಾತೊರೆಯುವ ಯುವಕ ಯುವತಿಯರು ತಮ್ಮ ಅನಿಸಿಕೆಗಳನ್ನು ನೇರವಾಗಿ ಹೊರಗೆಡುವ ಹಾಡುಗಳೇ ಬಂಗೀತ ಎಂಬ ಕಾಡು ಗೀತೆಗಳು. ಶಿಷ್ಟರಿಗೆ ಅಶ್ಲೀಲವಾಗಿ ಕಂಡರೂ ಅವು ಅವರ ಹೃದಯದಿಂದ ಪ್ರಿಯೆ ಪ್ರಿಯತಮರ ಬಗ್ಗೆ ಉಕ್ಕುವ ವಿರಹ ಗೀತೆಗಳು. ಪಶ್ಚಿಮ ದಿಕ್ಕಿನಿಂದ ಬೀಸಿ ಬರುವ ಚೈತ್ರ ಮಾರುತ ನಿಸರ್ಗವನ್ನು ಉದ್ರೇಕಿಸುವುದರೊಂದಿಗೆ ಯುವಜನರ ಹೃದಯದಲ್ಲಿ ಪ್ರೀತಿಯ ಬಿರುಗಾಳಿಯನ್ನೇ ಎಬ್ಬಿಸುತ್ತದೆ. ಯೌವನ ಎಲ್ಲರಲ್ಲೂ ಉಕ್ಕಿಬರುವ ಅತಿಥಿ ಮತ್ತು ಸಹಜವಾದುದು. ಫಲಿತಾಂಶ ಆಕ್ಷೇಪಾರ್ಹವಲ್ಲ.

*ದೇವರು ಮೊದಲಿಗೆ ಎಲ್ಲವನ್ನು ಸೃಷ್ಟಿಸಿದ,*
*ಅನಂತರ ಎಲ್ಲಾ ಜೀವಜಂತುಗಳು: ಕೊನೆಗೆ*
*ಮನುಷ್ಯ... ಅದೇ ದೇವರು ಪ್ರೀತಿ ಮಾಡಿ*
*ತೋರಿಸಿದ: ನಾವು ಪ್ರೀತಿಸುವುದರಲ್ಲಿ*
*ತಪ್ಪೇನಿದೆ?*

* * *

ನಾನೊಂದು ಹಂಸವಾಗಿ ನಿನ್ನ ಕೊಳದಲ್ಲಿ ಈಜಲೆ,
ಪಾರಿವಾಳವಾಗಿ ನಿನ್ನ ಮನೆಯ ಮೇಲೆ ಹಾರಲೆ:
ಬೆವರಾಗಿ ನಿನ್ನ ದೇಹದ ಮೇಲೆ ಉರುಳಲೇ,
ದುಂಬಿಯಾಗಿ ನಿನ್ನ ಕೆನ್ನೆ ಚುಂಬಿಸಲೇ.
ನಿನ್ನೊಳಗೆ ದಿಢೀರನೆ ತೂರಲು ಸಿಡಿಲಲ್ಲ ನಾನು,
ನದಿಯೂ ಅಲ್ಲ ನಿನ್ನ ಆಳಕ್ಕೆ ಹರಿಯಲು:
ಪಕ್ಷಿಯಾಗಿದ್ದರೆ ಎರಡು ರೆಕ್ಕೆಗಳ ಮೇಲೆ
ಹೊತ್ತು ಹಾರುತ್ತಿದ್ದೆ ನಿನ್ನ.

ನೀನು ಸೌತೆಕಾಯಾಗಿದ್ದರೆ ಚಪ್ಪರಿಸುತ್ತಿದ್ದೆ,
ಹುಲ್ಲೆಯ ನಿನ್ನ ಕಣ್ಣುಗಳು:
ಎರಡು ತಾವರೆ ಬೀಜಗಳ–ಪಾತ್ರೆಗಳು ನಿನ್ನ ಮೊಲೆಗಳು:
ನಿನ್ನ ಎರಡು ತೋಳುಗಳು ರೇಷ್ಮೆ ಒಳಗಿನ
ತಾವರೆ ಬಳ್ಳಿಗಳು.
ಆಯ್ದುಕೊಂಡೆ ಪ್ರಿಯೆ ನಾನು–
ನಿನ್ನ ಹಿಡಿಗಾತ್ರದ ನಡುವನ್ನು:
ನನ್ನ ದೇಹ ಉರಿಯುತ್ತಿದೆ ಬೆಂಕಿಯಲ್ಲಿ
ಬಿದ್ದ ಸಾಸುವೆ ಕಾಳುಗಳಂತೆ:
ನದಿ ಘಾಟಿನಲ್ಲಿ ನಿನ್ನ ನೋಡಿದಂದಿನಿಂದ.

'ಬಿಯನಮ್', ಮದುವೆ ಸಮಯದ ಹಾಡುಗಳು. ತಾಂಬೂಲ ಸಾಂಗ್ಯದಿಂದ – ಶೋಭನ ಮುಗಿಯುವವರೆಗೂ ಪ್ರತಿ ಹಂತದಲ್ಲೂ ಅದರದೇ ಆದ ಗೀತೆಗಳನ್ನು ಹಾಡಲಾಗುತ್ತದೆ. ವ್ಯಂಗ್ಯ–ನಗುವಿನಿಂದ ಕೂಡಿದ ಗೀತೆಗಳು ಸರಳ ಮತ್ತು ರಾಗವಾಗಿರುತ್ತವೆ (ಗಂಡು ಹೆಣ್ಣಿನ ಮನೆಗೆ ಹೋಗುವುದು ಇಲ್ಲಿನ ವಿಶೇಷ ಎಂದು ಹಿಂದೆ ಬಂದಿದೆ).

ಹಸಿ ಬಾಳೆ ಮರವನ್ನು ಹೀಗೇಕೆ
ಕತ್ತರಿಸುವಿರಿ? (ಕರಿಮಾಡಲು)
ಯಾರೊ ಬೋಗುಣಿ ತುಂಬಿಕೊಂಡು ಮುಕ್ಕುವರು:
ಹೆಣ್ಣುಮಕ್ಕಳನ್ನು ಯಾಕಾದರೂ ಬೆಳೆಸಬೇಕು ?
ಅವಳ ಕಷ್ಟದ ಫಲವನ್ನು ಅನ್ಯರು ಉಣ್ಣುವುದಕ್ಕೆ.
ನನ್ನ ಪುಟ್ಟ ತಾಯಿ, ನೆನ್ನೆ ಅವಳ
ತಾಯಿಯ ಜೊತೆಗೆ ಮಲಗಿ ನಿದ್ದೆ ಮಾಡಿದ್ದಳು:
ಈ ದಿನ ಆಗಲೆ ತಯಾರಾಗುತ್ತಿರುವಳು
ನಮ್ಮನ್ನಗಲಿ ಕಾಡು–ಬೆಂಕಿ ದಾಟಿ ಹೋಗಲು.

ಆಚಾರಿ ಹಗಲು ರಾತ್ರಿ ಚಿನ್ನದ
ಆಭರಣಗಳ ತಯಾರಿಸುತ್ತಿದ್ದಾನೆ –
ಮದುಮಗಳು ಸುಂದರ ಧಿರಿಸು ಹಾಕಿಕೊಂಡು
ನೆರಳಲ್ಲಿ ನಿಂತರೆ ಒಣಗಿ ಹಿಡಿಯಾಗುತ್ತದೆ
ಅಂಗೈಯಲ್ಲಿ; ಅವಳು ಮದುಮಗಳಾಗಿ ನಿಂತಾಗ
ಈ ನೆಲದಲ್ಲಿಯೇ ಸುಂದರವಾಗಿ ಕಾಣುತ್ತಾಳೆ.

**ಚಿತ್ರ ೨೫ : ಬೀಹು ನೃತ್ಯದ ಇನ್ನೊಂದು ದೃಶ್ಯ**

ಬಾಂಗ್ಲಾ, ಒರಿಯಾ ಮತ್ತು ಬಿಹಾರಿ ಭಾಷೆಗಳಲ್ಲಿ ಇರುವಂತೆ ಅಸ್ಸಾಮಿ ಭಾಷೆಯಲ್ಲೂ ಬಾರಾಮಹಿ (ಹನ್ನೆರಡು ತಿಂಗಳ) ಹಾಡು ಇದೆ. ಸೂರ್‌ದಾಸ್ ಕವಿ ಇದೇ ಹೆಸರಿನ ಹಾಡಿನಲ್ಲಿ ಗೋಪಿಯರು ಕೃಷ್ಣನ ಬಗ್ಗೆ ನೆನೆದುಕೊಳ್ಳುವುದನ್ನು ಚಿತ್ರಿಸಿದ್ದಾನೆ. ಘುಲವಂತಿ ಕನ್ಯಾ ಶಾಂತಿ ಈ ಹಾಡಿನ ಮೂಲವಾಗಿದ್ದಾಳೆ.

ಪುಷ್ಯಮಾಸ, ಓ ಶಾಂತಿ, ಮಂಜು ಆವರಿಸಿದೆ ಸುತ್ತಲು:
ನನ್ನ ನಲ್ಲ ಹೋಗಿರುವನು ಪಗಡೆ ಮತ್ತು ಜೂಜಾಡಲು.
ನನ್ನ ಗೋಪಾಲ, ಎಲ್ಲಿಗೆ ಹೋದೆಯೋ ನನ್ನ ಬಿಟ್ಟು?

ವೈಶಾಖ, ಓ ಶಾಂತಿ, ಆಕಾಶದಲ್ಲಿ ದೇವತೆಗಳ ಘರ್ಜನೆಯ
ಕೇಳಿದ ಮೀನುಗಳು ಮೊಟ್ಟೆ ಇಡಲು ಬರುತ್ತಿವೆ:
ವರ್ಷಕ್ಕೊಮ್ಮೆ ಮೊಟ್ಟೆ ಇಡುತ್ತವೆ ಮೀನುಗಳು,
ದುರದೃಷ್ಟಳಾದ ನಾನು ಅದನ್ನೂ ಮಾಡಲಾರೆ.

ಜೇಷ್ಠ, ಓ ಶಾಂತಿ, ತೀವ್ರ ಬರಗಾಲ,
ಮೇವು ದೊರಕದೆ ಕಾಡು ಹುಲ್ಲೆ ಹಿಂದಿರುಗುತ್ತದೆ ಮನೆಗೆ:
ಯಾರನ್ನು ಇಷ್ಟಪಡುವೆನೊ ಅವರೇ ಮೋಸಮಾಡುವರು,
ಬುದ್ಧಿ ಇಲ್ಲದ ನನ್ನ ವ್ಯಾಪಾರಿ ಗಂಡ ಹಿಂದಿರುಗಿ ಬರಲಿಲ್ಲ.

ಆಷಾಢದಲ್ಲಿ ಮೊದಲ ನೆರೆ ನೀರು ಬರುತ್ತದೆ,
ಹೂವುಗಳ ಪದರು ಮೇಲೆ-ಕೆಳಗೆ ತೇಲಾಡುತ್ತದೆ:
ಹೂಹಾಸಿಗೆ ಮೇಲೆ ಶಾಂತಿಗೆ ನಿದ್ದೆ ಬರಲಿಲ್ಲ,
ಅವಳ ಗಂಡ ಎಷ್ಟು ದಿನಗಳಾದರೂ ಬರಲಿಲ್ಲ.

ಶ್ರಾವಣ ಮೈನ, ಬತ್ತ ನಾಟಿ ಮಾಡುವ ಕಾಲ:
ಅವಳ ಜೊತೆಗೆ ನಾಟಿ ಮಾಡಲು ಒಬ್ಬನೂ ಇಲ್ಲ:
ಚಂದ್ರನಿಲ್ಲದ ಆಕಾಶದಲ್ಲಿ ನಕ್ಷತ್ರಗಳು ಹೊಳೆಯಲಿಲ್ಲ,
ಗಂಡನಿಲ್ಲದ ಹಾಸಿಗೆ ಮೇಲೆ ಅವಳು ಹೆಣವಿದ್ದಂತೆ.

ಭಾದ್ರಪದ, ತೀರ ಬರಗಾಲದ ಕಾಲ,
ನದಿ ಪಾತ್ರಗಳು ಒಣಗಿ, ಮರಳು ಮೇಲೆ ಕಾಣಿಸುತ್ತಿದೆ:
ಕಾಗೆಗಳು ಕಾಕಾ ಎಂದು, ಬಾತುಗಳು ಕರ್ಕಶ ಕೂಗುತ್ತಿವೆ,
ಆರು ತಿಂಗಳಿಂದ ಮಳೆರಾಯ ಆಕಾಶದಲ್ಲಿ ಕಾಣಿಸಲಿಲ್ಲ.

ಆಶ್ವಿನಿಯಲ್ಲಿ ದೇವಿಯ ಪೂಜೆ ನಡೆಯುತ್ತದೆ,
ಬಾತು ಮತ್ತು ಆಡುಗಳ ಬಲಿ ಸಾಗುತ್ತದೆ,
ಪಾರಿವಾಳ ಗುಡ್ಡೆಗಳಿಗೆ ಲೆಕ್ಕ ದೊರಕುವುದಿಲ್ಲ,
ನನ್ನ ವ್ಯಾಪಾರಿ ಗಂಡ ಎಲ್ಲೆ ಇರಲಿ ಚೆನ್ನಾಗಿರಲಿ.

## ಅಧ್ಯಾಯ ೮

# ತವಾಂಗ್ ಬೌದ್ಧಾಶ್ರಮ ಮತ್ತು ಮೊನ್ಪಾಗಳು

**ಚಿತ್ರ ೨೬ : ದೂರದಿಂದ ಕಾಣಿಸುವ ತವಾಂಗ್ ಪಟ್ಟಣ**

ಶಿಲ್ಲಾಂಗ್‌ನಿಂದ ಜೀಪಿನಲ್ಲಿ ೬೫೦ ಕಿಲೋಮೀಟರ್ ರಸ್ತೆಯಲ್ಲಿ ಹಿಮಾಲಯಗಳ ಮೇಲೆ ಎರಡು ದಿನಗಳು ಕಾಲ ಪ್ರಯಾಣ ಮಾಡಿ ಕತ್ತಲಲ್ಲಿ ತವಾಂಗ್ ತಲುಪಿದ ನಾನು ಮತ್ತು ರೆಡ್ಡಿ ಒಂದು ಅತಿಥಿಗೃಹದಲ್ಲಿ ಮಲಗಿದ್ದೆವು. ಬೆಳಗಿನ ಜಾವ, ಡ್ರಮ್‌ಗಳ ಸದ್ದು ಮಧುರವಾಗಿ ಕೇಳಿಸತೊಡಗಿತು. ಕನಸೋ ನನಸೋ ಸ್ವಲ್ಪ ಹೊತ್ತು ಗೊತ್ತಾಗಲಿಲ್ಲ, ಆದರೆ ಕಿವಿಗಳಿಗೆ ಮಧುರವಾಗಿ ಮತ್ತು ಹಿತವಾಗಿ ಕೇಳಿಸುತ್ತಿತ್ತು. ಕಣ್ಣು ಬಿಟ್ಟು ಕಿಟಿಕಿಗಳ ಕಡೆಗೆ ನೋಡಿದಾಗ ಬೆಳಕು ಮೂಡುತ್ತಿದ್ದು, ಗೋಡೆಯಲ್ಲಿ ಗಡಿಯಾರ ೪:೧೫ ತೋರಿಸುತ್ತಿತ್ತು. ಅರುಣನ ಕಿರಣಗಳು ಭಾರತದ ನೆಲದಲ್ಲಿ ಮೊದಲಿಗೆ ಬೀಳುವುದು ಅರುಣಾಚಲ ಪ್ರದೇಶದ ಮೇಲೆ. ಡ್ರಮ್‌ಗಳ ಸದ್ದು ಸುತ್ತಲ ತಪ್ಪಲುಗಳಿಗೆ ಬಡಿದು ಪ್ರತಿಧ್ವನಿಸುತ್ತ ಇನ್ನಷ್ಟು ಜೋರಾಗಿ ಕೇಳಿಸತೊಡಗಿತು.

ಬೆಳಿಗ್ಗೆಯೇ ನಾವು ಸ್ನಾನ ಮಾಡಿ ಬೌದ್ಧಾಶ್ರಮ ತಲುಪಿದೆವು. ಕೆಳಗೆ ಇಳಿಜಾರಿನಲ್ಲಿ ತವಾಂಗ್ ಪಟ್ಟಣ ನಾಲ್ಕಾರು ಕಣಿವೆಗಳ ಮೇಲೆಲ್ಲ ಹರಡಿಕೊಂಡಿತ್ತು. ಆಶ್ರಮದ ಹಿಂದೆ ವಿಶಾಲ ಪರ್ವತ ಶ್ರೇಣಿಗಳು. ತವಾಂಗ್ ಪಟ್ಟಣದ ಹಿಂದೆಯೂ ಸುತ್ತಲೂ ಎತ್ತರವಾದ ಪರ್ವತ ಶ್ರೇಣಿಗಳು, ಮಧ್ಯ ಹತ್ತಾರು ತಪ್ಪಲುಗಳ ವಿಶಾಲ ಭೋಗುಣಿ. ಬೌದ್ಧಾಶ್ರಮದಿಂದ

ಕೆಳಕ್ಕೆ ಸುತ್ತಲೂ ನೋಡಿದಾಗ ವಿಶಾಲವಾದ ಕಮಲದಂತಹ ಅಥವಾ ಒಂದು ಹಸ್ತದಂತಹ ಚಿತ್ರಣ ಕಾಣಿಸುತ್ತಿತ್ತು. ಜೊತೆಗೆ ಸುತ್ತಲೂ ಎತ್ತರದ ಶ್ರೇಣಿಗಳು ಹಿಮಾಚ್ಛಾದಿತವಾಗಿ ರಮಣೀಯ ನೋಟವನ್ನು ನೀಡುತ್ತಿದ್ದವು.

ಇವೆಲ್ಲವನ್ನು ನೋಡಿದ್ದ, ಬುಡಕಟ್ಟು ಪ್ರದೇಶಗಳ ಕಥೆಗಾರ ಡಾ॥ ವೆರಿಯರ್ ಎಲ್ವಿನ್ 'ನೇಫಾದಲ್ಲಿ (ನಾರ್ತ್ ಈಸ್ಟರ್ನ್ ಫ್ರಾಂಟಿಯರ್) ಸ್ವರ್ಗವೆಂದರೆ ತವಾಂಗ್... ತವಾಂಗ್... ತವಾಂಗ್...' ಎಂದಿದ್ದಾರೆ. ಕಾರಣ ಅದರ ನೈಸರ್ಗಿಕ ಸ್ವಚ್ಛತೆ. ಇದನ್ನು The hidden paradise of last Shangri-La ಎಂದೂ ಕರೆಯುತ್ತಾರೆ. ಹಿಮಾಲಯದ ಮಡಿಲಲ್ಲಿರುವ ಈ ತವಾಂಗ್ ಪಟ್ಟಣ ಮತ್ತು ಸುತ್ತಮುತ್ತಲಿನ ಹಳೆ ದೇವಾಲಯಗಳು, ಸ್ತೂಪಗಳು, ಬೌದ್ಧ ಧರ್ಮದ ಪ್ರಾರ್ಥನೆಯ ಸಂದೇಶಗಳನ್ನು ಹೊತ್ತ ಉದ್ದುದ್ದ ಬಣ್ಣಬಣ್ಣದ ಬಾವುಟಗಳು, ನದಿ ಸರೋವರಗಳು, ಹಿಮಾಚ್ಛಾದಿತ ಪರ್ವತ ಶ್ರೇಣಿಗಳು ನೋಡುಗರ ಮನಸೂರೆಗೊಳ್ಳುತ್ತವೆ. ತವಾಂಗ್ ಸುತ್ತಮುತ್ತಲೂ ಬೇಸಿಗೆ ಕಾಲದಲ್ಲಿ ಇಡೀ ಪರ್ವತಗಳೇ ಬಣ್ಣಬಣ್ಣದ ಸಣ್ಣಸಣ್ಣ ಹೂಗಳ (Rhododendron flowers) ಹೊದಿಕೆಯಿಂದ ಕಂಗೊಳಿಸುತ್ತವೆ.

೭ನೇ ಶತಮಾನದಲ್ಲಿ ಪನಾ ಮಂಡೆಗಂಗ್ ಪ್ರದೇಶದಲ್ಲಿ ಕಾಲಾವಾಗ್ಪೊ ಎಂಬ ರಾಜನು ಆಳುತ್ತಿದ್ದನೆಂದು ಕೊಂಡೊ ಡ್ರೊವಾ ಸಂಗ್ಮೊನ ಆತ್ಮಚರಿತ್ರೆಯಲ್ಲಿ ದಾಖಲಾಗಿದೆ. ತವಾಂಗ್ ಆಶ್ರಮ ಇರುವ ಗುಡ್ಡದ ಎದುರಿಗಿರುವ ತಪ್ಪಲಿನಲ್ಲಿ ದಮ್ಸೆ ಲೊಡೆ ಎಂಬ ಋಷಿ ತನ್ನ ಪತ್ನಿ ದಮ್ಸೆ ಜೆಮೆಳ ಜೊತೆಗೆ ಇದ್ದನೆಂದು ತಿಳಿಯುತ್ತದೆ. ಮುಂದಿನ ದಿನಗಳಲ್ಲಿ ಈ ಪ್ರದೇಶ ತವಾಂಗ್ ಎಂದು ಖ್ಯಾತಿ ಪಡೆಯಿತು.

ತವಾಂಗ್ ಅಥವಾ ಗೋಂಫ ಅತಿ ಮುಖ್ಯವಾದ ಬೌದ್ಧರ ಯಾತ್ರಾಸ್ಥಳ. ಇದನ್ನು 'ಗೋಲ್ಡನ್ ನಾಮ್ಗಿಲ್ ಲಾಟ್ಸೆ' ಎಂದೂ ಕರೆಯುತ್ತಾರೆ. ೪೦೦ ವರ್ಷಗಳ ಈ ಹಳೆಯ ಆಶ್ರಮ ೧೭ ಗೋಂಫಾಗಳ ಉಸ್ತುವಾರಿಯನ್ನು ನೋಡಿಕೊಳ್ಳುತ್ತದೆ. ತವಾಂಗ್‌ನ 'ಗೋಲ್ಡನ್ ಲಾಟ್ಸೆ' ಎಂಬ ಈ ಉಜ್ವಲ ಭವನ ಬೌದ್ಧ ಚರಿತ್ರೆ, ಸಂಸ್ಕೃತಿ ಮತ್ತು ಧರ್ಮವನ್ನು

**ಚಿತ್ರ ೨೭ : ಪ್ರಾರ್ಥನೆ ಮಂದಿರದಲ್ಲಿರುವ ಬುದ್ಧ ಮೂರ್ತಿ**

ಸಂಕೇತಿಸುತ್ತದೆ. ಈ ಆಶ್ರಮವನ್ನು ಮೆರೆ ಲಾಮಾ ಎಂಬವನು ೧೭ನೇ ಶತಮಾನದಲ್ಲಿ ನಿರ್ಮಿಸಿದನು. ತವಾಂಗ್ ಹತ್ತಿರ ಕಿಪ್ತಿ ಎಂಬ ಸಣ್ಣ ಹಳ್ಳಿಯಲ್ಲಿ ಜನಿಸಿದ ಮೆರೆ ಲಾಮಾ ಸಣ್ಣ

**ಚಿತ್ರ ೨೮ : ಆಶ್ರಮದ ಒಂದು ಪಾರ್ಶ್ವನೋಟ**

ವಯಸ್ಸಿನಲ್ಲಿಯೇ ಬೌದ್ಧ ಸನ್ಯಾಸಿಯಾಗಿ ಪ್ರಾರ್ಥನೆ ಮತ್ತು ಧ್ಯಾನದಲ್ಲಿ ತೊಡಗಿಕೊಂಡ. ಈ ಮಹಾಯಾನ ಬೌದ್ಧಾಶ್ರಮ ಗೆಲ್ಲೂಪ ಗುಂಪಿಗೆ ಸೇರಿದ ಜನರ ಆಧ್ಯಾತ್ಮಿಕ ಕೇಂದ್ರ. ಬೌದ್ಧ ವಾರ್ಷಿಕದ ೧೧ನೇ ತಿಂಗಳಲ್ಲಿ (ಡಿಸೆಂಬರ್-ಜನವರಿ) ಟೊಂಗ್ವೆ ಜಾತ್ರೆ ನಡೆಯುತ್ತದೆ. ಇಲ್ಲಿ ಬೌದ್ಧ ಗ್ರಂಥಾಲಯ, ಶಾಲೆ, ಪ್ರಾರ್ಥನೆ ಸಭಾಂಗಣ, ಸಂಗ್ರಹಾಲಯ ಮತ್ತು ಗೋಡೆಗಳಲ್ಲಿ ಬಣ್ಣಬಣ್ಣದ ಚಿತ್ರ ಕಲೆಯನ್ನು ಕಾಣಬಹುದು. ತವಾಂಗ್ ಪಟ್ಟಣ ಸಮುದ್ರ ಮಟ್ಟದಿಂದ ಸರಾಸರಿ ೧೦,೦೦೦-೧೧,೦೦೦ ಅಡಿ ಎತ್ತರದಲ್ಲಿ ಹರಡಿಕೊಂಡಿದ್ದು, ಸುತ್ತಲಿನ ಸರಾಸರಿ ೨೦,೦೦೦ ಅಡಿ ಎತ್ತರದ ಶಿಖರಗಳು ಹಿಮಾಚ್ಛಾದಿತವಾಗಿ ಕಂಗೊಳಿಸುತ್ತಿರುತ್ತವೆ.

ತವಾಂಗ್ ಭವನ ಟಿಬೆಟ್‌ನಲ್ಲಿರುವ ಮುಖ್ಯ ಬೌದ್ಧ ಭವನವನ್ನೇ ಹೋಲುತ್ತದೆ. ೧೪೦ ಮೀ. ವಿಸ್ತೀರ್ಣದಲ್ಲಿ ನಿರ್ಮಿಸಿರುವ ಮೂರು ಅಂತಸ್ತುಗಳ ಈ ಭವನದಲ್ಲಿ ೬೦೦ ಸನ್ಯಾಸಿಗಳಿಗೆ ತಂಗಲು ವ್ಯವಸ್ಥೆ ಇದೆ. ಜೊತೆಗೆ ಸನ್ಯಾಸಿನಿಯರು ತಂಗಲೂ ವ್ಯವಸ್ಥೆ ಇದೆ. ಈ ಹೊಸ ಭವನ ನಿರ್ಮಿಸಿದ ಮೇಲೆ ಮೆರೆ ಲಾಮಾರವರು, ದಲೈ ಲಾಮಾ ಅವರಿಗೆ ತವಾಂಗ್‌ಗೆ ಬಂದು ಆಶೀರ್ವಾದ ಮಾಡುವಂತೆ ಖುದ್ದಾಗಿ ಹೋಗಿ ಆಹ್ವಾನಿಸಿದರಂತೆ. ಆದರೆ ದಲೈ ಲಾಮಾ ತವಾಂಗ್‌ಗೆ ಬರಲು ಒಪ್ಪದೆ ಹಿಂದಕ್ಕೆ ಬಂದ ಮೆರೆ ಲಾಮಾ ತನ್ನ ರಕ್ತದಿಂದ ಚಂದ್ರಿಕೆಯಲ್ಲಿ ಒಕ್ಕಣಿ ಬರೆದು ಅದನ್ನು ಉಣ್ಣೆ ಬಟ್ಟೆಯಲ್ಲಿ ಸುತ್ತಿ ಭವನದ ಮುಖ್ಯ ಗೋಪುರದಲ್ಲಿ ಇಟ್ಟಿರುವುದಾಗಿ ಹೇಳಲಾಗುತ್ತದೆ. ಜನರು ಅದನ್ನೇ ತಮ್ಮನ್ನು ರಕ್ಷಿಸುವ

ದೇವತೆ ಎಂದು ಪ್ರಾರ್ಥಿಸುತ್ತಾರೆ. ಅನಂತರ ಕಾಲದಲ್ಲಿ ದಲೈ ಲಾಮಾ ಈ ಪ್ರದೇಶಕ್ಕೆ ಭೇಟಿ ನೀಡಿದಾಗಲೆಲ್ಲ ಚೀನಾ ದೇಶವು ಆಕ್ಷೇಪ ಎತ್ತಿ ಸುದ್ದಿ ಮಾಡುತ್ತಾ ಬಂದಿದೆ.

ಬೌದ್ಧಾಶ್ರಮದ ಮಧ್ಯದಲ್ಲಿರುವ ಸಣ್ಣ ಬಾಗಿಲಿನ ಪ್ರಾರ್ಥನಾ ಸಭಾಂಗಣದ ಒಳಗೆ ಹೋದೆವು. ಒಳಗೆ ವಿಶಾಲ ಮತ್ತು ಎತ್ತರವಾದ ಸಭಾಂಗಣ, ಸಾಲಾಗಿ ದೀಪಗಳು ಉರಿಯುತ್ತಿವೆ, ಬೌದ್ಧ ಧರ್ಮವನ್ನು ಪ್ರತಿಬಿಂಬಿಸುವ ಚಿತ್ರಗಳನ್ನು ಗೋಡೆಗಳ ಮತ್ತು ಕಂಬಗಳ ಮೇಲೆಲ್ಲ ಬಿಡಿಸಲಾಗಿದೆ. ಇಡೀ ಹಾಲು ಹೆಚ್ಚಾಗಿ ಕೆಂಪು ಮತ್ತು ಹಳದೀ ಬಣ್ಣದ ಜೊತೆಗೆ ಚಿತ್ರವಿಚಿತ್ರ ಬಣ್ಣಗಳಿಂದ ಕೂಡಿದೆ. ಎದುರಿಗೆ ೫೦ ಅಡಿಗಳಷ್ಟು ಎತ್ತರವಾದ ಸೌಮ್ಯ ಮೂರ್ತಿ. ಅದರ ಮುಂದೆ ಕುಳಿತು ಪ್ರಾರ್ಥನೆ ಮಾಡಲು ಸಾಲು ಸಾಲು ಬಿಳಿ ಗದ್ದಿಗೆಗಳನ್ನು ಹಾಕಲಾಗಿದೆ. ಸ್ವಲ್ಪ ಹೊತ್ತು ಮುಂದೆ ಕುಳಿತು ಪ್ರಾರ್ಥನೆ ಮಾಡಿ ಬುದ್ಧನನ್ನು ಕಣ್ಣುಗಳ ತುಂಬಾ ತುಂಬಿಕೊಂಡು ಬೇಕಾದಷ್ಟು ಫೋಟೋಗಳನ್ನು ತೆಗೆದು ನಾನು ಮತ್ತು ರೆಡ್ಡಿ ಹೊರಕ್ಕೆ ಬಂದೆವು.

ಈ ಆಶ್ರಮ ಪ್ರಪಂಚದಲ್ಲಿಯೇ ಒಂದು ಅದ್ಭುತ ಸುಂದರ ಬೌದ್ಧರ ಆಶ್ರಮವಾಗಿದ್ದು ಪ್ರಪಂಚದಾದ್ಯಂತ ಭಕ್ತರು, ಬುದ್ಧಿಜೀವಿಗಳು ಬಂದು ವೀಕ್ಷಿಸಿ ಹೋಗುತ್ತಾರೆ. ಈ ಪ್ರದೇಶದ ಸುತ್ತಮುತ್ತಲ ಹಳ್ಳಿಗಳ ಯುವಕ ಯುವತಿಯರಿಗೆ ಇಲ್ಲಿ ಬೌದ್ಧ ಚರಿತ್ರೆ, ಸಂಸ್ಕೃತಿ ಮತ್ತು ಬದುಕನ್ನು ಕಲಿಸುತ್ತಾರೆ. ಇಲ್ಲಿನ ಮೊನ್ಕ್‌ಗಳು ಟಿಬೆಟ್‌ನ ಮಹಾಯಾನ ಬೌದ್ಧ ಪಂಥವನ್ನು ಅಪ್ಪಿಕೊಂಡಿದ್ದು ಮೂಲವಾಗಿ ಅದು ಜೆನ್ ಪಂಥಕ್ಕೆ ಸೇರಿದುದಾಗಿದೆ. ಜೆನ್ ಪಂಥ ಟಿಬೆಟ್

**ಚಿತ್ರ ೨೯ : ಆಶ್ರಮದ ಒಳಗೆ ಗೋಡೆಗಳ ಮೇಲೆ ಬಿಡಿಸಿರುವ ಕಲೆ**

ಮೂಲ ಜನರ ಧರ್ಮವಾಗಿದ್ದು ನಿಸರ್ಗದ ಹಲವು ದೇವತೆಗಳ ಸಂಗಮವಾಗಿದೆ. ಅನಂತರ ನಿಧಾನವಾಗಿ ಈ ಪ್ರದೇಶದಲ್ಲೆಲ್ಲ ಬೌದ್ಧ ಧರ್ಮ ಆವರಿಸಿಕೊಂಡಿತು. ಕೆಲವು ಹಳೆಯ ಬಾನ್ ಪದ್ಧತಿಗಳಾದ ಪ್ರಾಣಿ ಬಲಿ ಕೆಲವು ಕಡೆ ಈಗಲೂ ವಿರಳವಾಗಿ ನಡೆಯುತ್ತಿದೆ. ಬೌದ್ಧ ಧರ್ಮ ಭಾರತದಲ್ಲಿ ಹುಟ್ಟಿದರೂ ಅದು ಚೀನಾ ಕಡೆಯಿಂದ ಟಿಬೆಟ್ ಮೂಲಕ ಅರುಣಾಚಲ ಪ್ರದೇಶ ತಲುಪಿದೆ ಎಂದು ತಿಳಿದುಬರುತ್ತದೆ.

## ಮೊನ್ಪಾಗಳ ನಾಡು ತವಾಂಗ್ ಜಿಲ್ಲೆ

ದೇಶದ ಈಶಾನ್ಯ ಭಾಗದ ಕೊನೆ ರಾಜ್ಯ ಅರುಣಾಚಲ ಪ್ರದೇಶ. ಚೀನಾ, ಭೂತಾನ್ ಮತ್ತು ಬರ್ಮಾ ದೇಶಗಳು ಸುತ್ತುವರಿದಿರುವ ಈ ರಾಜ್ಯದ ಒಂದು ಭಾಗ ಮಾತ್ರ ಅಸ್ಸಾಂ ರಾಜ್ಯಕ್ಕೆ ಅಂಟಿಕೊಂಡಿದೆ. ೨೫ ಮುಖ್ಯ ಬುಡಕಟ್ಟುಗಳ ಜೊತೆಗೆ ಅನೇಕ ಉಪಬುಡಕಟ್ಟುಗಳು ಇಲ್ಲಿವೆ. ೨೦೦೧ನೇ ಜನಗಣತಿಯ ಪ್ರಕಾರ ಈ ರಾಜ್ಯದ ಒಟ್ಟು ಜನಸಂಖ್ಯೆ ಕೇವಲ ೧೦,೯೧,೧೧೭. ದೇಶದಲ್ಲಿಯೇ ಅತಿ ಕಡಿಮೆ ಜನಸಂದಣಿ ಇರುವ ಇಲ್ಲಿ ಒಂದು ಚದರ ಕಿಲೋಮೀಟರಿಗೆ ಕೇವಲ ೧೩ ಜನರು ಮಾತ್ರ ವಾಸಿಸುತ್ತಾರೆ. ರಾಜ್ಯದ ಒಟ್ಟು ಭೂ ವಿಸ್ತೀರ್ಣ ೮೩,೭೪೩ ಚದರ ಕಿಲೋಮೀಟರು. ೬ ಜಿಲ್ಲೆಗಳ ಇಡೀ ರಾಜ್ಯ ಪೂರ್ವ ಹಿಮಾಲಯ ಪರ್ವತ ಶ್ರೇಣಿಗಳಿಂದ ದುರ್ಗಮ ಮತ್ತು ದಟ್ಟ ಹರಿದ್ವರ್ಣ ಅರಣ್ಯಗಳಿಂದ ಕೂಡಿದೆ.

ಇಡೀ ವರ್ಷ ವಾತಾವರಣ +೨೦ ಡಿಗ್ರಿಗಳಿಗಿಂತ ಮೇಲೆ ಹೋಗುವುದಿಲ್ಲ. ಚಳಿಗಾಲದಲ್ಲಿ ತಾಪಮಾನ – ೧೦ ಡಿಗ್ರಿ ಸೆಲ್ಸಿಯಸ್‌ಗಿಂತ ಕೆಳಗಿರುತ್ತದೆ. ಇದೇ ಕಾಲದಲ್ಲಿ ೧೦,೫೦೦ ಅಡಿಗಳಿಗಿಂತ ಎತ್ತರ ಇರುವ ಶಿಖರಗಳೆಲ್ಲ ಹಿಮ ಕವಚಗಳಿಂದ ಆವೃತಗೊಂಡಿರುತ್ತವೆ. ಅರುಣಾಚಲ ಪ್ರದೇಶದ ಪರ್ವತಗಳು ೨೩,೫೦೦ ಅಡಿಗಳ ಎತ್ತರದವರೆಗೂ ಇವೆ. ತವಾಂಗ್ ಜಿಲ್ಲೆಯಲ್ಲಿ ಹೆಚ್ಚಾಗಿ ಮೊನ್ಪಾ ಬುಡಕಟ್ಟಿನ ಜನರಿದ್ದು ಇವರು ಮೂಲತಃ ಮಂಗೋಲಿಯ ಕಡೆಯಿಂದ ಟಿಬೆಟ್ ಮತ್ತು ಭೂತಾನ್ ದಾಟಿ ಈ ಪ್ರದೇಶಕ್ಕೆ ಬಂದರು ಎನ್ನಲಾಗಿದೆ. ಮೊನ್ಪಾಗಳ ವೇಷ-ಭೂಷಣ ಮತ್ತು ಪದ್ಧತಿಗಳು ಇಂದಿಗೂ ಟಿಬೆಟ್ ಮತ್ತು ಭೂತಾನ್ ಜನರ ಪದ್ಧತಿಗಳನ್ನೇ ಹೋಲುತ್ತವೆ. ಸದೃಢ ದೇಹ, ದುಂಡು ಮುಖಗಳ ಇವರು ಕೆಂಬಣ್ಣದ ದೇಹ ಹೊಂದಿರುತ್ತಾರೆ. ಇವರು ಬೊಡಿಕ್ ಗುಂಪಿನ ಟಿಬೆಟ್-ಬರ್ಮಿಯನ್ ಭಾಷೆಯಿಂದ ಟಿಸಿಲೊಡೆದ ಉಪಭಾಷೆ ಮಾತನಾಡುತ್ತಾರೆ.

ಈಶಾನ್ಯ ಭಾರತದ ಬುಡಕಟ್ಟುಗಳಲ್ಲಿ ಸಾಮಾನ್ಯವಾಗಿ ಮಹಿಳೆ ಕುಟುಂಬದ ಒಡತಿಯಾದರೆ ಮೊನ್ಪಾಗಳಲ್ಲಿ ಗಂಡಸೇ ಮನೆ ಒಡೆಯ. ಉಳಿದವರು ಆತನ ಮಾತಿಗೆ ಬೆಲೆ ಕೊಡಬೇಕು. ಆತನ ಮಾತಿನಂತೆ ನಡೆದುಕೊಳ್ಳಬೇಕು. ಒಡೆಯನು ಸತ್ತ ಮೇಲೆ ಅಥವಾ ವಯಸ್ಸಾದ ಮೇಲೆ ಹಿರಿಯ ಮಗನು ಆ ಸ್ಥಳವನ್ನು ಪಡೆದುಕೊಳ್ಳುತ್ತಾನೆ. ಒಂದು ವೇಳೆ ಒಡೆಯ ಸತ್ತಾಗ ಮಕ್ಕಳು ಸಣ್ಣವರಾಗಿದ್ದರೆ ತಾಯಿಯಾದವಳು ಆ ಸ್ಥಾನ ಪಡೆಯುತ್ತಾಳೆ. ಎಲ್ಲಾ ಬೌದ್ಧರಂತೆ ಮೊನ್ಪಾಗಳು ಕೂಡ ಮನುಷ್ಯನ ಜೀವನ ಆತನ ಕರ್ಮಗಳಿಂದ ಆಧಾರಪಟ್ಟಿರುತ್ತದೆ ಎಂದು ನಂಬುತ್ತಾರೆ. ಕಾಯಿಲೆ ಬಂದಾಗ ಭಿಕ್ಷುಗಳನ್ನು ಕರೆದು ಸಲಹೆ ಪಡೆದುಕೊಳ್ಳುತ್ತಾರೆ. ಅವರ ಪ್ರಾರ್ಥನೆಗಳಿಂದ ಕಾಯಿಲೆ ವಾಸಿಯಾಗದೇ ಹೋದಲ್ಲಿ ಆಧುನಿಕ ಔಷಧಿಗಳನ್ನು ತೆಗೆದುಕೊಳ್ಳುವಂತೆ ಭಿಕ್ಷುಗಳು ಸಲಹೆ ನೀಡುತ್ತಾರೆ. ತೀರ ಈಚೆಗಿನವರೆಗೂ

ಟಿಬೆಟ್ಟಿನ ಬೌದ್ಧರು ಫುಟ್‌ಬಾಲ್ ಆಟ ಆಡುತ್ತಿರಲಿಲ್ಲ. ಕಾರಣ ಚೆಂಡು ಗುಂಡಾಗಿದ್ದು ಭೂಮಿಯನ್ನು ಹೋಲುತ್ತದೆ, ಭೂಮಿ ತಾಯಿಯನ್ನು ಕಾಲಿನಲ್ಲಿ ಒದೆಯಬಾರದು ಎನ್ನುವುದು ಅವರ ವಾದ. ಅದೇ ರೀತಿ ಸೈಕಲ್ ಕೂಡ ತುಳಿಯುತ್ತಿರಲಿಲ್ಲ. ಆಧುನಿಕ ಯಂತ್ರಗಳನ್ನು ಬಳಸುವ ಧೈರ್ಯ ಮಾಡಿದ್ದು ತೀರ ಈಚೆಗೆ. ಟಿಬೆಟ್ ದೇಶವು ಚೀನೀಯರ ಪಾಲಾದುದಕ್ಕೆ ಕಾರಣ ಅಲ್ಲಿನ ಜನರ ಹಿಂದುಳಿಕೆಯೇ ಎನ್ನುತ್ತಾರೆ ಕೆಲವು ವಿದ್ವಾಂಸರು.

ಮೊನ್ಫಾಗಳ ಕುಟುಂಬಗಳು ತಂದೆ ತಾಯಿ ಮಕ್ಕಳು ಮರಿಮಕ್ಕಳಿಂದ ಕೂಡಿರುತ್ತದೆ. ಮೊನ್ಫಾಗಳಲ್ಲಿ ಇಂದಿಗೂ ನಾಲ್ಕು ಜನ ಅಣ್ಣತಮ್ಮಂದಿರು ಇರುವ ಮನೆಯಲ್ಲಿ ಒಬ್ಬಳೇ ಪತ್ನಿ ಇರುತ್ತಾಳೆ. ಮಕ್ಕಳು ಎಲ್ಲರನ್ನೂ ಅಪ್ಪ ಎಂದೇ ಕರೆಯುತ್ತಾರೆ. ಕೆಲವು ಐಶ್ವರ್ಯವಂತ ಮೊನ್ಫಾಗಳು ಇಬ್ಬರು ಮೂವರು ಪತ್ನಿಯರನ್ನು ಬೇರೆ ಬೇರೆ ಮನೆಗಳಲ್ಲಿ ಇಟ್ಟಿರುತ್ತಾರೆ. ಮಕ್ಕಳು ದೊಡ್ಡವರಾಗಿ ಮದುವೆಯಾದ ಮೇಲೆ ಬೇರೆಯಾದರೂ ತಂದೆ ತಾಯಿಯ ಒಡನಾಟವನ್ನು ಬಿಡುವುದಿಲ್ಲ.

ಮೊನ್ಫಾಗಳು ಸಾಮಾನ್ಯವಾಗಿ ಸಂಬಂಧಿಗಳಲ್ಲಿಯೇ ಮದುವೆ ಮಾಡಿಕೊಳ್ಳುತ್ತಾರೆ. ಮದುವೆಯಾದ ಮೊನ್ಫಾ ಮಹಿಳೆ ಬೇರೆ ಗಂಡಸಿನ ಸಂಗ ಬಯಸುವುದು ಅಪರಾಧ, ಆದರೆ ಗಂಡಸರಿಗೆ ಸ್ವಲ್ಪ ಹೆಚ್ಚು ಸ್ವಾತಂತ್ರ್ಯ ಇದೆ. ವಿವಾಹ ವಿಚ್ಛೇದನೆಗಳು ನಡೆಯುತ್ತವೆ. ಹೆಣ್ಣು ಮರುಮದುವೆ ಮಾಡಿಕೊಳ್ಳುವುದರಿಂದ ಸಮಾಜದಲ್ಲಿ ಹೆಣ್ಣಿನ ಗೌರವ ಕಡಿಮೆ ಯಾಗುವುದಿಲ್ಲ. ಆಕೆ ಇಷ್ಟಪಟ್ಟರೆ ತಂದೆ-ತಾಯಿಯ ಮನೆಯಲ್ಲಿ ನೆಲೆಸಬಹುದು. ಗಂಡು ಹೆಣ್ಣಿನ ಮಧ್ಯೆ ಸಾಮಾಜಿಕವಾಗಿ ಯಾವ ಭೇದವೂ ಇರುವುದಿಲ್ಲ. ಶಾಲೆ ಮತ್ತು ಆಶ್ರಮಗಳಲ್ಲಿ ಮಹಿಳೆಗೆ ಯಾವ ರೀತಿಯ ನಿರ್ಬಂಧವೂ ಇರುವುದಿಲ್ಲ.

ಮೊನ್ಫಾಗಳು ಬೆಳಿಗ್ಗೆ ಎದ್ದು ಕೈಕಾಲು ಮುಖ ತೊಳೆದುಕೊಂಡು ಬುದ್ಧನ ಮುಂದೆ ದೀಪ ಹಚ್ಚಿ, ಪ್ರಾರ್ಥನೆ ಮಾಡಿ ಬೆಳಗಿನ ಉಪಾಹಾರ ಮುಗಿಸಿ, ದಿನನಿತ್ಯದ ಕೆಲಸಗಳಲ್ಲಿ ತೊಡಗಿಕೊಳ್ಳುತ್ತಾರೆ. ಮಿಲೆಟ್ ಅಥವಾ ಗೋಧಿ ಹಿಟ್ಟಿನಿಂದ ಮಾಡಿದ (ಜನ್: ರಾಗಿ ಮುದ್ದೆ ರೀತಿ) ಮುದ್ದೆಗೆ ಬೆಣ್ಣೆ ಹಚ್ಚಿ ಮಾಂಸ ಅಥವಾ ತರಕಾರಿಯೊಂದಿಗೆ ಊಟ ಮಾಡುತ್ತಾರೆ. ಅಕ್ಕಿಬೀರು, ಯಾಕ್ ಪ್ರಾಣಿಯ ಹಾಲಿನ ಚಹಾ ದಿನನಿತ್ಯ ಇರುತ್ತದೆ. ಸಾಯಂಕಾಲ ಹಾಡು, ಕುಣಿತ ಮಾತುಕತೆಯ ಜೊತೆಗೆ ಒಲೆಯ ಮುಂದೆಯೇ ಊಟ ಮುಗಿಯುತ್ತದೆ. ರಾತ್ರಿ ಮಲಗುವಾಗ ಮೂರು ಸಲ ಬುದ್ಧ... ಧಮ್ಮ... ಸಂಘ... ಎಂದು ಹೇಳುತ್ತಾರೆ.

ಮೊನ್ಫಾಗಳು ಸತ್ತರೆ ಹೆಣಗಳನ್ನು ನಾಲ್ಕು ರೀತಿಯಲ್ಲಿ ಕರ್ಮಕ್ರಿಯೆಗೆ ಒಳಪಡಿಸುತ್ತಾರೆ. ಮಕ್ಕಳು ಮತ್ತು ವೃದ್ಧರನ್ನು ಮರದ ಪೆಟ್ಟಿಗೆಯಲ್ಲಿಟ್ಟು ಎತ್ತರ ಪರ್ವತಗಳ ಗುಹೆಗಳಲ್ಲಿಟ್ಟು ಬರುತ್ತಾರೆ. ರೋಗ ಬಂದು ಸತ್ತವರನ್ನು ಮಣ್ಣಿನಲ್ಲಿ ಹೂಳುತ್ತಾರೆ. ಹಾಗೆಯೇ ಕಳ್ಳರು ಮತ್ತು ಕೊಲೆಗಾರರನ್ನು ಮಣ್ಣಿನಲ್ಲಿ ಹೂಳುತ್ತಾರೆ. ಕೆಲವು ಐಶ್ವರ್ಯವಂತರು ಮತ್ತು ಲಾಮಾಗಳು ಹೆಣಗಳನ್ನು ಸುಡುತ್ತಾರೆ. ಕೆಲವೊಮ್ಮೆ ಅವರ ಮೂಳೆಗಳನ್ನು ದೇಹದಿಂದ ಬೇರ್ಪಡಿಸಿ ನುಜ್ಜಿ ಜೇಡಿಮಣ್ಣಿನ ಜೊತೆಗೆ ಪೇಸ್ಟ್ ಮಾಡಿ ಅದರಿಂದ ಮೂರ್ತಿಗಳನ್ನು ಮತ್ತು ಪವಿತ್ರ ಬೌದ್ಧ ಚಿಹ್ನೆಗಳನ್ನು ಮಾಡುತ್ತಾರೆ. ಎಲ್ಲಕ್ಕಿಂತ ಮುಖ್ಯವಾಗಿ ಹೆಚ್ಚಿನ ಹೆಣಗಳನ್ನು ಇಂದಿಗೂ ನದಿ ದಡಗಳಿಗೆ ತೆಗೆದುಕೊಂಡು ಹೋಗಿ ನುರಿತ ಜನರಿಂದ ಕತ್ತರಿಸಿ ತುಂಡು ತುಂಡು ಮಾಡಿ ನದಿಗೆ ಎಸೆಯುತ್ತಾರೆ. ಈ ತುಂಡುಗಳನ್ನು ಮೀನು ಮತ್ತು ಇತರ ಹಸಿದ ಪ್ರಾಣಿಗಳು ತಿಂದರೆ ಸತ್ತವನ ಜೀವನ ಸಾರ್ಥಕವಾಗುತ್ತದೆ ಎನ್ನುವುದು ಅವರ ನಂಬಿಕೆ.

## ಅಧ್ಯಾಯ ೯

# ನಾನು ನೋಡಿದ ೧೯೬೨ರ ಭಾರತ–ಚೀನಾ ಯುದ್ಧಭೂಮಿ

೧೯೬೨ರಲ್ಲಿ ಚೀನಾ–ಭಾರತ ಯುದ್ಧ ನಡೆದ ಮೇಲೆ ಅನೇಕ ಪ್ರಶ್ನೆಗಳು ಹುಟ್ಟಿಕೊಂಡವು. ಚೀನಾ ಯಾಕಾದರೂ ಕಾಲು ಕೆರೆದುಕೊಂಡು ಭಾರತದ ಮೇಲೆ ಬಿದ್ದು

**ಚಿತ್ರ ೩೦ : ಹಳೆ ಬಂಕರುಗಳ ಯುದ್ಧಸ್ಮಾರಕ**

ಯುದ್ಧ ಮಾಡಿತು? ಅಸ್ಸಾಂನ ತೇಜ್‌ಪುರದವರೆಗೂ ಬಂದ ಚೀನಿ ಯೋಧರು ಮತ್ತೆ ತಾವಾಗಿಯೇ ಹಿಂದಕ್ಕೆ ಹೊರಟುಹೋದ ಕಾರಣವೇನು? ಪಶ್ಚಿಮದಲ್ಲಿ ಭಾರತದಿಂದ ವಶಪಡಿಸಿಕೊಂಡ ಪ್ರದೇಶವನ್ನು ಪಾಕಿಸ್ತಾನಕ್ಕೆ ಯಾಕಾದರೂ ಹಸ್ತಾಂತರಿಸಿತು? ಇದಕ್ಕೆಲ್ಲ ಕಾರಣ ನೆಹರು ಸರಕಾರ ದಲೈ ಲಾಮಾಗೆ ಹಿಮಾಚಲ ಪ್ರದೇಶದ ಧರ್ಮಶಾಲಾದಲ್ಲಿ ಆಶ್ರಯ ನೀಡಿದ್ದೇ? ಅಥವಾ ಟಿಬೆಟ್ ಮತ್ತು ಚೀನಾ ನಡುವಿನ ಘರ್ಷಣೆಯಲ್ಲಿ ಭಾರತ ಮೂಗು ತೂರಿಸಿದ್ದೆ? ಹೌದು ಎನ್ನುತ್ತಾರೆ ಕೆಲವು ವಿದ್ವಾಂಸರು.

### ಚಾರಿತ್ರಿಕ ಹಿನ್ನೆಲೆ

೧೯೪೦ರ ನಂತರ ಏಷಿಯಾದಲ್ಲಿ ಅನೇಕ ಬದಲಾವಣೆಗಳು ಸಂಭವಿಸಿದ್ದವು. ೧೯೪೭ರಲ್ಲಿ ಭಾರತ ಮತ್ತು ಪಾಕಿಸ್ತಾನ ಪ್ರತ್ಯೇಕ ದೇಶಗಳಾದವು. ಅನಂತರ ೧೯೪೯ರಲ್ಲಿ ಚೀನಾ 'ಪೀಪಲ್ಸ್ ರಿಪಬ್ಲಿಕ್ ಆಫ್ ಚೈನಾ' ಆಯಿತು. ಅದೇ ವರ್ಷ ಚೀನಾ ಟಿಬೆಟನ್ನು

ವಶಪಡಿಸಿಕೊಳ್ಳುವುದಾಗಿ ಹೇಳಿಕೆ ನೀಡಿದಾಗ ಭಾರತ ಪ್ರತಿರೋಧ ತೋರಿಸಿತು. ೧೯೫೦ರಲ್ಲಿ ನೆಹರು ಮೆಕ್‌ಮೋಹನ್ ಲೈನ್ ನಮ್ಮ ಸರಹದ್ದು, ಅದು ಎಂದೆಂದಿಗೂ ನಮ್ಮದು ಎಂದು ಘೋಷಿಸಿದ್ದರು. ಅದೇ ವೇಳೆಯಲ್ಲಿ ಭಾರತೀಯ ಯೋಧರು ಪಾಕಿಸ್ತಾನಿಗಳನ್ನು ಲಡಕ್ ಪ್ರದೇಶದಲ್ಲಿ ತಡೆದು ನಿಲ್ಲಿಸುವ ಕಾರ್ಯದಲ್ಲಿ ತೊಡಗಿದ್ದರೆ, ಚೀನಾ ಅಕ್ಷಯ್‌ಚಿನ್ ಪ್ರದೇಶದಲ್ಲಿ ತನ್ನ ಯೋಧರನ್ನು ನೆಲೆಗೊಳಿಸಿತು. ಆದರೆ ಭಾರತ ಮಾತ್ರ ವಿಶ್ವಸಂಸ್ಥೆಯಲ್ಲಿ ಚೀನಾ ಬಗ್ಗೆ ಒಲವು ತೋರುತ್ತಲೇ ಬಂದಿತ್ತು. ೧೯೫೦-೫೧ರಲ್ಲಿ ಚೀನಾ ಟಿಬೆಟ್‌ನ ಪ್ರತಿರೋಧವನ್ನು ಬಗ್ಗುಬಡಿದು ಲಾಸಾವರೆಗೂ ಬಂದು ನಿಂತಿತ್ತು. ಚೀನಾ ಅದುವರೆಗೂ ಭಾರತದ ಬಗ್ಗೆ ಯಾವುದೇ ಪ್ರತಿರೋಧ  ತೋರಿರಲಿಲ್ಲ. ನೆಹರು 'ಚೀನಾ ಇಂಡಿಯಾ ಭಾಯ್ ಭಾಯ್' ಎಂದೇ ಪಠಿಸುತ್ತಿದ್ದರು.

೧೯೫೮ರಲ್ಲಿ ಚೀನಾದ ಝುಂಗ್‌ಜಿಯಾಂಗ್‌ನಿಂದ ಲಾಸಾವರೆಗೂ ಭಾರತಕ್ಕೆ ಸೇರಿದ ಅಕ್ಷಯ್‌ಚಿನ್ ಮೂಲಕ ರಸ್ತೆ ಮಾಡುವುದನ್ನು ಭಾರತ ವಿರೋಧಿಸಿತು. ೧೯೫೬ರಲ್ಲಿ ನೆಹರು ಭಾರತಕ್ಕೆ ಸೇರಿದ ೧,೨೦,೦೦೦ ಚದರ ಕಿಲೋಮೀಟರ್ ಪ್ರದೇಶವನ್ನು ಚೀನಾ ತನ್ನ ನಕ್ಷೆಯಲ್ಲಿ ತೋರಿಸಿದೆ ಎಂದು ಕಳವಳ ವ್ಯಕ್ತಪಡಿಸಿದಾಗ ಚೀನಿ ಪ್ರಧಾನಿ ಚೌಎನ್‌ಲೈ ನಕ್ಷೆಗಳಲ್ಲಿ ತಪ್ಪಿರಬೇಕು ಸರಿಪಡಿಸೋಣ ಎಂದಿದ್ದರು, ಟಿಬೆಟ್‌ಅನ್ನು ಚೀನಾ ಪೂರ್ಣವಾಗಿ ನುಂಗಲು ಹವಣಿಸಿದಾಗ ಭಾರತ ಪೂರ್ಣ ವಿರೋಧ ತೋರಿಸಿತು. ಅದು ಚೀನಾಗೆ ಪ್ರಪಂಚದ ಎದುರು ನುಂಗಲಾರದ ತುತ್ತಾಗಿ ಪರಿಣಮಿಸಿತ್ತು. ಈ ಕಾರಣದಿಂದ ಚೀನಾ ಒಳಗೊಳಗೇ ಕುದಿಯುತ್ತಿದ್ದರೂ ಅದನ್ನು ಮೇಲೆ ತೋರಿಸಿಕೊಳ್ಳಲಿಲ್ಲ. ೧೯೫೯ರಲ್ಲಿ ಉರಿಯುವ ಬೆಂಕಿಗೆ ತುಪ್ಪ ಸುರಿದಂತೆ ನೆಹರು ಸರಕಾರ ದಲೈ ಲಾಮಾರನ್ನು ಭಾರತದ ಒಳಕ್ಕೆ ಬಿಟ್ಟುಕೊಂಡು ಧರ್ಮಶಾಲಾದಲ್ಲಿ ಆಶ್ರಯ ನೀಡಿತು. ಬೌದ್ಧಧರ್ಮ ಮತ್ತು ಭಾರತದ ನಂಟಿನಿಂದ ಇದೆಲ್ಲ ಸರಿಯಾದರೂ, ಮಾವೋ ಇದನ್ನು ತೀವ್ರವಾಗಿ ಖಂಡಿಸಿದರು. ೧೯೫೬ರಿಂದಲೇ ಸಿಐಎ ಭಾರತದ ಗಡಿಯಲ್ಲಿ (ಕಲಿಮ್‌ಪಾಂಗ್ ಹತ್ತಿರ) ಟಿಬೆಟ್ ಗೆರಿಲ್ಲಾಗಳನ್ನು ನೇಮಿಸಿ ಅವರನ್ನು ಚೀನಾದೊಂದಿಗೆ ಹೋರಾಟದಲ್ಲಿ ತೊಡಗಿಸಿತು. ಅವರನ್ನು ಟಿಬೆಟ್ಟಿನ ಗೆರಿಲ್ಲಾಗಳನ್ನು ಚೀನಾ ಪೂರ್ಣವಾಗಿ ಅಳಿಸಲು ಸಾಧ್ಯವಿಲ್ಲ ಎಂದು ಭಾರತ ಸರಕಾರ ನಂಬಿಕೊಂಡಿತ್ತು. ಆದರೆ ದೈತ್ಯ ಚೀನಾ ಎಲ್ಲರ ಊಹೆಗಳನ್ನು ನುಂಗಿ ನೀರು ಕುಡಿಯಿತು, ನೆಹರು ಅವರ ಊಹೆಯೂ ತಲೆಕೆಳಗಾಗಿತ್ತು.

ಚಿತ್ರ ೩೧ : ಶಿಥಿಲಗೊಂಡಿರುವ ಹಳೆ ಬಂಕರುಗಳು

ಚೀನಾ ಮುಖ್ಯವಾಗಿ ಎರಡು ಪ್ರದೇಶಗಳನ್ನು ಕಬಳಿಸಲು ಹವಣಿಸುತ್ತಿತ್ತು. ಪಶ್ಚಿಮದಲ್ಲಿ ಅಕ್ಷಯ್‌ಚಿನ್ ಮತ್ತು ಈಶಾನ್ಯದಲ್ಲಿ ನೇಫಾ (ನಾರ್ತ್ ಈಸ್ಟರ್ನ್ ಫ್ರಾಂಟಿಯರ್). ಈ ಪ್ರದೇಶವನ್ನು ಭಾರತ, ಸ್ವಾತಂತ್ರ್ಯ ನಂತರ ಅರುಣಾಚಲ ಪ್ರದೇಶವೆಂದು ಕರೆದು ಒಂದು ರಾಜ್ಯವನ್ನಾಗಿ ಘೋಷಿಸಿತ್ತು. ೧೯೪೭ರ ನಂತರ

ಉತ್ತರದಲ್ಲಿ ಬ್ರಿಟಿಷರು ತಮ್ಮ ಹಿಡಿತದಲ್ಲಿಟ್ಟುಕೊಂಡಿದ್ದ ಪ್ರದೇಶವನ್ನು ಮೀರಿ ಮುಂದೆ ಬಂದು ಭಾರತವು ಚೀನಾದ ೯೦,೦೦೦ ಚದರ ಕಿಲೋಮೀಟರ್ ಪ್ರದೇಶವನ್ನು ವಶಪಡಿಸಿಕೊಂಡಿದೆ ಎಂದು ಚೀನಾ ಆರೋಪಿಸಿತು.

೧೯೫೯ರಲ್ಲಿ ಚೀನಾ, ಲಾಂಗ್ಜು ಸರಿಹದ್ದಿನಲ್ಲಿದ್ದ ಭಾರತೀಯ ಯೋಧರನ್ನು ಅಪಹರಿಸಿಬಿಟ್ಟಿತು. ಈ ಪ್ರದೇಶ ಸಿಮ್ಲಾ ಒಪ್ಪಂದದಂತೆ ಭಾರತಕ್ಕೆ ಸೇರಿದ ನೆಲವಾಗಿತ್ತು. ಅದೇ ಅಕ್ಟೋಬರ್‌ನಲ್ಲಿ ಕೊಂಗ್ಸು ಪಾಸ್ (ಅಕ್ಷಯ್‌ಚಿನ್)ನಲ್ಲಿ ಕಾವಲು ಕಾಯುತ್ತಿದ್ದ ಭಾರತದ ೯ ಯೋಧರನ್ನು ಚೀನಾ ಗುಂಡಿಕ್ಕಿ ಸಾಯಿಸಿದ ಮೇಲೆ ಅಲ್ಲಿ ಉಳಿದಿದ್ದ ಯೋಧರನ್ನು ಭಾರತ ಹಿಂದಕ್ಕೆ ಕರೆಸಿಕೊಂಡುಬಿಟ್ಟಿತು. ಅದಕ್ಕೆ ಮುಂಚೆ ಒಂದು ಸಭೆಯಲ್ಲಿ ರಷ್ಯಾದ ನಿಕಿತಾ ಕ್ರುಶ್ಚೋವ್ ನೆಹರು ಪರವಾಗಿ ಮಾಹೋ ಜೊತೆಗೆ ವಾದಮಾಡಿದ್ದರು. ಭಾರತದ ಜೊತೆಗೆ ಅಮೆರಿಕಾವೂ ಸೇರಿಕೊಂಡಿದ್ದನ್ನು ತಿಳಿದ ಚೀನಾಗೆ ತನ್ನ ಸುತ್ತಲೂ ಶತ್ರುಗಳೆ ತುಂಬಿಕೊಂಡಿದ್ದಾರೆ ಎನ್ನುವ ಕಲ್ಪನೆ ಉಂಟಾಗಿತ್ತು. ಅಕ್ಟೋಬರ್ ೧೬ರಂದು ಚೀನಾದ ಜನರಲ್ ಲೀ ಯಂಗ್‌ಪು ಭಾರತದ ಸೈನ್ಯ ತಗ್ಲ ಪರ್ವತ ಗಡಿ ದಾಟಿ ಮುಂದಕ್ಕೆ ಬಂದಿದೆ ಎಂದು ದೂರಿದರು. ಎರಡು ದಿನಗಳ ನಂತರ ಚೀನಾ ಸರಕಾರ ಭಾರತ ಟಿಬೆಟ್ ಒಳಗೆ ನಡೆಸುತ್ತಿರುವ ಮಸಲತ್ತನ್ನು ಅಡಗಿಸಬೇಕಾದರೆ ಪ್ರತಿರೋಧ ತೋರಲೇಬೇಕೆಂದು ನಿರ್ಣಯಿಸಿತು. ಅದೇ ಸಮಯದಲ್ಲಿ ಚೀನಾದಿಂದ ಓಡಿಹೋಗಿ ತಾಯ್‌ವಾನ್‌ನಲ್ಲಿ ತಲೆಮರೆಸಿಕೊಂಡಿದ್ದ ಚೀನಾ ರಾಷ್ಟ್ರೀಯವಾದಿಗಳು ಚೀನಾ ಮೇಲೆ ಧಾಳಿ ಮಾಡುವ ಭೀತಿಯೂ ಅದಕ್ಕೆ ಇತ್ತು.

೧೯೬೨ ಅಕ್ಟೋಬರ್‌ನಲ್ಲಿ ಚೀನಾ ಭಾರತದ ಮೇಲೆ ಧಾಳಿ ಮಾಡಿದಾಗ ಚೀನಾ–ಭಾರತದ ೩,೨೨೫ ಕಿಲೋಮೀಟರುಗಳ ಗಡಿಯ ಉದ್ದಕ್ಕೂ ಭಾರತದ ಕೇವಲ ೯ ಡಿವಿಷನ್‌ಗಳು ಮಾತ್ರ ಇದ್ದು ಅವರ ಬಳಿ ಯಾವ ಆಧುನಿಕ ಮಿಲಿಟರಿ ಸಲಕರಣೆಗಳೂ ಇರಲಿಲ್ಲ. ಚಳಿಯನ್ನು ತಡೆದುಕೊಳ್ಳಲು ಸರಿಯಾದ ಬಟ್ಟೆ ಮತ್ತು ಬೂಟುಗಳು ಸಹ ಇರಲಿಲ್ಲ. ಅಕ್ಟೋಬರ್ ೨೧, ಅರುಣಾಚಲ ಪ್ರದೇಶದ ನಮ್ಜೂಟ್ಸಂಗ್‌ಲಿ, ಖಿನ್‌ಝಿಮನೆ ಮತ್ತು ದೋಲಾ ಪೋಸ್ಟ್‌ಗಳಲ್ಲಿ ಭಾರತದ ಯೋಧರನ್ನು ಕೊಂದನಂತರ ಚೀನಿಯರು ಎರಡನೇ ದಿನ ಟ್ಸಂಗ್‌ದರ್‌ಅನ್ನು, ಮೂರನೇ ದಿನ ೨೪ರಂದು ಬುಮ್ಲಾ ಮತ್ತು ೭ನೇ ಇನ್‌ಫ್ಯಾಂಟ್ರಿ ಹೆಡ್‌ಕ್ವಾರ್ಟರ್ಸ್ ತವಾಂಗ್ ಅನ್ನು ವಶಪಡಿಸಿಕೊಂಡ ನಂತರ ಭಾರತದ ಜೊತೆಗೆ ಮಾತುಕತೆ ನಡೆಸಲು ಇಚ್ಛಿಸಿದರು, ಆದರೆ ಭಾರತ ನಿರಾಕರಿಸಿತು. ಭಾರತ ಸರಕಾರ ಕಲ್ಕತ್ತ, ನಾಗಾಲ್ಯಾಂಡ್, ಬಿಹಾರ್, ಪಂಜಾಬ್ ಕಡೆಯಿಂದ ಅರುಣಾಚಲ ಪ್ರದೇಶದ ಕಡೆಗೆ ಧಾವಿಸಿ ಬರುವಂತೆ ಭಾರತೀಯ ಯೋಧರಿಗೆ ಆಜ್ಞೆ ನೀಡಿತು. ಕೆಲವು ಯೋಧರು ಸಿಕ್ಕಿಂ ಮತ್ತು ಭೂತಾನ್ ಕಡೆಗೆ ಧಾವಿಸಿದರು.

೧೯೬೭ರ ಬೇಸಿಗೆಯಲ್ಲೂ ಚೀನಾ–ಭಾರತ ಗಡಿಯಲ್ಲಿ ಅನೇಕ ವಲಯಗಳಲ್ಲಿ ಸಣ್ಣಪುಟ್ಟ ಧಾಳಿಗಳು ನಡೆದವು. ಒಂದು ಕಾಳಗದಲ್ಲಿ ಅನೇಕ ಚೀನಿ ಯೋಧರು ಪ್ರಾಣ ಕಳೆದುಕೊಂಡರು. ಜೂನ್ ತಿಂಗಳಲ್ಲೆ ಐಐಬಿ ಚೀನಾ ಯುದ್ಧ ತಯಾರಿಯಲ್ಲಿದೆ ಎಂದು ವರದಿ ಮಾಡಿತ್ತು. ಪಾಕಿಸ್ತಾನವು ಅದೇ ರೀತಿ ಪಶ್ಚಿಮದಲ್ಲಿ ತಯಾರಿ ನಡೆಸಿತ್ತು. ಭಾರತವು ವಾಯುಸೇನೆಗೆ ತಯಾರಾಗಿರುವಂತೆ ಸೂಚನೆ ನೀಡಿತು. ಯುಮ್‌ಟ್ಸೋ ಕಣಿವೆಯಲ್ಲಿ ೧೦೦೦ ಚೀನಾ ಯೋಧರನ್ನು ಎದುರ್ಗೊಂಡ ಭಾರತದ ೫೦ ಯೋಧರು ಹೋರಾಡಿ

ಹತರಾದರು. ಆಗಸ್ಟ್ ವೇಳೆಗೆ ಈಶಾನ್ಯ ಭಾರತದ ಗಡಿಯ ಉದ್ದಕ್ಕೂ ಚೀನಾ ಹೇರಳ ಮದ್ದುಗುಂಡುಗಳ ಪೇರಿಸುತ್ತಿದ್ದರೂ, ನೆಹರು ಸರಕಾರ ಕಣ್ಣುಮುಚ್ಚಿಯೇ ಕುಳಿತಿತ್ತು. ಅದೇ ತಿಂಗಳಲ್ಲಿ ಟಿಬೆಟ್‌ನ ತಗ್ಲಾ ಪರ್ವತ ದೋಲಾದಲ್ಲಿ ಭಾರತವು ತನ್ನ ಸೇನಾಕೇಂದ್ರ ಸ್ಥಾಪಿಸಿದ ತಕ್ಷಣ ಚೀನಾ ಯೋಧರು ಎದುರು ಬಂದು ನಿಂತರು. ಸೆಪ್ಟೆಂಬರ್‌ನಲ್ಲಿ

**ಚಿತ್ರ ೩೨ : ಬಂಕರುಗಳ ಮುಂದೆ ಲೇಖಕ**

ಮತ್ತೆ ೬೦೦ ಚೀನಿ ಯೋಧರು ಅಲ್ಲಿಗೆ ಆಗಮಿಸಿದರು. ಚೀನಾ-ಭಾರತ ಯೋಧರ ಮಧ್ಯೆ ೧೨ ದಿನ ಗುಂಡಿನ ಚಕಮಕಿ ನಡೆಯಿತು. ಸೆಪ್ಟೆಂಬರ್ ೯ರಂದು ಭಾರತ ಸರಕಾರ ತಗ್ಲಾದಲ್ಲಿದ್ದ ಚೀನಿಯರನ್ನು ಎದುರಿಸಲು ಪಂಜಾಬ್‌ನಿಂದ ೪೦೦ ಯೋಧರನ್ನು ಕರೆಸಿತು. ಭಾರತ ಯೋಧರು ಅಲ್ಲಿಗೆ ತಲಪುವುದರೊಳಗೆ ನಮ್ಕಚು ನದಿಯ ಎರಡೂ ದಡಗಳಲ್ಲಿ ಚೀನಿ ಯೋಧರು ತುಂಬಿಹೋಗಿದ್ದರು. ೨೦ರಂದು ಸೇತುವೆಯ ಮೇಲೆ ನಡೆದ ಕಾಳಗದಲ್ಲಿ ಎರಡೂ ಕಡೆ ಹಲವು ಯೋಧರು ಪ್ರಾಣ ಕಳೆದುಕೊಂಡರು. ಅಕ್ಟೋಬರ್ ೩ರಂದು ಭಾರತಕ್ಕೆ ಬಂದ ಚೌಎನ್‌ಲಾಯ್ ನೆಹರುರವರನ್ನು ಸಂಧಿಸಿ ಯುದ್ಧ ಬೇಡ ಶಾಂತಿಯಿಂದ ಇರೋಣ ಎಂದು ವಚನ ನೀಡಿದ್ದರು. ಆದರೆ, ಅದರ ಹಿಂದೆಯೇ ಚೀನಾ ಧಾಳಿ ಮಾಡಿತ್ತು.

ಅದೇ ವೇಳೆಯಲ್ಲಿ ಭಾರತದ ಹಲವು ಬೆಟಾಲಿಯನ್‌ಗಳು ಲಡಾಕ್ ಕಡೆಗೆ ಧಾವಿಸಿದವು. ೨೫ ಪೌಂಡ್‌ರ್ ಗನ್ಸ್, ಎಎಂಎಕ್ಸ್ ಮಿನಿ ಟ್ಯಾಂಕರ್‌ಗಳನ್ನು ಯುದ್ಧ ವಿಮಾನಗಳಲ್ಲಿ ಸಾಗಿಸಿ ಚುಸಲ್ ಪ್ರದೇಶಕ್ಕೆ ತರಲಾಯಿತು. ೫,೩೦೦ ಮೀಟರ್ ಎತ್ತರದ ದೌಲತಾಬಾಗ್‌ನಿಂದ ಯೋಧರನ್ನು ಹಿಂದಕ್ಕೆ ಕರೆಸಲಾಯಿತು. ಅದಕ್ಕೂ ಆಚೆಯಿದ್ದ ಭಾರತದ ಗಡಿಯನ್ನು ಚೀನಿಯರು ಆಗಲೇ ವಶಪಡಿಸಿಕೊಂಡಿದ್ದರು. ಕೆಲವು ದಿನಗಳ ಹಿಂದೆ ಲೋಹಿತ್ ಕಣಿವೆಯ ಹತ್ತಿರ ವಾಲೊಂಗ್ ಹಳ್ಳಿಯ ಹಿಂದಿನ ಪರ್ವತವನ್ನು ಭಾರತೀಯ ಯೋಧರು ಚೀನಿ ಯೋಧರ ವಿರುದ್ಧ ಹೋರಾಡಿ ವಶಪಡಿಸಿಕೊಂಡಿದ್ದರು. ಅದೇ ತಿಂಗಳು ೧೭ರಂದು ಚೀನಿಯರ ೬ ಬ್ರಿಗೇಡರ್ಸ್ ಜಂಗ್ ಹತ್ತಿರ (ತವಾಂಗ್ ಹತ್ತಿರ) ೧೬ ಕಿಲೋಮೀಟರ್ ಒಳಕ್ಕೆ ಬಂದುಬಿಟ್ಟಿದ್ದರು. ೧೫,೦೦೦ ಅಡಿ ಎತ್ತರದ ಶಿಲಾ ಪಾಸ್‌ನಲ್ಲಿ ಭಾರತೀಯ ಯೋಧರು ಒಟ್ಟುಗೂಡುವ ಮುಂಚೆಯೇ ಚೀನೀ ಯೋಧರು ಅವರೆಲ್ಲರನ್ನೂ ಮುಗಿಸಿ ಮುಂದೆ ಬಂದಿದ್ದರು. ೧೮ರಂದು ಅವರು ಅಸ್ಸಾಂ ಬಯಲು ಪಟ್ಟಣ ತೇಜ್‌ಪುರದವರೆಗೂ ಧಾವಿಸಿ ಬಂದಿದ್ದರು. ತವಾಂಗ್ ಮತ್ತು ತೇಜ್‌ಪುರದ ನಡುವಿನ ಬೆಟ್ಟಗುಡ್ಡಗಳ ಕಾಡು ದಾರಿ ಸುಮಾರು ೩೦೦ ಕಿಲೋಮೀಟರು. ೨೧ರಂದು ಚೀನೀ ಯೋಧರು ತಾವಾಗಿಯೇ ಹಿಂದಕ್ಕೆ ಹೋಗಿ ೧೯೫೯ರ ಭಾರತ-ಚೀನಾ ಒಪ್ಪಂದದ ಗಡಿ ರೇಖೆಯಲ್ಲಿ ನಿಂತುಬಿಟ್ಟರು. ಈ ಯುದ್ಧದಲ್ಲಿ ಭಾರತದ ಸಾವಿರಾರು ಅಧಿಕಾರಿಗಳು ಮತ್ತು ಯೋಧರು ಪ್ರಾಣ ಕಳೆದುಕೊಂಡಿದ್ದರು.

**ಚಿತ್ರ ೩೩ : ಜಂಘೀಗರ್ ಹತ್ತಿರ ಇರುವ ಜಸ್ವಂತ್ ಸಿಂಗ್ ರಾವತ್ ಸ್ಮಾರಕ**

## ವೀರಯೋಧ ಜಸ್ವಂತ್ ಸಿಂಗ್ ರಾವತ್

ತವಾಂಗ್ ಸುತ್ತಮುತ್ತಲು ತೀವ್ರ ಯುದ್ಧ ನಡೆದು ಸಾವಿರಾರು ಚೀನಿಯರು ಪರ್ವತಗಳಿಂದ ಮಾರ್ಟರ್‌ಗಳು, ಮಿಷಿನ್‌ಗನ್‌ಗಳು, ಸ್ಟೆನ್‌ಗನ್‌ಗಳು, ಗ್ರೆನೇಡ್‌ಗಳು, ಹೆವಿ ಆರ್ಟಿಲರಿ, ಸೆಲ್‌ಗಳಿಂದ ಧಾಳಿ ಮಾಡಿ ನೂರಾರು ಭಾರತೀಯ ಯೋಧರನ್ನು ಕೊಂದುಹಾಕಿದ್ದರು. ಚೀನಿ ಸೈನ್ಯ ಇನ್ನೂ ಮುಂದುವರಿದಿತ್ತು. ಭಾರತೀಯ ಯೋಧರನ್ನು ತವಾಂಗ್‌ನಿಂದ ಹಿಂದಕ್ಕೆ ಕರೆಸಿ, ಅವರಿಗೆ ಶಿಲಾಪಾಸ್ ಕೆಳಗಿನ ತಪ್ಪಲಲ್ಲಿ ೪ನೇ ಬಟಾಲಿಯನ್‌ಗೆ ಸೇರಿದ ಘರ್‌ವಾಲ್ ರೈಫಲ್ಸ್ ಜೊತೆಗೆ ಸೇರಿಕೊಂಡು ಚೀನಿ ಯೋಧರನ್ನು ಎದುರಿಸುವಂತೆ ಆಜ್ಞೆ ನೀಡಲಾಯಿತು.

ಚೀನಿಯರು ಸ್ಥಳೀಯ ಮೋನ್ಪಾಗಳ ವೇಷದಲ್ಲಿ ಭಾರತೀಯ ಸೈನಿಕರನ್ನು ಭೇದಿಸಿ ಒಳಗೆ ನುಗ್ಗಲು ಪ್ರಯತ್ನಿಸುತ್ತಿದ್ದರು. ಅದನ್ನು ಅರಿತ ಭಾರತೀಯ ಸೈನಿಕರು ಅವರನ್ನು ಹಿಮ್ಮೆಟ್ಟಿಸಿದರು. ಆದರೂ ಕೂಡ ಬೆಳಗಿನ ಜಾವ ಕತ್ತಲಲ್ಲಿ ಒಮ್ಮೆಲೆ ನೂರಾರು ಚೀನಿ ಯೋಧರು ಧಾವಿಸಿ ಬರುತ್ತಿದ್ದರು. ಕಡಿಮೆ ಸಂಖ್ಯೆಯಲ್ಲಿದ್ದ ಭಾರತೀಯ ಯೋಧರು ಚೀನಿ ಯೋಧರನ್ನು ತಡೆಯಲಾಗಲಿಲ್ಲ. ಹಿಂದಿನ ಪರ್ವತಗಳ ಜಾಡಿನಲ್ಲಿ ಕಣಿವೆಯ ಕೆಳಗೆ ೪೦ ಮೀಟರ್ ಹತ್ತಿರದವರೆಗೂ ಸಾವಿರಾರು ಚೀನಿ ಯೋಧರು ಬಂದುಬಿಟ್ಟಿದ್ದರು. ಜೊತೆಗೆ ಚೀನಿಯರಲ್ಲಿ ಅನೇಕ ಆಧುನಿಕ ಯುದ್ಧ ಶಸ್ತ್ರಗಳೂ ಇದ್ದವು. ಕಣಿವೆಯ ಮೇಲೆ ಬಂಕರ್‌ಗಳಲ್ಲಿ ಉಳಿದುಕೊಂಡಿದ್ದ ತ್ರಿಲೋಕ್ ಸಿಂಗ್, ಜಸ್ವಂತ್ ಸಿಂಗ್ ಮತ್ತು ಗೋಪಾಲ್ ಸಿಂಗ್ ಅವರುಗಳು ಉಸಿರು ಬಿಡದೆ ಸುಮ್ಮನೆ ಕುಳಿತುಕೊಡಿದ್ದರು. ಸಾವಿರಾರು ಚೀನಿ ಯೋಧರ ಮುಂದೆ ಉಳಿದುಕೊಂಡಿದ್ದ ಈ ಮೂವರು ಯೋಧರ ಹತ್ತಿರ ಕೇವಲ ೧ ಮೆಷಿನ್‌ಗನ್ ಮತ್ತು ಕೆಲವು ನೂರು ಗ್ರೆನೇಡುಗಳು ಮಾತ್ರ ಇದ್ದವು. ಚೀನಿಯರು ಇವರ ಮೇಲೆ ಒಂದೇ ಸಮನೆ ಫೈರ್ ಮಾಡುತ್ತಿದ್ದರು. ಅದರ ನಡುವೆಯೇ ಜಸ್ವಂತ್ ಸಿಂಗ್ ಮತ್ತು ತ್ರಿಲೋಕ್ ಸಿಂಗ್ ಕಣಿವೆಯ ಮರಗಿಡಗಳ ಮಧ್ಯೆ ತೆವಳಿಕೊಂಡು ಹೋಗುತ್ತಿದ್ದರೆ, ಹಿಂದೆ ಬಂಕರ್ ಹತ್ತಿರ ನಿಂತಿದ್ದ ಗೋಪಾಲ್ ಸಿಂಗ್ ಮೆಷಿನ್‌ಗನ್‌ನಿಂದ ಚೀನೀ ಯೋಧರ ಮೇಲೆ ಒಂದೇ ಸಮನೆ ಫೈರ್ ಮಾಡತೊಡಗಿದ.

ಎದುರಿಗೆ ಗಾಯಗೊಂಡು ಬಿದ್ದಿದ್ದ ಒಬ್ಬ ಚೀನಿ ಯೋಧನ ಕೈಯಿಂದ ಗೋಪಾಲ್ ಸಿಂಗ್ ಒಂದು ಲೈಟ್ ಎಮ್‌ಎಮ್‌ಜಿ ಕಸಿದುಕೊಂಡು ಬಂಕರ್ ಕಡೆಗೆ ಹಿಂದಕ್ಕೆ ಓಡಿ ಬರತೊಡಗಿದ. ಅಷ್ಟರಲ್ಲಿ ಒಂದು ಬುಲೆಟ್ ಆತನ ತಲೆಗೆ ಬಡಿಯಿತು. ತ್ರಿಲೋಕ್ ಸಿಂಗ್ ಆ ಚೀನಿಯೋಧನ ಮೇಲೆ ಗ್ರೆನೇಡ್ ಎಸೆದು ಸಾಯಿಸಿದ್ದ. ಆ ವೇಳೆಗೆ ಗೋಪಾಲ್ ಸಿಂಗ್, ಜಸ್ವಂತ್ ಸಿಂಗ್‌ರನ್ನು ಬಂಕರ್ ಒಳಕ್ಕೆ ಎಳೆದುಕೊಂಡಿದ್ದರು. ಇದೆಲ್ಲ ಕೇವಲ ಕೆಲವೇ ನಿಮಿಷಗಳಲ್ಲಿ ನಡೆದುಹೋಗಿತ್ತು. ಆದರೆ ಈ ಮೂವರು ಯೋಧರು ಇರುವೆ ಸಾಲಿನಂತೆ

ಬರುತ್ತಿದ್ದ ಚೀನಿ ಯೋಧರನ್ನು ತಡೆದು ನಿಲ್ಲಿಸಿದ್ದರು. ಚೀನಿ ಯೋಧರು ಕಣಿವೆಯ ಇಳಿಜಾರಿನಲ್ಲಿ ಜಾರಿ ಬೀಳುತ್ತಿದ್ದರೂ, ಒಂದೇ ಸಮನೆ ಅಲೆಅಲೆಯಾಗಿ ಬರುತ್ತಲೇ ಇದ್ದರು. ೩೦೦ ಚೀನಿಯರು ಸತ್ತು ನೂರಾರು ಯೋಧರು ಗಾಯಗೊಂಡು ಹಿಂದಕ್ಕೆ ಸರಿದಿದ್ದರು.

ಈ ಮೂವರು ಯೋಧರು ಮೂರು ರಾತ್ರಿ ಮೂರು ಹಗಲುಗಳ ಕಾಲ ಈ ಇಕ್ಕಟ್ಟಾದ ಪ್ರದೇಶದಲ್ಲಿ ಸಾವಿರಾರು ಚೀನಿ ಯೋಧರನ್ನು ತಡೆದು ನಿಲ್ಲಿಸಿದ್ದರು. ಚೀನಿಯರು ಕಣಿವೆ ಮೇಲಿನ ಬಂಕರ್‌ಗಳಲ್ಲಿ ನೂರಾರು ಭಾರತೀಯ ಯೋಧರು ಅಡಗಿ ಕುಳಿತು ನಮ್ಮ ಮೇಲೆ ಧಾಳಿ ಮಾಡುತ್ತಿದ್ದಾರೆ ಎಂದು ಭಾವಿಸಿದ್ದರು. ವೀರಯೋಧ ಜಸ್ವಂತ್ ಸಿಂಗ್ ರಾವತ್ ಜೊತೆಗೆ ಇದೇ ಸ್ಥಳದಲ್ಲಿ ೩ ಅಧಿಕಾರಿಗಳು, ೪ ಜೆಸಿಎಮ್‌ಗಳು, ೧೪೭ ಯೋಧರು ಮತ್ತು

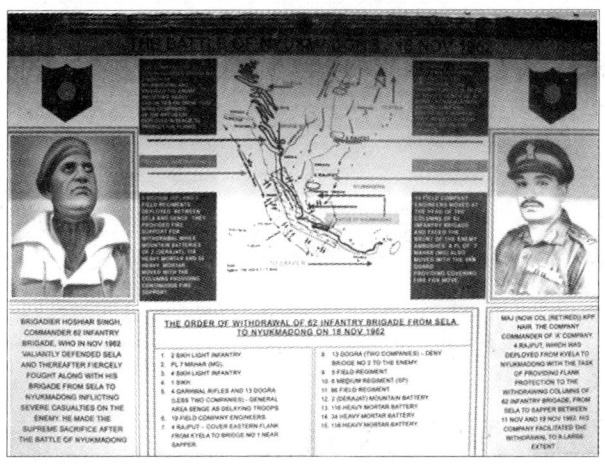

**ಚಿತ್ರ ೩೪ : ಒಂದು ಯುದ್ಧ ಸ್ಮಾರಕ**

೭ ಲ್ಯಾನ್ಸ್ ನಾಯಕ್‌ರು ವೀರ ಮರಣ ಹೊಂದಿದರು. ಇವರೆಲ್ಲ ಘರ್‌ವಾಲ್ ರೈಫಲ್ಸ್ ೪ನೇ ಬಟಾಲಿಯನ್‌ಗೆ ಸೇರಿದವರು. ಈ ಸ್ಥಳ ಈಗ ಜಸ್ವಂತ್ ಜಂಘೀಗರ್ ಎಂದೇ ಪ್ರಖ್ಯಾತ ವಾಗಿದೆ. ವೀರ ಮರಣ ಹೊಂದಿದ ಜಸ್ವಂತ್ ಸಿಂಗ್ ರಾವತ್‌ಗೆ ಮಹಾವೀರಚಕ್ರ, ತ್ರಿಲೋಕ್ ಸಿಂಗ್‌ಗೆ ವೀರಚಕ್ರ ಮತ್ತು ಬದುಕಿ ಉಳಿದುಕೊಂಡಿದ್ದ ಗೋಪಾಲ್ ಸಿಂಗ್‌ಗೆ ಭಾರತ ಸರಕಾರದ ವೀರಚಕ್ರ ನೀಡಿ ಗೌರವಿಸಲಾಯಿತು.

ಆ ಸ್ಥಳದಲ್ಲಿದ್ದ ಹಳೆ ಬಂಕರ್‌ಗಳನ್ನು, ಯೋಧರ ಸಮಾಧಿಗಳನ್ನು, ಅಲ್ಲೆಲ್ಲ ಬಿದ್ದಿದ್ದ ಇನ್ನಿತರ ಯುದ್ಧ ಸಲಕರಣೆಗಳನ್ನು ನೋಡಿದಾಗ ನನ್ನ ಮನಸ್ಸಿಗೆ ತುಂಬಾ ನೋವಾಯಿತು. ನಾಲ್ಕಾರು ಸಲ ಅಲ್ಲೆಲ್ಲ ಸುತ್ತಾಡಿ ಸುತ್ತಲಿನ ಪರ್ವತ ಶ್ರೇಣಿಗಳನ್ನು, ಕಾಡು ಕಣಿವೆಗಳನ್ನು ನೋಡುತ್ತಾ ಅಲ್ಲೇ ಸುಮಾರು ಹೊತ್ತು ನಿಂತುಬಿಟ್ಟೆ. ಜೊತೆಗಿದ್ದ ರೆಡ್ಡಿ ಮತ್ತು ಚಾಲಕ ಸುತ್ತಲೂ ನೋಡುತ್ತ ಮೂಕರಾಗಿದ್ದರು. ನಮ್ಮ ಇಂದಿನ ರಾಜಕಾರಣಿಗಳ, ಭ್ರಷ್ಟ ಅಧಿಕಾರಿಗಳ ಮತ್ತು ಪೊಲೀಸ್ ಅಧಿಕಾರಿಗಳ ಬಗ್ಗೆ ಅನೇಕ ಯೋಚನೆಗಳು ಬಂದುಹೋದವು. ಇವರನ್ನೆಲ್ಲ ಕನಿಷ್ಠ ಒಂದು ಸಲವಾದರೂ ಈ ಪ್ರದೇಶಗಳಲ್ಲಿ ಓಡಾಡಿಸಿದರೆ ಒಳಿತೇನೋ ಎನ್ನುವ ಆಲೋಚನೆಯೂ ಬಂದಿತ್ತು.

ಶಿಲಾಪಾಸ್ ಕೆಳಗೆ ನ್ಯೂಕ್ಮಡೊಂಗ್ ಯುದ್ಧಸ್ಮಾರಕದಲ್ಲಿ ವೀರಮರಣ ಹೊಂದಿದ ಒಟ್ಟು ೨೮೦ ಯೋಧರ ಪಟ್ಟಿ ಸಿಕ್ಕಿತು. ಅಸ್ಸಾಂನ ತೇಜ್‌ಪುರ-ಬೊಮ್‌ಡಿಲಾ-ಜಂಗಿಫರ್-ಶಿಲಾಪಾಸ್-ದೀರಂಫ್-ತವಾಂಗವರೆಗೂ ಮತ್ತು ತವಾಂಗ್-ಬುಮ್ಲಾ-ಶಾಂಗ್ಟಟಿಯರ್ ಸುತ್ತಮುತ್ತಲೂ ಎಲ್ಲಿ ನೋಡಿದರೂ ಯುದ್ಧ ನಡೆದ ರಣರಂಗ ಪ್ರದೇಶಗಳು ಮತ್ತು ಯುದ್ಧ ಸ್ಮಾರಕಗಳು ಇದ್ದವು. ಇನ್ನು ಯುದ್ಧದಲ್ಲಿ ಮಡಿದವರ ಹೆಸರಿನ ಪಟ್ಟಿಗಳನ್ನು ನೋಡಿದಾಗ ತಲೆಸುತ್ತು ಬರುತ್ತದೆ. ಹೀಗೆ ಈ ಪ್ರದೇಶದಲ್ಲಿ ಹತ್ತಾರು ಯುದ್ಧಸ್ಮಾರಕಗಳಿದ್ದು ನೂರಾರು ಯೋಧರ ಸಮಾಧಿಗಳಿವೆ.

ತವಾಂಗ್‌ನಿಂದ-ಬುಮ್ಲಾ-ಶಾಂಗ್ಟಟಿಯರ್ ಸರೋವರದ ರಸ್ತೆಯಲ್ಲಿ ನಮ್ಮ ಜೀಪು ಹೊರಟಿತ್ತು. ರಸ್ತೆಯ ಉದ್ದಕ್ಕೂ ಯುದ್ಧದ ಕುರುಹುಗಳು ಕಾಣಿಸತೊಡಗಿದವು. ಬೆಟ್ಟ ಗುಡ್ಡ ಕಣಿವೆ ಶಿಖರ ಎಲ್ಲೆಲ್ಲೂ ಬಂಕರ್‌ಗಳು, ಬಂಕರ್‌ಗಳ ಸುತ್ತಮುತ್ತ ಮತ್ತು ಒಳಗೆ ರಾಶಿ ರಾಶಿ ಸಿಡಿಮದ್ದುಗಳ ಹಳೆ ಕವಚಗಳು ಬಿದ್ದಿದ್ದವು. ಅವುಗಳ ಮೇಲೆ ಕೆಂಪು ಬಣ್ಣದಲ್ಲಿ ಬರೆದಿರುವ 'ಪಾಯಿಸನ್' ಎಂಬ ಪದಗಳು ೪೮ ವರ್ಷಗಳಾದರೂ ಇನ್ನೂ ಹಾಗೆ ಉಳಿದುಕೊಂಡಿದ್ದವು. ಬಂಕರ್‌ಗಳ ಮಧ್ಯೆ ಆಳವಾದ ಟ್ರಂಚುಗಳ, ಗೋಡೆಗಳ ಮತ್ತು ಹಲವು ಆಕಾರಗಳ ಬಂಕರ್‌ಗಳ ಮೇಲೆ ಹುಲ್ಲು ಬೆಳೆದು, ಹಿಮದ ಕಣಗಳು ಬಿದ್ದು, ಅವು ಹಸಿರು ಬಿಳುಪು ಹೊದಿಕೆಯ ಗೂಡುಗಳಂತೆ ಕಾಣಿಸುತ್ತಿದ್ದವು.

**ಚಿತ್ರ ೩೫ : ಶಾಂಗ್ಟಟಿಯರ್ ಸರೋವರದ ಮುಂದೆ ಲೇಖಕ**

ಶಿಲೆಗಳ ಮಧ್ಯೆ ಇರುವ ಬಿರುಕುಗಳನ್ನು ಸಂದುಗಳನ್ನು ಮತ್ತು ಗವಿಗಳನ್ನೇ ಬಂಕರುಗಳಾಗಿ ಉಪಯೋಗಿಸಲಾಗಿತ್ತು. ಅವುಗಳ ಮಧ್ಯೆಯೇ ಜಿಂಕ್‌ಶೀಟುಗಳಿಂದ ನಿರ್ಮಿಸಿದ ಹೊಸ ಬಂಕರ್‌ಗಳಲ್ಲಿ ಅಲ್ಲೊಬ್ಬ ಇಲ್ಲೊಬ್ಬ ಯೋಧರು ಒಳಗೆ ಹೊರಗೆ ನಿಂತು ಎಲ್ಲಾ ದಿಕ್ಕುಗಳಲ್ಲೂ ಗಮನವಿಟ್ಟು ನೋಡುತ್ತಿದ್ದರು. ಅವರ ಮೇಲೆ ಹಿಮ ಕಣಗಳ ಮಳೆ ಸುರಿಯುತ್ತಿತ್ತು. ಯಾವ ಕಡೆ ನೋಡಿದರೂ ಹಿಮರಾಶಿಯೇ. ಎಲ್ಲಿ ಹುಟ್ಟಿ ಎಲ್ಲಿ ಬೆಳೆದ ಯೋಧರೋ, ಯಾವ ತಾಯಿ ಹೆತ್ತ ಮಕ್ಕಳೋ, ತಂದೆ ತಾಯಿ ಪತ್ನಿ ಮಕ್ಕಳನ್ನು ಬಿಟ್ಟು ಈ ನೀರವ ರೌದ್ರ ಹಿಮರಾಶಿಯ ನಡುವೆ ಹೆಪ್ಪುಗಟ್ಟುವ ಚಳಿಯಲ್ಲಿ ದೇಶದ ಗಡಿಯಲ್ಲಿ ನಿಂತು ದೇಶವನ್ನು ಕಾಯುತ್ತಿರುವ ಪರಿಯನ್ನು ನೋಡಿದರೆ ನಿಜವಾಗಿಯೂ ಮೆಚ್ಚುಗೆಯ ಜೊತೆಗೆ ಮನಸ್ಸಿಗೆ ನೋವೂ ಆಗುತ್ತದೆ. ಈ ವೀರಯೋಧರ ಬಗ್ಗೆ ನಾವು ನಾಗರಿಕರು ಯಾವಾಗಲಾದರೂ ಯೋಚಿಸುತ್ತೇವೆಯೇ? ಕೇವಲ ನಾಲ್ಕು ಒಳ್ಳೆ ಮಾತುಗಳನ್ನಾದರೂ ಆಡುತ್ತೇವೆಯೇ? ದೇವರು ದಿಂಡರು ಗುಡಿ ಗೊಪುರಗಳನ್ನು ನೋಡಿಬರುವ, ಜಾತ್ರೆಗಳಲ್ಲಿ ಮುಳುಗಿ ತೇಲಾಡುವ ಜನರು ಗಡಿಗಳಲ್ಲಿ ನಿಂತಿರುವ ಈ ಯೋಧರನ್ನು ಜೀವನದಲ್ಲಿ ಒಮ್ಮೆಯಾದರೂ ನೋಡಿಬರಬಾರದೆ !

# ಅಧ್ಯಾಯ ೧೦

# ಕೊಹಿಮಾ ರುದ್ರಭೂಮಿ

**ಚಿತ್ರ ೩೬ : ರುದ್ರಭೂಮಿಯಿಂದ ಕಾಣಿಸುವ ಕೊಹಿಮಾ ನಗರ**

'When you go home, tell them of us and say that for their tomorrow, we gave our today…' ಕೊಹಿಮಾ ರುದ್ರಭೂಮಿಯಲ್ಲಿ ನಿಲ್ಲಿಸಿರುವ ಸ್ತಂಭದ ಮೇಲೆ ಬರೆದಿರುವ ಚರಮ ವಾಕ್ಯ ಇದು. ೨ನೇ ವಿಶ್ವ ಮಹಾಯುದ್ಧದಲ್ಲಿ ಜಪಾನ್ ಯೋಧರ ವಿರುದ್ಧ ಹೋರಾಡಿ ಪ್ರಾಣ ತೆತ್ತ ಮೈತ್ರಿ ಕೂಟ ದೇಶಗಳ ೧೦,೦೦೦ ಯೋಧರ ರುದ್ರಭೂಮಿಗಳು ದೇಶದ ಈಶಾನ್ಯ ಭಾಗಗಳಲ್ಲೆಲ್ಲ ಹರಡಿಹೋಗಿವೆ. ಅಂತಹ ಒಂದು ಮುಖ್ಯ ಯುದ್ಧಭೂಮಿ ನಾಗಾಲ್ಯಾಂಡಿನ ರಾಜಧಾನಿ ಕೊಹಿಮಾ ನಗರದ ಮಧ್ಯದಲ್ಲಿದ್ದು ಅಲ್ಲಿ ಒಟ್ಟು ೨,೩೩೭ ಯೋಧರನ್ನು ಸಮಾಧಿ ಮಾಡಲಾಗಿದೆ. ಮೈತ್ರಿಕೂಟದ ದೇಶಗಳೆಂದರೆ ಬ್ರಿಟನ್, ಅಮೆರಿಕಾ, ಭಾರತ ಮತ್ತು ಇನ್ನಿತರ ದೇಶಗಳ ಯೋಧರು ಪಾಲ್ಗೊಂಡಿದ್ದ ವಿಶ್ವದ ೨ನೇ ಮಹಾಯುದ್ಧ ಅದು. ಇಂದಿನ ಕೊಹಿಮಾ ನಗರ ಮತ್ತು ಸುತ್ತಮುತ್ತಲಿನ ಕಣಿವೆ ತಪ್ಪಲು ಪರ್ವತಗಳು ಮೂರು ತಿಂಗಳು ಕಾಲ ರಣರಂಗ ಭೂಮಿಯಾಗಿತ್ತು. ಈ ಮೈತ್ರಿಕೂಟ ದೇಶಗಳ ಧೀರರು ಅಂದು ಜಪಾನ್ ಯೋಧರನ್ನು ದೇಶದ ಆಯಕಟ್ಟಿನ ಈ ಈಶಾನ್ಯ ಭಾಗದಲ್ಲಿ ತಡೆದು ನಿಲ್ಲಿಸದಿದ್ದರೆ, ನಮ್ಮ ದೇಶದ ಇಂದಿನ ಭೌಗೋಳಿಕ ಗಡಿ ಕಲ್ಕತ್ತಾವರೆಗೂ ಮಾತ್ರ ಇರುತ್ತಿತ್ತೊ ಏನೋ?

ಪೂರ್ವ ಹಿಮಾಲಯದ ಹಸಿರು ತಪ್ಪಲು ಇಳಿಜಾರಿನಲ್ಲಿ ಸ್ಥಾಪಿಸಿರುವ ಕೊಹಿಮಾ

ರುದ್ರಭೂಮಿಯನ್ನು 'ಕಾಮನ್‌ವೆಲ್ತ್ ವಾರ್ ಗ್ರೇವ್ಸ್ ಕಮಿಷನ್' ಸ್ವಚ್ಛವಾಗಿ ಮತ್ತು ಸುಂದರವಾಗಿ ಇರಿಸಿದೆ. ಬ್ರಿಟಿಷ್ ಮತ್ತು ನಮ್ಮ ದೇಶದ ಯೋಧರು ಭಾರತ ದೇಶಕ್ಕಾಗಿ ಹೋರಾಡಿ ಪ್ರಾಣ ತೆತ್ತು ಇಲ್ಲಿನ ಮಣ್ಣಿನಲ್ಲಿ ಲೀನವಾಗಿದ್ದಾರೆ. ಯಾರಾದರೂ ಆಗಲಿ ಈ ರುದ್ರಭೂಮಿಯನ್ನು ಒಮ್ಮೆ ನೋಡಬೇಕು. ಈ ಯುದ್ಧ ನಡೆದು ೬೮ ವರ್ಷಗಳೇ ಕಳೆದಿದ್ದರೂ ಹಲವು ದೇಶಗಳ ಇವರ ವಾರಸುದಾರರು ಇಲ್ಲಿಗೆ ಬಂದು ತಮ್ಮ ಮೆಚ್ಚಿನ ಬಂಧುಗಳಿಗೆ ಸಂತಾಪ ಸೂಚಿಸಿ ಹೋಗುತ್ತಾರೆ. ನಾವು ಹೋಗಿದ್ದ ದಿನವೂ ಬ್ರಿಟನ್‌ನಿಂದ ಬಂದಿದ್ದ ವೃದ್ಧರೊಬ್ಬರು ಒಂದು ಸಮಾಧಿಯ ಮೇಲೆ ಹೂಗುಚ್ಛ ಇಟ್ಟು ದುಃಖದಿಂದ ಪಕ್ಕದಲ್ಲಿಯೇ ಸುಮಾರು ಹೊತ್ತು ಕುಳಿತಿದ್ದರು. ಆತನ ಸ್ಥಿತಿಯನ್ನು ನೋಡಿ ನಾವು ಆತನನ್ನು ಮಾತನಾಡಿಸಲು ಹೋಗಲಿಲ್ಲ. ಮರು ದಿನ ಪತ್ರಿಕೆಯಲ್ಲಿ ಆತ ತನ್ನ ಅಳಲನ್ನು ಒಬ್ಬ ಪತ್ರಿಕಾ ವರದಿಗಾರನ ಮುಂದೆ ತೋಡಿಕೊಂಡಿದ್ದರು.

**ಚಿತ್ರ ೩೭ : ಕೊಹಿಮಾ ರುದ್ರಭೂಮಿ**

ರುದ್ರಭೂಮಿಯ ಮೊದಲಿಗೆ ಮತ್ತು ಕೊನೆಯಲ್ಲಿ ಎರಡು ವಿಜಯಸ್ತಂಭಗಳನ್ನು ಸ್ಥಾಪಿಸಿ ಸುತ್ತಲೂ ಹಚ್ಚ ಹಸಿರು ಹೊದಿಕೆಯ ಮೇಲೆ ಗುಲಾಬಿ ಗಿಡಗಳನ್ನು ಬೆಳೆಸಲಾಗಿದೆ. ಸಮಾಧಿಗಳ ಮುಂದೆ ಸಾಲಾಗಿ ಜೋಡಿಸಿರುವ ಶಿಲೆಗಳ ಮೇಲೆ ಹೊಳೆಯುವ ತಾಮ್ರ ಫಲಕಗಳಲ್ಲಿ ಹುತಾತ್ಮ ಹೆಸರು ಮತ್ತು ಅವರ ಹುದ್ದೆಯನ್ನು ಕೆತ್ತಲಾಗಿದೆ. ಈ ರುದ್ರಭೂಮಿಯಲ್ಲಿ ಮೆಟ್ಟಿಲಾಕಾರದ ಸಾಲು ಸಾಲು ಸಮಾಧಿಗಳನ್ನು ನಿರ್ಮಿಸಲಾಗಿದೆ. ಅತಿ ಎತ್ತರ ಮತ್ತು ಕೆಳಗಿನ ಎರಡೂ ಸ್ಥಳಗಳಲ್ಲಿ ಎರಡು ಕ್ರಾಸ್‌ಗಳನ್ನು ನಿಲ್ಲಿಸಲಾಗಿದೆ. ಇಲ್ಲಿಂದ ಸುಂದರವಾದ ಕೊಹಿಮಾ ನಗರದ ಒಂದು ಪಕ್ಷಿನೋಟ ಎದ್ದು ಕಾಣುತ್ತದೆ. ಇಲ್ಲಿ ಒಟ್ಟು ೨,೩೩೫ ಸಮಾಧಿಗಳಿವೆ. ಇದರಲ್ಲಿ ೧೧೦೦ ಬ್ರಿಟಿಷರು, ೩೩೦ ಇಂಡಿಯನರು ಮತ್ತು ೫ ಕೆನಡಾ ಯೋಧರ ಸಮಾಧಿಗಳಿವೆ. ಇದರ ಜೊತೆಗೆ ಭಾರತದ ೯೦೦ ಗೂರ್ಖಾ ಯೋಧರ ಸಮಾಧಿಗಳೂ ಇವೆ.

# ಅಧ್ಯಾಯ ೧೧

## ಗೌಹಾಟಿಯ ಕಾಮಾಕ್ಯ ದೇವಾಲಯ

ಅಸ್ಸಾಂನಲ್ಲಿ ಬ್ರಹ್ಮಪುತ್ರ ನದಿ ಸಾಗುವ ಉದ್ದಗಲಕ್ಕೂ ಮಹಾಭಾರತ ಮತ್ತಿತರ ಪುರಾಣಗಳಿಗೆ ಸಂಬಂಧ ಪಟ್ಟ ನೂರಾರು ಕಥೆಗಳಿವೆ. ಶಿವನು ಮಹಾದೇವನ ರೂಪದಲ್ಲಿ ಅಸ್ಸಾಂ ರಾಜ್ಯದ ಉದ್ದಗಲಕ್ಕೂ ಪ್ರಖ್ಯಾತ. ಮಹಾಭಾರತದ ಕಾಲದಲ್ಲಿಯೇ ಶಿವನ ಆರಾಧಕರು ಇಲ್ಲಿ ನೆಲೆಸಿದ್ದ ದಾಖಲೆಗಳು ದೊರಕುತ್ತವೆ. ಒಂದು ಕಾಲದಲ್ಲಿ ಇಲ್ಲಿಗೆ ಆಗಮಿಸಿದ ಶೈವಾರಾಧಕರು ಸ್ಥಳೀಯ ಅಸ್ಸಾಮಿ ಜನರನ್ನು ಶೈವರಾಗಿ ಮಾರ್ಪಡಿಸಿದ ಕಥೆಗಳು ದೊರಕುತ್ತವೆ. ಕಾಮಾಕ್ಯ ಶಕ್ತಿ ಪೀಠದ ಮೆಟ್ಟಿಲನ್ನು ಹತ್ತದೆ ಹಿಂದಕ್ಕೆ ಹೋಗುವವರು ಕನಿಷ್ಠ ಏಳು ಸಲವಾದರೂ ಬ್ರಹ್ಮಪುತ್ರ ನದಿಯನ್ನು ದಾಟಲೇಬೇಕು ಎನ್ನುವ ಪ್ರತೀತಿ ಇಂದಿಗೂ ಇದೆ.

**ಚಿತ್ರ ೩೮ : ಗೌಹಾಟಿಯ ಕಾಮಾಕ್ಯ ದೇವಾಲಯ ಹೊರಗಿರುವ ಮೂರ್ತಿ**

ಗೌಹಾಟಿ ರೈಲ್ವೆ ನಿಲ್ದಾಣದಿಂದ ೮ ಕಿ.ಮೀ. ದೂರದಲ್ಲಿರುವ ನಿಲಾಂಚಲ್ ತಪ್ಪಲು ಮೇಲೆ ಶಕ್ತಿದೇವತೆ ಕಾಮಾಕ್ಯ ನೆಲೆಸಿದ್ದಾಳೆ. ತಾಂತ್ರಿಕ ದೇವತೆಗಳ ಅತ್ಯಂತ ಪವಿತ್ರ ಮತ್ತು ಶಕ್ತಿಯುತ ದೇವತೆ ಕಾಮಾಕ್ಯ. ಸಮುದ್ರಗುಪ್ತನ ಕಾಲದ ಅಲಹಾಬಾದ್ ಕಂಭಗಳಲ್ಲಿ ಈ ದೇವಾಲಯದ ಬಗ್ಗೆ ಉಲ್ಲೇಖಗಳಿವೆ. ಅಸ್ಸಾಂ ಸ್ಥಾಪಿಸಿದ ಮೊದಲ ರಾಜರ ಕಾಲದಿಂದಲೂ

ಈ ದೇವತೆ ಅಲ್ಲಿನ ಜನರ ಆರಾಧ್ಯದೇವತೆ. ಕಲಿಕಾ ಪುರಾಣ ಮತ್ತು ಯೋಗಿನಿ ತಂತ್ರದಲ್ಲಿ ಕಾಮಾಕ್ಯ ದೇವತೆಯ ಆರಾಧನೆಯನ್ನು ವಿವರಿಸಲಾಗಿದೆ.

ಪಲಾ ರಾಜರ ಕಾಲದಲ್ಲಿ (ಕ್ರಿ. ಶ. ೧೦–೧೨ನೇ ಶತಮಾನದಲ್ಲಿ) ಕಾಮಾಕ್ಯ ದೇವಾಲಯ ಪ್ರಾಣಿಗಳನ್ನು ಬಲಿಕೊಡುವ ಮತ್ತು ಯಕ್ಷಿಣಿ ವಿದ್ಯೆ ನಡೆಯುವ ಪ್ರಖ್ಯಾತ ಸ್ಥಳವಾಗಿತ್ತು. ಇದೇ ಕಾಲದಲ್ಲಿ ಆಗಮಿಸಿದ ಮುಸ್ಲಿಂ ಚರಿತ್ರೆಕಾರರು ಅಸ್ಸಾಂ ನೆಲದಲ್ಲಿ ಕಾಲಿಟ್ಟರೆ ಸಾಕು ಯಾರೇ ಆಗಲಿ ಇಲ್ಲಿನ ಯಕ್ಷಿಣಿ ವಿದ್ಯೆ ಮತ್ತು ತಂತ್ರಕ್ಕೆ ಒಳಗಾಗಿಬಿಡುತ್ತಾರೆ ಎಂದು ದಾಖಲಿಸಿದ್ದಾರೆ. ಹಿಂದೂ ಪುರಾಣಗಳ ಪ್ರಕಾರ ಮೂರು ಲೋಕಗಳನ್ನು ನಾಶ ಮಾಡಿದ ರುದ್ರನು ತನ್ನ ಪತ್ನಿ ಪಾರ್ವತಿಯನ್ನು ಭುಜದ ಮೇಲೆ ಹೊತ್ತುಕೊಂಡು ನಿರಂತರವಾಗಿ ರುದ್ರನಾಟ್ಯ ಮಾಡುತ್ತಲೆ ಇದ್ದನಂತೆ. ಆಗ ವಿಷ್ಣು ವಿಧಿ ಇಲ್ಲದೆ ವಿಶ್ವವನ್ನು ಕಾಪಾಡುವ ಸಲುವಾಗಿ ತನ್ನ ಸುದರ್ಶನ ಚಕ್ರದಿಂದ ಪಾರ್ವತಿಯ ದೇಹವನ್ನು ಛಿದ್ರ ಛಿದ್ರವಾಗಿ ಕತ್ತರಿಸಿದನಂತೆ. ಪಾರ್ವತಿಯ ಪೂರ್ಣ ದೇಹ ಹಲವು ಭಾಗಗಳಾಗಿ ಬೇರ್ಪಟ್ಟು ಸುತ್ತಲೂ ಬಿದ್ದಾಗ, ಶಿವನು ನಾಟ್ಯ ನಿಲ್ಲಿಸಿ ಕೊನೆಗೆ ಮೌನವಾದನಂತೆ. ಪಾರ್ವತಿಯ ಗರ್ಭಾಶಯ ಬಿದ್ದ ಸ್ಥಳವೇ ಕಾಮಾಕ್ಯ ದೇವತೆ ನೆಲೆಸಿರುವ ಪವಿತ್ರ ಕಾಮಾಕ್ಯ ದೇವಾಲಯ. ಶಿವನು ಪಾರ್ವತಿಯ ದೇಹದ ಭಾಗಗಳನ್ನೆಲ್ಲ ಎಳೆದುಕೊಂಡು ಕುಪಿತನಾಗಿ ದುಃಖಗೊಂಡು ಹೊರಟುಹೋದನಂತೆ.

೧೬ನೇ ಶತಮಾನದ ಪ್ರಾರಂಭದ ಕಾಲದಲ್ಲಿ ಅಸ್ಸಾಂ ಪ್ರವೇಶಿಸಿದ ಕಾಲಾಪಹಾರ್ ಎಂಬ ಮುಸ್ಲಿಂ ನಾಯಕ ಮೂಲ ಕಾಮಾಕ್ಯ ದೇವಾಲಯವನ್ನು ನಾಶಪಡಿಸಿದುದಾಗಿ

**ಚಿತ್ರ ೩೯ : ಗೌಹಾಟಿ ಕಾಮಾಕ್ಯ ದೇವಾಲಯದ ಮುಖ್ಯ ಗೋಪುರ**

ಹೇಳಲಾಗುತ್ತದೆ. ೧೬೬೫ರಲ್ಲಿ ಇಂದಿನ ದೇವಾಲಯವನ್ನು ಕೋಚರ ರಾಜ ನರನಾರಾಯಣ ಮತ್ತು ಆತನ ತಾಯಿ ಶುಕಲಧ್ವಜೆ (ಬೆಲಾರೈ) ಮಧ್ಯಯುಗದ ಹಿಂದೂ ಶೈಲಿಯಲ್ಲಿ ಕಟ್ಟಿಸಿದರು ಎನ್ನುವ ಉಲ್ಲೇಖಗಳು ದೊರೆಯುತ್ತವೆ. ಪ್ರಸ್ತುತ ಉಳಿದುಕೊಂಡಿರುವ ದೇವಾಲಯದ ಮೇಲಿನ ಜೇನುಗೂಡು ಆಕಾರದ ಶಿಖರ ಅಸ್ಸಾಂ ಶೈಲಿಯದು.

ಕಾಮಾಕ್ಯ ದೇವಾಲಯ ದೇಶದ ದೇವಾಲಯಗಳಿಂದ ಭಿನ್ನವಾದುದು. ಗರ್ಭ ಗುಡಿಯಲ್ಲಿ ದೇವತೆಯ ಮೂರ್ತಿ ಇಲ್ಲ. ಗುಡಿಯ ಒಳಗಿನ ಗುಹೆಯ ಒಂದು ಮೂಲೆಯಲ್ಲಿ ಕಪ್ಪು ಶಿಲೆ ಇದ್ದು, ಅದರ ಮೇಲೆ ಯೋನಿಯ ಚಿತ್ರವನ್ನು ಕೆತ್ತಲಾಗಿದೆ. ಗುಹೆಯ ಒಳಗಿಂದಲೇ ಉಕ್ಕಿ ಬರುವ ನೈಸರ್ಗಿಕ ಊಟೆ ನೀರು ಆ ಕಪ್ಪು ಶಿಲೆಯನ್ನು ಯಾವಾಗಲೂ ತೇವವಾಗಿ ಇರಿಸಿರುತ್ತದೆ. ಭಕ್ತರು ಈ ಶಿಲೆಗೆ ಹೂವು ಎಲೆಗಳನ್ನು ಅರ್ಪಿಸಿ ಪೂಜೆ ಸಲ್ಲಿಸುತ್ತಾರೆ. ಹದಿನೈದು ದಿನಗಳ ಕಾಲ ಈ ದೇವಾಲಯದಲ್ಲಿ ವಿಶೇಷ ಪಕೂವ ಪೂಜೆ (ದುರ್ಗಾ ಪೂಜೆ)ಯ ಜಾತ್ರೆ ನಡೆಯುತ್ತದೆ. ಈ ಜಾತ್ರೆ ಕೃಷ್ಣ ನವಮಿಯ ದಿನ ಪ್ರಾರಂಭವಾಗಿ ಶುಕ್ಲ ನವಮಿಯವರೆಗೂ ನಡೆಯುತ್ತದೆ. ಈ ಕಾಲದಲ್ಲಿ ದೇಶದ ಮೂಲೆಮೂಲೆಗಳಿಂದ ಭಕ್ತರು ಇಲ್ಲಿಗೆ ಆಗಮಿಸಿ ದೇವತೆಗೆ ಶ್ರದ್ಧೆ ಭಕ್ತಿಗಳನ್ನು ತೋರುತ್ತಾರೆ. ಅಂಬುಬಾಸಿ, ಮನಷ ಪೂಜೆಯ ದಿನಗಳೂ ಕೂಡ ವಿಶೇಷ, ಜೊತೆಗೆ ವರ್ಷವಿಡೀ ಭಕ್ತರ ಆಗಮನ ಇದ್ದೇ ಇರುತ್ತದೆ.

೧೯೮೮-೧೯೯೨ರವರೆಗೆ ನಾಗಾಲ್ಯಾಂಡಿನಲ್ಲಿ ಮತ್ತು ೨೦೦೭ ಜುಲೈ ತಿಂಗಳಿಂದ ೨೦೦೯ರ ಅಕ್ಟೋಬರ್‌ವರೆಗೂ ಮೇಘಾಲಯದಲ್ಲಿ ಕೆಲಸ ಮಾಡಿದ ನಾನು ಹತ್ತಾರು ಸಲ ಗೌಹಾಟಿಗೆ ಬಂದಿದ್ದರೂ ಕಾಮಾಕ್ಯ ದೇವತೆಯ ದರ್ಶನ ಮಾಡಿರಲಿಲ್ಲ. ಆದರೆ ವರ್ಗವಾದ ಮೇಲೆ ಕೊನೆಯ ದಿನ ಶಿಲ್ಲಾಂಗ್‌ನಿಂದ ಗೌಹಾಟಿ ವಿಮಾನ ನಿಲ್ದಾಣಕ್ಕೆ ಹೋಗುವ ದಾರಿಯಲ್ಲಿ ಸುಶೀಲಳ ಜೊತೆಗೆ ಕಾಮಾಕ್ಯ ದೇವಿಯ ದರ್ಶನ ಮಾಡಿಕೊಂಡು ಬಂದೆ. ಆದರೆ ಅದೂ ಕೂಡ ಅರ್ಧಂಬರ್ಧ ದರ್ಶನ. ಅಂದು ಯಾವುದೋ ಮುಖ್ಯ ದಿನವಾಗಿದ್ದು ದೇವಿಯ ದರ್ಶನಕ್ಕೆ ಉದ್ದವಾದ ಜನರ ಸಾಲು ನಿಂತಿದ್ದು ಗುಡಿಯನ್ನು ಹೊರಗಿನಿಂದಲೇ ಸುತ್ತುಹಾಕಿಕೊಂಡು ಬಂದುಬಿಟ್ಟೆವು.

# ಅಧ್ಯಾಯ ೧೨

# ಉನಕೋಟಿ

ಉತ್ತರ ತ್ರಿಪುರಾ ಜಿಲ್ಲೆಯ ಕೇಂದ್ರ ಸ್ಥಳವಾದ ಕೈಲಾಸಹರ್ ಹತ್ತಿರ ಉನಕೋಟಿ ಎಂಬ ಯಾತ್ರಾ ಸ್ಥಳ ಇದೆ. ಇದು ಶೈವರ ಪವಿತ್ರ ಸ್ಥಳವಾಗಿದ್ದು, ೭/೯ನೇ ಶತಮಾನದಿಂದಲೂ ಚಾಲ್ತಿಯಲ್ಲಿದೆ ಎಂದು ಹೇಳಲಾಗುತ್ತದೆ. ಬಂಡೆ ಕಲ್ಲುಗಳ ಮೇಲಿನ ಅದ್ಭುತ ಕೆತ್ತನೆ ಚಿತ್ರಕಲೆ ಮತ್ತು ಸುತ್ತಮುತ್ತಲು ಹರಿಯುವ ನದಿ ಜಲಪಾತಗಳು ಮತ್ತು ಸುತ್ತಲಿನ ನೈಸರ್ಗಿಕ ಸೊಬಗು ವರ್ಣನಾತೀತ. ಉನಕೋಟಿ ಎಂದರೆ ಕೋಟಿಗೆ ಒಂದು ಕಡಿಮೆ. ಅಂದರೆ ಅಷ್ಟು ಸಂಖ್ಯೆಯ ಕಲ್ಲು ಕೆತ್ತನೆಗಳು ಇಲ್ಲಿ ದೊರಕುತ್ತವೆ. ಹಿಂದೂ ಪುರಾಣಗಳ ಪ್ರಕಾರ ಶಿವನು ಒಂದು ಕೋಟಿ ದೇವಾನುದೇವತೆಗಳ ಜೊತೆಗೆ ಕಾಶಿಗೆ (ವಾರಾಣಸಿ) ಹೋಗುವ ದಾರಿಯಲ್ಲಿ ಒಂದು ರಾತ್ರಿ ಇಲ್ಲಿ ತಂಗಿದ್ದನಂತೆ. ಮುಂಜಾನೆ ಸೂರ್ಯ ಉದಯಿಸುವ ಮುಂಚೆಯೇ ಎಲ್ಲರೂ ಎದ್ದು ಕಾಶಿಯ ಕಡೆಗೆ ಪ್ರಯಾಣ ಬೆಳೆಸಬೇಕು ಎಂದು ರಾತ್ರಿ ಮಲಗುವ ಮುನ್ನ ಹೇಳಿದ್ದನಂತೆ.

**ಚಿತ್ರ ೪೦ : ಉನಕೋಟೇಶ್ವರ ಅಥವಾ ಕಾಲಭೈರವ ಮೂರ್ತಿ**

ಸೂರ್ಯ ಮೂಡುವ ಮುಂಚೆ ಶಿವನು ಎದ್ದು ನೋಡಿದಾಗ ಎಲ್ಲರೂ ಇನ್ನೂ ಮಲಗಿಯೇ ಇದ್ದರಂತೆ, ಆಗ ಶಿವನು ಎಲ್ಲರಿಗೂ ಶಿಲೆಗಳಾಗಿ ಎಂದು ಶಾಪ ಕೊಟ್ಟು ತಾನು ಮಾತ್ರ ಒಂಟಿಯಾಗಿ ಕಾಶಿಯ ಕಡೆಗೆ ಹೊರಟುಹೋದ. ಈ ಕಾರಣದಿಂದಾಗಿ ಇಲ್ಲಿ

ಪ್ರಸ್ತುತದಲ್ಲಿ ಒಂದು ಕೋಟಿಗೆ ಒಂದು ಕಡಿಮೆ ಸಂಖ್ಯೆಯ ದೇವಾನುದೇವತೆಗಳ ಮೂರ್ತಿಗಳನ್ನು ನೋಡಬಹುದಾಗಿದೆ. ಈ ಅದ್ಭುತ ಶಿಲಾಕೆತ್ತನೆಗಳ ಸುತ್ತಲೂ ಹಚ್ಚ ಹಸಿರು ಕಾಡು, ಕಣಿವೆಗಳಿದ್ದು ಇಲ್ಲಿನ ಸ್ಥಳ ಇನ್ನಷ್ಟು ಸೊಬಗಿನಿಂದ ಕಂಗೊಳಿಸುತ್ತಿದೆ.

ಇದು ಹಿಂದೂ ಸರ್ವದೇವತೆಗಳ ಸಂಗಮ ಸ್ಥಳ ಎನ್ನಲಾಗಿದೆ. ದೇಶದಲ್ಲಿಯೇ ದೊಡ್ಡದಾದ ಅರೆಯುಬ್ಬು ಶಿಲ್ಪ (Bas-relief) ವಿನ್ಯಾಸ ಇದು ಎನ್ನುತ್ತಾರೆ. ಇಲ್ಲಿ ಮುಖ್ಯವಾಗಿ ಎರಡು ರೀತಿಯ ಚಿತ್ರಗಳು ದೊರಕುತ್ತವೆ. ಒಂದು – ಕೆತ್ತನೆ ಮಾಡಿರುವ ಶಿಲಾಮೂರ್ತಿಗಳು, ಎರಡು – ನೈಸರ್ಗಿಕವಾಗಿ ರೂಪುಗೊಂಡಿರುವ ಶಿಲೆಗಳು. ಕೆತ್ತನೆ ಮಾಡಿರುವ ಮೂರ್ತಿಗಳ ಮಧ್ಯಭಾಗದಲ್ಲಿ ಶಿವನ ಮುಖ ಮತ್ತು ಗಣೇಶನ ಮೂರ್ತಿಗಳು ಅತಿ ವಿಶೇಷವಾದವು. ಮಧ್ಯದಲ್ಲಿರುವ ಶಿವನ ಮುಖ ೩೦ ಅಡಿ ಎತ್ತರವಾಗಿದ್ದು ಇದನ್ನು 'ಉನಕೋಟೇಶ್ವರ ಕಾಲಭೈರವ' ಎಂದು ಕರೆಯಲಾಗುತ್ತದೆ. ತಲೆಯ ಮೇಲೆ ಬಿಡಿಸಿರುವ ಕುಸುರಿ ವಿನ್ಯಾಸವೇ ೧೦ ಅಡಿ ಎತ್ತರವಿದೆ. ಮುಖದ ಎರಡೂ ಕಡೆ ಪೂರ್ಣ ಪ್ರಮಾಣದ ಹೆಣ್ಣು ದೇವತೆಗಳ ಶಿಲಾವಿಗ್ರಹಗಳನ್ನು ಕೆತ್ತಲಾಗಿದೆ.

ಒಂದು ಕಡೆ ದುರ್ಗೆ ಸಿಂಹದ ಮೇಲೆ ನಿಂತಿದ್ದರೆ ಇನ್ನೊಂದು ಕಡೆ ಮತ್ತೊಬ್ಬಳು ದೇವತೆ ನಿಂತಿದ್ದಾಳೆ. ಪಕ್ಕದಲ್ಲಿಯೇ ದೊಡ್ಡದಾದ ನಂದಿಯ ಮೂರು ವಿಗ್ರಹಗಳ ಅರ್ಧಭಾಗ ನೆಲದಲ್ಲಿ ಹೂತುಹೋಗಿ ಉಳಿದ ಅರ್ಧ ಭಾಗ ಮಾತ್ರ ಹೊರಗೆ ಕಾಣಿಸುತ್ತದೆ. ಉನಕೋಟಿಯ ಉಳಿದ ದೇವತೆಗಳಲ್ಲಿ ಮುಖ್ಯವೆಂದರೆ, ಶ್ರೇಷ್ಠ ದೇವತೆ ಮತಯಾಕ್‌ತ್ರಾರ್. ಇದೇ ಸ್ಥಳದಿಂದ ಪ್ರತ್ಯೇಕಗೊಂಡಿದ್ದ ಬಹುಶಃ ೧೧ ಮತ್ತು ೧೨ನೇ ಶತಮಾನಗಳಿಗೆ ಸೇರಿದ ನೂರಾರು ಕೆತ್ತನೆಗಳನ್ನು ಮತ್ತೆ ಹಿಂದಿದ್ದಂತೆಯೇ ಜೋಡಿಸಲು ಯತ್ನಿಸಲಾಗಿದೆ. ಇಲ್ಲಿ ಪ್ರತಿ ವರ್ಷ ಏಪ್ರಿಲ್ ತಿಂಗಳಲ್ಲಿ ಅಶೋಕಾಷ್ಟಮಿ ವೇಳೆ ದೊಡ್ಡ ಪ್ರಮಾಣದಲ್ಲಿ ಜಾತ್ರೆ ನಡೆಯುತ್ತದೆ.

## ಅಧ್ಯಾಯ ೧೩

# ಶಿಲಾ ಪಾಸ್‌ನಲ್ಲಿ ಒಂದು ಘಟನೆ

೧೧-೫-೧೯೯೯ರ ಬೆಳಿಗ್ಗೆ ನಾನು ಮತ್ತು ಬಿವಿಆರ್ ರೆಡ್ಡಿ ಶಿಲ್ಲಾಂಗ್‌ನಿಂದ ತವಾಂಗ್ ಕಡೆಗೆ ಪ್ರಯಾಣ ಬೆಳೆಸಿದೆವು. ನಮ್ಮ ಜೀಪು ಹಳೆಯ ಫಿಜೋ ಎಂಜಿನ್ ಮಾಡಲ್ ಆಗಿದ್ದು ಮುಂದೆ ದೊಡ್ಡದಾದ ಮುಖ ಎದ್ದು ಕಾಣಿಸುತ್ತಿತ್ತು. ಮುಂದಿನ ಆಸನದಲ್ಲಿ ಚಾಲಕನ ಜೊತೆಗೆ ಒಬ್ಬರು ಮಾತ್ರ ಆರಾಮವಾಗಿ ಕುಳಿತುಕೊಳ್ಳುವಂತಿತ್ತು. ಆದರೆ ಅದರಲ್ಲೆ ಆಡ್ಜಸ್ಟ್ ಮಾಡಿಕೊಂಡು ರೆಡ್ಡಿ ನಾನು ಇಬ್ಬರೂ ಕುಳಿತುಕೊಂಡೆವು. ನಮ್ಮ ನೇಪಾಳಿ ಚಾಲಕ ಶ್ರವಣ್‌ಕುಮಾರ್ ದಪ್ಪದಾದ ಬೂದು ಕನ್ನಡಕ ಧರಿಸಿ, ಕಣ್ಣುಗಳನ್ನು ಅಗಲವಾಗಿ ತೆರೆದುಕೊಂಡು ದಾರಿ ನೋಡುತ್ತ ವಾಹನ ಓಡಿಸುತ್ತಿದ್ದ. ಮಧ್ಯಾಹ್ನ ಗೌಹಾಟಿ ದಾಟಿ ರಾಹ ಎಂಬ ಹಳ್ಳಿಯ ಹತ್ತಿರ ದಾಬಾದಲ್ಲಿ ಊಟ ಮಾಡಿ ಮುಂದೆ ಸಾಗಿದೆವು. ಅಲ್ಲಿಂದ ಸೊನಿತ್‌ಪುರದ ಹತ್ತಿರ ವಿಶಾಲವಾದ ಬ್ರಹ್ಮಪುತ್ರ ನದಿಯನ್ನು ದಾಟಿ ಮೂರು ಗಂಟೆ ಸಮಯಕ್ಕೆ ಬಲಿಪರಾ ಎಂಬ ಪಟ್ಟಣ ತಲುಪಿದೆವು.

ಒಂದು ವಾರದ ಮುಂಚೆಯೇ ಫೀಲ್ಡ್ ಕೆಲಸಕ್ಕಾಗಿ ಹೋಗಿದ್ದ ಹೈದರಾಬಾದ್‌ನ ಅಶೋಕ್‌ಕುಮಾರ್ ಬಾಲುಕ್‌ಫಾಂಗ್ ಅತಿಥಿಗೃಹದಲ್ಲಿ ತಂಗಿದ್ದು, ಅಲ್ಲಿಂದ ಬಲಿಪರಾಗೆ ಬಂದು ನಮಗಾಗಿ ಕಾಯತ್ತಿದ್ದರು. ನಾವು ಅವರನ್ನು ಸಂಧಿಸಿದಾಗ ಗ್ಯಾರೇಜ್ ಒಂದರಲ್ಲಿ ಅವರ ಹಳೆಯ ಜೀಪಿನ ರಿಪೇರಿ ನಡೆಯುತ್ತಿತ್ತು. ಅಲ್ಲಿಂದ ನಾವು ಬಾಲುಕ್‌ಫಾಂಗ್‌ಗೆ ಹೋಗಬೇಕಾಗಿದ್ದು ಅಲ್ಲಿನ ಅತಿಥಿಗೃಹದಲ್ಲಿ ಉಳಿದುಕೊಳ್ಳುವ ವ್ಯವಸ್ಥೆ ಮಾಡಲಾಗಿತ್ತು. ರಾತ್ರಿ ಎಂಟು ಗಂಟೆಯಾದರೂ ರಿಪೇರಿ ನಡೆಯುತ್ತಲೇ ಇತ್ತು. ಈ ಮಧ್ಯೆ ಗ್ಯಾರೇಜಿನಲ್ಲಿ, ರಸ್ತೆಯ ಬದಿಯಲ್ಲಿದ್ದ ಜಲ್ಲಿಕಲ್ಲುಗಳ ಮೇಲೆ ಕುಳಿತುಕೊಂಡು ಊರಿನ ವಿಷಯಗಳನ್ನೆಲ್ಲ ಮಾತನಾಡಿದೆವು. ಒಂದೆರಡು ಸಲ ಹತ್ತಿರದ ಹೋಟೆಲ್‌ಗೆ ಹೋಗಿ ತಿಂಡಿ ತಿಂದು, ಚಹಾ ಕುಡಿದು ಬಂದೆವು.

ಸುತ್ತಮುತ್ತಲಿನ ಎಲ್ಲಾ ಅಂಗಡಿಗಳು ಮುಚ್ಚಿದ ಮೇಲೆ ರಾತ್ರಿ ೯ ಗಂಟೆಗೆ ರಿಪೇರಿ ಮುಗಿದು ನಮ್ಮ ಹಳೆಯ ಜೀಪುಗಳೆರಡೂ ಸಮತಟ್ಟಾದ ಅಸ್ಸಾಂನಿಂದ ಹಿಮಾಲಯಗಳ ಕಡೆಗೆ ಮುಖ ಮಾಡಿ ಹೊರಟವು. ನೀರವ ರಾತ್ರಿ, ಕಾಡು ದಾರಿ. ಅಶೋಕ್‌ಕುಮಾರ್‌ರವರ ವಾಹನ ಮುಂದೆ ಸಾಗುತ್ತಿತ್ತು. ಕಾಡು ಯಾವುದು ರಸ್ತೆ ಯಾವುದು ಮರಗಳೊ ಪರ್ವತಗಳೊ ಒಂದೂ ಗೊತ್ತಾಗುತ್ತಿರಲಿಲ್ಲ. ನಮ್ಮ ಅದೃಷ್ಟಕ್ಕೆ ಆಕಾಶದಲ್ಲಿ ಬೆಳದಿಂಗಳು ಸ್ವಲ್ಪ ಸ್ವಲ್ಪವಾಗಿ ಕಾಣಿಸಿಕೊಂಡು ಮನಸ್ಸಿಗೆ ಸ್ವಲ್ಪ ನೆಮ್ಮದಿ ತಂದಿತು.

ಅದೇ ಸಮಯಕ್ಕೆ ನಮ್ಮ ಚಾಲಕ ಸುಮ್ಮನಿರದೆ, 'ಈ ರಸ್ತೆಯಲ್ಲಿ ಕಾಡಾನೆಗಳು ಮಲಗಿಬಿಟ್ಟಿರುತ್ತವೆ ಸಾರ್. ಅವೇನಾದರೂ ರಸ್ತೆಯಲ್ಲಿ ಮಲಗಿಬಿಟ್ಟಿದ್ದರೆ ನಮ್ಮ ಜೀಪು ಆ ಕಡೆಗೂ ಹೋಗಲಾರದು ಈ ಕಡೆಗೂ ಹೋಗಲಾರದು' ಎಂದು ಭಯ ಹುಟ್ಟಿಸಿದ. ನಮ್ಮ ಅದೃಷ್ಟಕ್ಕೆ ಆನೆಗಳು ಕಾಣದಿದ್ದರೂ ಕತ್ತಲಲ್ಲಿ ರಸ್ತೆಯೇ ಕಾಣಿಸುತ್ತಿರಲಿಲ್ಲ. ಅರುಣಾಚಲ ಪ್ರದೇಶದ ಗಡಿಯಲ್ಲಿ ಪೊಲೀಸರು ನಮ್ಮನ್ನು ನಿಲ್ಲಿಸಿ, ನಮ್ಮ ಐಎಲ್‌ಪಿ(ಇನ್ನರ್ ಲೈನ್

ಪರ್‌ಮಿಟ್)ಗಳನ್ನು ಮತ್ತೆ ಮತ್ತೆ ನೋಡುತ್ತ ಅದರಲ್ಲಿದ್ದ ಫೋಟೋಗಳನ್ನು ನಮ್ಮ ಮುಖಗಳ ಹತ್ತಿರ ಇಟ್ಟು ಪರಿಶೀಲಿಸಿ ನೋಡಿ ಕೊನೆಗೆ ಗಡಿಯೊಳಕ್ಕೆ ಬಿಟ್ಟರು. ರಾತ್ರಿ ಹೊತ್ತಿನಲ್ಲಿ ಯಾರೂ ಬರುವುದಿಲ್ಲ ಎನ್ನುವುದು ಒಂದು ಕಾರಣ. ಐಎಲ್‌ಪಿಗಳನ್ನು ನಾವು ಶಿಲ್ಲಾಂಗ್‌ನಲ್ಲಿದ್ದ ಅರುಣಾಚಲ ಪ್ರದೇಶ ಸರಕಾರಿ ಕಚೇರಿಯಿಂದಲೇ ತೆಗೆದುಕೊಂಡು ಬಂದಿದ್ದೆವು. ಅಂತೂ ರಾತ್ರಿ ೧೦:೩೦ ಗಂಟೆಗೆ ಬಾಲುಕ್‌ಫಾಂಗ್ ಅತಿಥಿಗೃಹ ತಲುಪಿದೆವು. ಆಗಲೇ ಬಹಳ ರಾತ್ರಿಯಾಗಿದ್ದ ಕಾರಣ ಊಟ ಮಾಡಿ ಮಲಗಿಕೊಂಡುಬಿಟ್ಟೆವು.

ಬೆಳಿಗ್ಗೆ ಅತಿಥಿಗೃಹದಲ್ಲಿಯೇ ಉಪಾಹಾರ ಮುಗಿಸಿ ಬೊಮ್ಮಡಿಲ್ಲಾ ಕಡೆಗೆ ಹೊರಟೆವು. ಅಲ್ಲಿಂದ ೨೦ ಕಿಲೋಮೀಟರ್ ದೂರ ಹೋದ ಮೇಲೆ ಅಲ್ಲಿ ಅಶೋಕ್‌ಕುಮಾರ್ ಜೊತೆಗೆ ಕೆಲವು ಶಿಲಾಭಾಗಗಳನ್ನು ನೋಡಿಕೊಂಡು, ಅನಂತರ ನಾನು ರೆಡ್ಡಿ ತವಾಂಗ್ ಕಡೆಗೆ ಹೋದರೆ ಅಶೋಕ್‌ಕುಮಾರ್ ಬಾಲುಕ್‌ಫಾಂಗ್‌ಗೆ ಹಿಂದಿರುಗುವುದಾಗಿ ಮಾತನಾಡಿಕೊಂಡಿದ್ದೆವು. ಕೆಮ್ಮೆಂಗ್ ನದಿಯ ದಡದ ಮೇಲೆ ಕೇವಲ ಒಂದು ಕಿಲೋಮೀಟರ್ ಸಾಗಿದ ಗುರುಂಗ್‌ನ ಜೀಪು ನಿಂತುಕೊಂಡುಬಿಟ್ಟಿತು. ಜೀಪು ತಾನೇ ನಿಂತುಕೊಂಡುಬಿಟ್ಟಿತೊ ಇಲ್ಲ ಭೀತಿ ಹುಟ್ಟಿಸುವ ಪರ್ವತಗಳನ್ನು ನೋಡಿದ ಗುರುಂಗ್ ಅದರ ಯಾವುದೋ ಒಂದು ಭಾಗ ಕೆಡಿಸಿ ನಿಲ್ಲಿಸಿಬಿಟ್ಟನೊ ಎನ್ನುವ ಅನುಮಾನ ಅಶೋಕ್‌ಕುಮಾರ್ ವ್ಯಕ್ತಪಡಿಸಿದರು. ಬೆಳಿಗ್ಗೆಯೇ ಬ್ಯಾನೆಟ್ ತೆಗೆದು ಏನೇನೋ ರಿಪೇರಿ ಮಾಡುತ್ತಿದ್ದ ಗುರುಂಗ್ ಗಾಡಿ ಸ್ವಲ್ಪ ಪ್ರಾಬ್ಲಮ್ ಇದೆ ಸಾರ್ ಎಂದು ರಾಗ ಎಳೆದಿದ್ದ. ಇನ್ನೊಂದು ವಿಷಯವೆಂದರೆ ಈ ಪರ್ವತಗಳಲ್ಲಿ ವಾಹನ ನಿಂತುಬಿಟ್ಟರೆ ಅಷ್ಟೇ ಗತಿ. ರಿಪೇರಿ ಮಾಡಲು ಯಾರೂ ಬರುವುದಿಲ್ಲ. ಇನ್ನು ಕೆಳಕ್ಕೆ ಉರುಳಿಕೊಂಡರೆ ವಾಹನ ಎತ್ತುವುದಕ್ಕೆ ಯಾರೂ ಬರುವುದಿಲ್ಲ. ಅದೂ ಆಗುವುದೂ ಇಲ್ಲ. ಎರಡು ಕಿಲೋಮೀಟರಿಗೊಮ್ಮೆ ಜೀಪು ನಿಲ್ಲಿಸುತ್ತಿದ್ದ ಗುರುಂಗ್ ಹಳೆಯ ಗಾಡಿ ಮತ್ತು ಪರ್ವತಗಳನ್ನು ನೋಡಿ ನಿಜವಾಗಿಯೂ ಹೆದರಿಕೊಂಡಿರುವಂತೆ ಕಾಣಿಸುತ್ತಿದ್ದ.

ಕೊನೆಗೆ ಅಶೋಕ್‌ಕುಮಾರ್ ಜೀಪು ಬಾಲುಕ್‌ಫಾಂಗ್ ಕಡೆಗೆ, ನಮ್ಮ ಜೀಪು ತವಾಂಗ್ ಕಡೆಗೆ ಹೋಗುವುದಾಗಿ ನಿಶ್ಚಯ ಮಾಡಿಕೊಂಡೆವು. ಅಲ್ಲಿಂದ ಕೆಳಗೆ ಒಂದು ಮಿಲಿಟರಿ ಕ್ಯಾಂಪ್ ಕಾಣಿಸಿತು. ರಸ್ತೆಯಲ್ಲಿ 'ದೋಸೆ ಪಾಯಿಂಟ್' ಎಂದು ಬರೆಯಲಾಗಿತ್ತು. ಅದನ್ನು ನೋಡಿದ ಅಶೋಕ್‌ಕುಮಾರ್ 'ರಾಂಡಯ್ಯ ಪೋನಿ ಮೀಕು ದೋಸ ತಿನಿಪಿಸ್ತಾನು' ಎಂದರು. ಎರಡು ಜೀಪುಗಳನ್ನೂ ರಸ್ತೆಯ ಬದಿಯಲ್ಲಿ ನಿಲ್ಲಿಸಿ ಕ್ಯಾಂಟೀನ್ ಕಡೆಗೆ ಹೊರಟೆವು.

ದೋಸೆ ಅಷ್ಟೇನೂ ಚೆನ್ನಾಗಿಲ್ಲದಿದ್ದರೂ ಅರುಣಾಚಲ ಪ್ರದೇಶದ ಹಿಮಾಲಯಗಳಲ್ಲಿ ದೋಸೆ ಹೆಸರಿಗಾದರೂ ನಾವು ತಿನ್ನಲೇಬೇಕಾಗಿತ್ತು. ಚಳಿಯಲ್ಲಿ ಕಾಫಿ ಮಾತ್ರ ಚೆನ್ನಾಗಿತ್ತು. ಕೊನೆಗೆ ನಮ್ಮ ಜೀಪುಗಳು ಆ ಪರ್ವತಗಳ ಮೇಲೆ ವಿರುದ್ಧ ದಿಕ್ಕುಗಳಲ್ಲಿ ಹೊರಟು ನಿಂತವು.

ನಮ್ಮ ಜೀಪು ನಾಗರ ಹಾವಿನಂತಹ ತಿರುವುಗಳಲ್ಲಿ ಹತ್ತಿ ಇಳಿದು ನಿಧಾನವಾಗಿ ಹೋಗುತ್ತಿತ್ತು. ಮೇಘಾಲಯ ಪರ್ವತಗಳಿಗಿಂತ ಎಷ್ಟೋ ಭಯಂಕರವಾಗಿ ಕಾಣಿಸುತ್ತಿದ್ದ ಅರುಣಾಚಲ ಪರ್ವತಗಳು ನಿಜವಾಗಿಯೂ ನನ್ನಲ್ಲಿ ಭೀತಿ ಹುಟ್ಟಿಸುತ್ತಿದ್ದವು. ತಿರುವುಗಳಲ್ಲಿ ಎಲ್ಲೆಲ್ಲೂ ಕುಸಿದುಬಿದ್ದಿರುವ ರಾಶಿ ರಾಶಿ ಮಣ್ಣು. ಕೆಲವು ಕಡೆ ಕೇವಲ ಒಂದು ಜೀಪು ಮಾತ್ರ ಹೋಗಬಹುದಾದಂತಹ ರಸ್ತೆ. ಹೀಗೆ ಸಾಗುತ್ತಿರಲು ಇದ್ದಕ್ಕಿದ್ದಂತೆ ಕಪ್ಪನೆ ಮೋಡಗಳು ಸುತ್ತುವರಿದು ಒಂದೇ ಸಮನೆ ಮಳೆ ಸುರಿಯತೊಡಗಿತು. ರಸ್ತೆ ಸ್ವಲ್ಪವೂ ಕಾಣಿಸದಿದ್ದರೂ ಚಾಲಕ ಜೀಪನ್ನು ನಿಧಾನವಾಗಿ ಚಲಿಸುತ್ತಲೇ ಇದ್ದ. ಜೀಪು ನಿಲ್ಲಿಸಬೇಕಾದರೆ ಸ್ವಲ್ಪವಾದರೂ

ಸ್ಥಳ ಇರಬೇಕು. ಇಲ್ಲವೆಂದರೆ ಎದುರಿಗೆ ಬರುವ ವಾಹನಗಳಿಗೆ ತೊಂದರೆಯಾಗುತ್ತದೆ.

ಅದೇ ಸಮಯಕ್ಕೆ ಒಂದು ಪರ್ವತ ತಿರುವಿನಲ್ಲಿ ರಸ್ತೆಗೆ ತಾರ್ ಹಾಕುತ್ತಿದ್ದ ಕೆಲಸಗಾರರು ಮಳೆ ಬರುತ್ತಿದ್ದುದರಿಂದ ರಸ್ತೆಯ ಎರಡೂ ಕಡೆ ಮರಗಳ ಕೆಳಗೆ ನಿಂತಿದ್ದರು. ನಮ್ಮ ಗ್ರಹಚಾರಕ್ಕೆ ಒಂದು ದೊಡ್ಡ ಟಿಪ್ಪರ್ ಎದುರಿಗೆ ಬಂದುಬಿಟ್ಟಿತು. ಆ ಟಿಪ್ಪರ್ ಹೋಗುವಷ್ಟು ರಸ್ತೆ ಮಾತ್ರ ಇದ್ದು ನಮ್ಮ ಜೀಪನ್ನು ಯಾವ ಕಡೆಗೆ ಚಲಿಸಬೇಕೋ ಚಾಲಕನಿಗೆ ಅರ್ಥವಾಗಲಿಲ್ಲ. ಮಳೆ ಧಾರಾಕಾರವಾಗಿ ಸುರಿಯುತ್ತಿದೆ. ಒಂದೆರಡು ಕ್ಷಣ ಕುಮಾರ್ ಜೀಪನ್ನು ಬಲಗಡೆಗೆ ತೆಗೆದುಕೊಂಡು ಸ್ವಲ್ಪವೇ ಸ್ಥಳವಿದ್ದ ತಿರುವಿನಲ್ಲಿ ನಿಲ್ಲಿಸಲು ಚಲಿಸಿದ. ಟಿಪ್ಪರ್ ಬೆಟ್ಟದ ಕಡೆಗಿದ್ದು ನಮ್ಮ ಜೀಪು ಪ್ರಪಾತದ ಕಡೆಗಿದೆ. ನಮ್ಮ ಜೀಪಿನ ಎರಡು ಚಕ್ರಗಳು ರಸ್ತೆಯ ತುತ್ತತುದಿಯಲ್ಲಿವೆ. ನನಗೆ ದಿಢೀರನೆ ಇಳಿದುಬಿಡುವ ಆಲೋಚನೆ ಬಂದರೂ ಮಧ್ಯದಲ್ಲಿದ್ದ ಕಾರಣ ಸುಮ್ಮನೆ ಇದ್ದೆ. ನಾನು, ರೆಡ್ಡಿ ಇಬ್ಬರೂ ಆ ಕಡೆಗೆ ಬೇಡ ಬೇಡ ಎಂದರೂ ಶ್ರವಣ್‌ಕುಮಾರ್ ನಮ್ಮ ಜೀಪನ್ನು ಆ ಕಡೆಗೆ ತಂದು ನಿಲ್ಲಿಸಿದ್ದ. ಈಗ ನಮ್ಮ ಜೀಪೇನೋ ಅಂಚಿನಲ್ಲಿ ನಿಂತುಕೊಂಡಿತ್ತು. ಆದರೆ ಟಿಪ್ಪರ್ ಮುಂದಕ್ಕೆ ಹೋಗಬೇಕಲ್ಲ? ಟಿಪ್ಪರ್ ಚಾಲಕ ಮಳೆಯಲ್ಲಿ ಟಿಪ್ಪರನ್ನು ಮುಂದಕ್ಕೆ ನುಗ್ಗಿಸಿಯೇಬಿಟ್ಟ. ಟಿಪ್ಪರ್‌ನ ಹಿಂಭಾಗದಲ್ಲಿದ್ದ ಉಕ್ಕುಗಳು ನಮ್ಮ ಜೀಪಿಗೆ ತಗುಲಿ ನಮ್ಮ ಜೀಪು ಅನಾಯಾಸವಾಗಿ ಒಂದಡಿ ಮೇಲಕ್ಕೆ ಹೋಗುತ್ತಿದ್ದಂತೆ ನಾನು ರೆಡ್ಡಿ ಇಬ್ಬರೂ ಕೂಗಿಕೊಂಡುಬಿಟ್ಟೆವು. ಅಲ್ಲಿದ್ದ ಕೂಲಿಯಾಳುಗಳು ಕೂಗಾಡಿಬಿಟ್ಟರು. ಟಿಪ್ಪರ್ ಮುಂದಕ್ಕೆ ಹೋಗಿದ್ದೆ ನಮ್ಮ ಜೀಪು ಮೇಲಿಂದ ಕೆಳಕ್ಕೆ ಇಳಿದುಕೊಂಡಿತು. ನನ್ನ ಹೃದಯ ಎಲ್ಲಿಗೋ ಹೋಗಿ ಹಿಂದಕ್ಕೆ ಬಂದಂತಾಗಿತ್ತು. ಅದೇ ಮಳೆಯಲ್ಲಿ ಇನ್ನೂ ಭಯಂಕರ ರಸ್ತೆಗಳಲ್ಲಿ ಸಾಗಿದ ನಾವೂ ಅಂತೂ ಸಾಯಂಕಾಲ ನಾಲ್ಕು ಗಂಟೆಗೆ ದಿರಾಂಗ್ ಎಂಬ ಹಳ್ಳಿಯ ಅತಿಥಿಗೃಹ ತಲುಪಿದ್ದೆವು.

**ಚಿತ್ರ ೪೧ : ಚಾಲಕ ಶ್ರವಣ್‌ಕುಮಾರ್ ಜೀಪಿನೊಂದಿಗೆ**

* * *

ಬೆಳಿಗ್ಗೆ ೫:೩೦ಕ್ಕೆ ಎದ್ದಾಗ ಹಸಿವೇನೂ ಆಗಲಿಲ್ಲ. ದಿರಾಂಗ್‌ನಲ್ಲಿ ಒಂದೊಂದು ಚಹಾ ಕುಡಿದು ೧೩೮ ಕಿ.ಮೀ. ದೂರದ ತವಾಂಗ್ ಕಡೆಗೆ ಹೊರಟೆವು. ಹಿಮಾಲಯದ ಅದೇ ನಾಗರಹಾವಿನ ತಿರುವುಗಳು, ಒಂದು ಕಡೆ ಕೆಲವು ಸಾವಿರ ಅಡಿ ಎತ್ತರದ ಪರ್ವತಗಳು, ಇನ್ನೊಂದು ಕಡೆ ಅಷ್ಟೇ ಆಳದ ನದಿ ಪ್ರಪಾತಗಳು. ತಪ್ಪಲುಗಳನ್ನು ಕತ್ತರಿಸಿ ನಿರ್ಮಿಸಿದ ಕಿರಿದಾದ ರಸ್ತೆಯ ಮೇಲೆ ನಮ್ಮ ಹಳೆ ಪಿಜ್ಜೊ ಇಂಜಿನ್ ಮಹೇಂದ್ರ ಜೀಪನ್ನು ಬೂತುಕನ್ನಡಕ ಧರಿಸಿದ್ದ ಚಾಲಕ ಶ್ರವಣ್‌ಕುಮಾರ್ ನಿಧಾನವಾಗಿ ಚಲಿಸುತ್ತಿದ್ದ. ಎಲ್ಲಿಯೂ

ನಮಗೆ ತಿಂಡಿ ದೊರಕಲಿಲ್ಲ. ಹೋಗುತ್ತ ಹೋಗುತ್ತ ನದಿಗಳ ಆಳ, ಪರ್ವತಗಳ ಎತ್ತರ ಮತ್ತು ರಸ್ತೆಗಳ ಅಕ್ಕಪಕ್ಕ ಕುಸಿದು ಬಿದ್ದಿದ್ದ ಕಲ್ಲು ಮಣ್ಣನ್ನು ನೋಡಿದ ಮನಸ್ಸು ತಳಮಳಗೊಳ್ಳುತ್ತಿತ್ತು. ಅಲ್ಲಲ್ಲಿ ಮಿಲಿಟರಿ ಯೋಧರು ಬುಲ್ಡೋಜರುಗಳ ಸಹಾಯದಿಂದ ಜಾರಿಬಿದ್ದಿದ್ದ ಕಲ್ಲು ಮಣ್ಣನ್ನು ಪಕ್ಕಕ್ಕೆ ಗುಡಿಸುತ್ತಿದ್ದರೆ ಸ್ಥಳೀಯ ಹೆಣ್ಣುಮಕ್ಕಳು ರಸ್ತೆ ರಿಪೇರಿ ಕೆಲಸದಲ್ಲಿ ತೊಡಗಿದ್ದರು. ಈ ರಸ್ತೆಯನ್ನು ಪೂರ್ಣವಾಗಿ ಮಿಲಿಟರಿಯೇ ನೋಡಿಕೊಳ್ಳುತ್ತಿದ್ದಿತು.

**ಚಿತ್ರ ೪೨ : ಶಿಲಾ ಪಾಸ್ ಏರು ರಸ್ತೆ**

**ಚಿತ್ರ ೪೩ : ಶಿಲಾ ಪಾಸ್ ಏರು ರಸ್ತೆ**

ನೂರಾರು ತಪ್ಪಲುಗಳನ್ನು ಮತ್ತು ನದಿಗಳನ್ನು ಸುತ್ತಿಬಳಸಿ ಸಾಗಿದರೂ ರಸ್ತೆ ಮಾತ್ರ ದೂರವಾಗುತ್ತಲೇ ಹೋಗುತ್ತಿತ್ತು. ನಿಜವಾಗಿಯೂ ಈ ದಾರಿಯಲ್ಲಿ ಪ್ರಯಾಣ ಮಾಡುವವರಿಗೆ ಕನಿಷ್ಠ ಎರಡು ಹೃದಯಗಳಾದರೂ ಇರಬೇಕು, ಇನ್ನು ಗಾಡಿ ಚಲಿಸುವ ಚಾಲಕರು ಧೈರ್ಯಶಾಲಿಗಳಾಗಿರಬೇಕು ಎನ್ನುವ ಆಲೋಚನೆ ಬಂದಿತು. ನಮ್ಮ ವಾಹನ ಮಾತ್ರ ಏನೂ ಗೊತ್ತಿಲ್ಲದಂತೆ ತಣ್ಣಗೆ ಚಲಿಸುತ್ತಿತ್ತು. ಆ ಹಳ್ಳಿಯಲ್ಲಿ, ಈ ಹಳ್ಳಿಯಲ್ಲಿ ತಿಂಡಿ ದೊರಕುತ್ತದೆ ಎನ್ನುವ ನಮ್ಮ ಆಸೆ ಮುಂದಕ್ಕೆ ಹೋಗುತ್ತಲೇ ಇತ್ತು. ದೂರದೂರದಲ್ಲಿ ಅಲ್ಲೊಂದು ಇಲ್ಲೊಂದು ವಾಹನ ಕಾಣಿಸಿಕೊಳ್ಳುತ್ತಿತ್ತು. ಈಗ ಶಿಲಾ ಪಾಸ್ ಹತ್ತಿರಕ್ಕೆ ಬಂದಿದ್ದೆವು. ಅದಕ್ಕೂ ಮುಂಚೆ ದೂರದಿಂದಲೇ ಹಿಮಾವೃತ ಶಿಖರಗಳನ್ನು ನೋಡಿ ಅಲ್ಲಲ್ಲಿ ಕ್ಯಾಮರಾಗಳಿಂದ ಫೋಟೋ ತೆಗೆದುಕೊಂಡೆವು. ಈಗ ನಿಜವಾದ ಶಿಲಾ ಪಾಸ್ ಪರ್ವತವನ್ನು ಸುತ್ತಿ ಬಳಸಿ ನಮ್ಮ ವಾಹನ ಏರುತ್ತಿತ್ತು.

೧... ೨... ೩... ಹೀಗೆ ಕಡಿದಾದ ರಸ್ತೆಯಲ್ಲಿ ಸುಮಾರು ೧೩ ಸುತ್ತುಗಳನ್ನು ಹಾಕಿದ ಮೇಲೆ ನಮ್ಮ ಜೀಪು ಒಂದು ಹೆಬ್ಬಾಗಿಲು ದಾಟಿ ಸ್ಮಾರಕದ ಮುಂದೆ ಬಂದು ನಿಂತುಕೊಂಡಿತು. ಸುತ್ತಲೂ ಬಾಗಿ ಬಳುಕಿ ನಿಂತ ಕೊರಕಲು ಶಿಲೆಗಳ ಪರ್ವತ ಶ್ರೇಣಿಗಳು. ಮೇಲೆಲ್ಲ ಹಿಮಾವೃತಗೊಂಡಿದ್ದರೆ ನಮ್ಮ ಮೇಲೆ ಹಿಮಕಣ ಒಂದೇ ಸಮನೆ ಸುರಿಯುತ್ತಿತ್ತು. ಅಲ್ಲಿ ನಮ್ಮ ನೀಲಿ ಬಣ್ಣದ ಜೀಪು ಜೊತೆಗೆ ನಾವು ಮೂವರು ಬಿಟ್ಟರೆ ಆ ಹಿಮಗಾಡಿನಲ್ಲಿ ಒಂದು ನರಪಿಳ್ಳೆಯೂ ಇರಲಿಲ್ಲ. ನೀಲಾಕಾಶದ ಕೆಳಗೆ ಪಕ್ಷಿಗಳ ರೆಕ್ಕೆಗಳಂತೆ ಬಿಳಿ ಬಣ್ಣದ ಮುಗಿಲುಗಳು ಶಿಖರಗಳ ಮೇಲೆಲ್ಲ ತೇಲಾಡುತ್ತಿದ್ದವು. ಸುತ್ತಲಿನ ಚಿತ್ರಣ ಹಿಮದ ಅರಣ್ಯದಂತೆ ಕಾಣಿಸುತ್ತಿದ್ದು ಎಂತಹವರಿಗೂ ಭೀತಿ ಹುಟ್ಟಿಸುವಂತಿತ್ತು. ಸುತ್ತಲೂ ನಿಂತು ಎಲ್ಲವನ್ನೂ ಕಣ್ಣುಗಳ ತುಂಬಾ ತುಂಬಿಕೊಳ್ಳುತ್ತಿದ್ದಂತೆ ನನ್ನ ಕೈಕಾಲುಗಳು ತಣ್ಣಗಾಗ ತೊಡಗಿದವು. ಪ್ರಪಂಚದಲ್ಲಿಯೇ ಅತಿ ಎತ್ತರದಲ್ಲಿ ಸಾಗುವ ರಸ್ತೆ ಎಂದರೆ ಮನಾಲಿ–ಲೇ

ಪಟ್ಟಣದ ನಡುವಿನ ರಸ್ತೆ. ಎರಡನೇ ಅತಿ ಎತ್ತರದ ರಸ್ತೆ ಎಂದರೆ ಬೊಮ್ಡಿಲಾ–ಶಿಲಾ ಪಾಸ್ ರಸ್ತೆ. ಈ ರಸ್ತೆ ೧೫,೦೦೦ ಅಡಿಗಳ ಮೇಲಿದ್ದು ಸುತ್ತಲೂ ೨೩,೫೦೦ ಅಡಿ ಎತ್ತರದವರೆಗಿನ ಶಿಖರಗಳು ಸುತ್ತುವರಿದಿದ್ದವು. ಪರ್ವತಗಳಲ್ಲಿ ಒಂದು ಕಡೆಯಿಂದ ಮೇಲೆ ಏರಿ ಮತ್ತೊಂದು ಕಡೆ ಕೆಳಕ್ಕೆ ಇಳಿಯುವಾಗ ಮಧ್ಯದಲ್ಲಿ ಬರುವ ಅತಿ ಎತ್ತರದ ಸ್ಥಳವನ್ನು ಪಾಸ್ ಎನ್ನುತ್ತಾರೆ.

ರಸ್ತೆಯ ಪಕ್ಕದಲ್ಲಿ ಒಂದು ದೊಡ್ಡ ಮನೆ (ಹೋಟೆಲ್) ಇದ್ದು ಬಾಗಿಲು ಮುಚ್ಚಿತ್ತು. ನಮ್ಮ ಚಾಲಕ ಹತ್ತಿರ ಹೋಗಿ ಬಾಗಿಲು ಬಡಿದು ಕಿಟಕಿಯಲ್ಲಿ ಇಣಿಕಿ ನೋಡಿದ, ಬಾಗಿಲು ತೆಗೆಯಲಿಲ್ಲ. ಅಷ್ಟರಲ್ಲಿ ಒಂದು ಮಿನಿ ಟ್ರಕ್ಕು ಬಂದು ನಿಂತುಕೊಂಡಿತು. ಕ್ಯಾಬಿನ್‌ನಿಂದ ಮೂವರು ಯುವಕರು ಇಳಿಯುತ್ತಿದ್ದರು. ನಮ್ಮ ಚಾಲಕ ಅವರನ್ನು ಏನೋ ವಿಚಾರಿಸಿ ನಮ್ಮ ಕಡೆಗೆ ಬರುತ್ತ ಎಡವಿ ಕೆಳಕ್ಕೆ ಬಿದ್ದುಬಿಟ್ಟ. ಫೋಟೋ ತೆಗೆಯುತ್ತಿದ್ದ ನಾನು ಮತ್ತು ರೆಡ್ಡಿ, ಕುಮಾರ್ ಕಡೆಗೆ ಹೋದೆವು. ಕುಮಾರ್ ಮೈಕೊಡಹಿಕೊಂಡು ಎದ್ದುನಿಂತು ಅಲ್ಲೇ ಇದ್ದ ಇನ್ನೊಂದು ಸಣ್ಣ ಮನೆ ತೋರಿಸಿ ಅಲ್ಲಿ ತಿಂಡಿ ಚಹಾ ದೊರಕುತ್ತದೆ ಎಂದ. ಬಾಗಿಲ ಮೇಲೆ ರೆಸ್ಟಾರೆಂಟ್ ಎಂದು ಬರೆದಿದ್ದು, ನಾನು ಮತ್ತು ರೆಡ್ಡಿ ಒಳ ಪ್ರವೇಶಿಸಿದೆವು. ಸಣ್ಣ ಮನೆ. ಒಳಗೆ ಅಗ್ಗಿಷ್ಟಿಕೆ ಸುತ್ತಲೂ ನಾಲ್ಕು ಕುರ್ಚಿಗಳು, ಇನ್ನರ್ಧ ಭಾಗದಲ್ಲಿ ಅಂಗಡಿ. ಇಬ್ಬರು ಯುವಕರು ಕುಳಿತುಕೊಂಡು ಯಾವುದೋ ಬ್ರಾಂಡ್ ಮದ್ಯ ಕುಡಿಯುತ್ತಿದ್ದರು. ಇಬ್ಬರು ಯುವತಿಯರಲ್ಲಿ ಒಬ್ಬಳು ಅಗ್ಗಿಷ್ಟಿಕೆ ಮುಂದೆ ಕೈಕಾಲುಗಳನ್ನು ಕಾಯಿಸಿಕೊಳ್ಳುತ್ತಿದ್ದರೆ ಇನ್ನೊಬ್ಬಳು ಅಂಗಡಿಯಲ್ಲಿ ನಿಂತಿದ್ದಳು. ಇಬ್ಬರೂ ದಷ್ಟಪುಷ್ಟ ಮೊಂಗ್ಲಾ ಯುವತಿಯರು.

**ಚಿತ್ರ ೪೪ : ಶಿಲಾ ಪಾಸ್ ಪರ್ವತ ಮೇಲಿರುವ ಸರೋವರ**

ಒಬ್ಬಳು 'ಏನು ಬೇಕು?' ಕೇಳಿದಳು, ನಾನು 'ತಿನ್ನುವುದಕ್ಕೆ ಏನಿದೆ?' ಎಂದೆ 'ಚಹಾ, ಬಿಸ್ಕಟ್, ನೂಡಲ್ಸ್ ಇದೆ. ರೆಡಿಮೇಡ್ ಮತ್ತು ಆರ್ಡಿನರಿ ನೂಡಲ್ಸ್ ಇದೆ. ಯಾವುದು ಬೇಕು?' ಎಂದಳು. 'ರೆಡಿಮೇಡ್ ನೂಡಲ್ಸ್ ಎರಡು ಕೊಡಿ' ಎಂದೆ. ರೆಡ್ಡಿ ತನಗೆ ಬೇಡ ಎಂದಿದ್ದಕ್ಕೆ ನನಗೂ ಮತ್ತು ಕುಮಾರ್‌ಗೆ ಮಾತ್ರ ಹೇಳಿದ್ದೆ. ಅಷ್ಟರಲ್ಲಿ ಬೆಂಕಿ ಚಳಿಗೆ ನಂದಿಹೋಗಿ ಯುವತಿ ಅದಕ್ಕೆ ಡೀಸಲ್ ಸುರಿದು ಎರಡು ಮೂರು ಬೆಂಕಿ ಕಡ್ಡಿ ಗೀರಿ ಹಾಕಿದರೂ ಅದು ಹೊತ್ತಿಕೊಳ್ಳಲಿಲ್ಲ. ಅಷ್ಟರಲ್ಲಿ ಒಳಕ್ಕೆ ಬಂದ ಕುಮಾರ್ ಅವಳಿಂದ ಬೆಂಕಿ ಪೊಟ್ಟಣ ತೆಗೆದುಕೊಂಡು ಬೆಂಕಿ ಕಡ್ಡಿಯನ್ನು ಗೀರಿ ಒಳಕ್ಕೆ ಹಾಕಿದ್ದೆ ತಡ ಅದು ದಿಗ್ಗನೆ ಉರಿಯತೊಡಗಿತು.

ಕುಡಿಯುತ್ತಿದ್ದವರಲ್ಲಿ ಒಬ್ಬ ಯುವಕ ಜಾಕಿ ಚಾನ್ ಸಿನಿಮಾಗಳಲ್ಲಿ ಬರುವ ವಿಲನ್‌ಗಳಂತೆ ಮುಖದ ಮೇಲೆ ಅಕ್ಕಪಕ್ಕ ಕೂದಲನ್ನು ಬಿಟ್ಟುಕೊಂಡು ಕೂದಲ ಒಳಗಿಂದ ವಂಡ್ರ್‌ಗಣ್ಣಿನಲ್ಲಿ ನನ್ನ ಕಡೆಗೆ ನೋಡುತ್ತ ತೊದಲುತ್ತ 'ಬಯ್ಯಾ... ಆಪ್ ಲೋಗ್ ಕಹಾಕಾ...? ಸರ್ವಿಸ್ ಮೇ

ಹೈ ಕ್ಯಾ? ಪೆಹಲಾ ಬಾರ್ ಆಯಾ ಕ್ಯಾ? ತವಾಂಗ್ ಜಾರಾಯ್ ಕ್ಯಾ?' ಹೀಗೆ ಏನೇನೋ ಪ್ರಶ್ನಿಸುತ್ತಿದ್ದ. ನಾವು ಮೂವರೂ ಅವನ ಕಡೆಗೆ ನೋಡಿಯೂ ನೋಡದಂತೆ ಅವನ ಪ್ರಶ್ನೆಗಳಿಗೆ ಹ, ಹು ಎಂದು ಉತ್ತರಿಸುತ್ತಿದ್ದೆವು.

'ನನಗೊಂದು ಗೌರ್ನಮಿಂಟ್ ಕೆಲಸ ಕೊಡಿಸಿರಿ' ಎಂದ. ಪಕ್ಕದಲ್ಲಿದ್ದವನು ಎದ್ದುನಿಂತು ಪಕ್ಕಕ್ಕೆ ನಡೆದ. ಡ್ರಿಂಕ್ಸ್ ತೆಗೆದುಕೊಳ್ಳುತ್ತ ನೂಡಲ್ಸ್ ತಿನ್ನುತ್ತಿದ್ದ ವಂಡ್ರಕಣ್ಣಿನವನು ತನ್ನ ಪ್ಯಾಂಟ್ ಮೇಲೆ ನೂಡಲ್ಸ್ ತಟ್ಟೆ ಬೀಳಿಸಿಕೊಂಡುಬಿಟ್ಟ. ನಾನು ಅವನ ಕಡೆಗೆ ನೋಡಿಯೂ ನೋಡದವನಂತೆ ಪಕ್ಕಕ್ಕೆ ತಿರುಗಿಕೊಂಡೆ. ಈಗ ಅವನು ಏನೇನೋ ಬಡಿಬಡಿಸುತ್ತ ಎದ್ದುನಿಂತು ನನ್ನ ಕಡೆಗೆ ನೋಡತೊಡಗಿದ.

'ಆಪ್‌ಕಾ ಕುಛ್ ಹೋ ರಾಯ್?' ಎಂದು ನನ್ನನ್ನು ನೋಡುತ್ತ ದುರುಗುಟ್ಟಿದ. ಇದೇ ಮಾತುಗಳನ್ನು ಕುಳಿತುಕೊಂಡಿದ್ದಾಗಲೂ ಎರಡು ಮೂರು ಸಲ ಕೇಳಿದ್ದ. ನನಗೆ ಏನೂ ಆಗಲಿಲ್ಲ ಎಂದಿದ್ದೆ. 'ಆಪ್ ಅಸ್ಸಾಂಕಾ?' ಎಂಬ ಪ್ರಶ್ನೆಗೆ ಉತ್ತರಿಸಲು ನನಗೆ ಇಷ್ಟವಿಲ್ಲದೆ ಹುಂ ಎಂದಿದ್ದೆ, ಅವನಿಗೆ ಏನಾಯಿತೊ ಏನೋ ನಿಂತಿದ್ದವನು ತೂರಾಡುತ್ತ ತೂರಾಡುತ್ತ ನನ್ನ ಎದುರಿಗೆ ಬರತೊಡಗಿದ. ನಾನು ಎದ್ದು ನಿಂತುಕೊಂಡೆ. ಎದೆಯ ಮೇಲೆ ಉದ್ದವಾದ ಒಂದು ಮಚ್ಚನ್ನು ಬಿದಿರು ದಬ್ಬೆಗಳ ಕವಚದಲ್ಲಿ ನೇತುಹಾಕಿಕೊಂಡಿದ್ದ ಅವನು ನಿಲ್ಲಲಾಗದೆ ಓಲಾಡುತ್ತ ನನ್ನನ್ನು ಹಿಂದಕ್ಕೆ ತಳ್ಳಿ ಮತ್ತೆ 'ಆಪ್‌ಕಾ ಕುಛ್ ಹೋ ರಾಯ್' ಎಂದ. ಪಕ್ಕದಲ್ಲಿದ್ದ ಯುವಕ ಎದ್ದು ಬಂದು ನಮ್ಮ ನಡುವೆ ನಿಂತುಕೊಂಡ. ಯುವತಿಯರಿಬ್ಬರೂ ಕೈಗಳನ್ನು ಅಡ್ಡವಿಟ್ಟು ನನ್ನನ್ನು ಹಿಂದಕ್ಕೆ ಹೋಗುವಂತೆ ಹೇಳಿದರು.

ವಂಡ್ರಕಣ್ಣಿನವನ ಜೊತೆಯಲ್ಲಿದ್ದ ಯುವಕ ಬಾಗಿಲು ತೆಗೆದುಕೊಂಡು ಹೊರಕ್ಕೆ ಹೋಗಿದ್ದೆ, ಯುವತಿಯರು ವಂಡ್ರಕಣ್ಣನನ್ನು ನಿಧಾನವಾಗಿ ಹೊರಕ್ಕೆ ತಳ್ಳಿ ಬಾಗಿಲು ಮುಚ್ಚಿ ಕಿಟಿಕಿಯಲ್ಲಿ ಇಣಿಕಿ ನೋಡತೊಡಗಿದರು. ರೆಡ್ಡಿ ಮತ್ತು ಕುಮಾರ್ ಏನೂ ಮಾತನಾಡದೆ ಮಿಕಮಿಕನೆ ನೋಡತೊಡಗಿದರು. ನನ್ನ ಮೂಡ್ ಪೂರ್ಣವಾಗಿ ಆಫ್ ಆಗಿ ಕೈಯಲ್ಲಿದ್ದ ನೂಡಲ್ಸ್‌ಅನ್ನು ಕೆಳಕ್ಕಿಟ್ಟು ಹಣ ಕೊಟ್ಟು ಕಿಟಕಿಯಿಂದ ಹೊರಗೆ ನೋಡಿದಾಗ ವಂಡ್ರಕಣ್ಣನು ದಾರಿ ಕಾಣದೆ ಕೈಯಲ್ಲಿ ಕತ್ತಿ ಹಿಡಿದು ಕೆಸ್ಟೊ ಮುಖರ್ಜಿಯಂತೆ ಆ ಕಡೆಗೆ ಈ ಕಡೆಗೆ ನೋಡುತ್ತಿದ್ದ. ಯುವತಿಯರು ಅವನು ಹೋಗಲಿ ಇರಿ ಎಂದರು. ಐದು ನಿಮಿಷ ಆದ ಮೇಲೆ ನಾವು ಮೂವರು ಹೊರಗೆ ಬಂದೆವು. ಆ ಯುವಕರು ಟ್ರಕ್ಕಿನಲ್ಲಿ ಕುಳಿತಿದ್ದು ಅದು ದಿರಾಂಗ್ ಕಡೆಗೆ ಹೊರಟಿತ್ತು. ನಮ್ಮ ಜೀಪು ತವಾಂಗ್ ಕಡೆಗೆ ಮುಖ ಮಾಡಿ ಹಿಮ ಆವೃತ ರಸ್ತೆಯ ಮೂಲಕ ಚಲಿಸತೊಡಗಿತು. ನನಗೋ ಹಸಿವೋ ಹಸಿವು. ಜೊತೆಗೆ ವಂಡ್ರಕಣ್ಣನ ಮೇಲೆ ವಿಪರೀತ ಕೋಪಬಂದು ಏನೂ ಮಾಡಲಾಗದೆ ಸುಮ್ಮನಾಗಿದ್ದೆ.

* * *

ಮೂರು ದಿನಗಳ ನಂತರ ನಾವು ಮೂವರೂ ತವಾಂಗ್ ನೋಡಿಕೊಂಡು ಅದೇ ರಸ್ತೆಯಲ್ಲಿ ಹಿಂದಿರುಗಿ ಬರುತ್ತಿದ್ದೆವು. ಮೂರು ದಿನಗಳ ಹಿಂದೆ ಶಿಲಾ ಪಾಸ್‌ನಲ್ಲಿ ಫೋಟೋಗಳನ್ನು ಹಿಡಿಯುವಾಗ ರೆಡ್ಡಿ ಸುತ್ತಲಿದ್ದ ಸ್ಮಾರಕದ ಕಟ್ಟೆಯ ಮೇಲೆ ತನ್ನ ಡೈರಿ ಇಟ್ಟು ಮರೆತು ಬಂದಿದ್ದ ಕಾರಣ ಜೀಪು ನಿಲ್ಲಿಸಿ ಅಲ್ಲೆಲ್ಲ ತನ್ನ ಡೈರಿಯನ್ನು ಹುಡುಕಿದ. ಎಲ್ಲೂ ದೊರಕಲಿಲ್ಲ. ಸುತ್ತಲೂ ದಟ್ಟ ಮೋಡಗಳು ಸುತ್ತುವರಿದಿದ್ದು ವಂಡ್ರಕಣ್ಣನ ಜೊತೆಗೆ ಜಗಳವಾಗಿದ್ದ ರೆಸ್ಟಾರೆಂಟ್ ಹತ್ತಿರ ಜೀಪು ಬಂದಿದ್ದೆ ರೆಡ್ಡಿಗೆ ಒಂದು ಯೋಚನೆ ಹೊಳೆದು, ಗಾಡಿ ನಿಲ್ಲಿಸಿ,

'ಕುಮಾರ್ ನನ್ನ ಡೈರಿಯನ್ನು ಯಾರಾದರೂ ಈ ರೆಸ್ಟಾರೆಂಟ್ ಒಳಗೆ ಕೊಟ್ಟು ಹೋಗಿದ್ದರೂ ಹೋಗಿರಬಹುದು, ಒಳಗೆ ಹೋಗಿ ಕೇಳಿ ಬಾ' ಎಂದು ಕುಮಾರ್‌ಗೆ ಹೇಳಿದ.

ಕುಮಾರ್ ಮೊದಲಿಗೆ ಒಪ್ಪದಿದ್ದರೂ ರೆಡ್ಡಿಯ ಒತ್ತಾಯದಿಂದ ಸುರಿಯುತ್ತಿರುವ ಹಿಮದ ರಾಶಿಯ ಮಧ್ಯೆ ರಸ್ತೆಯ ಬದಿಯಲ್ಲಿ ಗಾಡಿ ನಿಲ್ಲಿಸಿ ಮೋಡಗಳ ಮಧ್ಯೆ ಮಾಯವಾದ. ಎದುರಿಗೆ ಅಥವಾ ಹಿಂದಿನಿಂದ ಯಾವುದಾದರೂ ಗಾಡಿ ಬಂದು ನಮ್ಮ ಗಾಡಿಗೆ ಗುದ್ದುಬಿಟ್ಟರೆ ನಾವು ಎಲ್ಲಿ ಹೋಗುತ್ತೇವೋ ಎಂಬ ಯೋಚನೆ ನನ್ನ ತಲೆಯಲ್ಲಿ ಹುಟ್ಟಿಕೊಂಡು ಅಣಕಿಸುತ್ತಿತ್ತು. ಮಧ್ಯ ದಾರಿಯಲ್ಲಿ ಬರುವಾಗ ಆ ಅಂಕುಡೊಂಕು ಭಯಾನಕ ರಸ್ತೆಗಳಲ್ಲಿ ಅಲ್ಲಲ್ಲಿ ಅಪಘಾತಗಳಲ್ಲಿ ಸತ್ತವರ ಹೇರಳ ಸ್ಮಾರಕಗಳು ಇರುವುದನ್ನು ನೋಡಿದ ನಾನು ರೆಡ್ಡಿಯನ್ನು, 'ರೆಡ್ಡಿ ನಮ್ಮ ಹಳೆ ಗಾಡಿ ಈ ಕಡೆಗೋ ಆ ಕಡೆಗೋ

**ಚಿತ್ರ ೪೫ : ಶಿಲಾ ಪಾಸ್ ರಸ್ತೆಯಲ್ಲಿ ಹಿಮ ರಾಶಿ**

ಹೋಗಿಬಿಟ್ಟರೆ ಏನಾಗುತ್ತೆ?' ಎಂದು ಕೆಣಕಿದ್ದಕ್ಕೆ ರೆಡ್ಡಿ, 'ಏನಾಗುತ್ತೆ ನಮ್ಮ ಹೆಸರಲ್ಲಿ ಅಲ್ಲೊಂದು ಕಲ್ಲು ಬೀಳುತ್ತೆ' ಎಂದು ಜೋರಾಗಿ ನಗಾಡಿದ್ದ.

ದಡದಡನೆ ಓಡಿಬಂದ ಶ್ರವಣ್‌ಕುಮಾರ್ ಜೀಪಿನ ಒಳ ಸೇರಿಕೊಂಡು ಬಾಗಿಲನ್ನು ದಡಾರನೆ ಮುಚ್ಚಿ ಇಗ್ನಿಷನ್ ಕೊಟ್ಟು ವಾಹನ ಓಡಿಸತೊಡಗಿದ. ನಮಗೆ ಒಂದೂ ಅರ್ಥವಾಗದೆ 'ಕುಮಾರ್ ನಿಧಾನ... ನಿಧಾನ...' ಎಂದೆವು. ಸ್ವಲ್ಪ ದೂರ ಸಾಗಿದ ಮೇಲೆ ಯಾವುದೋ ಅನಾಹುತದಿಂದ ತಪ್ಪಿಸಿಕೊಂಡವನಂತೆ ಬುಸುಗುಡುತ್ತಿದ್ದ ಕುಮಾರ್ 'ಸಾಲಾ! ಓ ಉದರಿ ಬೈಟಾ ಹೈ ಸರ್' ಎಂದ. 'ಕೌನ್?' ಎಂದಿದ್ದಕ್ಕೆ 'ವಹಿ ಸರ್. ಉಸ್ ದಿನ್ ಹಮ್ ಲೋಗೋಂಕಾ ಮಾರ್ನಾ ಆಯಾತಾನಾ ಸಾಬ್! ಓ' ಎಂದ. ಹೌಹಾರಿದ ನಾನು 'ಹರೆ ಸಾಲಾ' ಎಂದೆ. 'ಕ್ಯಾ ಕಿಯಾ?' ರೆಡ್ಡಿ ಪ್ರಶ್ನಿಸಿದರು. 'ಹಮ್ಕೊ ದೇಖ್‌ಕೆ, ತುಮ್ ಲೋಗ್ ಫಿರ್ ಆಗಯಾ? ಎಂದು ಎದ್ದು ನಿಂತುಕೊಂಡ್ಬಿಟ್ಟ. 'ಹಮಾರಾ ಸಾಬ್ ಏಕ್ ಡೈರಿ ಚೋಡ್ದಿಯಾ

ತಾ... ತೀನ್ ದಿನ್‌ಕಾ ಪೆಹಿಲೆ. ಕೊಯಿ ಇದರ್ ಆಕೆ ಆಪ್‌ಕೊ ದಿಯಾ ಕ್ಯಾ.. ಕರ್ಕೆ ಪೂಚಾ. ಓ ಲಡ್ಕಿ ನೈ ಹೈ ಬೋಲ್ತೆ ಹುವೆ, ಎ ಲಡ್ಕಾ ದಾವ್ ಲೇಕೆ ಕಡಾ ಹೋಗಯಾ ಸಾಬ್. ಫಿರ್ ಓ ದೋನೊ ಲಡ್ಕಿ ಉಸ್ಕೊ ದೋನೋ ಆತ್ ಪಕ್ಡಕೆ ಹಮ್‌ಕೊ ಬಾಗ್ನೆ ಬೋಲಾ. ಹಮ್ ಬಾಗ್ಕೆ ಆಗಯಾ ಸಾಬ್' ಎಂದ.

ಯಾಕೋ ಈ ಶಿಲಾ ಪಾಸ್ಗೂ ನಮಗೂ ಹಳೆ ಶತ್ರುತ್ವ ಇದ್ದಂತೆ ಕಾಣಿಸಿತು. 'ಕುಮಾರ್ ನೀನೇನೂ ಯೋಚಿಸಬೇಡ. ಈ ಚಳಿಯಲ್ಲಿ ನಮ್ಮ ಹಿಂದೆ ಅವ್ನು ಬರೂದಿಲ್ಲ. ನೀನು ಜೀಪು ಆರಾಮಾಗಿ ಓಡಿಸು' ಎಂದು ಸಮಾಧಾನ ಹೇಳಿದೆ. ಯಾರೋ ಅಸ್ಸಾಮಿಗಳು ಈ ವಂಡ್ರ್‌ಕಣ್ ವಿಲನ್‌ಗೆ ಸರಿಯಾಗಿ ತದಿಕಿರಬೇಕು ಮತ್ತು ಇವನು ನಮ್ಮನ್ನು ಅಸ್ಸಾಮಿಗಳೆಂದು ತಿಳಿದಿರಬೇಕು ಎಂದು ದಾರಿಯ ಉದ್ದಕ್ಕೂ ನಮ್ಮನ್ನು ನಾವೇ ಸಮಾಧಾನ ಮಾಡಿಕೊಂಡೆವು. ಆದರೂ ಈ ಶಿಲಾಪಾಸ್ ದುರ್ಗಮ ರಸ್ತೆಗಿಂತಲೂ ವಂಡ್ರ್‌ಕಣ್ಣನ ಭೀತಿಯೇ ನಮ್ಮನ್ನು ಕಾಡತೊಡಗಿತ್ತು. ಈ ಈಶಾನ್ಯ ರಾಜ್ಯಗಳೆಲ್ಲ ದೇಶದ ಆಡಳಿತದ ಹಿಡಿತಕ್ಕೆ ಸಿಗದೆ ನುಣುಚಿಕೊಂಡಂತೆ ತೋರುತ್ತಿತ್ತು. ಎಲ್ಲವೂ ಸ್ವಯಂ ಆಡಳಿತ ರಾಜ್ಯಗಳು. ಅಲ್ಲೆಲ್ಲ ಅವರದೇ ದರಬಾರು. ಯಾರು ಏನು ಮಾಡಿದರೂ ಕೇಳುವವರಿಲ್ಲ.

**ಚಿತ್ರ ೪೬ : ಶಿಲಾ ಪಾಸ್ ರಸ್ತೆಯ ಹಿಮದ ರಾಶಿಯಲ್ಲಿ**

ಮತ್ತೆ ಹಿಂದಕ್ಕೆ ಬರುವಾಗ ನಾಲ್ಕು ದಿನಗಳ ಹಿಂದೆ ತಂಗಿದ್ದ ಅದೇ ಅತಿಥಿಗೃಹದಲ್ಲಿ ಅಶೋಕ್ ಕುಮಾರ್ ಜೊತೆಗೆ ರಾತ್ರಿ ಉಳಿದುಕೊಂಡೆವು. ಇಠಾನಗರದಿಂದ ಇನ್ನಿಬ್ಬರು ನಮ್ಮ ಸಹೋದ್ಯೋಗಿಗಳು ಅಲ್ಲಿಗೆ ಬಂದಿದ್ದು, ರಾತ್ರಿ ಮೀನು ಮಾಂಸದ ಜೊತೆಗೆ ಒಂದು ಸಣ್ಣ ಪಾರ್ಟಿ ಮಾಡಿಕೊಂಡೆವು. ಮರು ದಿನ ಬೆಳಿಗ್ಗೆ ಶಿಲ್ಲಾಂಗ್ ಕಡೆಗೆ ಹೋಗುವ ರಸ್ತೆಯಲ್ಲಿ ಒಂದು ಗ್ಯಾರೇಜಿನಲ್ಲಿ ನಮ್ಮ ವಾಹನಕ್ಕೆ ಪಂಚರ್ ಹಾಕಿಕೊಳ್ಳುತ್ತಿದ್ದೆವು. ಅಶೋಕ್ ಕುಮಾರ್ ಕೂಡ ನಮ್ಮ ಜೊತೆಗೆ ಬಂದಿದ್ದರು. ಅಲ್ಲಿಗೆ ಹೊಸ ಗಾಡಿಯಲ್ಲಿ ಬಂದ ಸ್ಥಳೀಯರೊಬ್ಬರ ಜೊತೆಗೆ ಮಾತನಾಡುತ್ತ ನಾವು ತವಾಂಗ್‌ನಿಂದ ಬರುತ್ತಿರುವುದಾಗಿ ಹೇಳಿದೆವು. ಆತ ತವಾಂಗ್ ಕಡೆಗೆ ಹೋಗುತ್ತಿದ್ದು, 'ಹೇಗೆ ಹೋಗಿದ್ದಿರಿ?' ಕೇಳಿದ. ಅಲ್ಲೇ ನಿಂತಿದ್ದ ನಮ್ಮ ಜೀಪು ತೋರಿಸಿ 'ಇದೇ ಗಾಡಿಯಲ್ಲಿ' ಎಂದೆವು. ಆತ ನಮ್ಮಿಬ್ಬರನ್ನು ಮೇಲಿಂದ ಕೆಳಗಿನವರೆಗೂ ಆಶ್ಚರ್ಯದಿಂದ ನೋಡುತ್ತ 'ಈ ಗಾಡಿಯಲ್ಲಿ ಹೋಗಿ ಬಂದ್ರ? ಆದ್ಯಾಗ್ ಹೋಗಿ ಬಂದ್ರ ನೀವು? ಓ ಮೈ ಗಾಡ್! ಇಂತಹ ಗಾಡಿ ತೆಗೆದುಕೊಂಡು ಯಾರೂ ಆ ರಸ್ತೆಯಲ್ಲಿ ಹೋಗುವುದಿಲ್ಲ. ಏನೋ ನಿಮ್ಮ ಅದೃಷ್ಟ ಚೆನ್ನಾಗಿತ್ತು ಬಿಡಿ' ಎಂದು ಆಕಾಶದ ಕಡಗೊಮ್ಮೆ ನೋಡಿ ನಮ್ಮ ಪರವಾಗಿ ಕೃತಜ್ಞತೆಗಳನ್ನು ಸಲ್ಲಿಸತೊಡಗಿದ. ಅನಂತರ ತನ್ನ ಹೊಸ ಗಾಡಿಯ ಮೇಲೆ ಕೈಇಟ್ಟು ಎತ್ತನ್ನು ಸವರುವಂತೆ ಮೃದುವಾಗಿ ಸವರತೊಡಗಿದ. ನಿಜವಾದ ಭೀತಿ ನನಗೆ ಈಗ ಶುರುವಾಗಿತ್ತು.

## ಅಧ್ಯಾಯ ೧೪

# ಶಿಲ್ಲಾಂಗ್‌ನಲ್ಲಿ ಕನ್ನಡ ಮನೆ

**ಚಿತ್ರ ೪೭ : ಶ್ರೀಮತಿ ಶಾಂತಾ ರಂಗಾಚಾರ್ ಶಿಲ್ಲಾಂಗ್ ಬಿಟ್ಟು ಬರುವಾಗ**

ಮೇಘಾಲಯದ ರಾಜಧಾನಿ ಶಿಲ್ಲಾಂಗ್ ಬೆಂಗಳೂರಿನಿಂದ ಸುಮಾರು ೨,೩೦೦ ಕಿ.ಮೀ. ದೂರದಲ್ಲಿದೆ. ಈ ಸುಂದರ ಮೋಡಗಳ ನಗರದಲ್ಲಿ ಕನ್ನಡ ಸಂಘವೊಂದು ೨೮ ವರ್ಷಗಳಿಂದ ಸಕ್ರಿಯವಾಗಿ ಕೆಲಸ ಮಾಡಿಕೊಂಡು ಬಂದಿದೆ ಎಂದರೆ ಯಾರೂ ನಂಬುವುದಿಲ್ಲ. ಆದರೆ ಇದು ಸತ್ಯ. ಈ ಕನ್ನಡ ಸಂಘ ಯಾವುದೇ ಹೊರ ರಾಜ್ಯ, ಹೊರ ದೇಶದಲ್ಲಿರುವ ಸಂಘಕ್ಕಿಂತ ಅಪರೂಪದ್ದು ಮತ್ತು ವಿಶೇಷವಾದುದು. ಕಾರಣವಿಷ್ಟೆ. ಪ್ರತಿ ವರ್ಷವೂ ಈ ಸಂಘ ಗಣೇಶ ಹಬ್ಬ, ದೀಪಾವಳಿ ಹಬ್ಬ ಮತ್ತು ಕನ್ನಡ ರಾಜ್ಯೋತ್ಸವವನ್ನು ತಪ್ಪದೆ ಆಚರಿಸುತ್ತ ಬಂದಿದೆ. ೨೦೦೫ರಲ್ಲಿ ಮೇಘಾಲಯದ ರಾಜ್ಯಪಾಲರನ್ನು ಮತ್ತು ದೊಡ್ಡರಂಗೇಗೌಡರನ್ನು ಕರೆಸಿ ಬೆಳ್ಳಿಹಬ್ಬವನ್ನು ವಿಜೃಂಭಣೆಯಿಂದ ಆಚರಿಸಲಾಯಿತು. ಇಲ್ಲಿನ ಕನ್ನಡದ ಚಟುವಟಿಕೆಗಳಲ್ಲಿ ಪಾಲ್ಗೊಳ್ಳುವವರು ಬರೀ ಕನ್ನಡಿಗರಲ್ಲ, ತೆಲುಗು, ತಮಿಳು, ಬಂಗಾಳಿ, ಒರಿಯಾ, ಯುಪಿ, ನೇಪಾಳಿ, ಕಾಶಿ ಹೀಗೆ ಎಲ್ಲರೂ ಒಟ್ಟುಗೂಡುತ್ತಾರೆ. ಇದೇ ಸೆಪ್ಟೆಂಬರ್‌ನಲ್ಲಿ (೨೦೦೯) ನಡೆದ ಗಣೇಶ ಹಬ್ಬದಲ್ಲಿ ಇವರೆಲ್ಲರನ್ನು ನೋಡಿದ ನನಗೆ ವಿಸ್ಮಯವಾಗಿತ್ತು. ಯಾವುದೇ ಪಟ್ಟಣದಲ್ಲಿ ಕನ್ನಡ ಸಂಘದ ಬ್ಯಾನರ್ ಕೆಳಗೆ ಕನ್ನಡಿಗರಿಗಿಂತ ಉಳಿದವರೆ ಹೆಚ್ಚಾಗಿ ಸೇರಿರುವುದು ನನಗೆ ತಿಳಿದಿಲ್ಲ. ಇದೆಲ್ಲ ಸಾಧ್ಯವಾಗಿರುವುದು ೨೮ ವರ್ಷಗಳಿಂದ ಶಿಲ್ಲಾಂಗ್‌ನಲ್ಲಿ ನೆಲೆ ನಿಂತು ಕನ್ನಡ ಸಂಘ ಸ್ಥಾಪಿಸಿಕೊಂಡಿರುವ ಪು.ತಿ.ನ ಅವರ ಐದನೇ

ಮಗಳಾದ ಶ್ರೀಮತಿ ಶಾಂತಾ ಮತ್ತು ಅವರ ಪತಿ ದಿ. ರಂಗಾಚಾರ್ ಅವರಿಂದ. ಶ್ರೀಮತಿ ಶಾಂತಾ ರಂಗಾಚಾರ್ ಅವರಿಗೆ ಈಗ ೭೫ ವರ್ಷಗಳು. ರಂಗಾಚಾರ್ ಅವರು ಈಶಾನ್ಯ ವಲಯದ ಉದ್ದಕ್ಕೂ ಚೀಫ್ ಇಂಜಿನಿಯರ್ ಆಗಿ ಅನೇಕ ಯೋಜನೆಗಳನ್ನು ರೂಪಿಸಿ ಹೆಸರು ಮಾಡಿದವರು. ಶಿಲ್ಲಾಂಗ್ ಹತ್ತಿರ ಇರುವ ಬರಾಪಾಣೀ ಅಣೆಕಟ್ಟು (೬ನೇ ಅಧ್ಯಾಯದಲ್ಲಿ ಚಿತ್ರ ಇದೆ) ಕಟ್ಟುವುದರ ಎಲ್ಲಾ ಉಸ್ತುವಾರಿಯನ್ನು ನೋಡಿಕೊಂಡವರು. ಇವರು ಈ ವಲಯದಲ್ಲಿ ಜಾತಿ, ಮತ ಭಾಷೆಗಳನ್ನು ಮೀರಿ ನೂರಾರು ಗೆಳೆಯರನ್ನು ಹೊಂದಿದ್ದರು.

ಮನೆಗೆ ಯಾರು ಬಂದರೂ ಊಟ ಉಪಚಾರಗಳಿಲ್ಲದೆ ಹೊರಟುಹೋಗುವಂತೆ ಇರಲಿಲ್ಲ. ಕರ್ನಾಟಕದಿಂದಲೋ ಈಶಾನ್ಯದ ಯಾವುದೇ ರಾಜ್ಯದಿಂದಲೋ ದೇಶದ ಇನ್ನಾವುದೇ ಮೂಲೆಯಿಂದಲೋ ಯಾರೇ ಬಂದರೂ ಇವರ ಮನೆಯಲ್ಲಿ ಉಳಿದುಕೊಂಡು ಊಟ ಮಾಡಲೇಬೇಕು. ಇಲ್ಲವೆಂದರೆ ಪತಿ ಪತ್ನಿ ಇಬ್ಬರೂ ಟಿಫಿನ್ ಬಾಕ್ಸ್‌ನಲ್ಲಿ ಆಹಾರ ತುಂಬಿಕೊಂಡು ಜನರು ಎಲ್ಲಿರುತ್ತಾರೋ ಅಲ್ಲಿಗೇ ಹೋಗಿ ತಿನ್ನಿಸಿ ಬರುತ್ತಿದ್ದರು. ಏಳೆಂಟು ಹಾಸಿಗೆಗಳಿರುವ ಇವರ ಮನೆಯಲ್ಲಿ ಎಷ್ಟೋ ಅಧಿಕಾರಿಗಳು, ಕುಟುಂಬಗಳ ಸಮೇತ ವರ್ಷಗಟ್ಟಲೆ ಪೇಯಿಂಗ್ ಗೆಸ್ಟ್‌ಗಳಾಗಿ ಉಳಿದುಕೊಂಡು ಹೋಗಿದ್ದಾರೆ. ಅವರು ಮುಸ್ಲಿಮ್, ಕ್ರೈಸ್ತ, ಹಿಂದು, ಯಾವುದೇ ಬುಡಕಟ್ಟು ಜಾತಿ ಜನಾಂಗಗಳಿಗೆ ಸೇರಿದವರಾಗಿರಬಹುದು. ಯಾರನ್ನೂ ಯಾವ ಜಾತಿ, ಮತ ಎಂದು ಕೇಳಿದವರಲ್ಲ. ವರ್ಷಗಟ್ಟಲೆ ಉಳಿದುಕೊಂಡರೂ ಇಷ್ಟು ಹಣ ಕೊಡಿ ಎಂದು ಯಾರನ್ನೂ ಕೇಳಿದವರಲ್ಲ. ಯಾರಾದರೂ ಹೆಚ್ಚಾಗಿ ಹಣ ಕೊಟ್ಟರೆ, ಹಿಂದಕ್ಕೆ ಕೊಡುತ್ತಿದ್ದರು, ಇಲ್ಲವೆಂದರೆ ಏನಾದರೂ ಕೊಡಿಸಿಬಿಡುತ್ತಿದ್ದರು. ಅವರಿಗೆ ಹಣ ಕೊಟ್ಟವರು? ಕೊಡದೆ ಹೋದವರು ಎಷ್ಟೋ? ಇದೆಲ್ಲ ಕನ್ನಡ ಸೇವೆ ಎನ್ನುವುದು ಅವರ ನಂಬಿಕೆ.

**ಚಿತ್ರ ೪೮ : ಕನ್ನಡ ರಾಜ್ಯೋತ್ಸವದಲ್ಲಿ ಸೇರಿರುವ ಜನರು**

೧೯೮೮ರಿಂದ (ನಾನು ನಾಗಾಲ್ಯಾಂಡ್‌ನಲ್ಲಿ ಇದ್ದಾಗಿನಿಂದಲೂ) ಅವರ ಬಗ್ಗೆ ಕೇಳುತ್ತಿದ್ದೆ. ಇತ್ತೀಚೆಗೆ ನನಗೆ ಶಿಲ್ಲಾಂಗ್‌ಗೆ ವರ್ಗವಾಗಿ ಅವರನ್ನು ನೋಡುವ ಭಾಗ್ಯ ದೊರಕಿತ್ತು. ಸಾಯಂಕಾಲ ನಾನು, ಕೆ. ಚಂದ್ರಶೇಖರ್, ಡಿ.ಡಿ.ರಾಜು ಮತ್ತು ತಿರುವೆಂಗಡಮ್, ಅವರ 'ಲೋಸಿಮೆಟ್' ಹೆಸರಿನ ಆ ಕನ್ನಡ ಮನೆಗೆ ಹೋದೆವು. ನಮ್ಮ ಜೊತೆಗೆ ಮಾತನಾಡಿದ ಸಮಯಕ್ಕಿಂತ ಹೆಚ್ಚಾಗಿ ಅಡಿಗೆಮನೆಯಲ್ಲಿದ್ದ ಅವರು ಪುಳಿಯೋಗರೆ, ಮಸಾಲೆ ದೋಸೆ, ಅನ್ನ ಸಾಂಬಾರು, ಪಲ್ಯ, ವಡೆ, ಪಾಯಸ, ಸಾಲದ್ದಕ್ಕೆ ಒಂದು ಮೊಗ್ ತುಂಬಾ ಕಾಫಿ ಕುಡಿಸಿ ಕಳುಹಿಸಿದ್ದರು. ಅವರ ಮನೆಯಲ್ಲಿ ಎರಡು ತಿಂಗಳಿಂದ ಉಳಿದುಕೊಂಡಿದ್ದ ಚಂದ್ರಶೇಖರ್ ಅವರು 'ನೀವೇನಮ್ಮ... ಈ ಕಾಲದಲ್ಲೂ ೨೫೦೦–೩೦೦೦ ರೂ. ತೆಗೆದುಕೊಳ್ತೀರ ? ಶಿಲ್ಲಾಂಗ್‌ನಲ್ಲಿ ತರಕಾರಿ ಬೆಲೆ ಎಷ್ಟಿದೆ ಗೊತ್ತಲ್ಲ ನಿಮಗೆ?' ಎಂದು ೫೦೦೦ ರೂ. ಕೊಟ್ಟರಂತೆ. ಮರು ದಿನ ಅವರಿಗೆ ಒಂದು ಜೊತೆ ಒಳ್ಳೆ ರೆಡಿಮೇಡ್ ಪ್ಯಾಂಟು ಶರ್ಟು ತಂದು ಕೊಟ್ಟು 'ಹಬ್ಬದ ದಿನ ಹಾಕ್ಕೊಂಡು ನನ್ನ ಮುಂದೆ ಬಾಪ್ಪ' ಎಂದರಂತೆ ಆಕೆ. ಮನೆಯಲ್ಲಿ ಕೆಲಸ ಮಾಡುತ್ತಿದ್ದ ಕಾಶಿ ಮಹಿಳೆ ಹೆರಿಗೆಗೆಂದು ಆಸ್ಪತ್ರೆಗೆ ಹೋದರೆ ಇವರು ಊಟ ಮಾಡದೆ ರಾತ್ರಿಯೆಲ್ಲ 'ಅಯ್ಯೋ ಮಗು ಎಷ್ಟು ನೋವು ತಿನ್ನತಾ ಇದೆಯೊ ಏನೋ?' ಎಂದು ಕುಳಿತಿದ್ದರಂತೆ. ಹೆರಿಗೆ ಆಗಿ ತಾಯಿ ಮಗು ಚೆನ್ನಾಗಿದ್ದಾರೆ ಎಂದು ಫೋನ್ ಬಂದ ಮೇಲೆ 'ಅಯ್ಯೋ ಬಾಣಂತಿಗೆ ಹಸಿವಾಗಿರುತ್ತೆ ಏನು ತಿಂದಳೋ ಏನೋ?' ಎಂದು ರಾತ್ರಿ ೩ ಗಂಟೆವರೆಗೂ ಮನೆಯಲ್ಲೇ ಓಡಾಡುತ್ತಿದ್ದರಂತೆ. ಇದೆಲ್ಲ ಅವರ ಮಾನವೀಯತೆಯ ಕೆಲವು ಉದಾಹರಣೆಗಳು ಮಾತ್ರ.

೧೯೭೮ಕ್ಕಿಂತ ಮುಂಚೆಯೇ ನಾ. ಕಸ್ತೂರಿಯವರ ಮಗ ಶ್ರೀಧರ್, ಜಿಎಸ್‌ಐನ ಎಂವಿಎನ್ ಮೂರ್ತಿ ಮತ್ತು ನಾರಾಯಣಮೂರ್ತಿ ಎಂಬವರು ಶಿಲ್ಲಾಂಗ್‌ನಲ್ಲಿ ಕನ್ನಡ ಸಂಘ ಮಾಡಿಕೊಂಡಿದ್ದರಂತೆ. ಆಗ ರಂಗಾಚಾರ್ ದಂಪತಿಗಳು ಗೌಹಾಟಿಯಲ್ಲಿ ಇದ್ದರು. ಆ ಕಾಲಕ್ಕೆ ಬೆಂಗಳೂರಿನಿಂದ ಗೌಹಾಟಿಗೆ ಬರುವುದೆಂದರೆ ಹರ ಸಾಹಸ. ಬೆಂಗಳೂರಿನಿಂದ ಮದ್ರಾಸ್‌ಗೆ, ಅಲ್ಲಿಂದ ಕಲಕತ್ತಾಗೆ ಬೇರೆ ಬೇರೆ ರೈಲು ಹಿಡಿದು ಹೋಗಬೇಕಿತ್ತು. ಗಂಗಾನದಿಗೆ ಅಡ್ಡವಾಗಿ ಪರಕ್ಕಾ ಅಣೆಕಟ್ಟನ್ನು ಇನ್ನೂ ಕಟ್ಟಿರಲಿಲ್ಲ. ಕಲಕತ್ತಾದಿಂದ ಪರಕ್ಕಾ ಸೇತುವೆಯವರೆಗೂ ಗಂಗಾನದಿಯಲ್ಲಿ ಡೀಸಲ್ ಫೆರ್ರಿಯಲ್ಲಿ ಹೋಗಿ ಅಲ್ಲಿಂದ ಗೌಹಾಟಿಗೆ ರೈಲಿನಲ್ಲಿ ಹೋಗಬೇಕಾಗಿತ್ತು. ಇನ್ನೂ ಗೌಹಾಟಿಯಿಂದ ಶಿಲ್ಲಾಂಗ್‌ಗೆ ಕಾಡು ಮೇಡು ಅರಣ್ಯ ರಸ್ತೆಯಲ್ಲಿ ಸಾಗಬೇಕಿತ್ತು. ಸಾಯಂಕಾಲ ಆದ ಮೇಲೆ ಅಸ್ಸಾಂ ಗಡಿಯಲ್ಲಿ ಯಾವುದೇ ವಾಹನಗಳನ್ನು ಸಂಚರಿಸಲು ಬಿಡುತ್ತಿರಲಿಲ್ಲ. ರಾತ್ರಿಯೆಲ್ಲ ಅಲ್ಲೇ ಕಾದಿದ್ದು ಬೆಳಿಗ್ಗೆ ಶಿಲ್ಲಾಂಗ್ ಕಡೆಗೆ ಹೋಗಬೇಕಾಗಿತ್ತು. ಎಲ್ಲವೂ ಸರಿಯಾಗಿ ನಡೆದರೂ ೫ ದಿನ ಬೇಕಾಗುತ್ತಿತ್ತು. ಅಂತಹ ಕಾಲದಲ್ಲಿ ೧೯೭೮ರಲ್ಲಿ ರಂಗಾಚಾರಿ ದಂಪತಿಗಳು ಶಿಲ್ಲಾಂಗ್‌ನ ಕಣಿವೆ ತಪ್ಪಲುಗಳ ಮಧ್ಯೆ ಮರಗಳಿಂದ ನಿರ್ಮಿಸಿದ 'ಲೂಸಿಮೆಟ್' ಎನ್ನುವ ಮನೆಯನ್ನು ಬಾಡಿಗೆಗೆ ತೆಗೆದುಕೊಂಡರು. ಅಲ್ಲಿಂದ ಅವರ ಕನ್ನಡ ಸೇವೆ ಪ್ರಾರಂಭವಾಗಿತ್ತು. ಶ್ರೀಮತಿ ಶಾಂತಾ ಅವರಿಗೆ ೭೫ ವರ್ಷ ತುಂಬುವವರೆಗೂ ಇದೇ ಮನೆಯಲ್ಲಿ ಕನ್ನಡಕ್ಕಾಗಿ ದುಡಿದಿದ್ದಾರೆ. ೨೦–೩೦ ಜನರು ಬಂದರೂ ಬೆಳಿಗ್ಗೆಯಿಂದ ರಾತ್ರಿಯವರೆಗೂ ಅಪ್ಪಟ ದಕ್ಷಿಣ ಭಾರತದ ತಿಂಡಿ, ಊಟ ನೀಡಿ ಉಪಚಾರ ಮಾಡಿದ್ದಾರೆ. ಅವರು ಎಷ್ಟು ಹಣ ಖರ್ಚು ಮಾಡಿದರೊ, ಎಷ್ಟು ಅತಿಥಿಗಳಿಗೆ ಔತಣ ನೀಡಿದರೊ ಯಾರಿಗೂ ಗೊತ್ತಿಲ್ಲ. ರಂಗಾಚಾರ್ ಅವರ ಸಾವಿನ

ನಂತರವೂ ಶಾಂತಾ ರಂಗಾಚಾರ್ ಅವರು ತಮ್ಮ ಮಕ್ಕಳು ಬಂಧು ಬಾಂಧವರು ಮತ್ತು ಗೆಳೆಯರು ಕೊಟ್ಟ ಹಣವನ್ನು ತಂದು ಸಿಲ್ಲಾಂಗ್‌ನಲ್ಲಿ ಕನ್ನಡ ಸೇವೆಗೆ ಅರ್ಪಿಸಿದ್ದಾರೆ.

**ಚಿತ್ರ ೪೯ : ಒಂದು ಬೀಳ್ಕೊಡುಗೆ ಸಮಾರಂಭ**

೧೯೯೨ರಲ್ಲಿ ದಿಢೀರನೆ ರಂಗಾಚಾರ್ ಅವರು ಶಿಲ್ಲಾಂಗ್‌ನಲ್ಲಿಯೇ ಸಾವನ್ನಪ್ಪಿದರು. ಅಂದಿನಿಂದ ಇಂದಿನವರೆಗೂ ಶ್ರೀಮತಿ ಶಾಂತಾ ಅವರು ಅದೇ ರೀತಿ ತಮ್ಮ ನಿಸ್ವಾರ್ಥ ಸೇವೆಯನ್ನು ಮುಂದುವರಿಸಿಕೊಂಡು ಬಂದಿದ್ದರು. ಅವರಿಗೆ ವಯಸ್ಸಾಗಿ ಈಗಲೂ ದುಡಿಯುತ್ತಿರುವುದನ್ನು ಮಕ್ಕಳು ಮತ್ತು ಅಳಿಯಂದಿರು ನೋಡಲಾಗದೆ ಅವರನ್ನು ಬಹಳ ಒತ್ತಾಯ ಮಾಡಿ ೨೦೦೭ ಅಕ್ಟೋಬರ್ ತಿಂಗಳಿನಲ್ಲಿ ಬೆಂಗಳೂರಿಗೆ ಕರೆದು ತಂದಿದ್ದಾರೆ. ಅವರಿಗೆ ಒಂದು ಆತ್ಮೀಯ ಬೀಳ್ಕೊಡುಗೆಯನ್ನು ಏರ್ಪಡಿಸಲಾಗಿತ್ತು. ಆದರೆ ಅವರ ಆತ್ಮ ಮಾತ್ರ ಅವರ ಪತಿ ಪ್ರಾಣಬಿಟ್ಟ ಶಿಲ್ಲಾಂಗ್‌ನಲ್ಲಿಯೇ ಉಳಿದುಕೊಂಡಿದ್ದು ದೇಹ ಮಾತ್ರ ಬೆಂಗಳೂರಿನಲ್ಲಿದೆ ಎಂದು ಅವರು ಪೇಚಾಡುತ್ತಿದ್ದಾರೆ. ಶಿಲ್ಲಾಂಗ್ ಬಿಟ್ಟಾಗಲೂ ಅವರು ತಮ್ಮಲ್ಲಿದ್ದ ಹಣವನ್ನು ಗುಪ್ತವಾಗಿ ಪದಾಧಿಕಾರಿಗಳ ಕೈಗೆ ನೀಡಿ 'ಇಲ್ಲಿ ಕನ್ನಡ ಸಂಘ ಇರುವವರೆಗೆ ನನ್ನ ಪತಿಯ ಆತ್ಮವೂ ಇಲ್ಲೇ ಇರುತ್ತದೆ' ಎನ್ನುವ ಮಾತು ಹೇಳಿ ಹೋಗಿದ್ದಾರೆ.

ಇವರ ಸೇವೆಯನ್ನು ಕರ್ನಾಟಕ ಸರಕಾರ ಇದುವರೆಗೂ ಗುರುತಿಸಿಲ್ಲ. ಮುಂದೆಯೂ ಗುರುತಿಸುವ ಯಾವ ಸೂಚನೆಗಳೂ ಕಾಣಿಸುತ್ತಿಲ್ಲ. ನನ್ನ ಹಿರಿಯ ಮಿತ್ರರೊಬ್ಬರು ಹೇಳುತ್ತಿದ್ದರು : 'ಪ್ರಶಸ್ತಿ ಬೇಕಾದರೆ ಸರಕಾರಕ್ಕೆ ವ್ಯಕ್ತಿ ಪರಿಚಯ ಕಳುಹಿಸಬೇಕಂತೆ, ಇದು ನಾಚಿಕೆಗೇಡಿನ ವಿಷಯ. ಯಾರು ಏನು ಮಾಡುತ್ತಿದ್ದಾರೆ ಎನ್ನುವುದನ್ನು ಸರಕಾರವೇ ತಿಳಿದುಕೊಳ್ಳಬೇಕು. ಶಾಂತಾ ಅವರಂತಹ ಸ್ವಾಭಿಮಾನಿಗಳು ಸರಕಾರಕ್ಕೆ ವ್ಯಕ್ತಿ ಪರಿಚಯ ನೀಡಿ ಕೈಯಿ ಚಾಚುತ್ತಾರೆಯೇ?' ಎಂದು ಪ್ರಶ್ನಿಸಿದ್ದರು.

## ಅಧ್ಯಾಯ ೧೫

# ಸಿಕ್ಕಿಂ ಎಂಬ ಪುಟ್ಟ ರಾಜ್ಯ

ಗ್ಯಾಂಗ್‌ಠೋಕ್: ಗ್ಯಾಂಗ್–ಗಂಗಾಳ, ಠೋಕ್ ದೇವರಿಗೆ ಅರ್ಪಣೆ; ವರ್ಷದ ಮೊದಲ ಕೊಯಿಲನ್ನು ಗಂಗಾಳದಲ್ಲಿಟ್ಟು ದೇವರಿಗೆ ಅರ್ಪಿಸುವುದನ್ನು ಗ್ಯಾಂಗ್‌ಠೋಕ್ ಎನ್ನುತ್ತಾರೆ. ಕಲ್ಕತ್ತಾದಿಂದ ಬಾಗ್‌ಡೊಗ್ರಾ ವಿಮಾನ ನಿಲ್ದಾಣದಲ್ಲಿ ಇಳಿದು ಅಲ್ಲಿಂದ ೧೨೫ ಕಿಲೋಮೀಟರ್ ರಸ್ತೆ ಸಾಗಿದರೆ ಅಥವಾ ಬೆಂಗಳೂರಿನಿಂದ ಗೌಹಾಟಿ ಎಕ್ಸ್‌ಪ್ರೆಸ್ ರೈಲಿನಲ್ಲಿ ೪೭ ಗಂಟೆ ಪ್ರಯಾಣ ಮಾಡಿ ಎನ್‌ಜೆಪಿ ನಿಲ್ದಾಣದಲ್ಲಿ ಇಳಿದು ಅಲ್ಲಿಂದ ೧೨೫ ಕಿಲೋಮೀಟರ್ ದೂರ ರಸ್ತೆಯಲ್ಲಿ ಸಾಗಿದರೆ ಗ್ಯಾಂಗ್‌ಠೋಕ್ ನಗರ ತಲುಪುತ್ತೇವೆ. ಎರಡೂ ದಾರಿ ೪ ಗಂಟೆಗಳ ಕಾಲ ಸಾಗುವ ಹಿಮಾಲಯ ಪರ್ವತಗಳ ನಡುವಿನ ಸುಂದರ ಅನುಭವ. ಡಾರ್ಜಿಲಿಂಗ್ ಮತ್ತು ಕಲಿಂಪಾಂಗ್ ಚಹಾ ತೋಟಗಳ ಮೂಲಕ ದಾರಿ ಸಾಗಿದರೆ ಅದು ಇನ್ನೊಂದು ಅದ್ಭುತ ಅನುಭವ. ಯಾವುದೇ ದಾರಿಯಲ್ಲಿ ಸಾಗಿದರೂ ಟೀಸ್ತಾ ಮತ್ತು ರಂಗೀತ್ ನದಿಗಳು ನಿಮ್ಮ ಜೊತೆಜೊತೆಗೆ ಸಾಗಿಬರುತ್ತವೆ.

**ಚಿತ್ರ ೫೦ : ಗ್ಯಾಂಗ್‌ಠೋಕ್ ನಗರ**

ಭಾರತ ನಕ್ಷೆಯ ಈಶಾನ್ಯ ಭಾಗದಲ್ಲಿ ಒಂದು ಕಡೆ ಸಣ್ಣ ಕೊಂಬಿನಂತೆ ಚೀನಾ ನಕ್ಷೆಯ ಒಳಕ್ಕೆ ತೂರಿಕೊಂಡಿರುವ ಪುಟ್ಟ ರಾಜ್ಯ ಸಿಕ್ಕಿಂ. ಜೊತೆಗೆ ನೇಪಾಳ, ಭೂತಾನ್ ಮತ್ತು ಟಿಬೆಟ್ ದೇಶಗಳು ಸುತ್ತುವರಿದಿದ್ದು ದಕ್ಷಿಣದಲ್ಲಿ ಪಶ್ಚಿಮ ಬಂಗಾಳ ರಾಜ್ಯ ಇದೆ.

ದೇಶದಲ್ಲಿಯೇ ಅತಿ ದುರ್ಗಮ ಮತ್ತು ಸುಂದರ ರಾಜ್ಯ ಸಿಕ್ಕಿಂ. ವಿಸ್ತೀರ್ಣ ಕೇವಲ ೭ ಸಾವಿರ ಚದರ ಕಿಲೋಮೀಟರ್‌ಗಳು. ನಾಲ್ಕು ಜಿಲ್ಲೆಗಳ ಈ ರಾಜ್ಯದ ಜನಸಂಖ್ಯೆ ಕೇವಲ ೫.೫ ಲಕ್ಷ. ರಾಜ್ಯದ ಶೇಕಡ ೭೫ ಭಾಗ ಅರಣ್ಯ ಮತ್ತು ಹಿಮ ಮುಚ್ಚಿಕೊಂಡಿರುವ ಪರ್ವತ ಶ್ರೇಣಿಗಳು. ಎಲ್ಲಕ್ಕಿಂತ ಮಿಗಿಲಾಗಿ ಪ್ರಪಂಚದ ಎರಡನೇ ಅತಿ ಎತ್ತರದ ಶಿಖರ ಕಾಂಚನ್‌ಜೊಂಗಾ ಪಶ್ಚಿಮ ಜಿಲ್ಲೆಯಲ್ಲಿದೆ. ರಾಜ್ಯದ ಯಾವುದೇ ಮೂಲೆಯಲ್ಲಿ ನಿಂತರೂ ಈ ಅದ್ಭುತ ಬಿಳಿ ತಲೆಗಳ ಕಾಂಚನ್‌ಜೊಂಗಾ ಶಿಖರಗಳು ನಮ್ಮನ್ನು ನೋಡುತ್ತ ನಿಂತಿರುತ್ತವೆ. ಯಾವ ಕಡೆ ನೋಡಿದರೂ ಹಸಿರು ಕಾಡು, ಕಣಿವೆ, ಜಲಪಾತಗಳು, ಮೋಡಗಳ ಜೊತೆಗೆ ಆಕಾಶವನ್ನು ಚುಚ್ಚಿ ನಿಂತಿರುವ ಬಿಳಿ ಶಿಖರಗಳು. ಕಣಿವೆಗಳ ತುಂಬಾ ಬಣ್ಣಬಣ್ಣದ ಹೂವುಗಳು. ಮಧ್ಯೆ ಮಧ್ಯೆ ಹೆಪ್ಪುಕಟ್ಟಿಕೊಂಡಿರುವ ಹಿಮ ಸರೋವರಗಳು. ೧೧,೫೦೦ ಅಡಿಗಳಿಗಿಂತ ಎತ್ತರದಲ್ಲಿರುವ ಪರ್ವತ ಶ್ರೇಣಿಗಳ ಮೇಲೆಲ್ಲ ಹಿಮದ ಹೊದಿಕೆ. ಚಳಿಗಾಲದಲ್ಲಿ ಹಿಮ ಕವಚಗಳು ಇನ್ನಷ್ಟು ಕೆಳಕ್ಕೆ ಇಳಿದುಬರುತ್ತವೆ. ಬೇಸಿಗೆ ಕಾಲದಲ್ಲಿ ೧೩ ರಿಂದ ೨೧ ಮತ್ತು ಚಳಿಗಾಲದಲ್ಲಿ ೫ ರಿಂದ ೧೩ ಡಿಗ್ರಿ ಸೆಲ್ಸಿಯಸ್ ತಾಪಮಾನ ಇರುತ್ತದೆ.

ಸಿಕ್ಕಿಂನಲ್ಲಿ ಮೂಲವಾಗಿ ನಾಹೊಂಗ್, ಚಾಂಗ್ ಮತ್ತು ಮೊನ್ ಬುಡಕಟ್ಟು ಜನಾಂಗಗಳು ಬಂದು ನೆಲೆನಿಂತವು. ಅನಂತರ ಬಂದ ಲೆಪ್‌ಛಾ ಬುಡಕಟ್ಟು ಜನಾಂಗ ಮೇಲಿನ ಮೂರು ಜನಾಂಗಗಳನ್ನೂ ಹೆಚ್ಚು ಕಡಿಮೆ ಪೂರ್ಣವಾಗಿ ತನ್ನಲ್ಲಿ ಜೀರ್ಣಿಸಿಕೊಂಡಿತ್ತು. ಲೆಪ್‌ಛಾಗಳು ಮೂಲತಃ ಬ್ರಹ್ಮಪುತ್ರದ ದಕ್ಷಿಣಕ್ಕಿರುವ ಮಿಕಿರ್, ಘಾರೋ ಮತ್ತು ಕಾಶಿ ಪರ್ವತಗಳಿಂದ ಬಂದವರೆಂದು ತಿಳಿಯಲಾಗಿದೆ. ಅದಕ್ಕೂ ಮುಂಚೆ ಇವರು ಬರ್ಮಾ, ಟಿಬೆಟ್ ಕಡೆಯಿಂದ ಬಂದವರೆಂದು ಹೇಳಲಾಗುತ್ತದೆ. ಮುಂದೆ ಇಲ್ಲಿಂದ ಕೆಲವರು ನೇಪಾಳ ಕಡೆಗೆ ಹೊರಟರು.

**ಚಿತ್ರ ೫೧ : ಗ್ಯಾಂಗ್‌ಟೋಕ್ ಮಧ್ಯದಲ್ಲಿರುವ ಗಾಂಧೀ ಬಜಾರ್**

ಮೂಲತಃ ಇವರು ನಿಸರ್ಗವನ್ನು ಆರಾಧಿಸುವವರಾಗಿದ್ದರು. ಕ್ರಿ.ಶ. ೧೪೦೦ರಲ್ಲಿ ಲೆಪ್‌ಭಾಗಳು ಟುರ್ವೆ ಪನೋ ಎಂಬವನನ್ನು ತಮ್ಮ ರಾಜನನ್ನಾಗಿ ಆಯ್ಕೆ ಮಾಡಿಕೊಂಡರು. ಆತ ಯುದ್ಧದಲ್ಲಿ ಮಡಿದ ಮೇಲೆ ಮೂವರು ರಾಜರು ಈ ಪ್ರದೇಶವನ್ನು ಆಳಿದ್ದರು. ೧೭ನೇ ಶತಮಾನದಲ್ಲಿ ಟಿಬೆಟ್‌ನಿಂದ ಬಂದ ರೊಂಗ್ ಜನಾಂಗ ಸಿಕ್ಕಿಂ ಜನರನ್ನು ತಮ್ಮ ಸೇವಕರನ್ನಾಗಿ ಮಾಡಿಕೊಂಡರು. ಇವರೆಲ್ಲ ಕೆಂಪು ಟೋಪಿಗಳನ್ನು ಧರಿಸುವವರಾಗಿದ್ದು, ಇವರಿಗೆ ವಿರುದ್ಧವಾಗಿ ಸ್ಥಳೀಯರು ಹಳದಿ ಟೋಪಿಗಳನ್ನು ಧರಿಸುತ್ತಿದ್ದರು. ನಿಸರ್ಗ ಆರಾಧಕರಾದ ಲೆಪ್‌ಭಾಗಳನ್ನು ನಿಧಾನವಾಗಿ ಬೌದ್ಧ ಧರ್ಮದ ಕಡೆಗೆ ತಿರುಗಿಸಿದರು.

೧೭೦೦ರಲ್ಲಿ ನೇಪಾಳದ ಗೂರ್ಖಾಗಳು ಸಿಕ್ಕಿಂ ಮೇಲೆ ಧಾಳಿ ಮಾಡಿ ಕೆಲವು ಪ್ರದೇಶಗಳನ್ನು ವಶಪಡಿಸಿಕೊಂಡರು. ಈ ಪ್ರದೇಶ ಬ್ರಿಟಿಷರ ವಶವಾದ ಮೇಲೆ ಸಿಕ್ಕಿಂ ಭಾರತದೊಂದಿಗೆ ಒಡಂಬಡಿಕೆ ಮಾಡಿಕೊಂಡ ಕಾರಣ ನೇಪಾಳದ ಗೂರ್ಖಾಗಳು ಮತ್ತೆ ಸಿಕ್ಕಿಂ ಮೇಲೆ ಧಾಳಿ ಮಾಡಿದರು. ಅನಂತರ ಬ್ರಿಟಿಷರು ಗೂರ್ಖಾಗಳನ್ನು ಹಿಮ್ಮೆಟ್ಟಿಸಿ ಆ ಪ್ರದೇಶವನ್ನು ವಶಪಡಿಸಿಕೊಂಡಿದ್ದರು. ಇಂದಿನ ಡಾರ್ಜಲಿಂಗ್ ಕೂಡ ಮೊದಲಿಗೆ ಸಿಕ್ಕಿಂನಲ್ಲಿತ್ತು. ೧೯೬೨ರಲ್ಲಿ ಇಂಡಿಯಾ–ಚೀನಾ ಯುದ್ಧ ನಡೆದಾಗ ಸಿಕ್ಕಿಂ ಪ್ರತ್ಯೇಕವಾಗಿತ್ತು. ಆ ಪ್ರದೇಶದ ನಾಥುಲಾ ಪಾಸ್ ಗಡಿಯಲ್ಲಿ ಎರಡೂ ದೇಶಗಳ ಮಧ್ಯೆ ಯುದ್ಧ ನಡೆದು ನಾಥುಲಾ ಪಾಸ್ ರಸ್ತೆಯನ್ನು ೬-೭-೨೦೦೬ರವರೆಗೂ ಮುಚ್ಚಲಾಗಿತ್ತು. ಏಪ್ರಿಲ್ ೧೪, ೧೯೭೫ರಲ್ಲಿ ಸಿಕ್ಕಿಂ ಜನರು ಭಾರತದ ಜೊತೆಗೆ ಸೇರಿಕೊಳ್ಳಬೇಕೆ ಬೇಡವೆ ಎಂದು ಮತ ಚಲಾವಣೆ ಮಾಡಿದಾಗ ಸಿಕ್ಕಿಂ ಜನರು ಭಾರತದೊಂದಿಗಿರಲು ಅನುಮೋದನೆ ನೀಡಿದ್ದರು. ಇದನ್ನು ವಿಶ್ವಸಂಸ್ಥೆ ಮತ್ತು ಇತರ ದೇಶಗಳು ಅನುಮೋದಿಸಿದರೂ ಚೀನಾ ಮಾತ್ರ ಒಪ್ಪಿರಲಿಲ್ಲ. ಸಿಕ್ಕಿಂ ತಮಗೆ ಸೇರಿದ ಪ್ರದೇಶವೆಂದು ಚೀನಾ ಇಂದಿಗೂ ಹೇಳಿಕೊಳ್ಳುತ್ತಿದೆ. ೨೦೦೦ದಲ್ಲಿ ೧೬ನೇ ಕರ್ಮಪಾ ಎಂದು ಬಿಂಬಿಸಲಾಗಿದ್ದ ಆಗಿಯನ್ ಟ್ಲಿನ್‌ಲೆ ಡೋರ್ಜೆ ಟಿಬೆಟ್‌ನಿಂದ ತಲೆಮರೆಸಿಕೊಂಡು ಧರ್ಮಶಾಲಾ ಸೇರಿಕೊಂಡ. ಚೀನಾ ಪ್ರಕಾರ ಇವನೇ ನಿಜವಾದ ಕರ್ಮಪಾ. ಆದರೆ ಭಾರತ ದೇಶದ ನ್ಯಾಮ್‌ಗಿಲ್ ತೀರ್ಪಿನಂತೆ ಬೇರೆ ಇನ್ನೊಂದು ಗುಂಪಿನ ಯುವಕನಿಗೆ ಪಟ್ಟ ನೀಡಲಾಯಿತು. ಇದರಿಂದ ಚೀನಾ ಇನ್ನಷ್ಟು ಮುನಿಸಿಕೊಂಡಿತು. ಕರ್ಮಪಾಗೆ ಗ್ಯಾಂಗ್‌ಟೋಕ್‌ನಲ್ಲಿರುವ ರುಮ್ಟೆಕ್ ಆಶ್ರಮವನ್ನೂ ನಡೆಸುವ ಉಸ್ತುವಾರಿ ಸೇರುತ್ತದೆ. ಕೊನೆಗೂ ಸಿಕ್ಕಿಂ ಭಾರತಕ್ಕೆ ಸೇರಿದ ಪ್ರದೇಶವೆಂದು ಚೀನಾ ೨೦೦೩ರಲ್ಲಿ ಅನುಮೋದಿಸಿತು.

ಪ್ರಸ್ತುತ ಬುಟಿಯಾ ಜನಾಂಗದ ನಾಮ್ಗಿಲ್ ರಾಜ ಮನೆತನ ಸಿಕ್ಕಿಂ ರಾಜ್ಯದ ಧರ್ಮಕರ್ತ ರಾಗಿದ್ದಾರೆ. ೧೯ನೇ ಶತಮಾನದಲ್ಲಿ ಸಿಕ್ಕಿಂ ಆಳುತ್ತಿದ್ದ ಬುಟಿಯಾಗಳು ಯಾವುದೇ ತೊಂದರೆ ಬಂದರೂ ಟಿಬೆಟ್ ಕಡೆಗೆ ನೋಡುತ್ತಿದ್ದರು. ಆದರೆ ಈಗ ಅದು ಚೀನಾ ಪಾಲಾಗಿದೆ, ಸಿಕ್ಕಿಂ ಭಾರತದ ಒಂದು ರಾಜ್ಯವಾಗಿದೆ. ಪ್ರಸ್ತುತ ಸಿಕ್ಕಿಂನಲ್ಲಿ ಲೆಪ್‌ಭಾ, ಬುಟಿಯಾ, ಲಿಂಬಸ್, ಸೆರ್ಪಾ ಮತ್ತು ನೇಪಾಳಿ ಜನಾಂಗಗಳಿದ್ದು ಹೆಚ್ಚು ಕಡಿಮೆ ಎಲ್ಲರೂ ಮಹಾಯಾನ ಬೌದ್ಧ ಧರ್ಮವನ್ನು ಅನುಸರಿಸುತ್ತಿದ್ದಾರೆ. ಇವರ ಜೊತೆಗೆ ದೇಶದ ಇತರ ಭಾಷೆಗಳನ್ನು ಮಾತನಾಡುವ ವ್ಯಾಪಾರಿ ಜನಾಂಗಗಳು, ಬಂಗಾಳಿಗಳು ಮತ್ತು ವಲಸೆ ಬಂದಿರುವ ಬಾಂಗ್ಲಾ ದೇಶೀಯರು ಇದ್ದಾರೆ. ನೇಪಾಳಿ ಇಲ್ಲಿನ ರಾಜ್ಯ ಭಾಷೆ.

ಚಿತ್ರ ೫೨ : ಬೌದ್ಧಾಶ್ರಮಗಳ ಒಳಾವರಣಗಳಲ್ಲಿ ಕಾಣಬರುವ ದೀಪಗಳು

## ಮನೆಮನೆಗೂ ಲೆಪಂಗಾಗಳು

ಇಲ್ಲಿನ ಬೌದ್ಧ ಜನಾಂಗಗಳು ತಮ್ಮ ಕುಟುಂಬದ ೧೬–೧೭ ವರ್ಷ ಆಸುಪಾಸು ವಯಸ್ಸಿನ ಒಬ್ಬ ಯುವಕನನ್ನು ಲೆಪಂಗಾ ಅಥವಾ ಬೌದ್ಧ ಸನ್ಯಾಸಿಯಾಗಲು ಕಳುಹಿಸಿಕೊಡುತ್ತಾರೆ. ಇವರು ಮೂರೂವರೆ ವರ್ಷ ಕಾಲ ನೇಪಾಳದ ಕಡೆಗೆ ತೆರಳಿ ಹಿಮಾಲಯದ ದುರ್ಗಮ ಪ್ರದೇಶಗಳಲ್ಲಿ ನುರಿತ ಸನ್ಯಾಸಿಗಳ ಕೆಳಗೆ ತರಬೇತಿ ಮುಗಿಸಿ ಬರುತ್ತಾರೆ. ಈ ಕಾಲದಲ್ಲಿ ಇವರು ಪೂರ್ಣ ಸಸ್ಯಾಹಾರಿಗಳಾಗಿ ಸೊಪ್ಪು ಸದೆ, ಭಕ್ತರು ನೀಡುವ ಅಲ್ಪಸ್ವಲ್ಪ ದವಸ ಧಾನ್ಯಗಳನ್ನು ತಿಂದು ಗುಹೆಗಳಲ್ಲಿ, ದುರ್ಗಮ ಪ್ರದೇಶಗಳಲ್ಲಿ ತಮ್ಮ ದೇಹಗಳನ್ನು ದಂಡನೆಗೆ ಒಳಪಡಿಸಿಕೊಂಡು ಬೌದ್ಧ ಪದ್ಧತಿಗಳನ್ನು ಅನುಸರಿಸಿ ಮೂರೂವರೆ ವರ್ಷ ಕಾಲ ಕಳೆಯುತ್ತಾರೆ. ಆ ಮೇಲೆ ತಾವು ಬೌದ್ಧ ಸನ್ಯಾಸಿಗಳಾಗಲು ಯೋಗ್ಯರೆಂದು ತೀರ್ಮಾನಿಸಿದ ಮೇಲೆ ಬೌದ್ಧಾಶ್ರಮ ಗಳಿಗೆ ಬಂದು ದೀಕ್ಷೆ ಪಡೆದು ಬೌದ್ಧ ಧರ್ಮದ ಪ್ರಚಾರದಲ್ಲಿ ತೊಡಗಿಕೊಳ್ಳುತ್ತಾರೆ. ಕೆಲವರು ಮಧ್ಯದಲ್ಲಿಯೇ ಬಿಟ್ಟುಬರುವವರೂ ಇರುತ್ತಾರೆ. ಇವರು ಮತ್ತೆ ಮೂರೂವರೆ ವರ್ಷ ಹೋಗಿಬರುತ್ತಾರೆ. ಇವರಿಗೆ ಯಾವುದೇ ಸ್ವಂತ ಮನೆ ಸ್ವತ್ತು ಇರುವುದಿಲ್ಲ. ಬೌದ್ಧರಿಗೆ ಮಾಂಸಾಹಾರ ನಿಷೇಧವಲ್ಲದಿದ್ದರೂ ಬಹಳಷ್ಟು ಜನರು ಸಸ್ಯಾಹಾರಿಗಳು, ಹೆಚ್ಚಾಗಿ ಮಹಿಳೆಯರು. ಬೌದ್ಧರಲ್ಲಿ ಪ್ರಾಣಿಗಳನ್ನು ಸಾಯಿಸಿ ತಿನ್ನುವುದು ನಿಷೇಧ.

## ಕಾಂಚನ್‌ಜೊಂಗಾ ಮತ್ತು ಸಿಕ್ಕಿಂ ನೃತ್ಯ

Khang-chen-dzod-nga: Mother of pearls ಅಥವಾ ಮುತ್ತುಗಳ ತಾಯಿ. ಕಣಿವೆಯ ತುಂಬಾ ಬೌದ್ಧಾಶ್ರಮಗಳು, ಆಧ್ಯಾತ್ಮಿಕ ಆಶ್ರಮಗಳು, ಸ್ತೂಪಗಳು. ಎಲ್ಲೆಲ್ಲೂ ಬೌದ್ಧ ಧರ್ಮದ ಪ್ರಾರ್ಥನೆಗಳಿರುವ ಬಣ್ಣಬಣ್ಣದ ಬಾವುಟಗಳು ಹಾರಾಡುತ್ತಿರುತ್ತವೆ. ಗ್ಯಾಂಗ್‌ಟೋಕ್‌ನ ತಾಷಿ ಗುಡ್ಡದ ಮೇಲೆ ಬೆಳಿಗಿನ ಜಾವ ನಿಂತು ಕಾಂಚನ್‌ಜೊಂಗ್

ಶಿಖರಗಳ ಕಡೆಗೆ ಕಣ್ಣು ಹಾಯಿಸಿದಾಗ ಅರುಣನ ಪ್ರಥಮ ಕಿರಣಗಳು ಚುಂಬಿಸುತ್ತವೆ. ಬಿಳಿ ಶಿಖರಗಳು ನಿಧಾನವಾಗಿ ಬಣ್ಣಗಳ ಓಕುಳಿಯಾಟದಲ್ಲಿ ತೊಡಗಿ ಕೊನೆಗೆ ಇಡೀ ಶಿಖರ ಚಿನ್ನದಿಂದ ಉರಿಯುವಂತೆ ಕಾಣಿಸುತ್ತದೆ. ಇದೊಂದು ಚೇತೋಹಾರಿ ಅನುಭವ. ಎವೆರೆಸ್ಟ್ ೮೮೮೫ ಮೀಟರುಗಳು ಎತ್ತರವಾದರೆ ಕಾಂಚನ್‌ಜೊಂಗಾ ೮೫೮೫ ಮೀಟರುಗಳು ಎತ್ತರ.

ಸಿಕ್ಕಿಂ ಜನರ ಸಂಪ್ರದಾಯಗಳ ಜೊತೆಗೆ ಅನೇಕ ನೃತ್ಯಗಳು ಕೂಡಿವೆ. ಹಾಗೆಯೇ ಕಾಂಚನ್‌ಜೊಂಗಾ ಸಿಕ್ಕಿಂ ಜನರ ಜೀವನದ ಒಂದು ಭಾಗವಲ್ಲದೆ ಸಿಕ್ಕಿಂ ಜನರನ್ನು ಕಾಪಾಡುವ ಸರ್ವ ದೇವತೆಗಳು ತಂಗಿರುವ ಪವಿತ್ರ ಸ್ಥಳವೂ ಆಗಿದೆ. ಡಿಸೆಂಬರ್ ತಿಂಗಳಲ್ಲಿ ನಡೆಯುವ ಕಗೀಯಟ್ ಹಬ್ಬದ ದಿನಗಳಲ್ಲಿ ಕಾಂಚನ್‌ಜೊಂಗಾ ದೇವತೆ ತನ್ನ ಐದು ತಲೆಗಳಿಗೆ (ಐದು ಶಿಖರಗಳು) ಕಿರೀಟ ಮತ್ತು ಜರತಾರಿ ಧರಿಸಿ (ಹಿಮ) ಉಗ್ರರೂಪದೊಂದಿಗೆ ಕಾಣಿಸಿಕೊಳ್ಳುತ್ತಾಳೆ. ಅವಳ ಮುಂದೆ ಮುಖವಾಡ ಧರಿಸಿದ ಬಿಕ್ಕುಗಳು ನಗಾರಿ ಬಾರಿಸುತ್ತ ನೃತ್ಯಮಾಡುತ್ತ ಮೆರವಣಿಗೆ ಬರುತ್ತಾರೆ. ಈ ನೃತ್ಯ ಸಿಕ್ಕಿಂ ಉದ್ದಗಲಕ್ಕೂ ಕಾಂಚನ್‌ಜೊಂಗಾದ ಹಿನ್ನೆಲೆಯಲ್ಲಿ ಎಲ್ಲೆಲ್ಲೂ ಇಡೀ ತಿಂಗಳು ಕಾಲ ಹಬ್ಬವಾಗಿ ನಡೆಯುತ್ತದೆ.

**ಚಿತ್ರ ೫೩ : ರಾಜ್ಯದ ಯಾವುದೇ ಮೂಲೆಗೆ ಹೋದರೂ ಎದ್ದು ಕಾಣಿಸುವ ಕಾಂಚನ್‌ಜೊಂಗಾ ಪರ್ವತ ಶ್ರೇಣಿಗಳು**

ಗ್ಯಾಂಗ್‌ಟೋಕ್ ನಗರ ದೇಶದಲ್ಲಿಯೇ ಒಂದು ಸುಂದರ ಪ್ರವಾಸಿ ತಾಣವಾಗಿದ್ದು ನಗರದ ಸುತ್ತಮುತ್ತಲೂ ಅನೇಕ ರಮಣೀಯ ಸ್ಥಳಗಳಿವೆ. ಚೀನಾ ಗಡಿ ನಾಥುಲಾ ಪಾಸ್ ಮತ್ತು ಕೆಲವು ಸರೋವರಗಳ ಕಡೆಗೆ ಪ್ರವಾಸ ಮಾಡಿಬರಬಹುದು. ಫೆಬ್ರವರಿಯಿಂದ ಮೇ ಮತ್ತು ಸೆಪ್ಟೆಂಬರ್‌ನಿಂದ ಅಕ್ಟೋಬರ್ ತಿಂಗಳು ಒಳ್ಳೆ ಕಾಲ.

## ಬಾಬಾ ಹರಿಭಜನ್ ಸಿಂಗ್

ಚೀನಾದಿಂದ ಭಾರತದ ಈಶಾನ್ಯ ಭಾಗಕ್ಕೆ ಮೊದಲಿಗೆ ವಲಸೆ ಬಂದ ಜನಾಂಗಗಳ ಮತ್ತು ಸ್ಥಳೀಯ ಜನಾಂಗಗಳ ಮಧ್ಯೆ ಘರ್ಷಣೆಗಳು ನಡೆದವು. ಅನಂತರ ಥಾಯ್‌ಲ್ಯಾಂಡ್-ಬರ್ಮಾ ಕಡೆಯಿಂದ ಆಓಂ ಜನರು, ಮುಸ್ಲಿಮರು, ಕೊನೆಗೆ ಬ್ರಿಟಿಷರು ಬಂದರು. ಎರಡನೇ ವಿಶ್ವ ಮಹಾಯುದ್ಧ ಈ ಭಾಗವನ್ನೂ ಮುಟ್ಟಿತ್ತು. ೧೯೬೨ರಲ್ಲಿ ಚೀನಾ-ಇಂಡಿಯಾ ಯುದ್ಧ ನಡೆಯಿತು. ಹೀಗೇ ಈ ಭಾಗ ಒಂದಲ್ಲಾ ಒಂದು ರೀತಿಯಲ್ಲಿ ಅನೇಕ ಘರ್ಷಣೆಗಳ ತವರಾಗಿದೆ. ಈಗ ಬಂಡುಕೋರರ ದಂಗೆಗಳು ನಡೆಯುತ್ತಿವೆ.

ಸಿಕ್ಕಿಂ ರಾಜಧಾನಿ ಗ್ಯಾಂಗ್‌ಟೋಕ್‌ನಿಂದ ೬೫ ಕಿ.ಮೀ. ದೂರದಲ್ಲಿರುವ ನಾಥುಲಾ ಪಾಸ್ ನೋಡಲು ನಾನು ಸಿ. ವೆಂಕಟೇಶ್(ಹಂಪಿ ವಿಶ್ವವಿದ್ಯಾಲಯ) ಮತ್ತು ಸುಭಾಷ್ ಜೊತೆಗೆ ಹೋಗಿದ್ದೆ. ನಾಥುಲಾ ಪಾಸ್ ಹಿಮಾಲಯದಲ್ಲಿ ೧೪,೦೦೦ ಅಡಿ ಎತ್ತರದಲ್ಲಿ ಸಾಗುವ ರಸ್ತೆಯಾಗಿದ್ದು, ಅದು ಚೀನಾ-ಇಂಡಿಯಾ ಗಡಿ ಭಾಗ. ಆ ದಾರಿಯಲ್ಲಿ ಒಂದು ಬಾಬಾ ಮಂದಿರ ಇದೆ ಎಂದು ತಿಳಿದು, ಇಲ್ಲಿ ಯಾವ ಬಾಬಾ ಬಂದು ಸೇರಿಕೊಂಡ ಎಂದು ಹತ್ತಿರ ಹೋಗಿ ನೋಡಿದಾಗ ಅದು ಭಾರತದ ವೀರ ಯೋಧ ಬಾಬಾ ಹರಿಭಜನ್ ಸಿಂಗ್‌ರ ಸಮಾಧಿಯಾಗಿತ್ತು. ಇವರು ಕ್ರಿ.ಶ. ೧೯೪೧ರಲ್ಲಿ ಪಂಜಾಬ್‌ನ ಬತ್ತೆ ಬೈಯಿನಿ ಹಳ್ಳಿಯಲ್ಲಿ ಹುಟ್ಟಿ ೧೯೬೩ರಲ್ಲಿ ಸೈನ್ಯ ಸೇರಿಕೊಂಡಿದ್ದರು. ನಾಥುಲಾ ಪಾಸ್ ಭಾಗದಲ್ಲಿ ಗಡಿ ಕಾಯುತ್ತಿದ್ದ ಈ ಸೈನ್ಯ ಅಧಿಕಾರಿ ೪-೧೦-೧೯೬೮ರಲ್ಲಿ ಸಾವನ್ನಪ್ಪಿದರು. ಆ ವರ್ಷ ಈ ಭಾಗದಲ್ಲಿ ಅತಿ ಹೆಚ್ಚು ಮಳೆಯಾಗಿ ನೆರೆ ಬಂದುದರ ಕಾರಣ ಎಲ್ಲೆಲ್ಲೂ ನೆಲ ಕುಸಿತ/ಹಿಮಪಾತವಾಗಿತ್ತು. ಹರಿಭಜನ್‌ಸಿಂಗ್ ಟೆಕುಲ್‌ದಿಂದ ಡೆಂಗಚುಕಾಗೆ ಮಳೆಯಲ್ಲಿ ಮ್ಯೂಲ್ (ಕತ್ತೆ-ಕುದುರೆ ಮಧ್ಯದ ತಳಿ) ಕಾರವಾನ್ ಜೊತೆ ಹೋಗುತ್ತಿದ್ದಾಗ ದಿಢೀರ್ ಹಿಮಪಾತವಾಗಿ ಅದರ ಕೆಳಗೆ ಸಿಕ್ಕಿಕೊಂಡುಬಿಟ್ಟರು.

**ಚಿತ್ರ ೫೪ : ಬಾಬಾ ಹರಿಭಜನ್ ಸಿಂಗ್ ಸ್ಮಾರಕ**

ಐದು ದಿನಗಳ ನಂತರ ಹರಿಭಜನ್ ಸಿಂಗ್ ತನ್ನ ಗೆಳೆಯ ಪ್ರೀತಮ್ ಸಿಂಗ್‌ರ ಕನಸಿನಲ್ಲಿ ಬಂದು ತಾನು ಸಾವನ್ನಪ್ಪಿದ ವಿಷಯ ತಿಳಿಸಿ ಐಸ್ ಗುಡ್ಡದ ಕೆಳಗೆ ತನ್ನ ದೇಹ ಸಿಕ್ಕಿಕೊಂಡಿದ್ದು ಆ ಸ್ಥಳದಲ್ಲಿ ಸಮಾಧಿ ಕಟ್ಟಬೇಕೆಂದು ಹೇಳಿಕೊಂಡರಂತೆ. ಪ್ರೀತಮ್ ಸಿಂಗ್ ಅದೊಂದು ಮಾಮೂಲಿ ಕನಸೆಂದು ಸುಮ್ಮನಾದರು. ಆದರೆ ಹರಿಭಜನ್ ಸಿಂಗ್ ತಿಳಿಸಿದ ಸ್ಥಳದಲ್ಲಿ ಆತನ ದೇಹ ಸಿಕ್ಕಿದ ಮೇಲೆ ಕಪುಕ್ ಕಣಿವೆಯ ಭೂಕ್ಯ ಭೂ ಎಂಬ ಸ್ಥಳದಲ್ಲಿ ೧೩,೧೨೩ ಅಡಿಗಳ ಎತ್ತರದಲ್ಲಿ ಹರಿಭಜನ್ ಸಿಂಗ್‌ರ ಸ್ಮಾರಕವನ್ನು ಕಟ್ಟಲಾಯಿತು.

ಇಲ್ಲಿನ ಸೈನಿಕರ ಮಧ್ಯೆ ಪ್ರಚಲಿತವಾಗಿರುವಂತೆ ಬಾಬಾ ತುಂಬಾ ಕಟ್ಟುನಿಟ್ಟಿನ ಮತ್ತು ಶಿಸ್ತಿನ ಸಿಪಾಯಿ. ತಪ್ಪು ಮಾಡುವವರನ್ನು ಸುಮ್ಮನೆ ಬಿಡುತ್ತಿರಲಿಲ್ಲ. ಬಾಬಾ ಬದುಕಿದ್ದಾಗ ಇರುತ್ತಿದ್ದ ಬಂಕರ್‌ನಲ್ಲಿ ಇಂದಿಗೂ ಪ್ರತಿ ರಾತ್ರಿ ಕ್ಯಾಂಪ್ ಹಾಸಿಗೆ ಇಡಲಾಗುವುದು. ಆತನ ಯೂನಿಫಾರ್ಮ್ ಇಸ್ತ್ರಿ ಮಾಡಿ, ಬೂಟುಗಳನ್ನು ಸಹ ಪಾಲೀಷ್ ಮಾಡಿ ಇಡಲಾಗುವುದು. ಮರು ದಿನ ಬೆಳಿಗ್ಗೆ ಹಾಸಿಗೆ ಮೇಲೆ ಹೊರಳಾಡಿದ ಕುರುಹುಗಳು ಕಾಣಿಸುತ್ತವಂತೆ! ಬೂಟುಗಳು ಮಣ್ಣಿನಿಂದ ಒದ್ದೆಯಾಗಿರುತ್ತವಂತೆ ! ಮೇಜರ್ ಹರಿಭಜನ್ ಸಿಂಗ್ ವರ್ಷಕ್ಕೆ ಒಮ್ಮೆ ರಜಾ ಮೇಲೆ ತಮ್ಮ ಊರಿಗೆ ಹೋಗಿ ಬರುತ್ತಾರೆ. ೧೯೬೨ರಲ್ಲಿ ಇಂಡಿಯಾ–ಚೀನಾ ಯುದ್ಧ ನಡೆದಾಗ ೩ ದಿನಗಳ ಮುಂಚೆಯೇ ಬಾಬಾ ಭಾರತೀಯ ಯೋಧರಿಗೆ ಎಚ್ಚರಿಕೆ ನೀಡಿದ್ದರು ಎನ್ನುತ್ತಾರೆ. ನಾಥುಲಾದಲ್ಲಿ ನಡೆಯುವ ಇಂಡಿಯಾ–ಚೀನಾ ಬಾವುಟ ಹಾರಿಸುವ ದಿನ ಬಾಬಾಗಾಗಿ ಒಂದು ಕುರ್ಚಿಯನ್ನು ಹಾಕಲಾಗುತ್ತದೆ. ಪ್ರತಿ ವರ್ಷ ೧೪ ಸೆಪ್ಟೆಂಬರ್, ಜೀಪು ಬಾಬಾರ ಸಾಮಾನುಗಳನ್ನು ಹೊತ್ತುಕೊಂಡು ಹತ್ತಿರದ ನ್ಯೂ ಜಲ್‌ಪಾಯ್‌ಗುರಿ ನಿಲ್ದಾಣಕ್ಕೆ ಹೋಗಿ ಬರುತ್ತದೆ. ಅಲ್ಲಿಂದ ಆತನ ಸಾಮಾನುಗಳನ್ನು ಬಾಬಾ ಊರಾದ ಪಂಜಾಬ್‌ನ ಕಪೂರ್‌ತಲಾ ಜಿಲ್ಲೆಯಲ್ಲಿರುವ ಕುಕು ಹಳ್ಳಿಗೆ ಕಳುಹಿಸಲಾಗುವುದು. ಸಣ್ಣ ಮೊತ್ತದ ಹಣವನ್ನು ಬಾಬಾ ತಾಯಿಯ ಹೆಸರಿಗೆ ಇಂದಿಗೂ ಕಳುಹಿಸಿಲಾಗುತ್ತಿದೆ.

ನಾಥುಲಾ ಪಾಸ್‌ನಲ್ಲಿ ಗಡಿ ಕಾಯುವ ಯೋಧರು ಹೇಳುವುದೆಂದರೆ ೪೦ ವರ್ಷಗಳ ಹಿಂದೆ ಪ್ರಾಣ ಕಳೆದುಕೊಂಡ ಬಾಬಾ ಇಂದಿಗೂ ಇಲ್ಲಿ ತನ್ನ ಕಾರ್ಯ ನಿರ್ವಹಿಸುತ್ತಿದ್ದಾರೆ ಎನ್ನುವುದು. ಚೀನಾ ಯೋಧರು ಕೂಡ ರಾತ್ರಿ ಹೊತ್ತು ಗಡಿಯ ಉದ್ದಕ್ಕೂ ಎತ್ತರದ ಪರ್ವತಗಳ ಮೇಲೆ ಬಾಬಾ ಕುದುರೆಯ ಮೇಲೆ ಕುಳಿತು ಗಡಿ ಕಾಯುವುದನ್ನು ನೋಡಿದ್ದಾರೆ ಎನ್ನಲಾಗಿದೆ. ಇಲ್ಲಿನ ಕಪುಪ್ ಕಣಿವೆಯಲ್ಲಿ ಬಾಬಾ ಸಮಾಧಿ ಅಥವಾ ಮಂದಿರ ಭಾರತದ ಮೂಲೆಮೂಲೆಯಿಂದಲೂ ಪ್ರವಾಸಿಗರನ್ನು ಸೆಳೆಯುತ್ತಿದೆ. ನಾಥುಲಾ ಪಾಸ್ ದಾರಿಯಲ್ಲಿ ಬರುವ ಮೆನ್‌ಮೊಯಿಚು ಸರೋವರ, ಟ್ಸೊಂಮ್ಗೊ ಸರೋವರ ಮತ್ತು ನಾಥುಲಾ ಪಾಸ್ ನೋಡಲು ಬರುವ ಪ್ರವಾಸಿಗರು ಬಾಬಾ ಮಂದಿರವನ್ನು ನೋಡಿಯೇ ಬರುತ್ತಾರೆ. ಇತ್ತೀಚೆಗೆ ಬಾಬಾ ಮಂದಿರ ಪ್ರವಾಸ ಕೇಂದ್ರವಾಗಿ ಪರಿವರ್ತನೆಗೊಂಡಿದೆ.

ನಾಥುಲಾ ಸುತ್ತಮುತ್ತಲೂ ಸಂಭವಿಸುವ ಅನಾಹುತಗಳನ್ನು ಬಾಬಾ ಯಾವುದೊ ಒಂದು ರೀತಿಯಲ್ಲಿ ಸೈನಿಕರಿಗೆ ತಿಳಿಸುತ್ತಾರೆ ಎನ್ನುವ ನಂಬಿಕೆ ಇದೆ. ಹಾಗೆಯೇ ಬಾಬಾ ಮಂದಿರದವರೆಗೂ ಬಂದು ಆತನಿಗೆ ನಮಿಸದೆ ಹೋದಲ್ಲಿ ತೊಂದರೆ ಅನುಭವಿಸಲೂ ಬಹುದು ಎನ್ನುವ ಪ್ರತೀತಿಯೂ ಹುಟ್ಟಿಕೊಂಡಿದೆ. ಇದೇ ಭಯದಿಂದ ನಾವು ಮೂವರು ಬಾಬಾ ಮಂದಿರದಲ್ಲಿ ನಮಿಸಿ ಮುಂದಕ್ಕೆ ಹೋಗಿದ್ದೆವು.

# ಅಧ್ಯಾಯ ೧೬

# ಮಿಜೋರಾಂ

ಕ್ರಿ. ಪೂ. ೨೧೦ರಲ್ಲಿ ಚೀನಾದಲ್ಲಿ ಚಿನ್ ರಾಜರು, ನೂರಾರು ಸಣ್ಣಪುಟ್ಟ ರಾಜರ ಕೋಟೆ ಕೊತ್ತಲಗಳನ್ನು ಕೆಡವಿ ಅವನ್ನೆಲ್ಲ ಒಂದೇ ಆಡಳಿತದೊಳಗೆ ತರುವ ವೇಳೆಯಲ್ಲಿ ಚೀನಾದಲ್ಲಿ ಅನೇಕ ಬಂಡಾಯಗಳು ಕಾಣಿಸಿಕೊಂಡವು. ಆಗ ಅನೇಕ ಜನಾಂಗಗಳು ಚೀನಾದಿಂದ ಹೊರಗಡೆಗೆ ವಲಸೆ ಹೊರಟವು. ಆಗ ಹೊರಬಿದ್ದ ವಲಸಿಗರ ಹಲವು ಗುಂಪುಗಳಲ್ಲಿ ಒಂದು ಗುಂಪು ಇಂದಿನ ಮಿಜೋಗಳು ಎನ್ನಲಾಗಿದೆ. ಅವರು ಚೀನಾದಿಂದ ಬರ್ಮಾ ಮೂಲಕ ಈಶಾನ್ಯ ಭಾರತ ತಲುಪಿದರು. ಆಗ ಅಲ್ಲಿನ ಮೂಲ ಜನಾಂಗಗಳ ಜೊತೆಗೆ ಹೋರಾಡಿ ಮುಂದೆ ಸಾಗಬೇಕಾಯಿತು. ಆಗಾಗ್ಗೆ ಅನೇಕ ಕಡೆ ತಮ್ಮ ಕ್ಯಾಂಪುಗಳನ್ನು ಬದಲಾಯಿಸ ಬೇಕಾಯಿತು. ಶಾನ್ ಜನಾಂಗಗಳ ಜನರು ಆಗಲೇ (೫ನೇ ಶತಮಾನದಲ್ಲಿ) ಇಲ್ಲೆಲ್ಲ ನೆಲೆಯೂರಿದ್ದರು. ಈ ಎರಡೂ ಜನಾಂಗಗಳ ನಡುವೆ ಹೋರಾಟಗಳು ನಡೆದು ಕೊನೆಗೆ ಎರಡೂ ಜನಾಂಗಗಳು ಕಾಲಾಂತರದಲ್ಲಿ ಒಂದರೊಳಗೊಂದು ಲೀನವಾಗಿಹೋದವು. ಅದೇ ಕಾಲದಲ್ಲಿ ಕಬವ್ ಕಣಿವೆಯಲ್ಲೂ ಮಿಜೋ ಮತ್ತು ಬರ್ಮೀಯರ ನಡುವಿನ ನಾಗರಿಕತೆ ಏಕೀಕರಣಗೊಂಡಿತ್ತು. ಅಲ್ಲಿಂದ ಅದು ಕಮಪನ್ ಕಣಿವೆಗೆ ವರ್ಗಗೊಂಡಿತು (ಬರ್ಮಾ). ಇಲ್ಲಿ ಮಿಜೋಗಳ ಸ್ವಂತ ನಾಗರಿಕತೆ ಬೆಳೆದು 'ನಾನ್‌ಯೂರ್' ಎಂಬ ನಗರದ ಮಧ್ಯದಲ್ಲಿ ಆಲದ ಮರ ನೆಟ್ಟು ಆ ಸ್ಥಳವನ್ನು ಬಿಟ್ಟು ಇಂದಿನ ಮಿಜೋರಾಂ ಕಡೆಗೆ ಬಂದರು ಎನ್ನಲಾಗಿದೆ.

*        *        *

ಇನ್ನೊಂದು ಮೂಲದಂತೆ ಚೀನಾದ ಯಾಲುಂಗ್ ನದಿಯ ಶಿನ್‌ಲುಂಗ್ ಕಣಿವೆಗಳಿಂದ ವಲಸೆ ಬಂದ ಮಂಗೋಲಾಯ್ಡ್ ಜನಾಂಗಗಳು ಮೊದಲಿಗೆ ಶಾನ್ ಪ್ರದೇಶ (ಬರ್ಮಾ) ತಲುಪಿದವು. ಅನಂತರ ಕಬವ್ ಕಣಿವೆ, ಅಲ್ಲಿಂದ ಬಾಮುಟ್ ಮತ್ತೆ ಅಲ್ಲಿಂದ ಚಿನ್ ಪರ್ವತಗಳಿಗೆ ತಲುಪಿದರು (ಮಿಜೋ ಪರ್ವತಗಳು) ಎನ್ನಲಾಗಿದೆ. ೧೪ನೇ ಶತಮಾನದಲ್ಲಿ ಇಲ್ಲಿಗೆ ಬಂದ ಮಿಜೋಗಳು ಚಿನ್ ಪರ್ವತಗಳಲ್ಲಿ ತಮ್ಮ ಕನಸುಗಳನ್ನು ನೆಲೆಗೊಳಿಸಿಕೊಂಡು ಕಬವ್‌ನಂತೆಯೇ ಇಲ್ಲಿಯೂ ಹಳ್ಳಿಗಳನ್ನು ಕಟ್ಟಿ ಸಿಪಾಯ್, ಸಾಯಿಯುಮ್ಸ್ ಮತ್ತು ಬೊಚುಂಗ್ ಎಂದು ಕರೆದರು. ಕೊನೆಕೊನೆಗೆ ಇಲ್ಲಿಗೆ ಬಂದು ಇವರನ್ನು ಸೇರಿಕೊಂಡವ ರೆಂದರೆ ಕುಕಿಸ್, ನ್ಯೂ ಕುಕ್ಕಿಸ್ ಮತ್ತು ಲುಶಿಯಾಶ್ ಜನಾಂಗಗಳು. ೧೮ ಮತ್ತು ೧೯ನೇ ಶತಮಾನಗಳಲ್ಲಿ ಮಿಜೋರಾಂ ಪರ್ವತಗಳು ಬ್ರಿಟಿಷ್ ಇಂಡಿಯಾ ಆಡಳಿತದೊಳಗೆ ಬಂದವು. ಐಜ್‌ವಾಲ್ ಅದರ ರಾಜಧಾನಿ. ಈ ಪ್ರದೇಶವನ್ನು ೧೯೧೯ರಲ್ಲಿ ಅಸ್ಸಾಂ ಆಡಳಿತದ ಕೆಳಗೆ ಸೇರಿಸಲಾಯಿತು. ಚಿನ್ ಪರ್ವತಗಳು ಈಶಾನ್ಯದ ನೀಲಿ ಪರ್ವತಗಳೆಂದೇ ಖ್ಯಾತಿ.

೧೯೬೧ರಲ್ಲಿ ಲಾಲ್‌ಡಂಗ್ ಪ್ರತ್ಯೇಕ ದೇಶಕ್ಕಾಗಿ ಹೋರಾಡಲು ಮಿಜೋ ನ್ಯಾಷನಲ್ ಫ್ರಂಟ್ (ಎಮ್‌ಎನ್‌ಎಫ್) ಕಟ್ಟಿದರು. ೧೯೬೬ರಲ್ಲಿ ಅದು ದೊಡ್ಡ ಆಂದೋಲನವಾಗಿ ಮಿಜೋ ಪಟ್ಟಣಗಳಲ್ಲಿ ನೂರಾರು ಜನರನ್ನು ಆಹುತಿ ತೆಗೆದುಕೊಂಡಿತು. ಭಾರತ ಸರಕಾರ ಆಗ ಐಜ್‌ವಾಲ್ ಮೇಲೆ ಬಾಂಬ್‌ಗಳನ್ನು ಸಿಡಿಸಬೇಕಾಯಿತು. ಭಾರತ ತನ್ನದೇ ಜನರ

**ಚಿತ್ರ ೫೫ : ಮಿಜೋರಾಂ ರಾಜಧಾನಿ ಐಜ್‌ವಾಲ್ ನಗರ**

ಮೇಲೆ ಅದೇ ಮೊದಲ ಬಾರಿಗೆ ಈ ರೀತಿಯಾಗಿ ನಡೆದುಕೊಂಡಿತ್ತು. ೧೯೬೭ರಲ್ಲಿ ಮತ್ತೆ ಆಂದೋಲನ ಶುರುವಾಗಿ ೧೯೭೦ರಲ್ಲಿ ಆಂದೋಲನಕಾರರು ಶ್ರೀಮತಿ ಇಂದಿರಾ ಗಾಂಧಿಯವರನ್ನು ಭೇಟಿ ಮಾಡಿ ಚರ್ಚಿಸಿದರು. ಸರಕಾರ ಆ ಪ್ರದೇಶವನ್ನು ಯೂನಿಯನ್ ಟೆರಿಟೊರಿ ಮಾಡುವುದಾಗಿ ಹೇಳಿತು. ಅನಂತರ ಅವರು ಮಿಜೋರಾಂಅನ್ನು ಪ್ರತ್ಯೇಕ ರಾಜ್ಯವನ್ನಾಗಿ ಮಾಡಬೇಕೆಂದು ಒತ್ತಾಯ ತಂದರು. ೧೯೭೨ರಲ್ಲಿ ಮಿಜೋರಾಂ ಪ್ರದೇಶವನ್ನು ಯೂನಿಯನ್ ಟೆರಿಟೊರಿ ಆಗಿ ಘೋಷಿಸಲಾಯಿತು. ಅದೇ ಕಾಲಕ್ಕೆ ಪಕ್ಕದಲ್ಲಿದ್ದ ಪೂರ್ವ ಪಾಕಿಸ್ತಾನ (ಬಾಂಗ್ಲಾ ದೇಶ) ಪಾಕಿಸ್ತಾನದಿಂದ ಪ್ರತ್ಯೇಕಗೊಂಡು ಸ್ವತಂತ್ರ ದೇಶವಾಯಿತು.

೧೯೮೬ರಲ್ಲಿ ಅಂದಿನ ಪ್ರಧಾನಿ ರಾಜೀವ್ ಗಾಂಧಿ ಹಾಗೂ ಮಿಜೋ ನ್ಯಾಷನಲ್ ಫ್ರಂಟಿನ ಮುಖ್ಯಸ್ಥ ಲಾಲ್‌ಡಂಗ್ ನಡುವೆ ಮಾತುಕತೆ ನಡೆದು ಮಿಜೋ ಪರ್ವತಗಳನ್ನು ಹೊಸ ರಾಜ್ಯವನ್ನಾಗಿ ಮಾಡುವುದಾಗಿ ಸರಕಾರ ಕೊಟ್ಟ ಆಶ್ವಾಸನದ ಮೇರೆಗೆ ಹತ್ತಾರು ವರ್ಷಗಳಿಂದ ನಡೆಯುತ್ತಿದ್ದ ಹೋರಾಟ ಅಂತ್ಯಗೊಂಡಿತು. ಆಗ ೬೧೪ ಬಂಡುಕೋರರು ಶರಣಾಗಿ ೨೦-೦೨-೧೯೮೭ರಂದು ಮಿಜೋರಾಂ ಹೊಸ ರಾಜ್ಯವಾಗಿ ಉದಯವಾಯಿತು. ಈಶಾನ್ಯದ ಎಲ್ಲಾ ರಾಜ್ಯಗಳಂತೆ ಬಂಡುಕೋರರಿಂದ ನರಳುತ್ತಿದ್ದ ಮಿಜೋ ಪರ್ವತಗಳು ಇಂದು ನೆಮ್ಮದಿಯಾಗಿ ಉಸಿರಾಡುತ್ತಿವೆ.

೧೯೫೯ರಲ್ಲಿ ಈ ಪ್ರದೇಶದಲ್ಲಿ ಭೀಕರ ಕ್ಷಾಮ ಕಾಣಿಸಿಕೊಂಡಿತು. ಶತಮಾನಕ್ಕೆ ಒಮ್ಮೆ ಹೂವು ಬಿಡುವ ಹೇರಳ ಕಾಡು ಬಿದಿರು ಹೂವು ಬಿಟ್ಟು ಪರ್ವತಗಳ ತುಂಬಾ ಇಲಿಗಳು ಕಾಣಿಸಿಕೊಂಡವು. ಬಿದಿರು ಬೀಜಗಳ ಕಾಲ ಮುಗಿದ ಮೇಲೆ ಇಲಿಗಳು ಹಳ್ಳಿಗಳಿಗೆ ನುಗ್ಗಿ ದವಸ ಧಾನ್ಯಗಳನ್ನು ತಿಂದು ಹಾಕಿದವು. ಗದ್ದೆ ತೋಟಗಳನ್ನು ಪೂರ್ಣವಾಗಿ ನಾಶ ಮಾಡಿದವು. ಜನರು ಹಳ್ಳಿಗಳನ್ನು ತೊರೆದು ಹೊರಡಬೇಕಾಯಿತು. ಉಳಿದ ಜನ ಗೆಡ್ಡೆ ಗೆಣಸು ಸೊಪ್ಪು ಸದೆಯನ್ನು ತಿಂದು ಪ್ರಾಣ ಉಳಿಸಿಕೊಳ್ಳುವಂತಹ ಪರಿಸ್ಥಿತಿ ಉಂಟಾಗಿ ಸಾವಿರಾರು ಜನರು ಆಹಾರವಿಲ್ಲದೆ ಪ್ರಾಣ ಕಳೆದುಕೊಂಡರು. ಭಾರತ ಸರಕಾರ ಮತ್ತು ಹಲವು ಸಂಘ ಸಂಸ್ಥೆಗಳು ಕತ್ತೆ ಕುದುರೆಗಳ ಮೇಲೆ ದವಸ ಧಾನ್ಯಗಳನ್ನು ಹೇರಿಕೊಂಡು ಹೋಗಿ ಪರ್ವತಗಳ ಮೇಲಿದ್ದ ಸಾವಿರಾರು ಹಳ್ಳಿಗರನ್ನು ಉಳಿಸುವಲ್ಲಿ ಸಫಲವಾಗಿದ್ದವು.

**ಚಿತ್ರ ೫೬ : ಟೇರೇಸ್ ಅಥವಾ ಜಗಲಿ ಕೃಷಿ**

## ಅಧ್ಯಾಯ ೧೭

# ಓಡಾಟದ ನಡುವೆ ಒಂದು ಕನಸು

ಇದು ನನ್ನ ಒಬ್ಬನ ಸಮಸ್ಯೆಯೋ ಅಥವಾ ನನ್ನಂತಹ ಅಲೆಮಾರಿಗಳ ಸಮಸ್ಯೆಯೋ ತಿಳಿಯದು. ಈ ಅಲೆಮಾರಿ ವಿಭಾಗ ಜಿಎಸ್ಐ (ಜಿಯಲಾಜಿಕಲ್ ಸರ್ವೇ ಆಫ್ ಇಂಡಿಯಾ) ಸೇರಿ ೨೫ ವರ್ಷಗಳೇ ಸಂದಿವೆ. ತ್ರೇತಾಯುಗದ ಶ್ರೀರಾಮನು ೧೪ ವರ್ಷ ವನವಾಸ ಮುಗಿಸಿ ಅಯೋಧ್ಯೆಗೆ ಹಿಂದಿರುಗಿ ಬಂದು ಕೈತೊಳೆದುಕೊಳ್ಳುತ್ತಿದ್ದಾಗ ನಮ್ಮ ಪೀಳಿಗೆಯ ಭೂವಿಜ್ಞಾನಿಯೊಬ್ಬ ರಾಮನ ಕೈ ಕೆಳಗೆ ಕೈಇಟ್ಟುಬಿಟ್ಟನಂತೆ. ಆ ನೀರು ಅವನ ಕೈ ಮೇಲೆ ಬಿದ್ದುದರಿಂದ ನಮ್ಮ ಭೂವಿಜ್ಞಾನಿಗಳ ವನವಾಸ ಪ್ರಾರಂಭವಾಗಿಬಿಟ್ಟಿತು. ಆ ಕತೆಯಿರಲಿ, ಈ ೨೫ ವರ್ಷಗಳಲ್ಲಿ ೩೬೫ ದಿನಗಳು, ಅಲ್ಲ ರಾತ್ರಿಗಳು ಎಲ್ಲೆಲ್ಲಿ ಮಲಗಿದ್ದೆನೋ ಒಂದೊಂದಾಗಿ ನೆನೆದುಕೊಂಡರೆ ಕೆಲವು ರಾತ್ರಿಗಳಾದರೂ ಮೈಜುಮ್ಮೆನ್ನಿಸುತ್ತವೆ ಅಥವಾ ಅಬ್ಬಾ, ಅಬ್ಬಬ್ಬಾ! ಎನಿಸುತ್ತವೆ. ನನಗೊಂದು ಕೆಟ್ಟ ಚಾಳಿ ಇದೆ. ಅದೇನೆಂದರೆ ನಾನು ಎಲ್ಲೇ ಮಲಗಲಿ ಮೊದಲ ರಾತ್ರಿ, ಬಹಳ ಹೊತ್ತಿನವರೆಗೂ ನಿದ್ದೆ ನನ್ನ ಹತ್ತಿರಕ್ಕೆ ಸುಳಿಯುವುದೇ ಇಲ್ಲ. ಯಾವುದೋ ಜಾವದಲ್ಲಿ ನಿದ್ದೆ ಬಂದರೂ... ಹಿತ್ತಲಲ್ಲಿ ಸುಳಿಯುತ್ತಿದ್ದ ಕನಸುಗಳು ನುಸುಳಿಕೊಂಡು ಬಂದು ತಲೆಯ ಹತ್ತಿರ ಕುಳಿತುಬಿಡುತ್ತವೆ. ಯಾವುದೋ ಒಂದು ಹೊತ್ತಿಗೆ ಅವು ಮಾಡುವ ಕೀಟಲೆಗಳಿಂದ ಅರೆ ಪ್ರಜ್ಞಾವಸ್ಥೆಯಲ್ಲಿರುವ ನನ್ನ ಸ್ಮೃತಿಪಟಲದ ಮೇಲೆ ಅವು ದಾಳಿ ಮಾಡುತ್ತಿದ್ದಾಗ ಅರೆ ಎಚ್ಚರ, ಅರೆ ನಿದ್ದೆಯಲ್ಲಿ ನಾನು ತೊಳಲಾಡಲು ಪ್ರಾರಂಭಿಸುತ್ತೇನೆ. ಅಂತೂ ನನಗೆ ಅದು ಹಗಲೋ-ರಾತ್ರಿಯೋ, ಕತ್ತಲೋ-ಬೆಳಕೋ, ಆಕಾಶವೋ-ಭೂಮಿಯೋ, ಮನೆಯೋ-ಅತಿಥಿಗೃಹವೋ-ಬಯಲೊ ಟೆಂಟೋ, ಎಲ್ಲಿ ಮಲಗಿದ್ದೀನೋ ಒಂದೂ ಗೊತ್ತಾಗುವುದಿಲ್ಲ.

ಯಾವ ಲೋಕದ ಧ್ವನಿಗಳೋ, ಮನುಷ್ಯರೋ-ಪ್ರಾಣಿಗಳೋ, ಎಲ್ಲೋ ನೇತಾಡುತ್ತಿರುತ್ತೇನೆ. ಇಂತಹ ಸಮಯದಲ್ಲಿ ನನ್ನ ಕಣ್ಣುಗಳ ಮುಂದೆ ವಿಚಿತ್ರ ಲೋಕಗಳು ತೆರೆದುಕೊಳ್ಳುತ್ತವೆ. ನನ್ನ ಬೆನ್ನಿನ ಹಿಂದೆ ನಿಧಾನವಾಗಿ ದೃಢವಾದ ಎರಡು ರೆಕ್ಕೆಗಳು ಮೂಡುತ್ತವೆ. ತಲೆಯಲ್ಲಿ ಹಕ್ಕಿಗಳಿಗೆ ಅಥವಾ ವಿಮಾನಗಳಿಗೆ ಇರುವಂತಹ ಒಂದು ಜುಟ್ಟು, ಹಿಂದೆ ಒಂದು ಬಾಲ ಸರಾಗವಾಗಿ ಹೊರಹೊಮ್ಮಿ ಕೆಲವೇ ಕ್ಷಣಗಳಲ್ಲಿ ಗಾಳಿಯನ್ನು ಸೀಳಿಕೊಂಡು ಹಾರಿಹೋಗಲು ಸಜ್ಜಾಗಿಬಿಡುತ್ತವೆ. ಇನ್ನೇನು ಬೆಟ್ಟ-ಗುಡ್ಡ, ಕಾಡು-ಕಣಿವೆ ಎಲ್ಲದರ ಮೇಲೆ ತೇಲಾಡುತ್ತ ಹಕ್ಕಿಯಂತೆ ಹಾರುತ್ತ ಹೋಗುತ್ತೇನೆ. ಮಧ್ಯೆಮಧ್ಯೆ ಮಿದುಳಿನ ಒಳಗಿನಿಂದ ಏನೋ ಅಡಚಣೆಯ ತರಂಗಗಳು ಅಡ್ಡಿಪಡಿಸುತ್ತಿರುವಂತೆ ತೋರುತ್ತವೆ. ಹಾರಾಡಲು ಆಗದಂತೆ ತಡೆಯುತ್ತಿರುತ್ತವೆ. ಆದರೂ ಆಕಾಶದ ಕೆಳಗೆ ಭೂಮಿಯ ಮೇಲೆ ಹಾರುತ್ತಿರುವ ಹಕ್ಕಿಯಂತೆ, ಬೀಸುವ ಗಾಳಿಗೆ ಆ ಕಡೆ ಈ ಕಡೆ ವಿಮಾನದಂತೆ ವಾಲಾಡುತ್ತ ಗಾಳಿಯಲ್ಲಿ ಸಮತೋಲನೆಯನ್ನು ಕಾಪಾಡಿಕೊಳ್ಳುತ್ತ ಸಾಗುತ್ತೇನೆ. ತಲೆ ಮೇಲಿರುವ ಜುಟ್ಟು, ಬೆನ್ನಿನ ಮೇಲಿರುವ ರೆಕ್ಕೆಗಳು, ಎಲ್ಲದರ ಹಿಂದೆ ಇರುವ ಜೀವವಿಕಾಸದ ಕೊಂಡಿ, ಬಾಲ ಹಿಂದೆಯೇ ಹಾರಿ ಬರುತ್ತಿರುತ್ತದೆ. ಈ ಕೊಂಡಿಯಲ್ಲಿ ಸಾವಿರಾರು ವರ್ಷಗಳ ವೈಜ್ಞಾನಿಕ ಆಲೋಚನೆಗಳ ಕಾಂಪ್ಯಾಕ್ಟ್ ಡಿಸ್ಕ್

ಸೇರಿಕೊಂಡಿರಬೇಕು. ಕೆಲವೊಮ್ಮೆ ಈ ಬಾಲ ಹಿಂದೆಯೇ ಇದೆಯೊ ಇಲ್ಲ ಕಡಿದು ಬಿದ್ದಿದೆಯೊ ಎಂಬ ಆತಂಕ ಹುಟ್ಟುತ್ತದೆ. ಪಾಪ, ಬಾಲಕ್ಕೂ ಅದೇ ರೀತಿಯ ಆತಂಕ ಇರಲೇಬೇಕು?

ಈ ನಡುವೆ ದಿಂಬಿನ ಮೇಲಿರುವ ತಲೆಯಲ್ಲಿ ಕಣ್ಣು ಮುಚ್ಚಿಕೊಂಡಿದ್ದರೂ ಯಾವುದೋ ಲೋಕಗಳು ತೆರೆದುಕೊಳ್ಳುತ್ತವೆ. ಪ್ರಜ್ಞೆಯಲ್ಲಿರುವಾಗ ಕೆಲವರು 'ನಿಮಗೆ ನಿದ್ದೆಯಲ್ಲಿ ಬರುವ ಕನಸುಗಳು ಬ್ಲಾಕ್ ಆಂಡ್ ವೈಟೋ, ಕಲರೋ?' ಎಂದು ಕೇಳುತ್ತಾರೆ. ಆದರೆ ನನಗೆ ಮಾತ್ರ ಭೂಮಿಯ ಮೇಲಿರುವ ಅಸಲಿ ಬಣ್ಣಗಳು ಕನಸುಗಳಲ್ಲಿ ಕಾಣಿಸಿಕೊಳ್ಳುತ್ತವೆ. ಬಹಳಷ್ಟು ಪ್ರಾಣಿಗಳಿಗೆ ಎಲ್ಲವೂ ಕಪ್ಪು ಬಿಳುಪಾಗಿ ಕಾಣಿಸುತ್ತದೆ ಎನ್ನುತ್ತಾರೆ ಕೆಲವರು. ಹಾಗಾದರೆ ಗೂಳಿ, ಸೀರೆ ಉಟ್ಟುಕೊಂಡಿರುವ ಮಹಿಳೆಯರನ್ನು ಮಾತ್ರ ಓಡಿಸಿಕೊಂಡು ಹೋಗುವುದು ಏಕೆ? ವಿಷಯ ಬದಲಿಸುವುದು ಸರಿಯಲ್ಲ ಎನ್ನುತ್ತೀದ್ದೀರಿ ತಾನೇ? ಇಂತಹ ಹೊತ್ತಿನಲ್ಲಿ ಕೆಲವು ವಿಚಿತ್ರ ಲೋಕಗಳು ತೆರೆದುಕೊಳ್ಳುತ್ತವೆ. ಅವು ಯಾವ ಕಾಲಕ್ಕೆ ಸೇರಿದವೊ ಗೊತ್ತಾಗುವುದಿಲ್ಲ. ಕತೆಗಳೋ ಕವಿತೆಗಳೋ ಜನಪದವೋ ಗೊತ್ತಾಗುವುದಿಲ್ಲ. ಮನುಷ್ಯರು ಕಂಡುಹಿಡಿದಿರುವ ಕಾಲ ಅಥವಾ ತೇದಿ, ವರ್ಷಗಳು; ಇದರಲ್ಲಿ ಅವರು ಎಷ್ಟು ಕಾಲದ ಹಿಂದಿನ ಜನರೋ ಕತೆಗಳೋ! ಹಿಡಿದುಕೊಳ್ಳಲು ಹೋದಾಗ ಅವರು ಮಾಯವಾಗಿ ಬಿಟ್ಟಿರುತ್ತಾರೆ. ಎದ್ದು ಕುಳಿತುಕೊಂಡ ತಕ್ಷಣ ಕನಸಿನಲ್ಲಿ ಬಂದಿದ್ದ, ಆ ಕತೆ ಕವಿತೆ, ಜನರ ಹಾವಭಾವ, ಚಲನೆ, ಅವರು ತೊಟ್ಟ ಬಟ್ಟೆಬರೆ ಆ ಸೂರ್ಯನ ಬೆಳಕು (ನಮ್ಮ ಸೂರ್ಯನೋ ಬೇರೆ ಪ್ರಪಂಚದ ಸೂರ್ಯನೋ ಗೊತ್ತಿಲ್ಲ) ಗಿಡಮರ, ಬೆಟ್ಟಗುಡ್ಡ, ಕಾಡುಕಣಿವೆ, ನದಿ ಆಕಾಶ ಎಲ್ಲವನ್ನೂ ಕನ್ನಡ ಅಕ್ಷರಗಳಲ್ಲಿ ಹಿಡಿದುಬಿಡಬೇಕು ಎನಿಸುತ್ತದೆ. ಏಕೆಂದರೆ ನಾನು ಕನ್ನಡ ಪದಗಳನ್ನು ಬರೆಯುವ ಲೇಖಕ. ಕನ್ನಡದಲ್ಲಿ ಬರೆಯುವುದರಿಂದ ಆರಕ್ಕೆ ಏರಲಿಲ್ಲ, ಮೂರಕ್ಕೆ ಇಳಿಯಲಿಲ್ಲ ಎನ್ನುವ ಕೊರಗಿದ್ದರೂ, ಕನ್ನಡದಲ್ಲಿ ಬರೆದೂ ಬರೆದೂ ಕನ್ನಡಿಗರ ಗೋಳುಹುಯ್ದುಕೊಳ್ಳುತ್ತಲೇ ಇದ್ದೀನಿ.

ನಾನು ಎಲ್ಲಿ ಮಲಗಿದ್ದೀನಿ? ನನ್ನ ಸುತ್ತಮುತ್ತಲೂ ಏನೇನಿದೆ? ಯಾರ್‍ಯಾರಿದ್ದಾರೆ? ಒಂದೂ ಗೊತ್ತಾಗದೆ ಏಳಲು ಪ್ರಯತಿಸುತ್ತೇನೆ, ಎದ್ದು ಕುಳಿತುಕೊಳ್ಳಲು ಬಹಳ ಕಾಲವಾಗ ಬಹುದು. ಆದರೂ ಪ್ರಯತ್ನಿಸುತ್ತೇನೆ. ಯಾವತ್ತಾದರೂ ಒಂದು ದಿನ ಗ್ಯಾರಂಟಿಯಾಗಿ ಎದ್ದು ಕುಳಿತುಕೊಳ್ಳುತ್ತೇನೆ. ಅಕ್ಕಪಕ್ಕ ನಿಶ್ಯಬ್ದವಾಗಿದ್ದರೆ ಚೆನ್ನಾಗಿರುತ್ತದೆ. ನನ್ನ ಕನಸುಗಳಲ್ಲಿ ಕಾಣಿಸಿಕೊಂಡ ಎಲ್ಲಾ ಕತೆ ಕವನ, ಕಾಲ ದೇಶ, ಕೆರೆ ಕುಂಟೆ, ಜನರು ಕೊನೆಗೆ ಪ್ರಾಣಿಗಳು ಎಲ್ಲದರ ಬಗ್ಗೆ ಬರೆದುಬಿಡಬೇಕು. ಹಾಸಿಗೆ ಪಕ್ಕದಲ್ಲಿಯೇ ಫೋಲ್ಡಿಂಗ್ ಟೇಬಲ್ ಇಟ್ಟಿದ್ದೀನಿ. ಅದರ ಮೇಲೆ ಬಟ್ಟಲಲ್ಲಿರುವ ಹಲವು ಪೆನ್ನುಗಳಲ್ಲಿ ಇಂಕ್ ಕೂಡ ಇದೆ. ಪಕ್ಕದಲ್ಲಿ ಪೇಪರ್ ಕೂಡ ಇಟ್ಟಿದ್ದೀನಿ. ಅದೆಲ್ಲಾ ಸರಿ, ನನಗೆ ಪ್ರಜ್ಞೆ ಬರುವುದು ಯಾವಾಗ? ಅದನ್ನೆಲ್ಲ ಬರೆದಿಡುವುದು ಯಾವಾಗ? ಸಮಸ್ಯೆ ಎಂದರೆ, ಪ್ರಜ್ಞೆ ಬಂದು, ನಾನು ಎದ್ದು ಕುಳಿತುಕೊಳ್ಳುವುದು. ಎಷ್ಟೋ ಸಲ ಕಷ್ಟಪಟ್ಟು ಕನಸುಗಳಿಂದ ಬಿಡಿಸಿಕೊಂಡು ಎದ್ದು ಕುಳಿತುಕೊಂಡಿದ್ದೀನಿ. ಪೆನ್ನು ಪೇಪರ್ ತೆಗೆದುಕೊಂಡು ಕನಸಿನಲ್ಲಿ ನೋಡಿದ ವಿಷಯಗಳನ್ನು ಬೆರಳುಗಳಿಗೆ ತರಲು ತೀವ್ರವಾಗಿ ಆಲೋಚಿಸಿ ಏನೂ ಆಗದೆ ಮತ್ತೆ ಮಲಗಿ ಕನಸುಗಳಿಗೆ ಜಾರಿಕೊಂಡಿದ್ದೀನಿ; ಮತ್ತೆ ಅದೇ ಗೋಳು. ಎಲ್ಲವೂ ನನ್ನ ಅಕ್ಷರಗಳಿಗೆ ಸಿಕ್ಕಿ ಸಿಗದಂತೆ ಓಡಿಹೋಗುತ್ತವೆ.

ಹಾರಿ ಹಾರಿ ಸುಸ್ತಾದ ನನಗೆ ಇನ್ನು ಮುಂದೆ ಹೋಗುವುದು ಕಷ್ಟ ಎನಿಸುತ್ತದೆ. ಈ ಹಕ್ಕಿಗಳು ಇವೆಯಲ್ಲ ಕೆಲವು ಕೇವಲ ಹಿಡಿಯಷ್ಟು ಗಾತ್ರ, ಕೆಲವು ಹೆಚ್ಚೆಂದರೆ ಐದಾರು ಕೇಜಿ

ತೂಕ, ಇನ್ನೂ ಹೆಚ್ಚೆಂದರೆ ಕೆಲವು ಹತ್ತು ಕೆಜಿ ತೂಕ. ಆದರೆ ಅವು ಉತ್ತರ ಧ್ರುವದಿಂದ ದಕ್ಷಿಣ ಧ್ರುವಕ್ಕೆ ಸೈಬೀರಿಯಾ – ಹಿಮಾಲಯದಂತಹ ಪರ್ವತ ಶ್ರೇಣಿಗಳನ್ನು ನಾನ್ ಸ್ಟಾಪ್ ವಿಮಾನಗಳಂತೆ ಹಾರಿಬಿಡುತ್ತವೆ. ಇವುಗಳಿಗೆ ಎಷ್ಟು ಶಕ್ತಿ ಇರಬಹುದು ಅಥವಾ ಈ ಪಕ್ಷಿಗಳ ದೃಢ ಸಂಕಲ್ಪ ಹಿಮಾಲಯದಷ್ಟು ಎತ್ತರವೆ? ನಮ್ಮ ಹನುಮಂತ ಕೇವಲ ೨೩ ಕಿ.ಮೀಟರು ದೂರ ಹಾರಿದ್ದೆ ದೊಡ್ಡ ವಿಷಯವಾಗಿಬಿಟ್ಟಿದೆ ನಮಗೆ. ಪಾಪ ಈ ಪಕ್ಷಿಗಳು? ಮತ್ತೆ ವಿಷಯ ಬಿಟ್ಟು ಹೊರಗೋಗಿಬಿಟ್ಟೆನೆ? ಹೀಗೆ ಅರೆ ಪ್ರಜ್ಞಾವಸ್ಥೆಯಲ್ಲಿ ನಿದ್ದೆ-ಪ್ರಜ್ಞೆಗಳ ಮಧ್ಯೆ ತೊಳಲಾಡುತ್ತಿದ್ದಾಗ ಕನಸುಗಳಲ್ಲಿ ಕಂಡ ಕತೆಗಳು ನನ್ನ ಕೈಗೆ ಸಿಕ್ಕಿ ಸಿಗದೆ ಹಾರಿಹೋಗುತ್ತವೆ. ಮುಂದೆಯೂ ಹಾಗೇ ಆಗುತ್ತದೆಯೊ ಏನೋ? ಈ ಸಲ ನಿದ್ದೆಯಿಂದ ಎದ್ದು ಕುಳಿತಾಗ ನಿಜವಾಗಿಯೂ ಬರೆದುಬಿಡಬೇಕು. ಸತ್ಯವಾಗಿಯೂ ಅವು ಅದ್ಭುತ ಕತೆಗಳಾಗಿಬಿಡುತ್ತವೆ. ಕನ್ನಡ ಪತ್ರಿಕೆಗಳ ಸಂಪಾದಕರು ಭಾರಿ ಚೂಸಿ. ನನ್ನ ಈ ಪರಲೋಕದ ಕತೆಗಳನ್ನು ಅವರು ಪ್ರಕಟಿಸುತ್ತಾರೋ ಇಲ್ಲ, ಡಸ್ಟ್‌ಬಿನ್‌ಗೆ ಎಸೆದುಬಿಡುತ್ತಾರೋ ಗೊತ್ತಿಲ್ಲ. ಮನುಷ್ಯರು ಅಂತರಿಕ್ಷಕ್ಕೆ ಕಳುಹಿಸಿದ ಉಪಗ್ರಹಗಳ ಬೋಲ್ಟ್ ನಟ್ಟುಗಳು ಸವೆದು ಅವೆಲ್ಲ ಈಗಾಗಲೆ ಸ್ಪೇಸ್ ಡೆಬ್ರಿಗೆ ಬಿದ್ದು ಕೊಳೆಯುತ್ತಿಲ್ಲವೇ ಹಾಗೆ.

ಈ ಮನುಷ್ಯನೆಂಬ ಕೆಟ್ಟ ಹುಳು ಭೂಮಿಯನ್ನು ಕೊಳಕು ಮಾಡಿದ್ದಲ್ಲದೆ ಅಂತರಿಕ್ಷವನ್ನೂ ತಿಪ್ಪೆಗುಂಡಿ ಮಾಡುತ್ತಿದ್ದಾನೆ. ಈಗ ಮನುಷ್ಯನ ಆಲೋಚನೆಗಳೆಲ್ಲ ಅಂತರ್ಜಾಲ ಸೇರಿ ಮಾಯಾಜಾಲ ಪೆಟ್ಟಿಗೆ ತುಂಬಿಹೋಗುತ್ತಿದೆ. ಪೃಥ್ವಿಯ ಮೇಲಿರುವ ಜನರೆಲ್ಲ ಕತೆ ಕವನ, ಸಿನಿಮಾ ಹಾಡುಪಾಡು, ವಿಜ್ಞಾನ ತಂತ್ರಜ್ಞಾನ ಎಲ್ಲವನ್ನೂ ಇಲ್ಲಿ ತುಂಬುತ್ತಿದ್ದಾರೆ. ಇಲ್ಲಿ ಎಷ್ಟು ತುಂಬಬಹುದು? ಎಷ್ಟು ದೊಡ್ಡ ಸರ್ವರ್‌ಗಳನ್ನು ಮನುಷ್ಯ ನಿರ್ಮಿಸಬಹುದು? ನಾನು ಕನಸಿನಲ್ಲಿ ನೋಡಿದ ಎಲ್ಲವೂ ಅಲ್ಲಿರಬಹುದಲ್ಲವೇ? ನಾನು ನೋಡಿದ ಎಲ್ಲವನ್ನೂ ಯಾಕಾದರೂ ಅಲ್ಲಿ ತುಂಬಬೇಕು? ಎಲ್ಲವೂ ಮೊದಲೇ ಅಲ್ಲಿರಬೇಕಲ್ಲವೆ? ಓಹೋ! ನಾನು ಎಲ್ಲಿಗೊ ಹೋಗಿಬಿಟ್ಟೆ? ನಾನು ಮಲಗಿದ್ದೀನಿ ಅಲ್ಲವೇ? ಈ ೨೫ ವರ್ಷಗಳಲ್ಲಿ ಬಸ್ಸು, ರೈಲು, ವಿಮಾನ ಪ್ರಯಾಣದೊಂದಿಗೆ ತಿಂಗಳಿಗೆ ಸರಾಸರಿ ೪೦೦೦೦-೫೦೦೦೦ ಕಿ.ಮೀಟರು ದೂರವನ್ನು ಬರೀ ಜೀಪುಗಳಲ್ಲೆ ಓಡಾಡಿ ಎಲ್ಲೆಲ್ಲಿ ಮಲಗಿದ್ದೆನೋ ಜ್ಞಾಪಕವಿಲ್ಲ, ಇನ್ನು ನಮ್ಮ ಚಾಲಕರ ಬಗ್ಗೆ ಬರೆದರೆ ನಿಮ್ಮ ತಲೆ ನಿಜವಾಗಿಯೂ ಕೆಟ್ಟೇ ಹೋಗಬಹುದು. ಒಟ್ಟಿನಲ್ಲಿ ಭಾರತ ದೇಶದ ಮೂಲೆಮೂಲೆಗಳಲ್ಲಿ ಮರಗಳ ಕೆಳಗೆ, ಸ್ಮಶಾನಗಳ ಮೇಲೆ, ಟೆಂಟಿನೊಳಗೆ, ಕಾಡು ಮೇಡು ಕಣಿವೆ, ಹಳ್ಳಿ ಪಟ್ಟಣ, ಅತಿಥಿಗೃಹ ಮನೆ ನಗರಗಳ ಸುಸಜ್ಜಿತ ಹೋಟೆಲುಗಳು ಹೀಗೆ ಸೂರ್ಯ ಮುಳುಗಿದ ಕಡೆಯಲ್ಲೆಲ್ಲ ಮಲಗಿದ್ದೀನಿ.

ಸ್ವಲ್ಪ ತಡೆಯಿರಿ? ಅರೆ ಪ್ರಜ್ಞಾವಸ್ಥೆ ಸ್ಥಿತಿಯಿಂದ ವಾಸ್ತವತೆಯ ಬಾಗಿಲಿನ ಹತ್ತಿರಕ್ಕೆ ಬರುತ್ತಿದ್ದೀನಿ. ನೀರವ ರಾತ್ರಿ, ಎಲ್ಲವೂ ನಿಃಶಬ್ದ. ಆದರೂ ಪ್ರಕೃತಿ ಯಾವುದೋ ಚಟುವಟಿಕೆಯಲ್ಲಿ ತೊಡಗಿದೆ. ನಿಃಶಬ್ದದಿಂದ ಸದ್ದಿನ ಕಡೆಗೆ, ಕಿವಿಗಳಿಗೆ ಏನೋ ಕೇಳಿಸುತ್ತಿದೆ. ಕತೆಗಳು ಮಾತ್ರ ನನ್ನನ್ನು ಕನಸಿನಲ್ಲಿ ಕಾಡಿ ದೂರದೂರ ಹಾರಿ ಹೋಗುತ್ತಿವೆ. ಈ ರಾತ್ರಿಯೂ ಅವುಗಳನ್ನು ಹಿಡಿಯಲಾಗಲಿಲ್ಲ. ನಿಮ್ಮನ್ನು ಇಷ್ಟು ದೂರ ಕರೆದು ತಂದು ತಕ್ಷಣವೇ ಇಲ್ಲಿ ನಿಲ್ಲಿಸಿದ್ದಕ್ಕೆ ಕ್ಷಮೆ ಇರಲಿ. ನಾನು ಏನು ಮಾಡಲಿ? ನನ್ನ ಯೋಗ್ಯತೆಯೇ ಇಷ್ಟು. ಸಾಧ್ಯವಾದರೆ ನಿಮ್ಮ ಕನಸುಗಳಲ್ಲಿ ಬರುವ ಕತೆಗಳನ್ನು ನೀವೇ ಬರೆಯಿರಿ, ಇಲ್ಲ ನನಗೆ ಹೇಳಿ. ಈಗ ಹಾಸಿಗೆ ಮೇಲೆ ಎದ್ದು ಕುಳಿತಿದ್ದೀನಿ. ನಾನು ಎಲ್ಲಿದ್ದೀನಿ? ಸ್ವಲ್ಪಸ್ವಲ್ಪ

ಅರ್ಥವಾಗುತ್ತಿದೆ. ಶಿಲ್ಲಾಂಗ್‌ನ ಲೈಫಿತ್‌ಮುಖ್‌ರಘ ಕಾಲೊನಿಯ ಒಂದು ಅಪಾರ್ಟ್‌ಮೆಂಟ್‌ನ ಕೆಳಅಂತಸ್ತಿನ ಮೊದಲನೇ ಮನೆಯಲ್ಲಿ ಒಬ್ಬನೇ ಕುಳಿತಿದ್ದೀನಿ. ನೀರವ ರಾತ್ರಿ. ಈ ಪರ್ವತಗಳಲ್ಲಿ ಈಗ ಹೇಳತೀರದಷ್ಟು ಚಳಿ. ನಾನು ಹುಟ್ಟಿದ ಬ್ಯಾಟರಾಯನಹಳ್ಳಿ ಇಲ್ಲಿಂದ ಕನಿಷ್ಠ ೩೦೦೦ ಕಿ.ಮೀಟರು ದೂರದಲ್ಲಿದೆ. ನನ್ನ ಪತ್ನಿ ಮತ್ತು ಮಗ ಬೆಂಗಳೂರಿನಲ್ಲಿದ್ದಾರೆ. ಅವರು ಯಾವುದಾದರೂ ಕನಸುಗಳನ್ನು ಕಾಣುತ್ತಿದ್ದಾರೋ ಇಲ್ಲವೋ ಗೊತ್ತಿಲ್ಲ. ನಾನು ಮಾತ್ರ ಒಂಟಿ. ಕಿಟಕಿಗಳಿಂದ ಬರುತ್ತಿರುವ ಮಂದ ಬೆಳಕಿನಲ್ಲಿ ಟೇಬಲು ಕಾಣಿಸುತ್ತಿದೆ, ಬಟ್ಟಲು ತುಂಬಿಕೊಂಡಿರುವ ಪೆನ್ನುಗಳು ಕೈಗೆ ತೆಗೆದುಕೊಳ್ಳುವಂತೆ ಸವಾಲು ಹಾಕುತ್ತಿವೆ. ಲ್ಯಾಪ್‌ಟಾಪ್ ಕಪ್ಪೆಚಿಪ್ಪಿನಂತೆ ಚಳಿಗೆ ಮುದುರಿ ಮಲಗಿಕೊಂಡಿದೆ. ಪಾಪ ಅದನ್ನು ಲೆದರ್ ಬ್ಯಾಗಿನಲ್ಲಿಡಲು ಮರೆತುಬಿಟ್ಟಿದ್ದೆ. ನಾಲ್ಕು ಕಡೆ ಗೋಡೆಗಳು, ಒಂದು ಗೋಡೆಯಲ್ಲಿ ಬಾಗಿಲು ಅರೆ ತೆರೆದುಕೊಂಡು ದಾರಿ ಇಲ್ಲಿದೆ ಎನ್ನುತ್ತಿದೆ.

ಈ ನನ್ನ ಒಂಟಿತನದಿಂದ ಪಾರಾಗಬೇಕಾದರೆ, ಸೂರ್ಯನೇ ದಯೆ ತೋರಬೇಕು. ಎಂದಿನಂತೆ ದೈನಂದಿನ ಕರ್ಮಗಳನ್ನು ಮುಗಿಸಿ ರಸ್ತೆಗೆ ಬರಬೇಕು. ಬಹಳ ಖುಷಿಯ ವಿಷಯವೆಂದರೆ, ಶಿಲ್ಲಾಂಗ್‌ಗೆ ಬಂದು ಒಂಟಿಯಾದ ಮೇಲೆ ಮೊದಲ ಬಾರಿಗೆ ಅಡಿಗೆ ಮಾಡುವುದನ್ನು ಕಲಿತುಕೊಂಡಿದ್ದೀನಿ. ಅದಕ್ಕೆ ಮುಂಚೆ ಎಲ್ಲೇ ಹೋದರೂ ಒಬ್ಬ ಅಡಿಗೆಯವನನ್ನು ಜೊತೆಗೆ ಕರೆದುಕೊಂಡು ಹೋಗುತ್ತಿದ್ದೆ. ಬೆಂಗಳೂರಿನಿಂದ ಬಂದಿರುವ ನಾವು ಐದಾರು ಸಹೋದ್ಯೋಗಿಗಳು ಈಗೀಗ ಬೆಳಿಗ್ಗೆ, ಸಾಯಂಕಾಲ ತಿಂಡಿ ಏನು? ಅಡಿಗೆ ಏನು ಮಾಡಿದ್ದೀರಿ? ಎಂದು ಒಬ್ಬರನ್ನೊಬ್ಬರು ಕೇಳಿಕೊಳ್ಳುತ್ತೇವೆ. ಅಷ್ಟೇ ಅಲ್ಲ, ಅಡಿಗೆ ಮಾಡುವುದು ಇಷ್ಟು ಸಲೀಸೆ ಎಂದೂ ಕೂಡ ಮಾತನಾಡಿಕೊಳ್ಳುತ್ತೇವೆ.

ಭಾಗ – ೨

ನಾಗಾ ರಾಜ್ಯದಲ್ಲಿನ ಅನುಭವಗಳು

# ಅಧ್ಯಾಯ ೧

# ನಾಗಾರಾಜ್ಯದ ಕಡೆಗೆ

ಉತ್ತರ ಪ್ರದೇಶದ ರಾಜಧಾನಿ ಲಖನೌದಲ್ಲಿ ೪ ವರ್ಷ ಉದ್ಯೋಗ ಮಾಡಿದ ಮೇಲೆ ಬೆಂಗಳೂರಿಗೆ ವರ್ಗ ಮಾಡುವಂತೆ ವಿನಂತಿಸಿಕೊಂಡಿದ್ದೆ. ಆದರೆ ಸಹೋದ್ಯೋಗಿಗಳು ಇಷ್ಟು ಬೇಗನೆ ನಿನಗೆ ವರ್ಗ ದೊರಕುವುದಿಲ್ಲ, ಕನಿಷ್ಠ ೧೦ ವರ್ಷಗಳು ಕಾಲ ಬೇರೆ ರಾಜ್ಯಗಳಲ್ಲಿ ಕೆಲಸ ನಿರ್ವಹಿಸಬೇಕು, ಇಲ್ಲವೆಂದರೆ ಡೆಲ್ಲಿಯಲ್ಲಿ ಯಾರಾದರೂ ರಾಜಕಾರಣಿಗಳು ಗೊತ್ತಿರಬೇಕು; ಉಳಿದ ದಾರಿ ಎಂದರೆ, ಈಶಾನ್ಯಕ್ಕೆ ನೀನೆ ವರ್ಗ ಕೇಳಿಕೊಂಡರೆ ಬೇಗನೆ ಕೊಟ್ಟುಬಿಡುತ್ತಾರೆ. ಅಲ್ಲಿ ೩ ವರ್ಷ ಇದ್ದರೆ ಸಾಕು, ಅನಂತರ ನೀನು ಕೇಳಿದ ಕಡೆಗೆ ವರ್ಗ ದೊರಕುತ್ತದೆ ಎಂಬ ಸಲಹೆ ಕೊಟ್ಟರು (ಇದು ಕೇಂದ್ರ ಸರಕಾರದ ನಿಯಮವೂ ಕೂಡ). ಉಪಾಯ ಚೆನ್ನಾಗಿದೆಯಲ್ಲ ಎಂದು ಅರ್ಜಿ ಗುಜರಾಯಿಸಿಯೇಬಿಟ್ಟೆ. ಒಂದೇ ತಿಂಗಳಲ್ಲಿ ನಾಗಾಲ್ಯಾಂಡ್‌ಗೆ ವರ್ಗ ಬಂದೇಬಿಟ್ಟಿತು. ಈಶಾನ್ಯ ಭಾಗದ ವೈಚಿತ್ರ್ಯಗಳು ಮತ್ತು ವಿಭಿನ್ನ ಸಂಸ್ಕೃತಿಗಳ ಬಗ್ಗೆ ಕೇಳಿದ್ದ ನನಗೆ ಪೂರ್ವ ಹಿಮಾಲಯಗಳಲ್ಲಿ ಅಡ್ಡಾಡಲು ಇದು ಒಳ್ಳೆಯ ಅವಕಾಶವೆಂದು ತೀರ್ಮಾನಿಸಿಯೇ ವರ್ಗ ಕೇಳಿಕೊಂಡಿದ್ದೆ. ಆಗಲೇ ನನಗೆ ಮದುವೆ ಯಾಗಿದ್ದು ನಾಲ್ಕು ವರ್ಷದ ಗಂಡು ಮಗು ಇತ್ತು.

ನಾಲ್ಕು ವರ್ಷ ಕಾಲ ಉತ್ತರ ಪ್ರದೇಶದ ಅಲಹಾಬಾದ್, ಮಿರ್ಜಾಪುರ, ಮಧ್ಯಪ್ರದೇಶದ ರೇವಾ ಜಿಲ್ಲೆಗಳಲ್ಲಿ ಸುಶೀಲ ಮತ್ತು ಮಗ ಕ್ರಾಂತಿಯ ಜೊತೆಗೆ ಟೆಂಟುಗಳಲ್ಲಿ ಹಳೆ ಅತಿಥಿಗೃಹಗಳಲ್ಲಿ ಇದ್ದುಕೊಂಡು ತೀವ್ರ ಬಿಸಿಲು ಮತ್ತು ಚಳಿ ಕಾಲಗಳಲ್ಲಿ ಕ್ಷೇತ್ರ ಸಮೀಕ್ಷೆ ನಡೆಸಿದ್ದೆ. ಕೇಂದ್ರ ಸರಕಾರದ ಕ್ಲಾಸ್ ಒನ್ ಗೆಜೆಟೆಡ್ ಅಧಿಕಾರಿಯಾಗಿದ್ದ ನನಗೆ ಜೀಪು ಇದ್ದು ನಾಲ್ಕಾರು ಕೂಲಿ ಆಳುಗಳನ್ನು ನೇಮಿಸಿಕೊಳ್ಳಬಹುದಾಗಿತ್ತು. ಲಖನೌದಲ್ಲಿ ಎಲ್ಲಾ ಕೆಲಸಗಳನ್ನು ಮುಗಿಸಿಕೊಂಡು ನಾಗಾಲ್ಯಾಂಡಿನ ಕಡೆಗೆ ಪ್ರಯಾಣ ಮಾಡಲು ತಯಾರಿ ಮಾಡಿಕೊಂಡೆವು. ಆಗಸ್ಟ್ ೨, ೧೯೮೮ರ ಸಾಯಂಕಾಲ ೪ ಗಂಟೆಗೆ ದೆಹಲಿಯಿಂದ ಲಖನೌ ಮೂಲಕ ಗೌಹಾಟಿಗೆ ಹೋಗುವ ಅಸ್ಸಾಂ-ಆವದ್ ಎಕ್ಸ್‌ಪ್ರೆಸ್‌ಗಾಗಿ ಲಖನೌ ರೈಲ್ವೇ ನಿಲ್ದಾಣದಲ್ಲಿ ಕಾಯುತ್ತಿದ್ದೆವು. ಕೆಲವರು ಸಹೋದ್ಯೋಗಿಗಳು ನಮ್ಮನ್ನು ಬೀಳ್ಕೊಡಲು ನಿಲ್ದಾಣಕ್ಕೆ ಬಂದಿದ್ದರು. ಒಂದು ಪುಟ್ಟ ರೈಲಿನ ಜೊತೆಗೆ ಕ್ರಾಂತಿ ಆಡಿಕೊಳ್ಳುತ್ತಿದ್ದಾನೆ. ಇನ್ನೇನು ರೈಲು ಬರುವ ಸಮಯ, ಎಲ್ಲರೂ ಕೈಕುಲುಕಿ ವಿದಾಯ ಹೇಳಿದರು. ರೈಲು ಬಂದೇಬಿಟ್ಟಿತು. ನಂಬಿಯಾರ್, ಶತ್ರಜಿತ್ ನಾಗ್, ರಾವತ್ ಮತ್ತು ಘನ್‌ಶ್ಯಾಂ ಸಿಂಗ್ ಅವರು ಸಾಮಾನುಗಳನ್ನೆಲ್ಲಾ ಬೋಗಿಯ ಒಳಗಿಡಲು ಸಹಾಯ ಮಾಡಿದರು. ರೈಲು ಕೆಲವೇ ನಿಮಿಷಗಳಲ್ಲಿ ಚಲಿಸತೊಡಗಿತು. ಎಲ್ಲರಿಗೂ ಕೈಬೀಸಿ ನಾವು ವಿದಾಯ ಹೇಳಿದೆವು.

ಲಖನೌದಿಂದ ದಿಮಾಪುರಕ್ಕೆ ಕಳೆದ ವರ್ಷ ವರ್ಗವಾಗಿ ಹೋಗಿದ್ದ ಚಂದ್ರಮಾಧವ್ ಅವರಿಗೆ ಪತ್ರ ಬರೆದು ಬಾಡಿಗೆ ಮನೆಯನ್ನು ನೋಡುವಂತೆ ತಿಳಿಸಿದ್ದೆ, ಅವರು ಒಂದೇ ವಾರದಲ್ಲಿ ಬಾಡಿಗೆ ಮನೆ ನೋಡಿದ್ದೀನಿ, ಯಾವ ತೊಂದರೆಯೂ ಇರುವುದಿಲ್ಲ, ಸಾಧ್ಯವಾದರೆ ಫ್ಯಾಮಿಲಿ ಸಮೇತ ಬಂದುಬಿಡಿ ಎಂದು ಪತ್ರ ಬರೆದಿದ್ದರು. ೧೯೮೮ರಲ್ಲಿ

ಈಗಿನಂತೆ, ಮೋಬೈಲ್, ಕಂಪ್ಯೂಟರ್ ಮತ್ತು ಇಂಟರ್‌ನೆಟ್ ಸೌಕರ್ಯಗಳು ಇರಲಿಲ್ಲ; ಎಲ್ಲವೂ ಪತ್ರ ವ್ಯವಹಾರ. ಒಂದು ಪತ್ರ ಬಂದುಬಿಟ್ಟರೆ ಅದೇ ದೊಡ್ಡ ಸಂಭ್ರಮ. ಈಗಿನ ಭಾರತವೇ ಬೇರೆ, ೨೦ ವರ್ಷಗಳ ಹಿಂದಿನ ಭಾರತವೆ ಬೇರೆ. ಲಖನೌ, ಗೋರಖ್‌ಪುರ್, ಭಟ್ನಿ, ಪಾಟ್ನಾ, ಕಟಿಯಾರ್ ಮತ್ತು ಸಿಲಿಗುರಿ ಮುಖಾಂತರ ಗೌಹಾಟಿ ತಲುಪಬೇಕಿದ್ದ ರೈಲು ಪಶ್ಚಿಮ ಬಂಗಾಳದ ಸಿಲಿಗುರಿ ದಾಟಿ ಬೆಳಗಿನ ಜಾವ ಅಸ್ಸಾಂ ತಪ್ಪಲುಗಳ ಮಧ್ಯೆ ಆಹ್ಲಾದಕರವಾಗಿ ಚಲಿಸುತ್ತಿತ್ತು. ಈಶಾನ್ಯ ಉತ್ತರ ಪ್ರದೇಶ ಮತ್ತು ಬಿಹಾರ್ ರಾಜ್ಯದಲ್ಲಿ ರೈಲು ಹಾದುಹೋಗುವಾಗ ಸ್ವಲ್ಪ ಹುಷಾರಾಗಿರಿ, ಆ ಪ್ರದೇಶಗಳು ಕಳ್ಳತನಕ್ಕೆ ಭಾರಿ ಪ್ರಸಿದ್ಧಿ ಎಂಬುದಾಗಿ ಗೆಳೆಯರು ಎಚ್ಚರಿಕೆ ನೀಡಿದ್ದರು. ಕಾರಣ, ಸುಶೀಲ ಮೈತುಂಬಾ ಸೀರೆಹೊದ್ದು ಮುದುಡಿಕೊಂಡಿದ್ದರೆ, ನಾನು ರಾತ್ರಿಯೆಲ್ಲ ನಿದ್ರೆ ಮಾಡದೆ ಕಣ್ಣು ತೆರೆದುಕೊಂಡೆ ಇದ್ದೆ. ಅಂತೂ ಬೆಳಕಾಗಿ, ಆಗಸ್ಟ್ ತಿಂಗಳಲ್ಲೂ ಉಲ್ಲಾಸ ಬರಿಸುವ ತಂಗಾಳಿ ಬೀಸುತ್ತಿತ್ತು. ಎಲ್ಲಿ ನೋಡಿದರೂ ಹಸಿರು ತಪ್ಪಲುಗಳು, ಗದ್ದೆ ತೋಟಗಳು, ಅಡಿಕೆ, ತೆಂಗು, ಬಿದಿರು ಮೆಳೆಗಳು; ಮಧ್ಯೆ ಮಧ್ಯೆ ಪಕ್ಷಿಗಳು ಗುಂಪು ಗುಂಪಾಗಿ ಹಾರಾಡುತ್ತಿವೆ.

ನೀರು ನೀರು ಎಂದು ಹಾಹಾಕಾರ ಮಾಡುವ ನಗರದ ಜನರಿಗೆ ಕೂಗಿ ಹೇಳುವಷ್ಟು ನೀರಿನ ಝರಿಗಳು ಎಲ್ಲೆಲ್ಲೂ ಸ್ವತಂತ್ರವಾಗಿ ಹರಿದಾಡುತ್ತಿವೆ. ಯಾವುದೋ ಒಂದು ಹೊಸ ದೇಶಕ್ಕೆ ಬಂದಂತೆ ಭಾಸವಾದ ನಾನು ಕಿಟಕಿಯನ್ನು ಅಗಲವಾಗಿ ತೆರೆದಿಟ್ಟು ಕಣ್ಣುಗಳನ್ನು ಉಜ್ಜಿಕೊಂಡು ಹಸಿರು ಚಮತ್ಕಾರವನ್ನು ಆಶ್ಚರ್ಯದಿಂದ ನೋಡುತ್ತಾ ಕುಳಿತುಬಿಟ್ಟೆ. ಸಮಯ ಇನ್ನೂ ನಾಲ್ಕುಮುಕ್ಕಾಲು, ಬೆಳಗಿನ ಜಾವ. ಸುಂದರವಾದ ಕಾಮನಬಿಲ್ಲನ್ನೋ, ಬಣ್ಣಬಣ್ಣದ ಚಿಟ್ಟೆಗಳನ್ನೋ ನೋಡಿದ ಮಕ್ಕಳಂತೆ ನನ್ನ ಪುಳಕವನ್ನು ಯಾರ ಜೊತೆಗಾದರೂ ಹಂಚಿಕೊಳ್ಳಬೇಕೆನಿಸಿತು. ಆದರೆ ಎಲ್ಲರೂ ನಿದ್ದೆಯ ವಶವಾಗಿಬಿಟ್ಟಿದ್ದರು. ಸುಶೀಲಳನ್ನು ಎಬ್ಬಿಸಿ ನೋಡಿದೆ. ಉ... ಹ್ಞು... ಏಳಲಿಲ್ಲ. ನಾನು ಒಬ್ಬನೇ ನೋಡುತ್ತಾ ಕುಳಿತೆ. ಸ್ವಲ್ಪ ಸಮಯದ ನಂತರ ಸುಶೀಲ, ಕ್ರಾಂತಿ ಕೂಡ ಕುಳಿತು ಹೊರಕ್ಕೆ ನೋಡತೊಡಗಿದರು. ಸಮಯ ಹತ್ತು, ಹನ್ನೊಂದು ಗಂಟೆಯಾದರೂ ಗೌಹಾಟಿ ಬರಲೇ ಇಲ್ಲ. ಇದ್ದಬದ್ದ ಬಿಸ್ಕತ್ತು, ಹಣ್ಣುಗಳು ಮುಗಿದುಹೋಗಿ ಹೊಟ್ಟೆ ಚುರುಗುಟ್ಟುತ್ತಿತ್ತು. ರೈಲಿನಲ್ಲಿ, ಅಲ್ಲಲ್ಲಿ ನಿಲ್ಲುತ್ತಿದ್ದ ಸಣ್ಣಪುಟ್ಟ ನಿಲ್ದಾಣಗಳಲ್ಲಿ ತಿನ್ನಲೂ ಏನೂ ದೊರಕಲಿಲ್ಲ.

ಒಂದು ಉದ್ದವಾದ ಉಕ್ಕು ಸೇತುವೆಯ ಮೇಲೆ ರೈಲು ನಿಧಾನವಾಗಿ ಮತ್ತು ಎಚ್ಚರವಾಗಿ ದಡ್... ದಡ್... ಎಂದು ಸದ್ದು ಮಾಡುತ್ತಾ ಸಾಗುತ್ತಿದೆ. ಗಂಡು ನದಿ ಎಂದೇ ಹೆಸರು ಪಡೆದಿರುವ ಬ್ರಹ್ಮಪುತ್ರ ನದಿ ವಿಶಾಲವಾಗಿ ಗಾಂಭೀರ್ಯದಿಂದ ಸೇತುವೆಯ ಕೆಳಗೆ ಹರಿಯುತ್ತಿದೆ. ನದಿಯನ್ನು ದಾಟಿದ ರೈಲು ಇನ್ನು ತನಗೇನೂ ತೊಂದರೆ ಇಲ್ಲ ಎನ್ನುವಂತೆ ನಲಿದಾಡುತ್ತ ವೇಗ ಹೆಚ್ಚಿಸಿಕೊಂಡು ಗೌಹಾಟಿ ನಗರದೊಳಕ್ಕೆ ಪಡ್ಡೆ ಹುಡುಗನಂತೆ ನುಗ್ಗಿ ರೈಲ್ವೇ ನಿಲ್ದಾಣದಲ್ಲಿ ಬೆವರು ಒರೆಸಿಕೊಳ್ಳುತ್ತಾ ನಿಂತುಕೊಂಡಿತು. ನಾವು ಮೂವರೂ ಕೆಳಕ್ಕೆ ಇಳಿದುಕೊಂಡು ಸಾಮಾನುಗಳನ್ನು ಇಳಿಸಿಕೊಂಡೆವು. ಹತ್ತಿರಕ್ಕೆ ಬಂದ ಹೊರೆಯಾಳು ಒಬ್ಬನನ್ನು 'ದಿಮಾಪುರಕ್ಕೆ ಹೋಗುವ ರೈಲು ಎಷ್ಟು ಗಂಟೆಗೆ?' ಎಂದು ಕೇಳಿದೆ. 'ರೆಡಿಯಾಗಿದೆ ಸಾರ್, ಇನ್ನರ್ಧ ಗಂಟೆಯಲ್ಲಿ ಹೊರಡುತ್ತೆ' ಎಂದ. 'ಅದನ್ನು ಬಿಟ್ಟರೆ?' 'ನಿಮಗೆ ಮತ್ತೆ ರಾತ್ರಿ ೮ ಗಂಟೆಗೆ' ಎಂದ. ದಿಮಾಪುರದವರೆಗೂ ಟಿಕೆಟ್ಟನ್ನು ಮೊದಲೇ ತೆಗೆದುಕೊಂಡಿದ್ದರಿಂದ ಹೊರೆಯಾಳಿನ ಸಹಾಯದಿಂದ ಬೇರೆ ಪ್ಲಾಟ್‌ಫಾರ್ಮ್‌ಗೆ ನಡೆದುಹೋಗಿ

ಸಾಮಾನುಗಳ ಸಮೇತ ಗೌಹಾಟಿ–ತೀನ್‌ಸುಖಿಯಾ ರೈಲಿನಲ್ಲಿ ಕುಳಿತುಬಿಟ್ಟೆವು.

ಎರಡು ತಟ್ಟೆ ಊಟಗಳನ್ನು ರೈಲಿನ ಒಳಕ್ಕೆ ತರಿಸಿಕೊಂಡು ತಿಂದು, ಸ್ವಲ್ಪ ಬಿಸ್ಕತ್ತು ಮತ್ತು ಹಣ್ಣುಗಳನ್ನು ತೆಗೆದಿಟ್ಟುಕೊಂಡೆವು. ರೈಲು ಒಂದು ಗಂಟೆ ತಡವಾಗಿ ಹೊರಟು ಜಟಕಾ ಬಂಡಿಯಂತೆ ಡುಗ್... ಡುಗ್... ಎಂದು ಸಾಗುತ್ತಿದೆ. ರಾತ್ರಿ ೯ ಗಂಟೆಗೆ ದಿಮಾಪುರ ತಲುಪಬೇಕಿದ್ದ ರೈಲು ಇನ್ನೂ 'ಲುಮ್‌ಡಿಂಗ್' ನಿಲ್ದಾಣವನ್ನೇ ತಲುಪಲಿಲ್ಲ. ಸುಶೀಲ, ಕ್ರಾಂತಿ ಇನ್ನೆಷ್ಟು ದೂರ, ಇನ್ನೆಷ್ಟು ದೂರ, ಎಂದು ಕೇಳುತ್ತಲೇ ಇದ್ದಾರೆ. ಪಕ್ಕದಲ್ಲಿದ್ದವರನ್ನು ಕೇಳಿದರೆ ಇನ್ನೂ ಬಹಳ ದೂರ ಇದೆ ಎಂದರು. ಬೆಳದಿಂಗಳು ಮತ್ತು ಕತ್ತಲಲ್ಲಿ ಅದೇ ರೀತಿಯ ತಪ್ಪಲುಗಳು, ಗದ್ದೆ ತೋಟಗಳು, ತಂಪಾದ ಗಾಳಿಯ ಜೊತೆಗೆ ಜೀರುಂಡೆಗಳ ಸದ್ದು, ಎಲ್ಲೋ ಕತ್ತಲು ತುಂಬಿರುವ ಕಾಡಿನ ಒಳಕ್ಕೆ ನಮ್ಮ ರೈಲು ಹೋಗುತ್ತಿರುವಂತಹ ಅನುಭವ.

ರಾತ್ರಿ ೧೨ ಗಂಟೆ. 'ದೀಪು' ಎಂಬ ನಿಲ್ದಾಣ ಬಂದಿದ್ದು ಸುಶೀಲಳನ್ನು ತಯಾರಾಗಿರುವಂತೆ ಎಬ್ಬಿಸಿದೆ. 'ನಾನು ತಯಾರಾಗೇ ಇದ್ದೀನಿ' ಎಂದು ಹಾಗೆ ಬಿದ್ದುಕೊಂಡಳು. ಎಲ್ಲಾ ಸಾಮಾನುಗಳು ಪ್ಯಾಕ್ ಮಾಡಿದ ಹಾಗೇ ಇವೆ. ಸುಶೀಲ, ಕ್ರಾಂತಿಯನ್ನು ಇಳಿಸಿಕೊಂಡರೆ ಸಾಕು, ಮಿಕ್ಕ ವಿಷಯಗಳನ್ನು ನಾನೇ ನಿಭಾಯಿಸಿಬಿಡುತ್ತೇನೆ ಎಂದುಕೊಂಡು, ಹಾಗೇ ಕುಳಿತಿದ್ದೀನಿ. ರಾತ್ರಿ ೧೨:೩೦ ಗಂಟೆಗೆ ದಿಮಾಪುರ ನಿಲ್ದಾಣ ಬಂದಿತ್ತು. ಒಂದೇ ಜನಸಂದಣಿ, ಸುಶೀಲ ನಿದ್ದೆ ಮಾಡುತ್ತಿದ್ದ ಕ್ರಾಂತಿಯನ್ನು ನಡೆಸಿಕೊಂಡು ಬಂದು ಸೂಟುಕೇಸಿನ ಜೊತೆಗೆ ಕೆಳಕ್ಕೆ ಇಳಿದುಕೊಂಡಳು. ಜನ ಬಾಗಿಲಿಗೆ ಅಡ್ಡಗಟ್ಟಿ ನಿಂತಿದ್ದಾರೆ. 'ಇಲ್ಲೇನು ನಿಂತಿದ್ದೀರಿ, ಇದು ಫಸ್ಟ್ ಕ್ಲಾಸ್ ಬೋಗಿ ಮುಂದಕ್ಕೆ ಹೋಗಿ' ನನ್ನ ಹಿಂದೆ ನಿಂತಿದ್ದ ಒಬ್ಬ ವ್ಯಕ್ತಿ ಜೋರಾಗಿ ಗದರಿದರು. ಸುಮಾರು ಜನರು ಅಲ್ಲಿಂದ ಸ್ಥಳ ಖಾಲಿ ಮಾಡಿದರು. ಸಾಮಾನುಗಳನ್ನೆಲ್ಲ ನಿಧಾನವಾಗಿ ಇಳಿಸಿಕೊಂಡೆವು. ದಿಮಾಪುರ, ಐಮೀನ್ ಮಹಾಭಾರತದಲ್ಲಿ ಬರುವ ಹಿಡಿಂಬಳ ಊರು ಹಿಡಿಂಬಾಪುರ ತಲುಪಿದ್ದೇನೋ ಆಯಿತು. ಆದರೆ ರಾತ್ರಿ ಈ ಹೊತ್ತಿನಲ್ಲಿ ಸಾಮಾನುಗಳನ್ನೆಲ್ಲ ಹಾಕಿಕೊಂಡು ಎಲ್ಲಿಗೆ ಹೋಗಬೇಕು? ಊಟ ಬೇರೆ ಮಾಡಿರಲಿಲ್ಲ. ಸಾಮಾನುಗಳನ್ನು ಒಂದು ಕಡೆ ಇಟ್ಟು ಸುಶೀಲಳನ್ನು ಅಲ್ಲೇ ಕೂರಿಸಿ, ಕಚೇರಿಯಿಂದ ಯಾರಾದರೂ ಬಂದಿರಬಹುದೆಂದು ನಿಲ್ದಾಣವೆಲ್ಲ ಒಂದು ಸುತ್ತು ಹಾಕಿದೆ. ಸಣ್ಣ ನಿಲ್ದಾಣ, ಯಾರೂ ಕಾಣಿಸಲಿಲ್ಲ. ನಮ್ಮಲ್ಲಿದ್ದ ಕೆಲವು ಸಾಮಾನುಗಳನ್ನು ಕ್ಲೋಕ್ ರೂಮಿನಲ್ಲಿಟ್ಟು ಬೇರೆ ದಾರಿ ಕಾಣದೆ ಮೂವರೂ ನಿರೀಕ್ಷಕರ ಕೊಠಡಿಗೆ ಬಂದೆವು.

ಆ ಕೊಠಡಿಗೆ ಕಾವಲುಗಾರನಿದ್ದು, ಸ್ವಲ್ಪ ಸಮಾಧಾನದಿಂದ ಒಳಕ್ಕೆ ಹೋದೆವು. ಸುಮಾರು ೧೫ ಜನರು ಚಿತ್ರವಿಚಿತ್ರ ರೀತಿಯಲ್ಲಿ ಕುಳಿತು, ಮಲಗಿ ಕೈಕಾಲುಗಳನ್ನು ಚೆಲ್ಲಿದ್ದಾರೆ. ಎಲ್ಲಾ ತರಗತಿಯ ಪ್ರಯಾಣಿಕರಿಗೂ ಒಂದೇ ಕೊಠಡಿ. ಮೇಲೆ ನೇತಾಡುತ್ತಿದ್ದ ಒಂಟಿ ವಿದ್ಯುತ್ ದೀಪ, ತನ್ನ ಪ್ರಾಣಪಕ್ಷಿ ಯಾವ ಸಮಯದಲ್ಲಾದರೂ ಹಾರಿಹೋಗ ಬಹುದು ಎನ್ನುವಂತೆ ಮಂದವಾಗಿ ಉರಿಯುತ್ತಿದೆ. ಕೋಣೆಯಲ್ಲಿ ಎದುರಿಗೆ ಅಸ್ಸಾಂ ರೈಫಲ್ಸ್‌ನ ಜವಾನರಿಬ್ಬರು ಕುಳಿತಿದ್ದಾರೆ. ಖಾಲಿ ಇದ್ದ ಒಂದು ಮೂಲೆಯಲ್ಲಿ ಸ್ವಲ್ಪ ಜಾಗ ಮಾಡಿಕೊಂಡು ಹೋಲ್ಡಾಲ್ ಬಿಚ್ಚಿ ಕ್ರಾಂತಿಯನ್ನು ಮಲಗಿಸಿದೆ. ಸುಶೀಲ ಮಲಗುವುದಕ್ಕಿಂತ ಮುಂಚೆ ಚಿನ್ನದ ಮಾಂಗಲ್ಯ ಸರವನ್ನು ನನ್ನ ಕೈಗೆ ತೆಗೆದುಕೊಟ್ಟು ಭದ್ರ ಎಂದು ಎಚ್ಚರಿಕೆ ನೀಡಿ ಮಲಗಿಕೊಂಡಳು. ನಾನು ಸ್ನಾನಗೃಹದ ಒಳಕ್ಕೆ ರಹಸ್ಯವಾಗಿ ಹೋಗಿ ಸರವನ್ನು ಪ್ಯಾಂಟಿನ ಒಳಜೇಬಿಗೆ ಹಾಕಿಕೊಂಡು ಹೊರಕ್ಕೆ ಬಂದು ಹೋಲ್ಡಾಲಿನ ಒಂದು ಮೂಲೆಯಲ್ಲಿ

ಕುಳಿತು ಜಾಗರಣೆ ಪ್ರಾರಂಭ ಮಾಡಿದೆ. ದಿಮಾಪುರ ಬಯಲು ಪ್ರದೇಶವಾಗಿದ್ದರಿಂದ ವಿಪರೀತ ಸೆಖೆಯಾಗುತ್ತಿತ್ತು. ಊಟ ಇಲ್ಲದ ಸಂಕಟ ಬೇರೆ. ಸುಶೀಲ ಸದ್ಯಕ್ಕೆ ಊಟದ ಬಗ್ಗೆ ಏನೂ ಹೇಳದೆ ಮಲಗಿಕೊಂಡಿದ್ದಳು. ಕ್ರಾಂತಿಯ ವಿಶೇಷವೆಂದರೆ, ಮಲಗಿದ ಮೇಲೆ ಎತ್ತಿ ಕೂರಿಸಿ ಏನಾದರೂ ತಿನ್ನಿಸಿದರೆ ಮಾತ್ರ ಕಣ್ಣು ಮುಚ್ಚಿಕೊಂಡೆ ನುಂಗುತ್ತಾನೆ, ಇಲ್ಲವೆಂದರೆ ಬೆಳಗಿನವರೆಗೂ ನಿದ್ದೆಯಲ್ಲೇ ಇರುತ್ತಾನೆ.

ಉಸಿರು ಕಟ್ಟುವಂತಹ ವಾತಾವರಣ, ಯಾವಾಗ ಬೆಳಗಾಗುವುದೊ ಎಂದು ಕಾಯುತ್ತಾ ಕುಳಿತಿದ್ದೀನಿ. ವಿದ್ಯುತ್ ದೀಪ ಮಂದವಾಗಿ ಉರಿಯುತ್ತಲೇ ಇದೆ. ಪಕ್ಕದಲ್ಲೇ ಮಲಗಿದ್ದ ದಂಪತಿಗಳು ಬಹುಶಃ ಬಿಹಾರಿಗಳಿರಬೇಕು, ಅವರ ನಡುವೆ ಒಬ್ಬ ಹುಡುಗನೂ ಮಲಗಿದ್ದಾನೆ. ಯಾವುದೊ ಕೂಲಿ ಕೆಲಸ ಅರಿಸಿಕೊಂಡು ಬಂದಿರಬೇಕು ಅಥವಾ ಈಗಾಗಲೇ ಈಶಾನ್ಯ ರಾಜ್ಯಗಳ ಯಾವುದೋ ಒಂದು ಭಾಗದಲ್ಲಿ ಕೂಲಿ ಕೆಲಸ ಮಾಡುತ್ತಿರಬಹುದು. ಆ ಬಿಹಾರಿ ಸುತ್ತಿಕೊಂಡಿದ್ದ ದೇಶಿ ಪಂಚೆ ಪಕ್ಕಕ್ಕೆ ಹೋಗಿದೆ. ಸದ್ಯಕ್ಕೆ ಮಹಿಳೆಯರ್‍ಯಾರೂ ಇನ್ನೂ ಎದ್ದಿರಲಿಲ್ಲ. ನನಗೆ ಏನು ಮಾಡಬೇಕೋ ಅರ್ಥವಾಗದೆ ಪಕ್ಕಕ್ಕೆ ತಿರುಗಿಕೊಂಡೆ. ಒಂದಿಬ್ಬರು ಗಂಡಸರು ಮತ್ತು ಅಸ್ಸಾಂ ರೈಫಲ್ಸ್‌ನ ಜವಾನ ನೋಡಿಯೂ ನೋಡದಂತೆ ಕುಳಿತಿದ್ದಾರೆ. ಸುಮಾರು ಹೊತ್ತು ಬಿಹಾರಿ ಹಾಗೇ ಮಲಗಿದ್ದ. ಗಂಡ ಹೆಂಡತಿ ಇಬ್ಬರೂ ಆಳವಾದ ನಿದ್ದೆಯಲ್ಲಿದ್ದಾರೆ. ಒಂದಷ್ಟು ಜನ ಗಂಡಸರು ಆಗಲೇ ಸ್ನಾನಗೃಹದ ಒಳಕ್ಕೆ ಹೋಗಿ ತಮ್ಮ ದಿನನಿತ್ಯ ಕಾರ್ಯಗಳನ್ನು ಮುಗಿಸಿ ಬರುತ್ತಿದ್ದಾರೆ. ಇನ್ನೇನು ಬೆಳಕು ಕೂಡ ಮೂಡುವುದರಲ್ಲಿದೆ. ಸ್ನಾನಗೃಹದ ಒಳಕ್ಕೆ ಹೋಗಿ ಬರುತ್ತಿದ್ದ ಎಲ್ಲರಿಗೂ ದರ್ಶನ ನಡೆಯುತ್ತಲೇ ಇದೆ. ಕೊನೆಯದಾಗಿ ಒಬ್ಬ ದೃಢಕಾಯ ಮುದುಕ ಎದ್ದುಬಂದು ಸುತ್ತಲೂ ಒಮ್ಮೆ ನೋಡಿ, ಬೂಟುಕಾಲಿನಲ್ಲಿ ಜೋರಾಗಿ ಒದ್ದು, 'ಉಟ್ ಸಾಲಾ, ಹರಾಮಿ, ಹೀಗೇನಾ ನಿದ್ದೆ ಮಾಡೂದು?' ಎಂದು ಗದರಿದರು. ಕಕ್ಕಾಬಿಕ್ಕಿಯಾದ ಆ ಬಿಹಾರಿ ಕಣ್ಣುಜ್ಜಿಕೊಂಡು ಎದ್ದು ಕುಳಿತ. ನಾನಂತೂ ನಗು ತಡೆಯಲಾಗದೆ ಸ್ವಲ್ಪಹೊತ್ತು ಹೊರಕ್ಕೆ ಬಂದು ಸುಧಾರಿಸಿಕೊಂಡೆ.

ಬೆಳಕು ಮೂಡುತ್ತಿದ್ದಂತೆ ಸುಶೀಲಳನ್ನು ಎಬ್ಬಿಸಿದೆ. ಎದ್ದ ತಕ್ಷಣವೆ 'ಮಾಂಗಲ್ಯಸರ ಕೊಡಿ' ಎಂದು ಕೈ ನೀಡಿದಳು. ಪ್ಯಾಂಟ್ ಬ್ಯಾಂಡ್ ಪಾಕೆಟ್ ಒಳಕ್ಕೆ ಕೈಬೆರಳುಗಳನ್ನು ಬಿಟ್ಟು ನೋಡುತ್ತೇನೆ. ಖಾಲಿ...? ಮೈ ಒಳಕ್ಕೆ ಒಮ್ಮೆಲೇ ಚಳಿ ಹೊಕ್ಕಂತಾಯಿತು. ಕೆಲವು ಕ್ಷಣಗಳು ನನ್ನಲ್ಲಿನ ವಿದ್ಯುತ್ ನಿಂತುಹೋಯಿತು. ಮತ್ತೊಮ್ಮೆ ಎಲ್ಲಾ ಜೇಬುಗಳಲ್ಲೂ ಹುಡುಕಿ ನೋಡಿದೆ. ಇಲ್ಲ. ಅಷ್ಟರಲ್ಲಿ ಒಳ ಉಡುಪುಗಳನ್ನು ಸಡಿಲಿಸಿ ನೋಡಿದೆ, ಕೆಳಕ್ಕೆ ಏನೂ ಬೀಳಲಿಲ್ಲ. ಅಷ್ಟರಲ್ಲಿ ಸುಶೀಲ ಅಳುವುದಕ್ಕೆ ಶುರು ಮಾಡಿಯೇಬಿಟ್ಟಳು. ಏನು? ಏನು? ಎಂದು ಒಂದಿಬ್ಬರು ಕೇಳಿ, ವಿಷಯ ತಿಳಿಸಿದೆ. ಇನ್ನೇನು ಮಾಡಬೇಕು ಎಂದುಕೊಂಡು ಕುಳಿತಿದ್ದ ಹೋಲ್ಡಾಲ್ ಮತ್ತು ಅದರಲ್ಲಿದ್ದ ಬಟ್ಟೆಗಳನ್ನು ಹೊರಕ್ಕೆ ಹಾಕಿ ಹುಡುಕಿದೆ, ಸಿಗಲಿಲ್ಲ. ಕ್ರಾಂತಿಯನ್ನು ಎಬ್ಬಿಸಿ ಮಿಕ್ಕ ಬಟ್ಟೆಗಳನ್ನೆಲ್ಲ ಹೊರಕ್ಕೆ ಹಾಕಿದೆ. ಹೋಲ್ಡಾಲಿನ ತಳದಲ್ಲಿದೆ. ಅದು ಹೇಗೆ ಹೋಯಿತು ಅಲ್ಲಿಗೆ? ಕೊನೆಗೂ ಸಿಕ್ಕಿತು. ಸುಶೀಲ ಅಬ್ಬ ಎಂದು ದೀರ್ಘ ಶ್ವಾಸವನ್ನು ಎಳೆದುಕೊಂಡು ಹೊಸದಾಗಿ ಮಾಂಗಲ್ಯ ಕಟ್ಟಿಕೊಂಡಂತೆ ಕೊರಳಿಗೆ ಹಾಕಿಕೊಂಡಳು.

ದಿಮಾಪುರದಲ್ಲಿ ಮೊದಲ ದಿನದ ಬೆಳಿಗ್ಗೆಯೇ ನಮಗೆ ಗ್ರಹಚಾರ ಬಿಟ್ಟುಹೋಗಿತ್ತು. ನಮ್ಮ ಕಚೇರಿ, ಸರ್ಕ್ಯುಲಾರ್ ಹೆಸರಿನ ರಸ್ತೆಯಲ್ಲಿದ್ದು ಆಟೋಚಾಲಕನನ್ನು ಆ ರಸ್ತೆಯಲ್ಲಿ ನಿಧಾನವಾಗಿ ಓಡಿಸುವಂತೆ ಹೇಳಿ ಸುಶೀಲ ಬಲಕ್ಕೆ, ನಾನು ಎಡಕ್ಕೆ ಬೋರ್ಡ್‌ಗಳನ್ನು

ನೋಡುತ್ತಾ ಹೋದೆವು. ಸುಮಾರು ದೂರ ಹೋದ ಮೇಲೆ ಜಿಎಸ್‌ಐ (Geological Survey of India) ಎಂಬ ದೊಡ್ಡ ಬೋರ್ಡ್ ಕಾಣಿಸಿತು. ಆಟೋದವನಿಗೆ ಅಲ್ಲೇ ನಿಲ್ಲಿಸುವಂತೆ ಹೇಳಿ ಕೆಳಗಿಳಿದು ಉಕ್ಕು ಗೇಟಿನ ಮೇಲೆ ಹೊಡೆದು ಸದ್ದು ಮಾಡಿದೆ. ಪುಟ್ಟ ಕಣ್ಣುಗಳಿರುವ ಗೋಧಿ ಬಣ್ಣದ ನಾಗಾ ಯುವಕನೊಬ್ಬ, 'ಕ್ಯಾ ಸಾಬ್...?' ಎಂದು ಹತ್ತಿರಕ್ಕೆ ಬಂದ. ವಿಷಯ ತಿಳಿಸಿ, 'ಚಂದ್ರಮಾಧವ್ ಮನೆ ತೋರಿಸು' ಎಂದೆ. ಆಟೋ ಚಂದ್ರಮಾಧವ್ ಮನೆ ಮುಂದೆ ನಿಂತುಕೊಂಡಿತು. ಕೆಳಗಿಳಿದು ಆಟೋದವನಿಗೆ ಹಣ ಕೊಟ್ಟೆ. ಜೊತೆಯಲ್ಲಿ ಬಂದಿದ್ದ ಯುವಕ 'ಸಾಬ್ ನಾನೂ ಆಟೋದವನ ಜೊತೆಯಲ್ಲೇ ಹಿಂದಕ್ಕೆ ಹೋಗಿಬಿಡ್ತೀನಿ. ನನ್ನನ್ನು ರಿಲೀವ್ ಮಾಡುವ ದರ್‌ವಾನ್ ಇನ್ನೂ ಬಂದಿಲ್ಲ' ಎಂದು ಹೇಳಿ ಆಟೋದಲ್ಲಿ ಕುಳಿತುಕೊಂಡು ಹೊರಟುಹೋದ.

ಮುಖ್ಯ ರಸ್ತೆಯಲ್ಲೇ ಇದ್ದ ಕಾಂಪೌಂಡ್ ಒಳಕ್ಕೆ ಹೋಗಿ ಗೋಡೆಯ ಮೇಲಿದ್ದ ಕರೆಗಂಟೆಯನ್ನು ಒತ್ತಿದೆ. 'ಪಾಪಾ, ಅಂಕಲ್ ಔರ್ ಆಂಟಿ ಆಯಾ' ಎಂದು ಹೇಳುತ್ತಲೇ ಮನೆಯೊಳಕ್ಕೆ ಓಡಿಹೋದಳು ಶಾಲು. ಶ್ರೀಮತಿ ಮಾಧವ್ ಹೊರಕ್ಕೆ ಇಣಿಕಿ ನೋಡಿದರು. ಅವರು ನನಗೆ ಮೊದಲೇ ಪರಿಚಯ ಇದ್ದ ಕಾರಣ 'ನಮಸ್ತೆ ಬಾಬಿ' ಎಂದು ಕೈಜೋಡಿಸಿದೆ 'ಓ ಆಯಿಯೇ... ಆಯಿಯೇ...' ಎಂದು ಸಾಮಾನುಗಳನ್ನು ಸರಿಪಡಿಸುತ್ತಾ ಒಳಕ್ಕೆ ಬರಮಾಡಿಕೊಂಡರು. 'ಹರೆ ಸುಸ್ವಾಗತ್, ಬೋಲೋ ಭಾಯ್ ಕೈಸೇ ಹುವಾ ಸಫರ್' ಎಂದ ಚಂದ್ರಮಾಧವ್ ಕುರ್ಚಿ ತೋರಿಸಿದರು. ಸುಶೀಲ ಇಬ್ಬರಿಗೂ 'ನಮಸ್ತೆ ಬಾಜಿ. ನಮಸ್ತೆ ಭಾಯ್‌ಸಾಬ್' ಎಂದು ಪ್ರತ್ಯೇಕವಾಗಿ ಹೇಳಿದಳು. ಇಬ್ಬರೂ ನಗುತ್ತಾ 'ನಮಸ್ತೆ ಜೀ' ಎಂದರು. 'ತುಮಾರಾ ನಾಮ್ ಕ್ಯಾ ಹೈ...?' ಶಾಲೂ, ಕ್ರಾಂತಿಯನ್ನು ಕೇಳಿದಳು. 'ಹಮಾರಾ ನಾಮ್, ಕ್ರಾಂತಿ' ಹೇಳಿದ. 'ಬಡಾ ಪ್ಯಾರಾ ನಾಮ್ ಹೈ ಭಾಯ್, ತುಮಾರಾ' ಎಂದರು ಶ್ರೀಮತಿ ಮಾಧವ್. ಶಾಲೂ ಸುಮಾರು ನಾಲ್ಕು ವರ್ಷಗಳ ಏಕೈಕ ಪುತ್ರಿ. ಸ್ವಲ್ಪ ಹೊತ್ತು ಸುಮ್ಮನೆ ಕುಳಿತಿದ್ದ ಕ್ರಾಂತಿ ಮೆತ್ತಗೆ ಶಾಲೂ ಜೊತೆಗೆ ಸೇರಿಕೊಂಡ. ನೆನ್ನೆ ರಾತ್ರಿ ಮತ್ತು ಈ ದಿನ ಬೆಳಿಗ್ಗೆ ನಡೆದ ಘಟನೆಗಳನ್ನೆಲ್ಲ ಮಾಧವ್ ಅವರಿಗೆ ಹೇಳಿದೆ.

**ಚಿತ್ರ ೫೭ : ದಿಮಾಪುರದ ಒಂದು ರಸ್ತೆ**

'ನೀವು ಗೌಹಾಟಿಯಿಂದ ರಾತ್ರಿ ಹೊರಡುವ ಮಣಿಪುರ– ನಾಗಾಲ್ಯಾಂಡ್ ರೈಲಿನಲ್ಲಿ ಹೊರಟು ಬೆಳಿಗ್ಗೆ ಇಲ್ಲಿಗೆ ತಲುಪುತ್ತೀರಿ

ಎಂದುಕೊಂಡೆವು' ಎಂದರು. 'ಅಯ್ಯೋ ಅದೆಲ್ಲ ದೊಡ್ಡ ಕತೆ. ಹೇಳೋದು ಇನ್ನೂ ಬಹಳ ಇದೆ. ಈಗ ಸದ್ಯಕ್ಕೆ ನಮಗೆ ನೀವು ನೋಡಿರುವ ಬಾಡಿಗೆ ಮನೆಯನ್ನು ತೋರಿಸಿಬಿಡಿ' ಎಂದೆ. 'ಮೊದಲು ಸ್ವಲ್ಪ ತಿಂಡಿ ತಿಂದು ವಿಶ್ರಾಂತಿ ತೆಗೆದುಕೋ, ಅಷ್ಟು ಅವಸರ ಏನು ದಿಮಾಪುರಕ್ಕೆ ಬಂದಾಗಿದೆ' ಎಂದರು. ಮಾತುಕತೆಗಳ ಜೊತೆಗೆ ಪೂರಿ ಸಾಗು, ಚಹ ಮುಗಿದ ಮೇಲೆ ಹೊರಕ್ಕೆ ಬಂದೆವು. ಬಾಗಿಲಿಗೆ ಬಂದ ಮೇಲೆ, 'ಬಾಬಿ, ನಾನು ಸಾಮಾನುಗಳನ್ನು ತರುವವರೆಗೂ ಸುಶೀಲ ಇಲ್ಲೇ ಇರುತ್ತಾಳೆ' ಎಂದೆ. 'ನೀವು ಹೋಗಿಬನ್ನಿ, ಅವಳು ಆರಾಮಾಗಿ ಇಡೀ ದಿನ ಇಲ್ಲೇ ಇರಲಿ' ಎಂದರು. ಜೊತೆಗೆ ಬಂದ ಚಂದ್ರಮಾಧವ್ ಹತ್ತಿರದಲ್ಲೆ ಇದ್ದ ಹೊಸ ಮನೆಗೆ ಬಂದು ಬೀಗ ತೆಗೆದು ತೋರಿಸಿದರು. ಅಲ್ಲಿಂದ ಕಚೇರಿಗೆ ಹೋಗಿ, ಕಚೇರಿಯಿಂದ ಜೀಪ್ ತೆಗೆದುಕೊಂಡು ರೈಲ್ವೇ ನಿಲ್ದಾಣಕ್ಕೆ ಹೋಗಿ ಸಾಮಾನುಗಳನ್ನು ತಂದು ಮನೆಯಲ್ಲಿಟ್ಟೆ. ಮತ್ತೆ ಕಚೇರಿಗೆ ಬಂದು ಡ್ಯೂಟಿ ರಿಪೋರ್ಟ್ ಮಾಡಿಕೊಂಡೆ. ಎಲ್ಲವೂ ಸುಗಮವಾಗಿಯೇ ನಡೆದುಹೋದವು.

## ಭೂಮಿ ಕಂಪಿಸಿ ನಾವು ಬೀದಿಗೆ ಓಡಿದ್ದು

ದೀರ್ಘ ಪ್ರಯಾಣ ಮತ್ತು ಜಾಗರಣೆಗಳಿಂದ ಬೇಸತ್ತಿದ್ದ ನಾವು, ಆ ರಾತ್ರಿ ಚಂದ್ರಮಾಧವ್ ಅವರ ಮನೆಯಲ್ಲೇ ಗಡದ್ ಊಟ ಮಾಡಿ ಬಂದು, ಹೊಸ ಮನೆಯಲ್ಲಿ ಮಲಗಿಬಿಟ್ಟೆವು. ರಾತ್ರಿ ಬೇಗನೆ ಮಲಗಿದ್ದರಿಂದ ಬೆಳಿಗ್ಗೆ ಬೇಗನೆ ಎದ್ದ ಸುಶೀಲ ಮನೆ ಗುಡಿಸುತ್ತಿದ್ದಳು. ನಾನು ಲುಂಗಿ ಕಟ್ಟಿಕೊಂಡು ಹೊರ ಬಾಗಿಲಲ್ಲಿ ರಸ್ತೆ ನೋಡುತ್ತ ನಿಂತುಕೊಂಡೆ. ಮನೆ ಮತ್ತು ಕಾಂಪೌಂಡ್ ಗೋಡೆಯ ಮಧ್ಯೆ ಕೇವಲ ೨೦ ಅಡಿಗಳು ಅಂತರ. ರಸ್ತೆಯಲ್ಲಿ ಆಗಲೇ ವಾಹನಗಳು ಓಡಾಡುತ್ತಿದ್ದವು. ಸಮಯ ಸರಿಯಾಗಿ ಆರು ಗಂಟೆ, ಏಳು ನಿಮಿಷಗಳು. ಸಣ್ಣದಾಗಿ ಶುರುವಾದ ಏನೋ ಶಬ್ದ ಬರಬರುತ್ತಾ ಜೋರಾಗುತ್ತಾ ಹೋಯಿತು.

'ಕ್ರಾಂತಿ, ವಿಮಾನ ನೋಡು ಬಾರೋ' ಎಂದು ಜೋರಾಗಿ ಕೂಗಿದೆ. ವಿಮಾನ ಹೋಗುವ ಸದ್ದಾದರೆ ಸಾಕು, ಕ್ರಾಂತಿ ನಿದ್ದೆ ಮಾಡುತ್ತಿದ್ದರೂ ಎದ್ದು ಮನೆಯ ಹೊರಕ್ಕೆ ಓಡಿ ಬಂದು ಆಕಾಶ ನೋಡುತ್ತಿದ್ದ. ಕೆಲವೇ ಕ್ಷಣಗಳಲ್ಲಿ ಸದ್ದು ವಿಮಾನದ್ದಲ್ಲ ಎಂದು ತಿಳಿದುಹೋಯಿತು. ಹತ್ತಾರು ವಿಮಾನಗಳು ಒಮ್ಮೆಲೆ ಹಾರಿ ಬಂದಂತಹ ಸದ್ದು, ಕಿವಿಗಳು ಒಡೆದುಹೋಗುವಂತಹ ಭಯಂಕರ ಶಬ್ದ ಮನೆಯ ಒಳಕ್ಕೆ ಓಡುತ್ತಾ ಸುಶೀಲಳನ್ನು 'ಹೊರಕ್ಕೆ ಓಡು... ಓಡು...' ಎನ್ನುತ್ತಾ ಮಂಚದ ಮೇಲೆ ನಿದ್ದೆ ಮಾಡುತ್ತಿದ್ದ ಕ್ರಾಂತಿಯನ್ನು ಎತ್ತಿ ಭುಜದ ಮೇಲೆ ಹಾಕಿಕೊಂಡು ಸಣ್ಣದಾದ ಪ್ಯಾಸೇಜ್‌ನಂತಿದ್ದ ಎರಡೂ ಗೋಡೆಗಳ ಮಧ್ಯದಿಂದ ಇನ್ನೇನು ಹೊರಬಾಗಿಲನ್ನು ದಾಟಿ ಮನೆಯ ಹೊರಗೆ ಹೋಗಬೇಕು.

ಭೂಕಂಪನದಿಂದ ಬಾಗಿಲು ಸುಮಾರು ೩೫ ಡಿಗ್ರಿಗಳವರೆಗೂ ಉಯ್ಯಾಲೆಯಂತೆ ಆಡತೊಡಗಿತು. ಒಂದು ಕೈಯಲ್ಲಿ ಕ್ರಾಂತಿಯನ್ನು, ಇನ್ನೊಂದು ಕೈಯಿಂದ ಗೋಡೆಯನ್ನು ಹಿಡಿದುಕೊಂಡು ಓಡಲಾಗದೆ ಹಾಗೇ ಗೋಡೆಗಳ ಮಧ್ಯ ನಿಂತುಬಿಟ್ಟೆ. ಸುಶೀಲ ಹಿಂದಿನಿಂದ ನನ್ನನ್ನು ಹಿಡಿದುಕೊಂಡಿದ್ದಾಳೆ. ನೇರವಾಗಿರಬೇಕಿದ್ದು ಬಾಗಿಲು, ಉಯ್ಯಾಲೆಯಂತೆ ಸುಮಾರು ನೂರು ಸೆಕೆಂಡುಗಳು ಕಾಲ ಗೋಡೆ ಗಡಿಯಾರದ ಲಂಬಕ ಆಡಿದಂತೆ ಒಂದೇ ಸಮನೆ ಆಡತೊಡಗಿತು. ಭಯಂಕರ ಸದ್ದಿನ ಜೊತೆಗೆ ಭೂಮಿಯ ಕಂಪನ ನಿಂತಿದ್ದೆ ಹೊರಕ್ಕೆ ಓಡಿಬಿಟ್ಟೆವು. ಆಗಲೇ ರಸ್ತೆಗಳ ಮೇಲೆಲ್ಲಾ ಮಹಿಳೆಯರು, ಮಕ್ಕಳು, ಮುದುಕರು

ಚೀರಾಡುತ್ತಾ ದಿಕ್ಕು ತೋಚದೆ ಕಿರಿಚಾಡುತ್ತಾ ಓಡುತ್ತಿದ್ದಾರೆ. ಪಕ್ಕದಲ್ಲೇ ಇದ್ದ ಮನೆ ಒಳಗಿಂದ ಮನೆಯೊಡೆಯನ ಕುಟುಂಬವೂ ನಮಗಿಂತ ಮುಂಚೆಯೇ ಹೊರಕ್ಕೆ ಓಡಿ ಬಂದುಬಿಟ್ಟಿದೆ. ಮನೆ ಮಾಲೀಕ 'ಏನೂ ಆಗುವುದಿಲ್ಲ, ಇನ್ನೂ ಈ ಕಡೆಗೆ ಬಂದು ಬಿಡಿ' ಎಂದು ಕಟ್ಟಡದಿಂದ ದೂರಕ್ಕೆ ನಿಲ್ಲುವಂತೆ ಹೇಳಿದ.

ಈಗ ಆಗಿದ್ದು ಭೂಕಂಪನವೆಂದು ನಿಮಗಾಗಲೇ ತಿಳಿದಿರಬೇಕು. ಮೈ ಗಡಗಡನೆ ನಡುಗುತ್ತಿತ್ತು. ಸುಶೀಲ ಕಣ್ಣು ಕಣ್ಣು ಬಿಡುತ್ತಿದ್ದಳು. ಸುಮಾರು ಅರ್ಧ ಗಂಟೆ ಕಾಲ ಜನರು ಮನೆಗಳ ಒಳಕ್ಕೆ ಹೋಗುವ ಧೈರ್ಯ ಮಾಡಲಿಲ್ಲ. ಆಮೇಲೆ ನಿಧಾನವಾಗಿ ಒಬ್ಬೊಬ್ಬರಾಗಿ ಒಳಕ್ಕೆ ಹೊದರು. ಸುಶೀಲ ಒಳಕ್ಕೆ ಹೋಗಲೋ ಬೇಡವೋ ಎಂದು ಅನುಮಾನಪಡುತ್ತ ಕೊನೆಗೆ ಒಳಕ್ಕೆ ಹೋದಳು. ನಿದ್ದೆ ಹಾರಿಹೋಗಿ ಎಲ್ಲವನ್ನೂ ಕುತೂಹಲದಿಂದ ಕೇಳಿಸಿ ಕೊಳ್ಳುತ್ತಿದ್ದ ಕ್ರಾಂತಿ 'ಡ್ಯಾಡಿ, ನಾವು ನಿದ್ದೆ ಮಾಡ್ತಿದ್ದಾಗ ಭೂಕಂಪನ ಬಂದು ಮನೆಯೆಲ್ಲಾ ಬಿದ್ದುಹೋದರೆ ಏನು ಮಾಡೋದು?' ಎಂದು ಬಹಳ ಆಳವಾಗಿ ಚಿಂತಿಸತೊಡಗಿದ. ಅವನಿಗೆ ಆಗಲೇ ಹಿಂದಿ ಬರುತ್ತಿದ್ದು, ಚೆನ್ನಾಗಿ ಮಾತನಾಡುತ್ತಿದ್ದ.

ಹಳೆಯ ಮತ್ತು ಸಣ್ಣಪುಟ್ಟ ಮನೆಗಳು ಸುಮಾರು ಬಿದ್ದುಹೋಗಿದ್ದವು. ನಾಗಾಲ್ಯಾಂಡಿನಲ್ಲಿ ಮುಖ್ಯವಾಗಿ ಎರಡು ರೀತಿಯ ಮನೆಗಳು. ಒಂದು, ಬಿದಿರು ದೆಬ್ಬೆಗಳನ್ನು ಉಪಯೋಗಿಸಿ ಕಟ್ಟಿರುವ ಮನೆಗಳು, ಇನ್ನೊಂದು ಮಾಮೂಲಿ ಸಿಮೆಂಟ್ ಮನೆಗಳು. ದೆಬ್ಬೆಗಳನ್ನು ಉಪಯೋಗಿಸಿ ಕಟ್ಟಿರುವ ಮನೆಗಳು ಭೂಮಿ ಎಷ್ಟೇ ಕಂಪನಗೊಂಡರೂ ಗಿಡಗಳಂತೆ ಅಲ್ಲಾಡಿ ಮತ್ತೆ ಹಾಗೆ ನಿಂತಿರುತ್ತವೆ. ಹಾಗಾಗಿ ಹೆಚ್ಚು ಮನೆಗಳು ಬೀಳಲಿಲ್ಲ. ಆದರೆ ಇದೊಂದು ಇತ್ತೀಚಿನ ದಿನಗಳಲ್ಲಿನ ಭಯಂಕರ ಭೂಕಂಪನವಾಗಿತ್ತು. ರಿಕ್ಟರ್ ಮಾಪನದಲ್ಲಿ ೬.೩ ಪಾಯಿಂಟುಗಳು. ಸಾಮಾನ್ಯವಾಗಿ ೬.೨ ಪಾಯಿಂಟುಗಳಷ್ಟು ಭೂಕಂಪನವಾದರೆ, ಅಪಾರ ಪ್ರಾಣಹಾನಿಯ ಜೊತೆಗೆ ಹೇರಳ ಸಂಪತ್ತು ಹಾಳಾಗಿ ಕಲ್ಲು ಕಟ್ಟಡಗಳೂ ಕುಸಿದು ಬೀಳುತ್ತವೆ.

ಹಿಮಾಲಯ ಪರ್ವತ ಶ್ರೇಣಿಗಳು ಹೆಚ್ಚಾಗಿ ಟೊಳ್ಳು ಮತ್ತು ಸಡಿಲವಾದ ಜಲಜ ಶಿಲೆಗಳಿಂದ ಕೂಡಿವೆ. ಇದಕ್ಕೆ ಕಾರಣ ಇಂದಿನ ಹಿಮಾಲಯಗಳು ಒಂದು ಕಾಲದಲ್ಲಿ ಟೆಥೀಸ್ ಎಂಬ ಮಹಾ ಸಾಗರದ ಒಳಗಿತ್ತು. ಭೂಕಂಪನವಾಗುವ ಸಮಯದಲ್ಲಿ ಒಳಗಿಂದ ಬಿಡುಗಡೆ ಆಗುವ ಶಕ್ತಿಯನ್ನು ಈ ಟೊಳ್ಳು ಶಿಲಾಪದರುಗಳು ಒಂದು ರೀತಿಯಲ್ಲಿ ಶಾಕ್ ಅಬ್ಸಾರ್ಬರ್‌ಗಳಂತೆ ಹೀರಿಕೊಳ್ಳುವುದರಿಂದ ಹೆಚ್ಚು ಪ್ರಾಣ ಹಾನಿ ಮತ್ತು ಹೇರಳ ಸಂಪತ್ತು ಹಾಳಾಗುವುದಿಲ್ಲ.

೧೯೮೮ರನೇ ವರ್ಷದ ಆಗಸ್ಟ್, ೮ನೇ ತಾರೀಖು ಸಂಭವಿಸಿದ ಈ ಭೂಕಂಪನದ ನಂತರ ಮುಂದೆ ಕೆಲವೇ ದಿನಗಳಲ್ಲಿ ಇನ್ನೊಂದು ಮಹಾಭೂಕಂಪ ಬರಲಿದೆ ಎನ್ನುವ ಎಚ್ಚರಿಕೆಯನ್ನು ಭೂವಿಜ್ಞಾನಿಗಳಿಗೆ ನೀಡತೊಡಗಿದ್ದರು. ಭೂಮಿ ಮೇಲೆ ಅಲ್ಲಲ್ಲಿ ಸ್ವಲ್ಪ ಹೊಗೆಯನ್ನು ಬಿಟ್ಟು ಬುಸುಗುಡುವುದನ್ನು ಗಮನಿಸಿದ ಭೂವಿಜ್ಞಾನಿಗಳಿಗೆ ಸರಿಯಾಗಿ ಎಲ್ಲಿ ಯಾವಾಗ ಈ ಭೂಕಂಪ ಘಟಿಸುತ್ತದೆ ಎಂದು ಹೇಳಲಾಗಲಿಲ್ಲ. ಮುಂದೆ ಕೆಲವೇ ದಿನಗಳಲ್ಲಿ ಅಂದರೆ ಅದೇ ವರ್ಷದ ಸೆಪ್ಟೆಂಬರ್, ೨೧ನೇ ಮುಂಜಾನೆ ಬಿಹಾರ್ (ಧರ್ಬಂಗಾ)– ನೇಪಾಳದ ಗಡಿಯಲ್ಲಿ ಮಲಗಿದ್ದವರು ಏನಾಗುತ್ತಿದೆ ಎಂದು ಕಣ್ಣುಜ್ಜಿಕೊಳ್ಳುವುದರೊಳಗೇ ಅವರ ಮನೆ ಮಠಗಳನ್ನು ಹೊತ್ತು ನಿಂತಿದ್ದ ಬೆಟ್ಟಗುಡ್ಡಗಳೇ ಅವರ ಮೇಲೆ ಎರಗಿಬಿಟ್ಟಿದ್ದವು. ಈ ಪ್ರದೇಶ ಹಿಮಾಲಯ ಮತ್ತು ಗಂಗಾ ಬಯಲು ನಡುವಿನ ಪ್ರದೇಶವಾಗಿತ್ತು. ನೂರಾರು ಜನರು ಸತ್ತು

ಸಾವಿರಾರು ಜನ ಅಂಗವಿಕಲರಾದರು. ಕೋಟ್ಯಂತರ ರೂಪಾಯಿಗಳ ಆಸ್ತಿ ಹಾಳಾಯಿತು. ಇಷ್ಟಕ್ಕೂ ಇದು ರಿಕ್ಟರ್ ಮಾಪನದಲ್ಲಿ ೬.೧ ರಿಂದ ೬.೨ ಮಧ್ಯದ ಭೂಕಂಪನವಾಗಿತ್ತು.

## ನಾಯಿಮಾಂಸ ತಿಂದು ಹಗುರವಾಗಿ ಹಾರಾಡಿ

ದಿಮಾಪುರ ಮೂಲದಲ್ಲಿ ಭೀಮನ ಪ್ರೇಯಸಿ ಹಿಡಿಂಬಳ ಊರಾಗಿದ್ದು, ಮುಂದಿನ ದಿನಗಳಲ್ಲಿ ಹಿಡಿಂಬಾಪುರ, ಡಿಂಬಾಪುರವಾಗಿ ಅನಂತರ ದಿಮಾಪುರ ಆಯಿತಂತೆ. ಊರಿನ ದಕ್ಷಿಣ ಪೂರ್ವಕ್ಕೆ, ಈಶಾನ್ಯದ ತಪ್ಪಲುಗಳ ಕೆಳಗೆ ಈಗಲೂ ಕೆಲವು ಶಿಥಿಲಗೊಂಡ ಕುರುಹುಗಳಿದ್ದು, ಅವೆಲ್ಲಾ ಮಹಾಭಾರತದ ಪ್ರತೀಕಗಳೆಂದೇ ಹೇಳುತ್ತಾರೆ. ಪಾಂಡವರು ಸ್ನಾನ ಮಾಡುತ್ತಿದ್ದ ದೊಡ್ಡ ದೊಡ್ಡ ಕೊಳಗಳು, ಚದುರಂಗ ಮಣೆ, ಕಲ್ಲಿನಲ್ಲಿ ಕೆತ್ತಿರುವ ದೊಡ್ಡ

**ಚಿತ್ರ ೫೮ : ದಿಮಾಪುರ ಹತ್ತಿರ ದೊಡ್ಡ ದೊಡ್ಡ ಶಿಲೆಗಳನ್ನು ನಿರ್ಮಿಸಿರುವ ಚದುರಂಗ ಕಾಯಿಗಳು**

ದೊಡ್ಡ ಚದುರಂಗ ಕಾಯಿಗಳು ಇಂದಿಗೂ ಇಲ್ಲಿ ಹರಡಿ ಕುಳಿತಿವೆ. ಅವು ಒಂದೊಂದೂ ಆಳೆತ್ತರವಿದ್ದು ಹತ್ತಡಿಗಳಿಗಿಂತ ಹೆಚ್ಚು ಸುತ್ತಳತೆಯನ್ನು ಹೊಂದಿವೆ.

ಪಕ್ಕದ ಮಣಿಪುರ ರಾಜ್ಯದ ಚಿತ್ರಾಂಗದೆಯನ್ನು ಮಹಾಭಾರತದ ಅರ್ಜುನ ಮದುವೆಯಾಗಿದ್ದ. ರಾಧಾಕೃಷ್ಣರ ಬ್ಯಾಲೆ ಈಗಲೂ ಮಣಿಪುರದಲ್ಲಿ ಪ್ರಖ್ಯಾತ. ಈ ಹಿಡಿಂಬಾಪುರಕ್ಕೆ ಬಂದು ಒಂದು ವಾರವೇ ಆಗಿದ್ದರೂ ನಮ್ಮ ಅಡಿಗೆಮನೆ ಇನ್ನೂ ತಣ್ಣಗೆ ಮಲಗಿತ್ತು. ಅಲ್ಲಿನ ಸಹೋದ್ಯೋಗಿಗಳು ಮನೆಗೆ ಬಂದು 'ಈ ದಿನ ನಮ್ಮ ಮನೆಗೆ, ನಾಳೆ ನಮ್ಮ ಮನೆಗೆ' ಎಂದು ತಾವೇ ಸಮಯ ಫಿಕ್ಸ್ ಮಾಡಿಕೊಂಡು ಹೊರಟುಬಿಡುತ್ತಿದ್ದರು. ಎಲ್ಲರ ಮನೆಗಳಿಗೂ ಹೋಗುತ್ತ ಒಂದು ಸುತ್ತು ಮುಗಿಸಿದ್ದೆವು. ಬಿಹಾರಿ, ಯುಪಿ, ರಾಜಸ್ಥಾನಿ, ಬಂಗಾಳಿ, ಕೇರಳ, ಆಂಧ್ರ ಹೀಗೆ ಎಲ್ಲರ ಭಕ್ಷ್ಯಗಳನ್ನು ಸವಿದಿದ್ದೆವು. ಅನಂತರ ಹೊಸದಾಗಿ ಗ್ಯಾಸ್ ಕೊಂಡುಕೊಂಡು ಬಂದು ಅಡಿಗೆ ಮಾಡುವುದನ್ನು ಪ್ರಾರಂಭ ಮಾಡಿದ್ದೆವು. ಲಖನೌದಲ್ಲಿ ನಾಲ್ಕು ವರ್ಷಗಳಾದರೂ ನಮಗೆ ಅಡಿಗೆ ಅನಿಲ ದೊರಕಿರಲಿಲ್ಲ. ಆದರೆ ಇಲ್ಲಿ ಹಣ ತೆಗೆದುಕೊಂಡು

ಹೋದ ಕಚೇರಿಯ ಅಧಿಕಾರಿ ಒಬ್ಬರು ಒಂದೇ ವಾರದಲ್ಲಿ ಎರಡು ಸಿಲಿಂಡರ್‌ಗಳನ್ನು ಮನೆಗೆ ತಂದುಕೊಟ್ಟು ಹೋಗಿದ್ದರು. ಕಿಟ್ಟಿ ಔತಣಗಳು, ಹುಟ್ಟುಹಬ್ಬಗಳು, ಬೀಳ್ಕೊಡುಗೆ ಸಮಾರಂಭಗಳು ಹೊಸವರ್ಷದ ಔತಣ ಕೂಟಗಳು, ವಿಡಿಯೋ ಚಿತ್ರಗಳು, ಇಸ್ಪೀಟ್ ಆಟಗಳು, ಹೀಗೆ ಒಂದಲ್ಲಾ ಒಂದು ಚಟುವಟಿಕೆ ನಡೆಯುತ್ತಲೇ ಇದ್ದಿತು.

ಒಂದು ರಾತ್ರಿ ಯಥಾಪ್ರಕಾರ ಮಲಗಿ ನಿದ್ದೆ ಮಾಡುತ್ತಿದ್ದೆವು. ಆಗಸ್ಟ್ ತಿಂಗಳಾದರೂ ಸೆಕೆ ಇನ್ನೂ ಪೂರ್ತಿ ಕಡಿಮೆಯಾಗದ ಕಾರಣ ಕಿಟಕಿಗಳು ತೆರೆದೇ ಇದ್ದವು. ಬೆಳಗಿನ ಜಾವ ಸುಮಾರು ೩ ಗಂಟೆ ಇರಬಹುದು. ಕ್ರಾಂತಿ ನೀರು ಕೇಳಿದ, ವಿದ್ಯುತ್ ಸ್ವಿಚ್‌ಹಾಕಿ ನೀರು ಕುಡಿಸಿದೆ. ಮತ್ತೆ ಅವನು ನಿದ್ದೆ ಮಾಡುವವರೆಗೂ ದೀಪ ಆರಿಸಲು ಬಿಡುತ್ತಿರಲಿಲ್ಲವಾದ್ದರಿಂದ ದೀಪವನ್ನು ಉರಿಯಲು ಬಿಟ್ಟು ಸೊಳ್ಳೆ ಪರದೆಯ ಒಳಗೆ ಕಣ್ಣು ಮುಚ್ಚಿ ಮಲಗಿದ್ದೇನೆ. ಏನೋ... ಸರಸರ ಸದ್ದು, ಅರೆನಿದ್ದೆ ಅರೆ ಎಚ್ಚರದ ಮಧ್ಯೆ ಒಲ್ಲದ ಮನಸ್ಸಿನಿಂದ ಕಣ್ಣು ತೆರೆದು ನೋಡುತ್ತೇನೆ. ಮನೆಯ ಒಳಗೆ ಸೊಳ್ಳೆ ಪರದೆಯ ಪಕ್ಕದಲ್ಲೇ ಒಂದು ದಪ್ಪದಾದ ಬಿದಿರು ದೆಬ್ಬೆ ಚಲಿಸುತ್ತಿದೆ. ಅವಾಕ್ಕಾದ ನನ್ನ ಹೃದಯ ಒಮ್ಮೆಲೆ ನಿಂತಂತಾಯಿತು. ಉದ್ದವಾದ ಬಿದಿರು ದೆಬ್ಬೆ ಕಿಟಕಿಯಿಂದ ಒಳತೂರಿ ಗೋಡೆಯಲ್ಲಿ ನೇತುಹಾಕಿದ್ದ ವ್ಯಾನಿಟಿ ಚೀಲವನ್ನು ಅಪಹರಿಸಲು ಯತ್ನಿಸುತ್ತಿದೆ. ಒಮ್ಮೆಲೇ ಹೌಹಾರಿದ ನಾನು 'ಏಯ್...?' ಎಂದು ಜೋರಾಗಿ ಕೂಗಿ, ಎರಡೂ ಕೈಗಳಿಂದ ಬಿದಿರು ದೆಬ್ಬೆಯನ್ನು ದೂರ ತಳ್ಳಿದೆ. ವ್ಯಾನಿಟಿ ಚೀಲ ದೊಪ್ಪನೆ ಕೆಳಕ್ಕೆ ಬೀಳುವುದರ ಜೊತೆಗೆ ಬಿದಿರು ದೆಬ್ಬೆ ಸರಕ್ಕನೆ ಹಿಂದಕ್ಕೆ ಸರಿಯಿತು.

ನಾನು ಮಾಡಿದ ಸದ್ದಿನಿಂದ ಪಕ್ಕದ ಮನೆಯಲ್ಲಿ ಮಲಗಿದ್ದವರೂ ಮತ್ತು ಸುಶೀಲ ಒಮ್ಮೆಲೇ ಎಚ್ಚರಗೊಂಡಿದ್ದರು. ಕೆಲವು ಕ್ಷಣಗಳು ಮಾತು ಬರದೆ ಹೃದಯ ಗಂಟಲಲ್ಲೇ ಸಿಕ್ಕಿಕೊಂಡಂತೆ ಆಯಿತು. ಬೆಳಿಗ್ಗೆ ಎದ್ದು ನೋಡಿದಾಗ ಆ ಕಳ್ಳನ ಹೆಜ್ಜೆಗಳು ಹಾಗೇ ನೆಲದ ಮೇಲೆ ಮೂಡಿದ್ದವು. ಹರಿದ ಚಪ್ಪಲಿಯೊಂದು ಅಲ್ಲಿ ಬಿದ್ದಿತ್ತು. ಆ ದಿನದಿಂದ ಕಿಟಕಿಯನ್ನು ತೆರೆದುಕೊಂಡು ಮಲಗುವುದನ್ನೇ ಬಿಟ್ಟುಬಿಟ್ಟೆವು. ನಾಗಾಗಳು ಸಾಮಾನ್ಯವಾಗಿ ಕಳ್ಳತನ ಮಾಡುವುದಿಲ್ಲ. ಯಾರೋ ಬಿಹಾರಿ ಅಥವಾ ಬಾಂಗ್ಲಾ ದೇಶಿಗರ ಕೆಲಸ ಇರಬೇಕು ಎಂದು ಸುಮ್ಮನಾದೆವು.

* * *

ಒಂದು ದಿನ ಬೆಳಿಗ್ಗೆ ಭಾನುವಾರ ನಾವು ಮೂವರು ಬಿಹಾರಿಯವನ ಸೈಕಲ್‌ರಿಕ್ಷಾದಲ್ಲಿ ಕುಳಿತುಕೊಂಡು ದಿಮಾಪುರದ ಮುಖ್ಯರಸ್ತೆಯಾದ, ಸರ್ಕ್ಯುಲರ್ ರಸ್ತೆಯಲ್ಲಿ ಹೋಗುತ್ತಿದ್ದೆವು. ರಸ್ತೆಯ ಪಕ್ಕದಲ್ಲೇ ಸುಮಾರು ೪೦-೫೦ ನಾಯಿಗಳು ಬಿದ್ದಿವೆ. ಸುತ್ತಲೂ ಜನ, ಮಾರುತಿ ಕಾರುಗಳು ಮತ್ತು ದ್ವಿಚಕ್ರ ವಾಹನಗಳು ನಿಂತಿವೆ. ಇದೇನಿರಬಹುದು ಎಂದು ನೋಡು ನೊಡುತ್ತಿದ್ದಂತೆ ಸೈಕಲ್‌ರಿಕ್ಷಾ ನಾಯಿಗಳು ಬಿದ್ದಿರುವ ಸ್ಥಳದ ಹತ್ತಿರಕ್ಕೆ ಬಂದಿತ್ತು. ಎಲ್ಲಾ ನಾಯಿಗಳು ಸತ್ತುಬಿದ್ದಿವೆ. ಅಲ್ಲಿದ್ದವರೆಲ್ಲ ೧೦೦, ೨೦೦ ರೂಪಾಯಿ ಕೊಟ್ಟು ನಾಯಿಗಳನ್ನು ತೆಗೆದುಕೊಂಡು ತಮ್ಮ ವಾಹನಗಳಲ್ಲಿ ಹಾಕಿಕೊಂಡು ಹೋಗುತ್ತಿದ್ದಾರೆ. ಸ್ವಲ್ಪ ಗಾಬರಿಯಾದ ನಾವು ನೇರವಾಗಿ ಆದಿನಾರಾಯಣರವರ ಮನೆಗೆ ಹೋಗಿ ವಿಷಯ ತಿಳಿಸಿದೆವು. ಶ್ರೀಮತಿ ಆದಿನಾರಾಯಣ ಅವರು ಬಿದ್ದು ಬಿದ್ದು ನಗುತ್ತಾ ಇನ್ನಷ್ಟು ವಿಷಯಗಳನ್ನು ನಮಗೆ ಹೇಳಿ ಗಾಬರಿಪಡಿಸಿದರು. ನಂತರದ ದಿನಗಳಲ್ಲಿ ಅವರು ತಿಳಿಸಿದ್ದ ವಿಷಯಗಳನ್ನು ನೇರವಾಗಿ ನೋಡಿ ನಮಗೂ ಸಾಕಾಗಿಹೋಯಿತು.

**ಚಿತ್ರ ೫೯ : ಎಲೆ ಸೊಪ್ಪು ಮಾರುತ್ತಿರುವ ಮಹಿಳೆಯರು**

ದಿಮಾಪುರದಲ್ಲಿ ೩ ತಿಂಗಳಿಗೋ ಅಥವಾ ೬ ತಿಂಗಳಿಗೋ ಒಮ್ಮೆ ದಿಮಾಪುರ ಪೊಲೀಸರು ಬೆಳಿಗ್ಗೆ ಜನರೆಲ್ಲಾ ಮಲಗಿದ್ದಾಗ ಬೀದಿನಾಯಿಗಳನ್ನೆಲ್ಲಾ ಅಟ್ಟಿಸಿಕೊಂಡು ಹೋಗಿ ಬಂದೂಕು ಹೊಡೆದು ಸಾಯಿಸಿ ಅನಂತರ ಎಲ್ಲ ನಾಯಿಗಳನ್ನು ಪೊಲೀಸ್ ಠಾಣೆ ಮುಂದೆ ಹಾಕಿ ಮಾರುತ್ತಾರೆ ಎನ್ನುವ ವಿಷಯ ಕೇಳಿದ ನಾವು ದಂಗಾಗಿ ಹೋದೆವು. ಇಡೀ ನಗರದಲ್ಲಿ ಯಾರೂ ನಾಯಿಗಳನ್ನು ಸಾಕುವುದಿಲ್ಲ. ನಮ್ಮ ಬೆಂಗಳೂರಿನ ಬೀದಿಗಳಲ್ಲಿ ಜನರು ಯಾವುದ್ಯಾವುದೋ ಮುಖಗಳುಳ್ಳ ನಾಯಿಗಳನ್ನು ಬೆಳಿಗ್ಗೆ ಸಾಯಂಕಾಲವೆನ್ನದೆ ವಾಕ್ ಮಾಡಿಸುತ್ತ ಬೀದೀಬೀದಿಗಳೆಲ್ಲ ಹೇಸಿಗೆ ಮಾಡಿಸುವ ದೃಶ್ಯಗಳು ಈಶಾನ್ಯದಲ್ಲಿ ಕಾಣಸಿಗುವುದಿಲ್ಲ. ಬೆಕ್ಕುಗಳೂ ಸಹ ಎಲ್ಲೂ ಕಾಣಿಸುವುದಿಲ್ಲ. ಕಾಗೆ ಗುಬ್ಬಚ್ಚಿಗಳು ಸಹ ನಾಗಾಲ್ಯಾಂಡಿನ ಸರಹದ್ದಿಗೆ ಅಪ್ಪಿತಪ್ಪಿಯೋ ಹಾರಿ ಬರುವುದಿಲ್ಲ. ಈಶಾನ್ಯ ವಲಯದಲ್ಲಿ ಇನ್ನೂ ಹೇರಳ ಕಾಡು ಉಳಿದುಕೊಂಡಿದ್ದು, ದಟ್ಟ ಕಾಡುಗಳ ಒಳ ಹೊಕ್ಕರೂ ಒಂದೇ ಒಂದು ಹಾವು ಸಹ ನಮ್ಮ ಕಣ್ಣಿಗೆ ಬೀಳುವುದಿಲ್ಲ. ಹಕ್ಕಿಗಳ ಕಲರವವೂ ಕೇಳಿಸುವುದಿಲ್ಲ.

ಅಸ್ಸಾಂ ಅಕ್ಕಪಕ್ಕದ ಕಾಡುಗಳಲ್ಲಿ ಮಾತ್ರ ಅಲ್ಲಿಇಲ್ಲಿ ಕೆಲವು ವನ್ಯಪ್ರಾಣಿಗಳನ್ನು ನೋಡಬಹುದು. ಅಸ್ಸಾಂ ರಾಜ್ಯದಲ್ಲಿ ಪ್ರಯಾಣ ಮಾಡುವಾಗ ಮಾತ್ರ ಗುಂಪು ಗುಂಪು ಹಕ್ಕಿಗಳು ಮತ್ತು ಹಕ್ಕಿಗಳ ಸದ್ದು ಕೇಳಿಸುತ್ತದೆ. ಅದೇ ಅಸ್ಸಾಂ ಗಡಿ ದಾಟಿದ ಮೇಲೆ ಈಶಾನ್ಯದ ಉಳಿದ ಯಾವುದೇ ರಾಜ್ಯದಲ್ಲೂ ಒಂದೇ ಒಂದು ಗುಬ್ಬಚ್ಚಿಯೂ ಕಾಣಸಿಗುವುದಿಲ್ಲ. ಸ್ಥಳೀಯರು ಎಲ್ಲಾ ಕಾಡುಪ್ರಾಣಿಗಳನ್ನೂ ಕೊಂದು ತಿಂದು ಮುಗಿಸಿಬಿಟ್ಟಿದ್ದಾರೆ. ಹಕ್ಕಿಗಳ ಚಿಲಿಪಿಲಿ ಸದ್ದು ಇಲ್ಲದ ಕಾಡು ಕಾಡೇ ಎನ್ನುವ ನಿರುತ್ಸಾಹ

ನಮ್ಮನ್ನು ಕಾಡದೇ ಇರುವುದಿಲ್ಲ. ಒಂದು ಕಾಲದಲ್ಲಿ ಈ ಕಾಡುಗಳಲ್ಲಿ ಹೇರಳ ಕಾಡು ಪ್ರಾಣಿಗಳು ಇದ್ದುದಾಗಿ ತಿಳಿದುಬರುತ್ತದೆ. ಮಿಥನ್ (ಕಾಡುಕೋಣ), ಆನೆ, ಘೇಂಡಾಮೃಗ, ಹುಲಿ, ಸಿಂಹ ವಿಧವಿಧ ಜಿಂಕೆಗಳು, ಹಾರ್ನ್‌ಬಿಲ್ ಮತ್ತು ನೂರಾರು ರೀತಿಯ ಹಕ್ಕಿಗಳು ಇದ್ದವು. ಆದರೆ ಈಗ ಎಲ್ಲವೂ ಶೂನ್ಯ. ಅಸ್ಸಾಂನ ರಾಷ್ಟ್ರೀಯ ವನ್ಯ ಮೃಗಾಲಯ ಕಾಜಿರಂಗದಲ್ಲಿ ಅಳಿದುಳಿದಿರುವ ಪ್ರಾಣಿಗಳು ಜೀವನ್ಮರಣದೊಂದಿಗೆ ಹೋರಾಡುತ್ತಿವೆ.

ಇತ್ತೀಚೆಗೆ ವನ್ಯಧಾಮದ ಒಳಗೆ ಸೌದೆ ತರಲು ಹೋಗಿದ್ದ ಮಹಿಳೆಯೊಬ್ಬಳನ್ನು ಹುಲಿ ತಿಂದು ಮುಗಿಸಿತ್ತು. ಆ ಹುಲಿಯನ್ನು ಸುತ್ತುವರಿದ ಹತ್ತಾರು ಹಳ್ಳಿಗಳ ಜನರು ಅದನ್ನು ಹೇಗೋ ಒಂದು ಹೊಂಡಕ್ಕೆ ಕೆಡವಿ ಹೊಡೆದು ಸಾಯಿಸಿದ್ದರು. ವನ್ಯಧಾಮದ ಅಧಿಕಾರಿಗಳು 'ಹುಲಿಗಳಿರುವ ವನ್ಯಧಾಮಕ್ಕೆ ಜನರು ಯಾಕೆ ಹೋಗಬೇಕಿತ್ತು' ಎಂದು ಪ್ರಶ್ನಿಸಿದರೆ, ಮಹಿಳೆಯರು 'ಯಾಕೆ ಹೋಗಬಾರ್ದು? ಸರಕಾರ ನಮಗೆ ಗ್ಯಾಸ್ ಸಿಲೆಂಡರ್ ಕೊಟ್ಟಿದೆಯ? ಇಲ್ಲ ಸೀಮೆಎಣ್ಣೆ ಕೊಡುತ್ತಿದ್ದಾರ? ನಾವು ಸೌದೆ ತರಲು ಕಾಡ್ಗೆ ಹೋಗಲೇಬೇಕು. ನಮ್ಮನ್ನು ಯಾರು ತಡೆಯುತ್ತಾರೋ ನೋಡ್ತೀವಿ?' ಎಂದು ಸವಾಲು ಹಾಕಿದ್ದರು. ಇವರಲ್ಲಿ ಯಾರು ಸರಿಯೊ ಯಾರು ತಪ್ಪೊ ಗೊತ್ತಿಲ್ಲ ಈ ದೇಶದ ಪರಿಸ್ಥಿತಿಯಂತೂ ಹೀಗಿದೆ.

ನಾಗಾಗಳಿಗೆ ನಂಬರ್ ಒನ್ ಪ್ರಿಯವಾದ ಮಾಂಸವೆಂದರೆ ನಾಯಿಮಾಂಸ, ನಂತರ ಕೋತಿ, ಹಂದಿ ಇತ್ಯಾದಿಗಳ ಮಾಂಸ. ಇವುಗಳ ಜೊತೆಗೆ ಭೂಮಿಯ ಮೇಲೆ ದೊರಕುವ ಎಲ್ಲಾ ಪ್ರಾಣಿಗಳೂ ಇವರಿಗೆ ಪ್ರಿಯವೆ. ಒಮ್ಮೆ ಟ್ಯುಯಿನ್‌ಸಾಂಗ್ ಜಿಲ್ಲೆಯ ಹಳ್ಳಿಗನನ್ನು 'ನೀವು ಏನೇನು ತಿನ್ನುತ್ತೀರಿ?' ಎಂದು ಪ್ರಶ್ನಿಸಿದ್ದೆ, 'ನಾಗಾ ಮನುಷ್ಯ ತಿನ್ನದೆ ಇರುವ ವಸ್ತುಗಳೆಂದರೆ ಎರಡೇ – ಒಂದು ಅವನ ಉಚ್ಚೆ, ಎರಡನೆಯದು ಅವನ ಕಕ್ಕಸ್ಸು' ಎಂದಿದ್ದ. ಅವನು ಹೇಳಿದ್ದರಲ್ಲಿ ಸತ್ಯಾಂಶವೂ ಇತ್ತು. ನಾಗಾಲ್ಯಾಂಡಿನ ರಾಜಧಾನಿ ಕೋಹಿಮಾ ನಗರದ ನಾಗಾ ಸಂತೆಯನ್ನು ನೋಡಲೆಂದು ಹೋಗಿದ್ದೆವು. ಆ ಸಂತೆಯಲ್ಲಿ ದೊರಕದೆ ಇರುವ ಪ್ರಾಣಿಗಳೇ ಇರಲಿಲ್ಲ. ಹೊಲಿಗೆ ಮಾಡಿದ ಗೋಣಿ ಚೀಲಗಳಲ್ಲಿ ನಾಯಿಗಳು ಮುಖಗಳನ್ನು ಹೊರಕ್ಕೆ ಚಾಚಿ ಮನುಷ್ಯರಂತೆ ಕುಳಿತುಕೊಂಡಿದ್ದವು. ಕಪ್ಪೆಗಳನ್ನು ತರಕಾರಿಯ ಕುಪ್ಪೆಗಳಂತೆ ದಾರಗಳಲ್ಲಿ ಕಟ್ಟಿ ಇಡಲಾಗಿತ್ತು. ಬಸವನಹುಳುಗಳನ್ನು ಬಿದಿರು ಸೇರುಗಳಲ್ಲಿ ಅಳತೆ ಮಾಡುತ್ತಿದ್ದರೆ, ಹಸಿರು, ಹಳದಿ ಬಣ್ಣದ ಕಂಬಳಿಹುಳುಗಳನ್ನು ತಕ್ಕಡಿಯಲ್ಲಿ ತೂಕ ಹಾಕುತ್ತಿದ್ದರು. ಮಿಡಿತೆ, ಇನ್ನಿತರ ಹಾರುವ ಪ್ರಾಣಿಗಳನ್ನು ಪ್ಲಾಸ್ಟಿಕ್ ಚೀಲಗಳಲ್ಲಿ ಕಟ್ಟಿ ಇಟ್ಟಿದ್ದರು. ಹಾವುಗಳು ಮತ್ತು ಮಂಗಗಳು ಮಾತ್ರ ಹುಡುಕಿದರೂ ಸಿಗಲಿಲ್ಲ. ಅವು ಸಂತೆ ತಲಪುವುದಕ್ಕಿಂತ ಮುಂಚೆಯೇ ದಾರಿಯಲ್ಲೇ ವ್ಯಾಪಾರ ಆಗಿಬಿಡುತ್ತವೆ ಎಂದು ತಿಳಿಯಿತು.

ತೀರ ಈಚಿನವರೆಗೂ ನಾಗಾ ಮನೆಗಳಿಗೆ ಯಾರಾದರೂ ಮುಖ್ಯ ಅತಿಥಿಗಳು ಬಂದರೆ ನಾಯಿ ಮತ್ತು ಕೋತಿಗಳ ತಲೆಗಳನ್ನು ವಿಶೇಷವಾಗಿ ತಯಾರು ಮಾಡಿ ಹಾಗೇ ಬಿದಿರು ತಟ್ಟೆಗಳಲ್ಲಿ ಇಟ್ಟು ಬಡಿಸುತ್ತಿದ್ದರಂತೆ. ಅದು ಅತಿಥಿಗೆ ನೀಡುತ್ತಿದ್ದ ವಿಶೇಷ ಗೌರವ. ಅತಿಥಿ ಅದನ್ನು ನಿರಾಕರಿಸಿದ್ದೇ ಆದರೆ ಅದನ್ನು ನಾಗಾಗಳು ಅಪಮಾನ ಎಂದು ತಿಳಿಯುತ್ತಿದ್ದರು. ನಾಯಿ ಮತ್ತು ಕೋತಿಗಳ ಮಾಂಸವನ್ನು ತಿಂದರೆ ಒಂದು ರೀತಿ ಹಗುರವಾಗಿ ಹಾಗೇ ಹಾರಾಡಿದಂತಾಗಿ ಮೈಯೆಲ್ಲ ಪುಳಕಗೊಳ್ಳುತ್ತದೆ, ಎನ್ನುತ್ತಿದ್ದ ನನ್ನ ಜೀಪಿನ ಚಾಲಕ ಟೊಂಗಪಾಂಗ್ ವರ್ಣಿಸುವ ಸಮಯದಲ್ಲಿ ಅವನ ಮುಖವನ್ನು ನೋಡಬೇಕಿತ್ತು.

## ಅಧ್ಯಾಯ ೨

# ಸ್ವಯಂ ಶಾಸಕರ ಸ್ವಂತ ಆಡಳಿತ

ಈಶಾನ್ಯ ಹಿಮಾಲಯದ ನಾಗಾ ಬೆಟ್ಟಗಳಲ್ಲಿ ಓಡಾಡುವಾಗ ಒಂದು ಬಗೆ ಅರಿಯದ ನಿರಾಶೆ ನಮ್ಮನ್ನು ಕಾಡುತ್ತದೆ. ಸಣ್ಣ ಮಕ್ಕಳಿಂದ ಯುವಕರು ದೊಡ್ಡವರೆನ್ನದೆ ಎಲ್ಲರೂ ಒಂದೊಂದು ಕೋವಿಯನ್ನು ಭುಜಕ್ಕೆ ನೇತುಹಾಕಿಕೊಂಡು, ನಾಗಾ ದಾವನ್ನು (ಮಚ್ಚು) ನಡುವಿನ ಪಟ್ಟಿಯಲ್ಲಿ ಸಿಕ್ಕಿಸಿಕೊಂಡು ಯಾವ ಪ್ರಾಣಿ ಸಿಕ್ಕಿದರೂ ಅದನ್ನು ಕೊಲ್ಲುತ್ತಾರೆ, ಯಾವ ಮರ ವನ್ನಾದರೂ ಉರುಳಿಸುತ್ತಾರೆ. ಅಷ್ಟು ದಟ್ಟ ಕಾಡುಗಳಲ್ಲಿ ನೆಲದಲ್ಲಿ ಹರಿದಾಡುವ ಹಾವುಗಳಾಗಲಿ, ಆಕಾಶದಲ್ಲಿ ಹಾರಾಡುವ ಹಕ್ಕಿ ಗಳಾಗಲಿ ಕೊನೆಗೆ ಗುಬ್ಬಚ್ಚಿ ಗಳಾಗಲೀ ಒಂದೂ ಕಾಣಸಿಗು ವುದಿಲ್ಲ. ಇನ್ನು ಕಾಡು ಕಡಿಯುವುದನ್ನು ಕೇಂದ್ರ ಸರಕಾರವು ಪ್ರಶ್ನಿಸುವಂತಿಲ್ಲ. ಎಲ್ಲಾ ಹಳ್ಳಿಗಳೂ ತಮಗೆ ತೋಚಿದ ಹಾಗೆ ಗೆರೆಗಳನ್ನು ಹಾಕಿಕೊಂಡಿದ್ದು, ಅವರು ಏನು ಬೇಕಾದರೂ ಮಾಡಬಹುದು. ಅದೊಂದು (ಅಟಾನಮಸ್) ಸ್ವಯಂಶಾಸನದ ರಾಜ್ಯವಾಗಿದ್ದು, ಹೊರ ರಾಜ್ಯಗಳ ಜನ ಇಲ್ಲಿ ನೆಲವನ್ನು ಕೊಂಡುಕೊಳ್ಳಲು ಸಾಧ್ಯವಿಲ್ಲ. ಎಲ್ಲವನ್ನೂ ತೀರ್ಮಾನಿಸುವವನು ಹಳ್ಳಿಯ ವೃದ್ಧ (ಗಾವ್‌ಬುಡಾ ಅಥವಾ ಜಿಬಿ). ಅವನ ಅಪ್ಪಣೆ ಇಲ್ಲದೆ ಸರಕಾರಿ ಅಧಿಕಾರಿಗಳೂ ಹಳ್ಳಿಯನ್ನು ಪ್ರವೇಶಿಸುವಂತಿಲ್ಲ. ಝೂಮ್ (ಚಲಿಸುವ) ವ್ಯವಸಾಯದಿಂದ ಪ್ರತಿವರ್ಷವೂ ಕಾಡನ್ನ ಕಡಿಯಲಾಗುತ್ತದೆ. ಈಗಲೂ ಮನಸ್ಸು ಮಾಡಿದರೆ ಎಷ್ಟೋ ಕಾಡನ್ನು ಉಳಿಸಬಹುದು. ಆದರೆ ಅದೆಲ್ಲಾ ಯಾರಿಗೆ ಬೇಕಿದೆ?

**ಚಿತ್ರ ೬೦ : ನಾಗಾ ಸಂಪ್ರದಾಯ ಉಡುಗೆಯಲ್ಲಿ ಹಳ್ಳಿಯ ಹಿರಿಯ**

ಮಾತುಗಳ ಜತೆಗೆ ತಿನಿಸುಗಳ ಇನ್ನೊಂದು ಸ್ವಾರಸ್ಯಕರ ವಿಷಯವನ್ನು ಬಿಟ್ಟಿದ್ದಕ್ಕೆ ಕ್ಷಮಿಸಬೇಕು. ದಿಮಾಪುರಕ್ಕೆ ಹೊಸದಾಗಿ ಹೋದ ನಾನು ಒಂದು ವಾರದ ನಂತರ ನೇರವಾಗಿ ಮಾಂಸದ ಅಂಗಡಿ ತಲುಪಿದೆ. ಎಲ್ಲಾ ಊರುಗಳಲ್ಲೂ ಕಟುಕರು ಕೂಗಾಡುವಂತೆ ಇಲ್ಲಿಯೂ ಕೂಗಾಡುತ್ತಿದ್ದರು. ಅಂಗಡಿಗಳಲ್ಲಿ ಚರ್ಮ ಸುಲಿದ ಕುರಿ, ಮೇಕೆ ದೇಹಗಳು ನೇತಾಡುತ್ತಿವೆ. ಆದರೆ ಆ ದೇಹಗಳು ಗಾಳಿ ತುಂಬಿಕೊಂಡ ಬಲೂನುಗಳಂತೆ ಊದಿ ಕೊಂಡಿದ್ದು ಅವುಗಳಿಂದ ನೀರು ಒಂದೇ ಸಮನೆ ಜಿನುಗುತ್ತಿದೆ. ಎಲ್ಲಾ ಅಂಗಡಿಗಳನ್ನೂ ನೋಡಿದೆ. ಎಲ್ಲವುಗಳಲ್ಲೂ ಅದೇ ಚಿತ್ರ.

'ಇದೇನು, ನೀರು ಸುರಿಯುತ್ತಿದೆಯಲ್ಲ?' ಒಬ್ಬ ಕಟುಕನನ್ನು ಕೇಳಿದೆ.

'ನೀರೆಲ್ಲಿದೆ ಸ್ವಾಮಿ, ಒಂದು ತೊಟ್ಟೂ ನೀರಿಲ್ಲ ಇದರಲ್ಲಿ' ಎಂದ. ನೀರು ಜಿನುಗುತ್ತಿರುವುದನ್ನ ತೋರಿಸಿ,

'ಇದೇನಿದು' ಎಂದು ಕೇಳಿದೆ.

'ಓ, ಅದು ನೀರಿನಲ್ಲಿ ತೊಳೆದಿದ್ರಿಂದ ಹಾಗಾಗಿದೆ' ಎಂದ.

'ಅಂದರೆ ನಾವೆಲ್ಲೂ ಮಾಂಸ ತೆಗೆದುಕೊಂಡಿಲ್ಲ, ತಿಂದಿಲ್ಲ ಅನ್ನುತ್ತೀಯ' ಎಂದೆ.

'ನಾನು ಹಾಗೆ ಹೇಳಿದೆನೆ?'

'ಮತ್ತೆ ನೀನು ಹೇಳಿದ್ದೇನು? ಕಣ್ಣೆದುರಿಗೆ ನೀರು ಸುರಿಯುತ್ತಿದ್ದರೂ ಒಂದು ತೊಟ್ಟು ನೀರಿಲ್ಲ ಅನ್ನುತ್ತಿಯಲ್ಲ, ಇದೇನು ಮಾಂಸಾನೇ ಅಥವಾ?' ಎಂದು ದಬಾಯಿಸಿದೆ.

'ಹ್ಹ ಹ್ಹ ಮಾಂಸಾನೆ ಸ್ವಾಮಿ, ನಾವೇನು ಮಾಡುವುದು ಹೇಳಿ? ಇಲ್ಲಿ ಎಲ್ಲರೂ ಈ ತರಹ ಮಾಂಸಾನೇ ಕೇಳ್ತಾರೆ ಮಾಂಸಕ್ಕೆ ನೀರು ಹೊಡೆಯದಿದ್ದರೆ ಯಾರೂ ಮಾಂಸ ಕೊಳ್ಳುವುದಿಲ್ಲ, ಕೊಂಡರೂ ಹಣ ಕಡಿಮೆ ಕೊಡ್ತಾರೆ' ಎನ್ನುತ್ತಾ ತನ್ನ ಕಷ್ಟ ತೋಡಿಕೊಂಡ.

'ನೀರು ಎಲ್ಲಿಂದ ತರ್ತೀರಿ? ದೇಹದ ಒಳಕ್ಕೆ ಹೇಗೆ ಸೇರಿಸ್ತೀರಿ' ಎಂದು ಕೇಳಿದೆ. ಸ್ವಲ್ಪ ಹಿಂದೆಮುಂದೆ ನೋಡಿದ ಆ ಬಾಂಗ್ಲಾ ದೇಶಿ ಹೇಳಿದ :

'ನೀರೇನು ಸ್ವಾಮಿ ಯಾವುದಾದರೂ ಸರಿ ಎನ್ನುತ್ತಾ ಒಳಕ್ಕೆ ಕರೆದುಕೊಂಡು ಹೋಗಿ ಒಂದು ದೊಡ್ಡ ಪಿಚಕಾರಿ ರೀತಿಯ ಸಿರೆಂಜ್ ತೋರಿಸಿ, ಈ ಪಿಚಕಾರಿಯಿಂದ ಬಾಲದ ಹಿಂದಿರುವ ಒಂದು ನರದ ಮುಖಾಂತರ ಏರಿಸುತ್ತೇವೆ. ಆಗ ದೇಹವೆಲ್ಲ ನೀರಿನಿಂದ ತುಂಬಿಕೊಳ್ಳುತ್ತದೆ' ಎಂದು ವಿವರಿಸಿದ.

ದಿಗ್ಭ್ರಮೆಗೊಂಡ ನಾನು ವಲಸೆ ಬಂದಿರುವ ಆ ಬಾಂಗ್ಲಾ ದೇಶದ ಕಟುಕ ವಿಜ್ಞಾನಿಯ ಜ್ಞಾನಕ್ಕೆ ಮೂಕನಾಗಿ ಹೋದೆ.

'ಹೌದು ನೀರು ಹೊಡೆಯದೆ ಹಾಗೆ ಮಾರುವುದಕ್ಕೆ ಆಗುವುದಿಲ್ಲವೆ' ಕೇಳಿದೆ.

'ಯಾಕಾಗುವುದಿಲ್ಲ ಸ್ವಾಮಿ, ಆಗಲೇ ಹೇಳಲಿಲ್ಲವೆ' ಹೇಳಿದ.

'ಅದೆಲ್ಲಾ ಹೋಗಲಿ ಈಗ ನನಗೆ ನೀರಿಲ್ಲದ ಮಾಂಸ ಬೇಕು' ಎಂದೆ.

'ಹಾಗಾದರೆ ಒಂದು ಕೆಲಸ ಮಾಡಿ ನಾಳೆಯಿಂದ ಮಾಂಸ ಬೇಕಾದಾಗ ಬೆಳಿಗ್ಗೆ ೭ ಗಂಟೆಗೇ ಬಂದುಬಿಡಿ, ನಿಮಗೆ ಎಷ್ಟು ಬೇಕೋ ಅಷ್ಟು ಕೊಡುತ್ತೇನೆ' ಎಂದ, ಅಂದಿನಿಂದ ಅವನು ಹೇಳಿದಂತೆ ಮಾಡಬೇಕಾಯಿತು.

ಒಂದು ದಿನ ಬೆಳಿಗ್ಗೆ ಮನೆ ಮುಂದೆ ನಿಂತು ಓಡಾಡುವ ವಾಹನಗಳನ್ನು ನೋಡುತ್ತಿದ್ದೆ. ಒಂದು ಖಾಲಿ ಲಾರಿ ಸುಮಾರು ೪೦ ಕಿ.ಮೀ. ವೇಗದಲ್ಲಿ ಧಾವಿಸುತ್ತಿದೆ. ಅಷ್ಟರಲ್ಲಿ ಅಕಸ್ಮಾತ್ತಾಗಿ ಒಂದು ಕೋಳಿಪಿಳ್ಳೆ, ಲಾರಿಗೆ ಅಡ್ಡ ಬಂದು, ಲಾರಿಯ ವೇಗ ಥಟ್ಟನೆ ಕಡಿಮೆಯಾಯಿತು. ಹಿಂದೆಯೇ ವೇಗವಾಗಿ ಸ್ಕೂಟರ್ ಓಡಿಸುತ್ತಿದ್ದ ನಾಗಾ ಯುವಕ ಸ್ವಲ್ಪ ಮುಗ್ಗರಿಸಿ ಆಯ ತಪ್ಪಿ ಬಿದ್ದ. ಮತ್ತೆ ಚೇತರಿಸಿಕೊಂಡು ಲಾರಿಯನ್ನು ಕೆಲವೇ ಕ್ಷಣಗಳಲ್ಲಿ ಹಿಂದಕ್ಕೆ ಹಾಕಿ ಸ್ಕೂಟರನ್ನು ಲಾರಿ ಮುಂದೆ ನಿಲ್ಲಿಸಿದ. ಬಿಹಾರಿ ಚಾಲಕ ವಿಧಿಯಿಲ್ಲದೆ ಲಾರಿ ನಿಲ್ಲಿಸಿದ, ಅಷ್ಟೇ. ಸಣಕಲಾದ ನಾಗಾ ಯುವಕ ಲಾರಿಯ ಕ್ಯಾಬಿನ್ ಹತ್ತಿ ಚಾಲಕನ ಮುಖಕ್ಕೆ ಮುಷ್ಟಿಯಿಂದ ಒಂದೇ ಸಮನೆ ಪ್ರಹಾರ ಮಾಡಿದ.

ಬಿಹಾರಿ ಚಾಲಕ ಯಾವ ರೀತಿಯ ಪ್ರತಿರೋಧವನ್ನೂ ತೋರದೆ ಮುಷ್ಟಿ ಪ್ರಹಾರವನ್ನು

ತಪ್ಪಿಸಿಕೊಳ್ಳಲು ಮಾತ್ರ ಯತ್ನಿಸುತ್ತಿದ್ದ. ಜೊತೆಯಲ್ಲಿದ್ದ ಇನ್ನೊಬ್ಬ ಆಳು ಓಡಿ ಹೋಗಿ ಸ್ವಲ್ಪ ದೂರದಲ್ಲಿ ನಿಂತು ಮಿಕಮಿಕನೆ ನೋಡತೊಡಗಿದ. ಅಲ್ಲೊಬ್ಬರು ಇಲ್ಲೊಬ್ಬರು ನಿಂತು ನೋಡುತ್ತಿದ್ದರೂ ಯಾರೂ ಹತ್ತಿರ ಹೋಗಲಿಲ್ಲ. ಯುವಕನಿಗೆ ಸಾಕೆನಿಸಿರಬಹುದು. ಪ್ರಹಾರ ನಿಲ್ಲಿಸಿ ಸ್ಕೂಟರ್ ಏರಿ ಹೊರಟುಹೋದ. ಬಿಹಾರಿ ಚಾಲಕ ತನ್ನ ರಕ್ತಸಿಕ್ತ ಮುಖವನ್ನು ಒರೆಸಿಕೊಂಡು ಲಾರಿ ಚಾಲನೆ ಮಾಡಿದ.

ಇನ್ನೊಂದು ಸಲ ಮನೆಯಿಂದ ಕಚೇರಿಗೆ ಹೋಗುತ್ತಿದ್ದೆ. ರಸ್ತೆಯ ಪಕ್ಕದಲ್ಲೆ ಇರುವ ತರಕಾರಿ ಅಂಗಡಿಯಲ್ಲಿರುವ ಬಿಹಾರಿ ಯುವಕ ಹಿಂದಕ್ಕೆ ತಿರುಗಿಕೊಂಡು ತರಕಾರಿಯನ್ನು ನೀಟಾಗಿ ಪೇರಿಸುತ್ತಿದ್ದಾನೆ. ಒಂದು ಎಮ್ಮೆ ಮುಂದಿದ್ದ ತರಕಾರಿಯನ್ನು ತಿನ್ನುತ್ತಿದ್ದು 'ಹರೆ ಭಾಯ್ ಇದರ್ ದೇಖೋ' ಎಂದೆ. ಆ ಯುವಕನಿಗೆ ಏನು ಗ್ರಹಚಾರವೋ ಏನೋ ಒಂದು ಉದ್ದವಾದ ಬಿದಿರು ದೆಬ್ಬೆಯಿಂದ ಎಮ್ಮೆಯನ್ನು ಅಟ್ಟಿಸಿಕೊಂಡು ರಸ್ತೆಗೆ ಬಂದುಬಿಟ್ಟ. ಅದೇ ಸಮಯಕ್ಕೆ ಇಬ್ಬರು ನಾಗಾ ಯುವಕರು 'ಯಮಾಹ' ಓಡಿಸಿಕೊಂಡು ವೇಗವಾಗಿ ಬರುತ್ತಿದ್ದರು. ಆ ಯಮಾಹ ವಾಹನಕ್ಕೆ ಈ ಯಮರಾಯನ ವಾಹನ ಅಡ್ಡವಾಗಿ ಯಮಾಹ ಸ್ವಲ್ಪ ಮುಗ್ಗರಿಸಿ ನಿಂತರೂ ಯಾರಿಗೂ ಏನೂ ತೊಂದರೆ ಆಗಲಿಲ್ಲ. ವೇಗ ಮಾತ್ರ ದಿಢೀರನೆ ಕಡಿಮೆಯಾಗಬೇಕಾಯಿತು, ಅಷ್ಟೇ. ಬಿಹಾರಿ ಯುವಕನಿಗೆ ಆಗಲೇ ತನ್ನ ತಪ್ಪಿನ ಅರಿವಾಗಿ ಸುತ್ತಲೂ ಒಮ್ಮೆ ನೋಡಿ, ಬಿದಿರು ದೆಬ್ಬೆಯನ್ನು ಅಲ್ಲೇ ಎಸೆದು, ಓಡಲು ಶುರುಮಾಡಿದ. ಅಷ್ಟರಲ್ಲಿ ಯಮಾಹ ಅವನನ್ನು ಹಿಮ್ಮೆಟ್ಟಿತು.

ಹಿಂದಿದ್ದ ನಾಗಾ ಯುವಕ ಇಳಿದು ಬಿಹಾರಿಯ ಹಿಂದೆಯೇ ಓಡಿದ. ಬಿಹಾರಿ ಯುವಕ ಸ್ವಲ್ಪ ದೂರದಲ್ಲೇ ನಿಂತಿದ್ದ ನಾಗಾ ಪೊಲೀಸ್‌ನ ಸಹಾಯಕ್ಕಾಗಿ ಹತ್ತಿರಕ್ಕೆ ಓಡಿದ. ನಾಗಾ ಯುವಕ 'ಸಾಲಾ ರುಖಿಬಿ' ಎನ್ನುತ್ತಾ ಗುಂಡು ಕಲ್ಲನ್ನು ಕೈಗೆ ತೆಗೆದುಕೊಂಡು ಹಿಂದೆಯೇ ಓಡಿದ. ಖಾಕಿ ಬಟ್ಟೆ ಧರಿಸಿದ್ದ ಪೇದೆ ಏನೂ ಗೊತ್ತಿಲ್ಲದವನಂತೆ ಇನ್ನೊಂದು ಕಡೆಗೆ ತಿರುಗಿಕೊಂಡು ನಡೆಯತೊಡಗಿದ. ಬಿಹಾರಿ ಯುವಕ ದಿಕ್ಕು ತೋಚದೆ ಶರಣಂ ಎನ್ನುವಂತೆ ನಿಂತುಬಿಟ್ಟ. ಅಷ್ಟರಲ್ಲಿ ಒಮ್ಮೆ ಬೀಸಿದ ಗುಂಡುಕಲ್ಲಿನಿಂದ ತಪ್ಪಿಸಿಕೊಂಡಿದ್ದ

**ಚಿತ್ರ ೬೧ : ಸಂಪ್ರದಾಯ ಉಡುಗೆಯಲ್ಲಿ ನಾಗಾ ಜನರು**

ಬಿಹಾರಿ ಯುವಕನ ಮೇಲೆ ನಾಗಾ ಯುವಕನಿಗೆ ಅಗಾಧ ಕೋಪ ಬಂದು ಕೈ ಕಾಲೂ ಏನೂ ನೋಡದೆ ಒಂದೇ ಸಮನೇ ಪ್ರಹಾರ ಮಾಡಿದ. ಸುಮಾರು ಹತ್ತು ಮುಷ್ಠಿ ಹೊಡೆತ, ಹತ್ತು ಒದೆಗಳನ್ನು ತಿಂದ ಬಿಹಾರಿ ಯುವಕ ಕೊನೆಗೆ ಕೆಳಕ್ಕೆ ಬಿದ್ದುಬಿಟ್ಟ, ಕೆಳಗೆ ಬಿದ್ದವನನ್ನು ಹೊಡೆಯಬಾರದು ಎನ್ನುವ ಉದ್ದೇಶದಿಂದಲೋ ಏನೋ ಕೊನೆಯದಾಗಿ ಜೋರಾಗಿ ಒಮ್ಮೆ ಒದ್ದು ನಾಗಾ ಯುವಕರು ಯಮಾಹ ಹತ್ತಿ ಬುರ್‍ರನೆ ಹೊರಟುಹೋದರು. ಇವು ಕೆಲವು ಸ್ಯಾಂಪಲುಗಳು ಮಾತ್ರ. ಇಂತಹ ಘಟನೆಗಳು ನಾಗಾಲ್ಯಾಂಡಿನಲ್ಲಿ ದಿನಕ್ಕೆ ಹತ್ತಾರು ನಡೆಯುತ್ತಲೇ ಇದ್ದು ಇತ್ತೀಚೆಗೆ ಸ್ವಲ್ಪ ಕಡಿಮೆಯಾಗಿವೆಯೆನ್ನಿ.

ನಾಗಾಗಳನ್ನು ಮುಖ್ಯವಾಗಿ ಮೂರು ವಿಭಾಗಗಳಾಗಿ ವಿಂಗಡಿಸಬಹುದು: ಒಂದು ನಾಗಾ ಬೆಟ್ಟಗಳಲ್ಲಿ ಗೆಡ್ಡೆಗೆಣಸು, ಎಲೆಗಳನ್ನು ತಿಂದು ಜೀವಿಸುವ ಕಡುಬಡವರು; ಎರಡು, ಸರಕಾರದ ಎಲ್ಲಾ ಸವಲತ್ತುಗಳನ್ನು ನುಂಗಿ ನೀರು ಕುಡಿಯುತ್ತಿರುವ ರಾಜಕೀಯ ಚಿಲ್ಲರೆ ಪುಢಾರಿಗಳು ಮತ್ತು ರಾಜ್ಯ ಸರಕಾರಿ ನೌಕರರು; ಮೂರು, ಭ್ರಷ್ಟ ಉನ್ನತ ಅಧಿಕಾರಿಗಳು, ರಾಜಕಾರಣಿಗಳು. ಇವರ ಮೇಲೆ ಮತ್ತು ಕೆಳಗೆ ಸಿಕ್ಕಿಕೊಂಡಿರುವ ಹೊರಗಿನವರನ್ನು ಈ ರೀತಿಯಾಗಿ ವಿಂಗಡಿಸಬಹುದು: ಒಂದು ಪೂರ್ತಿ ರಾಜ್ಯದ ಆರ್ಥಿಕತೆಯನ್ನು ಹಿಡಿತದಲ್ಲಿಟ್ಟು ಕೊಂಡಿರುವ ವ್ಯಾಪಾರಿಗಳಾದ ಮಾರ್ವಾಡಿ, ಯುಪಿ, ಬಿಹಾರಿಗಳು, ಸ್ವಲ್ಪ ಮಟ್ಟಿಗೆ ಬೆಂಗಾಲಿಗಳು. ಎರಡು, ಚರ್ಚ್, ಆಸ್ಪತ್ರೆ ಮತ್ತು ಶಿಕ್ಷಣ ಕ್ಷೇತ್ರದಲ್ಲಿ ತೊಡಗಿಕೊಂಡಿರುವ ಮಲೆಯಾಳಿಗಳು ಮತ್ತು ಕ್ರೈಸ್ತ ಮಿಷನರಿಗಳು. ಮೂರು, ನಾಗಾಗಳ ಕೈಗಳಲ್ಲಿ ದಿನಾ ಗುದ್ದಿಸಿಕೊಂಡು ಕಾಲ ಕಳೆಯುತ್ತಿರುವ ಬಿಹಾರಿ, ಯುಪಿ ಕೂಲಿಗಳು, ಲಾರಿ ರಿಕ್ಷಾ ಚಾಲಕರು ಮತ್ತು ಹೊರೆಯಾಳುಗಳು.

ಕೊನೆಯದಾಗಿ ಸದ್ದುಗದ್ದಲವಿಲ್ಲದೆ ಹೊರಗಿನಿಂದ ವಲಸೆ ಬಂದು ಚಿಲ್ಲರೆ ವ್ಯಾಪಾರ, ಮಾಂಸ, ಪೆಟ್ಟಿಗೆ ಅಂಗಡಿ, ಬಟ್ಟೆ ಅಂಗಡಿ ಕೂಲಿನಾಲಿ ಮಾಡಿಕೊಂಡು ಸಂತಾನ ಹೆಚ್ಚಿಸುತ್ತಿರುವ ಬಾಂಗ್ಲಾ ದೇಶಿಗರು. ಇವರೆಲ್ಲರ ಮೇಲೆ ಸವಾರಿ ಮಾಡುತ್ತಿರುವ ನಾಗಾ ಉಗ್ರಗಾಮಿಗಳು. ದಿಮಾಪುರ ಸಾಕಷ್ಟು ದೊಡ್ಡ ವ್ಯಾಪಾರ ಕೇಂದ್ರವಾಗಿದ್ದು ಮಣಿಪುರ ಮತ್ತು ನಾಗಾಲ್ಯಾಂಡಿನ ಏಕೈಕ ರೈಲ್ವೇ ನಿಲ್ದಾಣ ಮತ್ತು ವಿಮಾನ ನಿಲ್ದಾಣವನ್ನು ಹೊಂದಿರುವ ನಗರ. ನಾಗಾಲ್ಯಾಂಡಿನಲ್ಲಿ ಶೇಕಡ ೯೦ರಷ್ಟು ಜನ ಕ್ರೈಸ್ತ ಮತಕ್ಕೆ ಸೇರಿದವರಾಗಿದ್ದಾರೆ. ಜಾತಿ ಮತಗಳ ಭೇದವಿಲ್ಲದೆ ಸ್ವಚ್ಛಂದವಾಗಿ ನಲಿದಾಡುತ್ತಿದ್ದ ಈ ಬುಡಕಟ್ಟು ಜನಾಂಗಗಳಿಗೆ ಮತ ಧರ್ಮಗಳ ಮತ್ತೇರಿದ್ದು ೧೮ನೇ ಶತಮಾನದ ಮಧ್ಯ ಭಾಗದಲ್ಲಿ. ಮೊದಲ ಮತ್ತು ಎರಡನೇ ವಿಶ್ವಮಹಾಯುದ್ಧಗಳ ನಂತರ ಅದು ತೀವ್ರವಾಗಿ ಮುಂದುವರಿಯಿತು.

ಈ ಬುಡಕಟ್ಟು ಜನ ಅಷ್ಟೇನೂ ಸ್ವಚ್ಛಂದ ಮತ್ತು ಪ್ರೀತಿಯಿಂದ ಕಾಲವನ್ನು ಕಳೆಯುತ್ತಿಲ್ಲ ಎನ್ನುವುದಕ್ಕೆ ಸಾಕಷ್ಟು ಸ್ವಾರಸ್ಯಕರ ಪುರಾವೆಗಳು ಪುಸ್ತಕಗಳಲ್ಲಿ ದೊರಕುತ್ತವೆ. ಈಗಿನ ಮೇಲಿನ ಅಸ್ಸಾಂನಲ್ಲಿ ನೆಲೆಯೂರಿರುವ ಜನಾಂಗಗಳು ಮೂಲತಃ ಬರ್ಮಾದೇಶದ ಕಡೆಯಿಂದ ಚಿಂದ್‌ವಿನ್ ಮತ್ತು ಇರ್‌ವಾಡಿ ನದಿ ಕಣಿವೆಗಳ ಮೂಲಕವಾಗಿ ಲಗ್ಗೆ ಮಾಡಿ ಬಂದ ಜನರಾಗಿದ್ದಾರೆ. ಈಶಾನ್ಯ ಭಾಗದ ನೂರಾರು ಬುಡಕಟ್ಟು ಪಂಗಡಗಳ ಬಗ್ಗೆ ಇನ್ನೂ ಸರಿಯಾದ ಸಂಶೋಧನೆಗಳು ನಡೆದಿಲ್ಲ. ಈ ಪಂಗಡಗಳ ಮೂಲಗಳು ಯಾವುವು? ಅವರು ಎಲ್ಲಿಂದ ಬಂದವರು ಎಂಬುದರ ಬಗ್ಗೆ ವಿಶೇಷವಾದ ಸಂಶೋಧನೆಗಳು ನಡೆಯಬೇಕಾಗಿದೆ. ನೀಗ್ರೋ ಜನಾಂಗಗಳು ಮಾತ್ರ ಇಲ್ಲಿ ಕಾಣಿಸುವುದಿಲ್ಲ. ೩೦ ಲಕ್ಷ

ಜನಸಂಖ್ಯೆಯ ಈ ಪುಟ್ಟ ನಾಗಾಲ್ಯಾಂಡ್ ಒಂದರಲ್ಲೇ ೨೬ ಬುಡಕಟ್ಟು ಭಾಷೆಗಳಿವೆ. ಒಂದು ಬುಡಕಟ್ಟಿಗೆ ಇನ್ನೊಂದು ಬುಡಕಟ್ಟಿನ ಭಾಷೆ ಒಂದು ಚೂರೂ ಅರ್ಥವಾಗುವುದಿಲ್ಲ. ಯಾವ ಭಾಷೆಗೂ ಲಿಪಿ ಇಲ್ಲ. ಇಲ್ಲಿನ ಸಂಪರ್ಕ ಭಾಷೆಯನ್ನು (ಬ್ರೋಕನ್ ಅಸ್ಸಾಮಿ ಭಾಷೆ) ನಾಗಾಮೀಸ್ ಎನ್ನುತ್ತಾರೆ. ಈ ಭಾಷೆಯಲ್ಲಿ ಅಸ್ಸಾಮಿ, ಬೆಂಗಾಲಿ, ಹಿಂದಿ, ಒರಿಯ ಭಾಷೆಯ ಪದಗಳೆಲ್ಲವೂ ತುಂಬಿಕೊಂಡಿವೆ.

'ಆಓಂ' ಬುಡಕಟ್ಟು ಯೋಧರು ಈರ್ವಾಡಿ ನದಿ ಕಣಿವೆಗಳ ಮುಖಾಂತರ ಪ್ರಕೃತಿಯ ಅಡೆತಡೆಗಳ ಜೊತೆಗೆ ಸ್ಥಳೀಯ ಬುಡಕಟ್ಟು ಜನರನ್ನು ಎದುರಿಸಿ ಉತ್ತರ ಈಶಾನ್ಯದ ಕಡೆಗೆ ಬಂದವರು. ಇವರನ್ನು ಅವರು, ಅವರನ್ನು ಇವರು ಸಾಯಿಸುವುದು ನಡೆಯುತ್ತಲೇ ಇತ್ತು.

**ಚಿತ್ರ ೬.೨ : ಸಂಪ್ರದಾಯ ಹಬ್ಬಗಳಲ್ಲಿ ನಾಗಾ ಜನರು**

ಯಾವ ಬುಡಕಟ್ಟು ಜನರಿಗೂ ಹೊಂದಾಣಿಕೆ ಇದ್ದಂತೆ ತೋರುವುದಿಲ್ಲ. ಎರಡೂ ಕಡೆಯವರು ಸೆರೆ ಸಿಕ್ಕವರನ್ನು ಬಹಳ ಕ್ರೂರವಾಗಿ ಹಿಂಸಿಸುತ್ತಿದ್ದರು ಎಂದು ತಿಳಿದು ಬರುತ್ತದೆ. 'ಆಓಂ' ಯೋಧರು ಸೆರೆ ಸಿಕ್ಕ ಸ್ಥಳೀಯರನ್ನು ತುಂಡುತುಂಡಾಗಿ ಕತ್ತರಿಸಿ ಬೇಯಿಸಿ ಅದೇ ಜನರಿಗೆ ತಿನ್ನಿಸುತ್ತಿದ್ದರಂತೆ. ಇನ್ನು ಮಹಿಳೆಯರ ಬಗ್ಗೆ ಹೇಳ ತೀರದು. ಆಕ್ರಮಣ ನಡೆಸಿದ ಜನಾಂಗಗಳು ಪ್ರತಿಭಟಿಸುವ ಸುತ್ತಮುತ್ತಲಿನ ಜನಾಂಗಗಳನ್ನು ಮುಗಿಸಿಯೇ ಮುಂದಕ್ಕೆ ಹೋಗಬೇಕಾಗಿತ್ತು. ಹಾಗಾಗಿ ಕೆಲವೊಮ್ಮೆ ಸ್ಥಳೀಯ ಬುಡಕಟ್ಟುಗಳು ಪೂರ್ಣವಾಗಿ ನಾಶವಾಗುತ್ತಿದ್ದವು ಎನ್ನುವ ಉಲ್ಲೇಖಗಳು ದೊರಕುತ್ತವೆ.

## ಅಧ್ಯಾಯ ೩

# ಮೊದಲ ವಿಮಾನ ಯಾನ

ಡಿಸೆಂಬರ್ ತಿಂಗಳು ಹತ್ತಿರ ಬರುತ್ತಿದ್ದಂತೆ ಎಲ್ಲಾ ಫೀಲ್ಡ್ ಅಧಿಕಾರಿಗಳು ಮಣಿಪುರ ಮತ್ತು ನಾಗಾಲ್ಯಾಂಡಿನ ಮೂಲೆ ಮೂಲೆಗೆ ಹೊರಡಲು ತಯಾರಿ ಮಾಡಿಕೊಳ್ಳುತ್ತಿದ್ದರು. ನಾನು ಮತ್ತು ಶಾಹು ಕೊಹಿಮಾ ಜಿಲ್ಲೆಯಲ್ಲಿ ಭೂವಿಜ್ಞಾನದ ಬಗ್ಗೆ ಸಂಶೋಧನೆ ನಡೆಸಬೇಕಿತ್ತು. ಲಖನೌದಿಂದ ಕುಟುಂಬ ಸಮೇತ ನೇರವಾಗಿ ದಿಮಾಪುರಕ್ಕೆ ಬಂದಿದ್ದ ಕಾರಣ ನಾವು ಫೀಲ್ಡ್‌ಗೆ ಹೋಗುವುದಕ್ಕೆ ಮುಂಚೆ ಕೆಜಿಎಫ್‌ಗೆ ಹೋಗಲು ತಯಾರಿ ಮಾಡಿಕೊಳ್ಳುತ್ತಿದ್ದೆವು. ನಮ್ಮ ತಂದೆ ತಾಯಿ ಕೆಜಿಎಫ್ ಹತ್ತಿರದ ಬ್ಯಾಟರಾಯನಹಳ್ಳಿಯಲ್ಲಿ ಇದ್ದು ಸುಶೀಲ ಅವರ ಕುಟುಂಬ ಕೆಜಿಎಫ್‌ನಲ್ಲಿ ಇತ್ತು. ಮಳೆಗಾಲ ಅಲ್ಲದಿದ್ದರೂ ಕಪ್ಪುಮೋಡಗಳು ಇದ್ದಕ್ಕಿದ್ದಂತೆ ಗುಂಪುಗೂಡಿ ಬೆಟ್ಟಗುಡ್ಡಗಳನ್ನು ಸುತ್ತುವರಿದು ವಿಮಾನ ಯಾನಕ್ಕೆ ತೊಂದರೆಪಡಿಸುತ್ತಿದ್ದವು. ಕಲ್ಕತ್ತಾವರೆಗೂ ವಿಮಾನದಲ್ಲಿ ಹೋಗಿ ಅಲ್ಲಿಂದ ಕೆಜಿಎಫ್‌ಗೆ ರೈಲಿನಲ್ಲಿ ಪ್ರಯಾಣ ಮಾಡಲು ತೀರ್ಮಾನಿಸಿದೆವು.

ಹೊಸದಾಗಿ ಮದುವೆಯಾಗಿ ಬಂದಿದ್ದ ಆನಂದಮೂರ್ತಿ ಎಲ್ಲರಿಗೂ ಔತಣ ಏರ್ಪಡಿಸಿದ್ದರು. ನಾವು ದಿಮಾಪುರ ಬಿಡಲಿದ್ದ ದಿನವೂ ಆಕಸ್ಮಿಕವಾಗಿ ಒಂದೇ ಆಗಿಬಿಟ್ಟಿದ್ದಿತು. ನಾವು ಮೊದಲ ಬಾರಿಗೆ ವಿಮಾನ ಪ್ರಯಾಣ ಮಾಡುತ್ತಿದ್ದು ಸಾಕಷ್ಟು ಪ್ರಚಾರವನ್ನು ಮಾಡಿಬಿಟ್ಟಿದ್ದೆವು. ಆದರೆ ಎಲ್ಲರೂ ಪ್ರಯಾಣವನ್ನು ಮುಂದೂಡುವಂತೆ ಒತ್ತಾಯ ಮಾಡುತ್ತಿದ್ದರು. ಔತಣ ಬಿಡುವುದೊ, ವಿಮಾನ ಯಾನ ಬಿಡುವುದೊ ತೀರ್ಮಾನಿಸಲಾಗದೆ ನಾವು ಪೇಚಿಗೆ ಸಿಲುಕಿಕೊಂಡು ದಿನಾ ಬೆಳಿಗ್ಗೆ ಮೋಡಗಳನ್ನು ನೋಡುವುದೇ ಒಂದು ಕೆಲಸವಾಗಿಬಿಟ್ಟಿತ್ತು. ೪೦ ಸೀಟುಗಳ ಆ ವಾಯುದೂತ ವಿಮಾನದ ಹೆಸರು ಕೇಳಿದ್ದೆ ಕೆಲವರು ನಗುತ್ತಿದ್ದರೆ, ಕೆಲವರು ಹೌಹಾರಿಬಿಡುತ್ತಿದ್ದರು. ಆಕಾಶದಲ್ಲಿ ಹಾರುತ್ತಿರುವಾಗ ಈ ವಿಮಾನದ ಬಾಗಿಲು ತನ್ನಷ್ಟಕ್ಕೆ ತಾನೇ ತೆರೆದುಕೊಂಡು ವಿಮಾನವು ಹಿಡಿತ ತಪ್ಪಿದ ಗಾಳಿಪಟದಂತೆ ಹಾರುತ್ತಿತ್ತಂತೆ. ಅದನ್ನು ತಪ್ಪಿಸಲು ಯಾರಾದರೂ ಬಾಗಿಲು ಮುಚ್ಚಿ ಹಿಡಿದುಕೊಳ್ಳಬೇಕಿದ್ದಿತಂತೆ. ವಿಮಾನದ ಶೌಚಾಲಯದ ಬಾಗಿಲು ಕೆಲವೊಮ್ಮೆ ತನ್ನಷ್ಟಕ್ಕೆ ತಾನೇ ಲಾಕ್ ಆಗಿ ಒಳಗಿದ್ದವರು ಬಾಗಿಲು ತಟ್ಟುತ್ತ ವಾಸನೆಯಲ್ಲೇ ಕೊಳೆಯಬೇಕಿದ್ದಿತಂತೆ ಹೀಗೆ...

ಒಂದು ದಿನ ಸಾಯಂಕಾಲ ಆನಂದಮೂರ್ತಿಯನ್ನು ಅದೇ ವಾಯುದೂತ್‌ನಲ್ಲಿ (ಮದುವೆ ಆಗುವುದಕ್ಕೆ) ಕಲ್ಕತ್ತಾಗೆ ಹತ್ತಿಸಿ ಮನೆಗೆ ವಾಪಸ್ ಬಂದಿದ್ದೆ. ವಿಮಾನ ಆಕಾಶಕ್ಕೆ ಏರಿ ಕಲ್ಕತ್ತಾ ಕಡೆಗೆ ಹಾರಿಹೋಗಿತ್ತು. ರಾತ್ರಿ ೯ ಗಂಟೆಗೆ ಅದೇ ಆನಂದಮೂರ್ತಿ ಸರ್ಕ್ಯುಲರ್ ರಸ್ತೆಯಲ್ಲಿ ಒಬ್ಬನೆ 'ದಿ ಸ್ಪೈ ಹೂ ಲೌವ್ಡ್ ಮಿ' ಚಿತ್ರದಲ್ಲಿನ ವಿಲನ್‌ನಂತೆ ನಡೆದು ಬರುತ್ತಿದ್ದಾನೆ! 'ಅರೇ ಮೂರ್ತಿ ಇದೇಮಿ?' ಎಂದಿದ್ದೆ, 'ಸಾರ್, ಬದುಕಿ ಪೋಯಾನು ಸಾರ್, ಈ ರೋಜು, ಅಮ್ಮ! ಬೇಕಾದರೆ ನಮ್ಮೂರಿಗೆ ನಡೆದೆ ಹೋಗಿಬಿಡ್ತೀನಿ, ಆದರೆ ಆ ಕುಪ್ಪೆ ವಿಮಾನದಲ್ಲಿ ಮಾತ್ರ ಎಂದೂ ಹೋಗುವುದಿಲ್ಲ ಸಾರ್' ಎಂದು ಗೋಳಾಡಿಬಿಟ್ಟ. ಆಕಾಶಕ್ಕೆ ಹಾರಿದ ವಿಮಾನದಲ್ಲಿ ಏನೋ ತೊಂದರೆ ಕಾಣಿಸಿಕೊಂಡು

ಸುಮಾರು ಅರ್ಧ ಗಂಟೆ ಅಂತರಿಕ್ಷದಲ್ಲಿ ವಿಲವಿಲ ಒದ್ದಾಡಿ ಮತ್ತೆ ಅದೇನು ಅದೃಷ್ಟವೊ ವಿಮಾನ ಹಿಂದಕ್ಕೆ ಬಂದು ದಿಮಾಪುರ ಏರ್‌ಪೋರ್ಟ್ ಹತ್ತಿರದ ಗದ್ದೆಯಲ್ಲಿ ಬಿದ್ದು ಎಲ್ಲರೂ ಮಸಣದಿಂದ ಎದ್ದು ಬಂದವರಂತೆ ಅದರಿಂದ ಹೊರಬಂದಿದ್ದರಂತೆ.

* * *

ಆ ದಿನ ಬೆಳಿಗ್ಗೆ ಎದ್ದಿದ್ದೆ ಆಕಾಶದ ಕಡೆಗೆ ನೋಡಿದೆ. ಬಿಸಿಲಿನ ಪ್ರಖರವೇನೋ ಜೋರಾಗಿತ್ತು. ಅದರ ಜೊತೆ ಜೊತೆಯಲ್ಲೆ ನೀಲಾಕಾಶದ ಕೆಳಗೆ ಕಪ್ಪುಮೋಡಗಳು ಹಿಂಡು ಹಿಂಡಾಗಿ ಚಲಿಸುತ್ತಿವೆ. ವಿಮಾನ ಸಾಯಂಕಾಲ ೪:೩೦ಕ್ಕೆ ದಿಮಾಪುರ ಬಿಡಲಿದ್ದು ನಾವು ಕನಿಷ್ಠ ಅರ್ಧ ಗಂಟೆ ಮುಂಚಿತವಾಗಿ ವಿಮಾನ ನಿಲ್ದಾಣ ತಲುಪಬೇಕಿತ್ತು. ನೋಡುನೋಡುತ್ತಿದ್ದಂತೆ ಕಪ್ಪುಮೋಡಗಳು ಹನಿಗಳನ್ನು ಉದುರಿಸಲಾರಂಭಿಸಿದವು. ನಾವಿರುವ ಸ್ಥಳಕ್ಕೂ ವಿಮಾನ ನಿಲ್ದಾಣಕ್ಕೂ ೮ ಕಿ.ಮೀ. ದೂರ. ಸುಶೀಲಳಿಗೆ ತಯಾರಾಗಿರುವಂತೆ ಹೇಳಿ ಬುಕ್ಕಿಂಗ್ ಕಚೇರಿಯಲ್ಲಿ ವಿಮಾನ ಬರುತ್ತದೋ ಇಲ್ಲವೋ ತಿಳಿದುಕೊಂಡು ಬರಲು ಹೊರಟೆ. ಕಲ್ಕತ್ತಾ ಮತ್ತು ದಿಮಾಪುರ ಮಧ್ಯದ ದಾರಿ ಪರ್ವತ ಶಿಖರಗಳಿಂದ ಕೂಡಿದ್ದು ವಾತಾವರಣ ತುಸುವೆ ಕೆಟ್ಟರೂ ಸಾಕು, ವಿಮಾನ ಪ್ರಯಾಣ ಹೆಚ್ಚು ಅಪಾಯವಾಗಿ ಪರಿಣಮಿಸುತ್ತಿತ್ತು. ಆದುದರಿಂದ ಈ ದಾರಿಯಲ್ಲಿ ಮಳೆಗಾಲದ ದಿನಗಳಲ್ಲಿ ವಿಮಾನಗಳ ಸಂಚಾರ ಸಾಮಾನ್ಯವಾಗಿ ಸ್ಥಗಿತಗೊಳ್ಳುತ್ತದೆ.

ಬುಕ್ಕಿಂಗ್ ಕಚೇರಿಗೆ ಹೋಗಿ ವಿಮಾನದ ಬಗ್ಗೆ ಕೇಳಿದಾಗ, 'ನಮಗೆ ಇನ್ನೂ ಯಾವ ಸಂದೇಶವೂ ಬಂದಿಲ್ಲ, ಯಾವುದಕ್ಕೂ ವಿಮಾನ ನಿಲ್ದಾಣಕ್ಕೆ ಹೋಗಿ. ಬಂದರೆ ಹತ್ತಿಕೊಳ್ಳಿ ಇಲ್ಲದಿದ್ದರೆ ನಾವೇ ನಿಮ್ಮನ್ನು ಮನೆಗೆ ತಲುಪಿಸುತ್ತೇವೆ' ಎಂದರು. ಆಕಾಶದ ಕಡೆಗೆ ನೋಡಿ, 'ನಾಳೆಗೆ ಕಾಯ್ದಿರಿಸಿ' ಎಂದೆ. ಎರಡೂವರೆ ಟಿಕೆಟ್ಟಿನ ಮೇಲೆ ಶೇಕಡ ೧೦ರಷ್ಟು ಹಣ ಹೆಚ್ಚಾಗಿ ಪಡೆದುಕೊಂಡು, ಅಂದಿನ ಟಿಕೆಟ್ಟು ರದ್ದುಮಾಡಿ ಮುಂದಿನ ದಿನಕ್ಕೆ ಟಿಕೆಟ್ ಕೊಟ್ಟರು. ಹೊರಗೆ ಬಂದಾಗ ದಾಸ್ ಸ್ಕೂಟರ್‌ನಲ್ಲಿ ನನ್ನನ್ನು ಹುಡುಕುತ್ತಾ ಬಂದಿದ್ದರು. 'ಅರೆ ಸ್ವಾಮಿ, ಅಲ್ಲಿ ನಿನಗಾಗಿ ಬಾಬೀಜಿ ಕಾಯ್ತಿದ್ದಾರೆ, ವಿಮಾನ ಹೊರಡುವ ವೇಳೆಯಾದರೂ ನೀನು ಇಲ್ಲೇ ಇದ್ದೀಯಲ್ಲ?' ಎಂದರು. 'ಇಲ್ಲ ಈ ದಿನ ಹೋಗೋದಿಲ್ಲ. ಟಿಕೆಟ್‌ಗಳನ್ನು ರದ್ದುಮಾಡಿ ನಾಳೆಗೆ ಕಾಯ್ದಿರಿಸಿದ್ದೇನೆ' ಎಂದೆ. 'ಹೌದಾ, ಆಯಿತು ನಡಿ, ಮೂರ್ತಿ ಮ್ಯಾರೇಜ್ ಪಾರ್ಟಿ ಅಟೆಂಡ್ ಮಾಡೋಣ' ಎಂದರು. ಸ್ಕೂಟರ್ ಹಿಂದೆ ಕುಳಿತುಕೊಂಡೆ. ಸ್ವಲ್ಪ ಹೊತ್ತಿನ ನಂತರ ವಿಮಾನವು ನಿಲ್ದಾಣದ ಕಡೆಯಿಂದ ಸದ್ದು ಮಾಡುತ್ತ ಆಕಾಶಕ್ಕೆ ಏರಿ ಹಾರುತ್ತಿದೆ. ದಾಸ್ ಮೇಲಕ್ಕೆ ನೋಡಿ ಒಮ್ಮೆ ನಕ್ಕರು.

* * *

ಸಮಯ ಸಾಯಂಕಾಲ ೮ ಗಂಟೆ ಆಗುತ್ತಾ ಬಂದಿದ್ದು ಗಂಡಸರು ಆದಷ್ಟು ಒಳ್ಳೆಯ ಮತ್ತು ಬೆಚ್ಚನೆಯ ಉಡುಪು ಧರಿಸಿ, ಮಹಿಳೆಯರು ಸಾಧ್ಯವಾದಷ್ಟು ಬಣ್ಣಬಣ್ಣದ ಉಡುಪುಗಳನ್ನು ತೊಟ್ಟು ಸಾಕಷ್ಟು ಮೇಕಪ್ ಮಾಡಿಕೊಂಡು ಒಬ್ಬೊಬ್ಬರಾಗಿ ಬರುತ್ತಿದ್ದಾರೆ. ಮನಸ್ಸಿಗೆ ಉಲ್ಲಾಸ ಬರಿಸುವಂತಹ ತಂಪಾದ ಸಾಯಂಕಾಲ. ಉಣ್ಣೆ ಬಟ್ಟೆಗಳಲ್ಲಿ ಅಡಗಿಕೊಂಡಿರುವ ಪುಟ್ಟ ಕೂಸುಗಳು ತಾಯಿತಂದೆಯರ ಕಂಕುಳಿಂದಲೇ ಪಿಳಿಪಿಳಿ ಕಣ್ಣುಬಿಟ್ಟು ಆಶ್ಚರ್ಯದಿಂದ ಸುತ್ತಲೂ ನೋಡುತ್ತಿದ್ದರೆ, ಉಳಿದ ಮಕ್ಕಳು ತಮ್ಮ ತಮ್ಮ ವಯಸ್ಸಿಗೆ ತಕ್ಕಂತೆ ಬಳಗಗಳನ್ನು ಕಟ್ಟಿಕೊಂಡು ಆಟವಾಡುತ್ತಿದ್ದಾರೆ. ಮಹಿಳೆಯರೆಲ್ಲಾ ಒಂದು ಮನೆ ಸೇರಿ ತಮ್ಮ

ಮುಕ್ತಾಯವಿಲ್ಲದ ಮಾತುಗಳನ್ನು ಆಗಲೇ ಶುರುಮಾಡಿಬಿಟ್ಟಿದ್ದಾರೆ. ಎದುರಿಗಿದ್ದ ಇನ್ನೊಂದು ಮನೆಯಲ್ಲಿ ಗಂಡಸರು ಅದೇ ರೀತಿಯ ಮಾತುಗಳಲ್ಲಿ ತೊಡಗಿದ್ದಾರೆ. ಒಂದಷ್ಟು ಜನರು ಔತಣದ ಏರ್ಪಾಡುಗಳನ್ನು ನೋಡಿಕೊಳ್ಳುತ್ತಿದ್ದರೆ, ಇನ್ನಷ್ಟು ಅಡಿಗೆ ತಜ್ಞರು ಪಲಾವ್, ಮಾಂಸ ಇನ್ನಿತರ ಭಕ್ಷ್ಯಗಳ ತಯಾರಿಯಲ್ಲಿ ಮುಳುಗಿದ್ದಾರೆ. ಒಂದು ಕಡೆ ಟುಇನ್‌ಒನ್ ಹಾಡುಗಳು, ಇನ್ನೊಂದು ವಿಸಿಪಿಯಲ್ಲಿ ಸಿನಿಮಾ ನಡೆಯುತ್ತಿದೆ. ಒಟ್ಟಿನಲ್ಲಿ ಒಂದು ರಮ್ಯ ಸಾಯಂಕಾಲ ಮನೋಹರವಾಗಿ ಪ್ರಾರಂಭಗೊಂಡಿದೆ.

ಮಕ್ಕಳು ಮತ್ತು ಮಹಿಳೆಯರಿಗೆ ಬೋರೊಸಿಲ್ ಗ್ಲಾಸುಗಳಲ್ಲಿ ಬಣ್ಣಬಣ್ಣದ ಹಣ್ಣಿನ ರಸ ಪೂರೈಕೆ ಆಗುತ್ತಿದ್ದಂತೆ, ಇನ್ನೊಂದು ಕಡೆ ಬೀರು ಬ್ರಾಂದಿ ಬಾಟಲುಗಳು ನೊರೆಯನ್ನು ಉಕ್ಕಿಸುತ್ತ ಗ್ಲಾಸುಗಳಲ್ಲಿ ತುಂಬಿಕೊಳ್ಳುತ್ತಿವೆ. ಒಂದಷ್ಟು ಜನರು ತಮ್ಮ ಅರ್ಧಾಂಗಿನಿಯರ ಹಾಜರಿಯ ಬಗ್ಗೆ ಆತಂಕ ವ್ಯಕ್ತಪಡಿಸುತ್ತ ಮುಂದಿನ ಆಗುಹೋಗುಗಳ ಬಗ್ಗೆ ಒಳಗೊಳಗೇ ಅವಲೋಕನ ಮಾಡಿಕೊಳ್ಳುತ್ತಿರುವಂತೆ ತೋರುತ್ತಿದ್ದರೆ, ಇನ್ನಷ್ಟು ಜನರು ನಿರಾಳವಾಗಿ ಗ್ಲಾಸುಗಳು ಕೈಗೆ ಬರುವುದಕ್ಕಿಂತ ಮುಂಚೆಯೇ ಪುಳಕಗೊಂಡಿದ್ದಾರೆ. ಕೊಠಡಿಯೊಳಕ್ಕೆ ಆಗಾಗ ಇಣುಕು ನೋಟ ಬೀರುತ್ತಿರುವ ಮಹಿಳಾಮಣಿಯರು, ಗಂಡಸರಿಗೆ ಎಚ್ಚರಿಕೆಯಿಂದ ನಡೆದುಕೊಳ್ಳುವಂತೆ ಕಣ್ಣುಗಳಲ್ಲೇ ಸನ್ನೆ ಮಾಡಿ, ಹದ್ದು ಮೀರಿದರೆ ಮುಂದೆ ಸಂಭವಿಸುವ ಅನಾಹುತಗಳಿಗೆ ತಾವು ಜವಾಬ್ದಾರರಲ್ಲ ಎನ್ನುವಂತೆ ಸಿಗ್ನಲ್‌ಗಳನ್ನು ಕೊಡುತ್ತಿದ್ದಾರೆ. ನಾಗಾಲ್ಯಾಂಡಿನಲ್ಲಿ ಮದ್ಯದ ಮೇಲೆ ತೆರಿಗೆ ಇಲ್ಲದ ಕಾರಣ ಎಲ್ಲಾ ಬ್ರಾಂಡುಗಳೂ ಬಹಳ ಕಡಿಮೆ ಬೆಲೆಗೆ ಸಿಗುತ್ತಿದ್ದು ಕುಡುಕರಿಗೆ ಇದು ಉತ್ತರ ಈಶಾನ್ಯದ ಗೋವಾ ಆಗಿದೆ. ಮಿಲಿಟರಿ ಕ್ಯಾಂಟೀನುಗಳಲ್ಲಿ ಬೇಕಾದಷ್ಟು ಲಿಕ್ಕರ್ ದೊರಕುತ್ತಿತ್ತು.

ಆನಂದಮೂರ್ತಿ ಮತ್ತು ಶ್ರೀಮತಿ ಮೂರ್ತಿಯನ್ನು ಜೋಡಿಯಾಗಿ ನಿಲ್ಲಿಸಿದ ದಾಸ್, ಇಬ್ಬರ ಕೈಗಳಿಗೂ ಒಂದೊಂದು ಗ್ಲಾಸ್ ಕೊಟ್ಟು, ಹೊಸ ಜೋಡಿ ಎಷ್ಟೇ ಕೇಳಿಕೊಂಡರೂ ಬಿಡದೆ ಇನ್ನಷ್ಟು ಜನರು ಇಬ್ಬರನ್ನೂ ಪ್ರೇರೇಪಿಸಿ ಒಂದೊಂದು ಗುಟುಕು ಕುಡಿಸಿಯೇ ಬಿಟ್ಟರು. ಆಗ ಅವರಿಬ್ಬರನ್ನು ನೋಡಬೇಕಿತ್ತು. ಶ್ರೀಮತಿ ಮೂರ್ತಿ ನಾಚಿ ನೀರಾಗಿ ಕರ್ಪೂರದಂತೆ ಕರಗಿಹೋದರು. ಒಂದು ಸುಸಂಸ್ಕೃತ ಹೆಣ್ಣು, ಗಂಡುಗಳ ಮಧ್ಯೆ ಕಾಕ್‌ಟೈಲ್ ಕುಡಿಯುವುದೆಂದರೆ ತಮಾಷೆಯೇ?

ಈಗ ಎಲ್ಲರೂ ತಮಗೆ ಇಷ್ಟವಾದ ಬ್ರಾಂಡ್‌ಗಳನ್ನು ಸುರಿದುಕೊಂಡು ಖಾರದ ಜೊತೆಗೆ ಏರಿಸುತ್ತಾ ಹೋದರೆ, ಮಧ್ಯದಲ್ಲಿ ಕೆಲವರು ತಮ್ಮ ಎಲ್ಲೆಗಳನ್ನು ಕಂಡುಕೊಂಡು ಅಡ್ಡಗೋಡೆಗಳ ಮೇಲೆ ಕುಳಿತು ಮಜಾ ಮಾಡುತ್ತಿದ್ದರು. ಮೂರ್ತಿಯನ್ನು ಮಧ್ಯದಲ್ಲಿ ಕೂರಿಸಿಕೊಂಡ ಕೆಲವು ಅನುಭವಿಗಳು ಮೂರ್ತಿಗೆ ಉಪದೇಶ ನೀಡುತ್ತಿದ್ದರು. 'ನಿನ್ನನ್ನ ನಾವೇನು ದಿನಾಗಲೂ ಕುಡಿ ಅಂತ ಹೇಳುತ್ತೇವೆಯೇ...? ಈ ದಿನ ನಮ್ಮನ್ನು ನಿರಾಶೆ ಮಾಡ್ಬೇಡ. ಶ್ರೀಮತಿ ಮೂರ್ತಿಗೆ ನಿನ್ನನ್ನು ತಡೆಯುವುದಕ್ಕೆ ಯಾವ ರೀತಿಯ ಹಕ್ಕೂ ಇಲ್ಲ. ಏಕೆಂದರೆ ಅವರು ಕುಡಿದುಬಿಟ್ಟಿದ್ದಾರೆ' ಎಂದು ಹುರಿದುಂಬಿಸಿ ಕುಡಿಸತೊಡಗಿದರು.

ಮೂರ್ತಿ ಒಂದು ಘಟ್ಟ ತಲುಪಿದ್ದೆ ತನ್ನ ಕೆನ್ನೆಯನ್ನು ತಾನೇ ಜೋರಾಗಿ ಹಿಂಡಿಕೊಳ್ಳುತ್ತ 'ಇಲ್ಲಿ ನೋಡಿ ನನಗೆ ಒಂದು ಚೂರೂ ನೋವಾಗುತ್ತಿಲ್ಲ' ಎಂದು ನಗಲು ಶುರುಮಾಡಿದ. 'ಅರೆ ಭೈ ಇಸ್‌ಕೊ ಅಬ್ ಛೋಡ್‌ದೋ ಯಾರ್, ಬಿಚಾರೇ ಕೋ' ಎಂದು ಬಿಟ್ಟುಬಿಟ್ಟರು. ಈಗ ಅಗರವಾಲ್ ಮತ್ತು ಮೊಹಂತಿ ಎರಡೂ ಕೈಗಳಲ್ಲಿ ಎರಡು ಬೀರು ಬಾಟಲುಗಳನ್ನು

ಹಿಡಿದುಕೊಂಡು ಬದಲಾಯಿಸಿ ಬದಲಾಯಿಸಿ ಕುಡಿಯತೊಡಗಿದರೆ, ಧಡೂತಿ ಚಂದ್ರಮಾಧವ್ ಒಂದು ಅಗಲವಾದ ಪಾತ್ರೆಗೆ ಸುರಿದುಕೊಂಡು ನೀರು ಕುಡಿದಂತೆ ಗಟಗಟನೆ ಕುಡಿಯ ತೊಡಗಿದರು. ಅಷ್ಟರಲ್ಲಿ ದಾಸ್, ಶ್ರೀಮತಿ ಚಂದ್ರಮಾಧವ್ ಅವರನ್ನು ಮೆಲ್ಲಗೆ ಕರೆದು ತಂದು ಚಂದ್ರಮಾಧವ್‌ರನ್ನು ತೋರಿಸಿದ. ಈ ದೃಶ್ಯ ನೋಡಿದ ಎಲ್ಲರೂ ಗೊಳ್ಳನೆ ನಕ್ಕರು.

ಚಂದ್ರಮಾಧವ್ 'ಅಬ್ ಲೇಲೋ ಯಾರ್. ಮೇರಾ ಛುಟ್ಟಿ ಹೋಗಯಾ' ಎಂದು ಪೆಚ್ಚುಮೋರೆ ಹಾಕಿಕೊಂಡು ಗೋಳಾಡಿದ್ದೆ ಗೋಳಾಡಿದ್ದು. ಮಧ್ಯದಲ್ಲಿ 'ಅಪ್ಪಾ ಈ ಪೀಕು ನೋಡಪ್ಪ ಹೊಡೆಯೂದು, ನನ್ನನ್ನ' ಶೆಟ್ಟರ ಮಗಳು ಅರ್ಷಿತ ದೂರು ಹೇಳಿದಳು. 'ಏಯ್ ಪೀಕು' ಎಂದು ಜೋರಾಗಿ ಕೂಗು ಹಾಕಿದ ಶೆಟ್ಟರು ಎದ್ದು ತೂರಾಡುತ್ತ ಅಗರ್‌ವಾಲ್ ಮಗನನ್ನು ಹುಡುಕಲು ಕೋಣೆಯಿಂದ ಹೊರಕ್ಕೆ ಹೊರಟರು. 'ಲೇಲೋ ಅಬ್ ಪೀಕೂಕ ಛುಟ್ಟಿ ಹೋಗಯ' ಎಂದ ಮೊಹಂತಿ ಭುಜಗಳನ್ನು ಕುಲುಕುತ್ತಾ ತನ್ನ ಪ್ರತ್ಯೇಕ ಶೈಲಿಯಲ್ಲಿ ನಗತೊಡಗಿದ. ಸುಶೀಲ ನಾವಿದ್ದ ಕೋಣೆಯ ಒಳಕ್ಕೆ ಇಣಿಕಿ ನೋಡಿ, 'ಸ್ವಾಮಿ ನೀವು ಕುಡಿಯಲಿಲ್ಲ ತಾನೇ..?' ಪ್ರಶ್ನಿಸಿದಳು. 'ಸ್ವಾಮಿ ಕುಡಿಯಲಿಲ್ಲವೆ..? ಅಲ್ಲಿ ನೋಡಿ ಕುರ್ಚಿ ಕೆಳಗೆ ಗ್ಲಾಸು' ದಾಸ್ ಕೈ ತೋರಿಸಿದ. 'ನೈ ನೈ ಸ್ವಾಮೀಜಿ ಕುಡಿಯುವುದಿಲ್ಲ' ಸುಶೀಲ, ದಾಸ್ ಜೊತೆ ವಾದಿಸತೊಡಗಿದಳು. ಅಷ್ಟರಲ್ಲಿ ನನ್ನ ಎಲ್ಲೆ ಕಂಡುಕೊಂಡಿದ್ದ ನಾನು ಮುಖವನ್ನು ಎಷ್ಟೇ ನೈಜವಾಗಿರಿಸಿಕೊಳ್ಳಲು ಪ್ರಯತ್ನಪಟ್ಟರೂ ಮನಸ್ಸು ಸಾಧ್ಯವಿಲ್ಲ ಎನ್ನುತ್ತಿತ್ತು.

ಭಕ್ಷ್ಯಗಳು ತಯಾರಾಗಿ ಕುಳಿತಿದ್ದು ಮಹಿಳೆಯರು ಮತ್ತು ಮಕ್ಕಳು ತಮ್ಮ ಸರದಿಯನ್ನು ಮೊದಲು ಪ್ರಾರಂಭಿಸಿದರು. ನಂತರ ಗಂಡಸರ ಸರದಿ ಪ್ರಾರಂಭವಾಗಿತ್ತು. ರಸ್ನಾದಿಂದ ಪ್ರಾರಂಭವಾದ ಔತಣ ಪಲಾವ್, ಮಟನ್‌ಕರಿ ಆಲೂಗೋಬಿ, ಆಲೂಮಟ್ಟರ್, ಪನ್ನೀರ್, ಸಬ್ಜಿ, ಗುಲಾಬ್‌ಜಾಮೂನ್, ದಾಲ್‌ಫ್ರೈ, ಪಾನ್‌ನಿಂದ ಮುಕ್ತಾಯವಾಗಿತ್ತು. ಮೂರ್ತಿ ಮತ್ತು ಶ್ರೀಮತಿ ಮೂರ್ತಿಗೆ ಶುಭರಾತ್ರಿ ಕೋರಿ ಎಲ್ಲರೂ ತಮ್ಮ ಮನೆಗಳ ಕಡೆಗೆ ಹೊರಟರು.

* * *

ಕಪ್ಪುಮೋಡಗಳು ಆಕಾಶದಲ್ಲಿ ನೆನ್ನೆಯಂತೆಯೇ ಇಂದೂ ಕೂಡ ತೇಲಾಡುತ್ತಿದ್ದವು. ದಾಸ್ ಮನೆಯಲ್ಲಿ ಮಧ್ಯಾಹ್ನ ಊಟ ಮುಗಿಸಿದ ನಾವು ೩ ಗಂಟೆಗೆಲ್ಲ ವಿಮಾನ ನಿಲ್ದಾಣ ತಲುಪಿದೆವು. ಅರ್ಧ ಗಂಟೆ ತಡವಾಗಿ ಬಂದ ವಾಯುದೂತ್ ವಿಮಾನ ಕೆಳಕ್ಕೆ ಇಳಿದು ವಿಶ್ರಮಿಸಿಕೊಳ್ಳುತ್ತಿತ್ತು. ವಿಮಾನ ನೋಡಿದ ಸುಶೀಲ ಸಣ್ಣಗೆ ಗುಟುರು ಹಾಕಿ ನನ್ನ ಕಡೆಗೆ ನೋಡಿದಳು. ನಾನು ಅವಳತ್ತ ನೋಡುತ್ತಾ ಕಣ್ಣುಗಳಲ್ಲೇ ಪ್ರಶ್ನಿಸಿದೆ. 'ರೀ ನನಗ್ಯಾಕೊ ಭಯ ಆಗುತ್ತೇ ರೀ. ನಮ್ಮ ಅಣ್ಣಂದಿರಿಗೆ ನಾನು ಒಬ್ಬಳೇ ತಂಗಿ...' ಎಂದಳು. ಪ್ರಾಣದ ಮೇಲೆ ಸುಶೀಲಳಿಗೆ ಭಾರಿ ಪ್ರೀತಿ. ನಾನೇನು ಮಾತನಾಡದೆ ವಿಮಾನದ ಕಡೆಗೆ ನಡೆಯತೊಡಗಿದೆ. ಆಗಲೇ ತಪಾಸಣೆ ಮುಗಿಸಿದ್ದ ನಾವು ಸಾಮಾನುಗಳನ್ನು ಹೊರೆಯಾಳುಗಳ ವಶಕ್ಕೆ ನೀಡಿ ಟೋಕನ್ ಪಡೆದು ಉಳಿದ ಸಣ್ಣ ಪುಟ್ಟ ಸಾಮಾನುಗಳ ಜೊತೆಗೆ ವಿಮಾನದ ಕಡೆಗೆ ನಡೆಯತೊಡಗಿದೆವು.

ಕ್ರಾಂತಿ ಆಗಲೆ ನಮ್ಮಿಂದ ಸುಮಾರು ೧೦೦ ಅಡಿಗಳ ದೂರದಲ್ಲಿ ವಿಮಾನದ ಕಡೆಗೆ ಓಡುತ್ತಿದ್ದಾನೆ. ಎಷ್ಟೇ ಕರೆದರೂ ತಿರುಗಿಯೂ ನೋಡದ ಅವನು ವಿಮಾನದ ಬಾಗಿಲಲ್ಲಿ ಹತ್ತಿ ನಿಂತುಕೊಂಡಿದ್ದಾನೆ. 'ಮಮ್ಮಿ... ಡ್ಯಾಡಿ... ಬೇಗನೇ ಬನ್ನಿ. ವಿಮಾನ ಹೊರಟು ಹೋಗುತ್ತೆ' ಎಂದು ಒಂದೇ ಸಮನೆ ಕೂಗುತ್ತಿದ್ದಾನೆ. ಬಾಗಿಲಲ್ಲಿ ನಿಂತಿರುವ ಗಗನಸಖಿ,

ಕ್ರಾಂತಿಯ ಆಡಂಬರವನ್ನು ನೋಡಿ ನಗುತ್ತ ಮೇಲಕ್ಕೆ ಕರೆದುಕೊಂಡು ಪಕ್ಕದಲ್ಲಿ ನಿಲ್ಲಿಸಿಕೊಂಡಿದ್ದಾಳೆ. ನಾವು ಒಳಕ್ಕೆ ಹೋದ ತಕ್ಷಣ, 'ಡ್ಯಾಡಿ, ಏನ್ ಡ್ಯಾಡಿ, ಎಷ್ಟು ಚೆನ್ನಾಗಿದೆ ಈ ವಿಮಾನ...' ಎನ್ನುತ್ತ ಆಶ್ಚರ್ಯಚಕಿತನಾಗಿ ಕಣ್ಣುಗಳನ್ನು ಅಗಲವಾಗಿಸಿಕೊಂಡು ಸುತ್ತಲೂ ನೋಡುತ್ತಿದ್ದಾನೆ. ಸುಮಾರು ಆಸನಗಳು ಖಾಲಿ ಇದ್ದು ಸುಶೀಲ ಕಿಟಕಿಯ ಪಕ್ಕದಲ್ಲಿ ಕುಳಿತುಕೊಳ್ಳುತ್ತಿದ್ದಂತೆ, 'ಮಮ್ಮಿ ನಾನು ಅಲ್ಲಿ ಮಮ್ಮಿ' ಎಂದು ಕ್ರಾಂತಿ ಅಂಗಲಾಚಿದ. 'ಬೇಕಾದರೆ ತೊಡೆ ಮೇಲೆ ಕುಳಿತುಕೊ ಅಷ್ಟೇ. ಗಲಾಟೆ ಮಾಡಬೇಡ' ಎಚ್ಚರಿಕೆ ನೀಡಿದಳು. ಕ್ರಾಂತಿ ಸುಮ್ಮನಾದ.

ಅಷ್ಟರಲ್ಲಿ ಗಗನಸಖಿಯಿಂದ ಪ್ರಕಟಣೆ ಶುರುವಾಯಿತು. 'ನಿಮ್ಮ ಗಮನಕ್ಕೆ. ದಯವಿಟ್ಟು ಎಲ್ಲರಿಗೂ ಶುಭ ಸಾಯಂಕಾಲ. ನಮ್ಮ ಹವಾಸಂಚಾರ ವಿಭಾಗ ಎಲ್ಲಾ ಪ್ರಯಾಣಿಕರಿಗೂ ಹಾರ್ದಿಕ ಸ್ವಾಗತದ ಜೊತೆಗೆ ಸಂತೋಷ ಮತ್ತು ಸುಖಕರವಾದ ಪ್ರಯಾಣ ಕೋರುತ್ತದೆ. ಎಲ್ಲರೂ ತಮ್ಮ ತಮ್ಮ ಆಸನಗಳಲ್ಲಿ ಕುಳಿತುಕೊಂಡು ನಡುಪಟ್ಟಿಗಳನ್ನು ಕಟ್ಟಿಕೊಳ್ಳುವುದು. ಪ್ರಯಾಣದ ಸಮಯ ಒಂದು ಗಂಟೆ ಮೂವತ್ತು ನಿಮಿಷ. ಕೆಲವೇ ಕ್ಷಣಗಳಲ್ಲಿ ವಿಮಾನ ಹೊರಡಲಿದ್ದು, ಮತ್ತೊಮ್ಮೆ ಸಂತೋಷ ಮತ್ತು ಸುಖಕರವಾದ ಪ್ರಯಾಣ ಕೋರುತ್ತೇವೆ. ಹೊರಗಡೆಯ ತಾಪಮಾನ ೨೨ ಡಿಗ್ರಿ ಸೆಲ್ಸಿಯಸ್.'

ನಾವು ನಡುಪಟ್ಟಿಗಳನ್ನು ಕಟ್ಟಿಕೊಳ್ಳುತ್ತಿದ್ದಂತೆ ವಿಮಾನದಲ್ಲಿ ಸಣ್ಣಗೆ ಶುರುವಾದ ಶಬ್ದ ಬರಬರುತ್ತಾ ಜೋರಾಗಿ, ನಂತರ ಮತ್ತಷ್ಟು ಜೋರಾಗಿ, ವಿಮಾನ ತಿಮಿಂಗಿಲದಂತೆ ನಿಧಾನವಾಗಿ ಮುಂದಕ್ಕೆ ಚಲಿಸುತ್ತಾ... ಏರ್‌ಸ್ಟ್ರಿಚ್ ಮೇಲೆ ನಿಧಾನವಾಗಿ ಸಾಗಿ ಕೊನೆಗೆ ಒಮ್ಮೆಲೆ ಹಕ್ಕಿಯಂತೆ ಪುಟಿದು ರೆಕ್ಕೆಗಳನ್ನು ಬಿಚ್ಚಿ ಹಾರತೊಡಗಿತು. ವಿಮಾನ ತನ್ನ ದಿಶೆ ತಿರುಗಿಸಿಕೊಂಡಾಗಲೆಲ್ಲ ಅದರ ರೆಕ್ಕೆಗಳು ಕಿಟಕಿಯಲ್ಲಿ ಮೇಲಕ್ಕೆ ಕೆಳಕ್ಕೆ ಬಡಿದುಕೊಳ್ಳುವಂತೆ ತೋರುತ್ತಿತ್ತು. ಭೂಮಿಯೂ ಸಾಯಂಕಾಲದ ಕೆಂಪು ಮಿಶ್ರಿತ ಬೆಳ್ಳಿ ಅಂಚಿನ ಆಕಾಶವೂ ಒಂದಕ್ಕೊಂದು ಅಂಟಿಕೊಂಡು ಬಣ್ಣಗಳ ಸಮುದ್ರ ಎರಡು ಹೋಳುಗಳಾಗಿ ಸೀಳಿಕೊಳ್ಳುತ್ತಿರುವಂತೆ ಕಾಣಿಸುತ್ತಿತ್ತು. ಸುಶೀಲಳಿಗೆ ವಮಿಟಿಂಗ್ ಸೆನ್ಸೇಶನ್ ಶುರುವಾಗಿ ತೊಂದರೆಪಡುತ್ತಿದ್ದಾಳೆ. ಕ್ರಾಂತಿ 'ನನಗೇನೂ ಆಗಲಿಲ್ಲ' ಎನ್ನುತ್ತಾ ಆ ಕಡೆ ಈ ಕಡೆ ಹೆಜ್ಜೆಗಳನ್ನು ಹಾಕುತ್ತಾ ಎಲ್ಲಾ ಕಡೆಯೂ ವಿಸ್ಮಯದಿಂದ ನೋಡುತ್ತಿದ್ದಾನೆ.

ಕೆಳಗಡೆ ನೆರೆಯ ಹಾವಳಿಯಿಂದಾಗಿ ಬಾಂಗ್ಲಾ ದೇಶದ ಫಲವತ್ತಾದ ಗದ್ದೆಗಳು ನೀರಿನಿಂದ ಆವೃತಗೊಂಡಿವೆ. ಪುಟ್ಟಪುಟ್ಟ ಹಳ್ಳಿಗಳು ನೀರಿನಲ್ಲಿ ಮುಳುಗಿಹೋಗಿ ಭೀತಿಗೊಂಡ ದ್ವೀಪಗಳಂತೆ ದೂರದೂರ ಬೆದರಿ ನಿಂತಿವೆ. ೬ ಗಂಟೆಗೆ ಸರಿಯಾಗಿ ಕಲ್ಕತ್ತಾದಲ್ಲೂ ಇಳಿದ ವಿಮಾನ ದಣಿವಾರಿಸಿಕೊಳ್ಳುತ್ತಿತ್ತು. ಸುತ್ತಮುತ್ತಲೂ ಒಂದೇ ಶಬ್ದ. ಯಾವ ಕಡೆ ನೋಡಿದರೂ ದೊಡ್ಡದೊಡ್ಡ ತಿಮಿಂಗಿಲಗಳಂತಹ ವಿಮಾನಗಳು. ಹೊರಕ್ಕೆ ಇಳಿದು ಬಂದ ನಾವು ಅಲ್ಲೇ ಇದ್ದ ಬಸ್ಸಿನಲ್ಲಿ ಕುಳಿತುಕೊಂಡೆವು. ಬಸ್ಸು ನಿಧಾನವಾಗಿ ಸುತ್ತುತ್ತಾ ಮುಖ್ಯ ಕಟ್ಟಡದ ಹತ್ತಿರ ಬಂದು ನಿಂತುಕೊಂಡಿತು. ಕ್ರಾಂತಿ 'ಅಯ್ಯೋ ಇನ್ನೂ ವಿಮಾನದಲ್ಲೆ ಇದ್ದಿದ್ದರೆ ಚೆನ್ನಾಗಿತ್ತಲ್ಲ' ಎಂದು ಚಡಪಡಿಸುತ್ತಿದ್ದ.

ರಾತ್ರಿ ಕಲ್ಕತ್ತಾದ ಹೋಟೆಲ್ ಒಂದರಲ್ಲಿ ಉಳಿದುಕೊಂಡಿದ್ದು ಬೆಳಿಗ್ಗೆ ಸ್ನಾನ ಮಾಡಿ ಕಲ್ಕತ್ತಾ ನೋಡಲು ಹೊರಟೆವು. ನಮ್ಮ ದುರದೃಷ್ಟಕ್ಕೆ ಆ ದಿನ ರವಿವಾರವಾಗಿದ್ದು ಮುಖ್ಯ ಕಲ್ಕತ್ತಾ ಪೂರ್ಣವಾಗಿ ಮುಚ್ಚಿತ್ತು. ಪ್ರಖ್ಯಾತ ಹೌರಾ ಸೇತುವೆಯ ಕೆಳಗೆ ಹರಿಯುತ್ತಿದ್ದ

ಹುಗ್ಲಿಯ ದರ್ಶನ ಆಗಿದ್ದೆ ಪೂರ್ತಿ ಕಲ್ಕತ್ತಾ ದರ್ಶನವಾದಂತಾಯಿತು. ಇಡೀ ಕಲ್ಕತ್ತಾದ ಹೇಯ ಕೃತ್ಯಗಳನ್ನೆಲ್ಲಾ ಆ ನದಿಯೊಂದೇ ನುಂಗಿಕೊಂಡಂತೆ ಗಬ್ಬುನಾಥ ದೂರದೂರಕ್ಕೆ ಹರಡಿತ್ತು. ಆ ಕೊಳಕು ನೀರಿನ ಮುಖಾಂತರವೇ ಇಡೀ ಕಲಕತ್ತಾ ಶ್ವಾಸ ನಿಶ್ವಾಸ ಮಾಡುತ್ತಿರುವಂತಿತ್ತು. ಹುಗ್ಲಿ ದಡಗಳ ಉದ್ದಕ್ಕೂ ಒಂದು ಕಡೆ ಪೂಜೆ ನಡೆಯುತ್ತಿದ್ದರೆ, ಇನ್ನೊಂದು ಕಡೆ ಜನರು ಕಾಗೆಗಳಿಗೆ ಪಿಂಡ ಉಣಿಸುತ್ತಿದ್ದಾರೆ. ಹೂವು-ಎಲೆ, ಕಸ-ಕಡ್ಡಿ ಇನ್ನಿತರ ವಸ್ತುಗಳು ನೀರಿನ ಮೇಲೆ ಹರಿಯುತ್ತಿವೆ. ದಡಗಳಲ್ಲಿ ಸಾಲುಸಾಲಾಗಿರುವ ಚಾರ್‌ಪಾಯ್‌ಗಳ ಮೇಲೆ ಮಲಗಿರುವ ದೇಹಗಳಿಗೆ ಕೆಲವರು ಎಣ್ಣೆ ಸವರಿ ಮಸಾಜ್ ಮಾಡುತ್ತಿದ್ದಾರೆ. ಒಟ್ಟಿನಲ್ಲಿ ನದಿಯನ್ನು ಎಷ್ಟು ಕೊಳಕು ಮಾಡಲು ಸಾಧ್ಯವೊ ಅಷ್ಟು ಕೊಳಕು ಮಾಡುತ್ತಿದ್ದರು. ಆ ನದಿ ಕಲಕತ್ತಾ ನಗರದ ಎಲ್ಲಾ ಹೊಲಸನ್ನು ಹೊತ್ತುಕೊಂಡು ಬಂಗಾಲ ಸಮುದ್ರದ ಕಡೆಗೆ ನಿಧಾನವಾಗಿ ಸಾಗಿಹೋಗುತ್ತಿತ್ತು.

ಕಲ್ಕತ್ತಾದ ಚೌರಂಗಿ, ವಿಕ್ಟೋರಿಯಾ ಮೆಮೋರಿಯಲ್, ಬಟಾನಿಕಲ್ ಗಾರ್ಡನ್, ಬರ್ಮಾ ಬಜಾರ್ ಮತ್ತು ದಕ್ಷಿಣೇಶ್ವರಗಳನ್ನು ಸುತ್ತಿಕೊಂಡು ವಾಪಸ್ ಬಂದೆವು. ಸಾಯಂಕಾಲ ೪ ಗಂಟೆಗೆಲ್ಲ ಹೋಟೆಲ್ ಖಾಲಿ ಮಾಡಿ ಹೌರಾ ರೈಲ್ವೆ ನಿಲ್ದಾಣಕ್ಕೆ ಬಂದು ಈಸ್ಟ್‌ಕೋಸ್ಟ್ ಎಕ್ಸ್‌ಪ್ರೆಸ್‌ನ ಹವಾನಿಯಂತ್ರಣ ಬೋಗಿಯಲ್ಲಿ ಕುಳಿತುಕೊಳ್ಳುತ್ತಿದ್ದಂತೆ ಎಲ್ಲಿಲ್ಲದ ಆರಾಮ ದೊರಕಿತು. ಹೌರಾದಿಂದ ಮದ್ರಾಸ್ ತಲುಪಿ ಅಲ್ಲಿಂದ ಬೆಂಗಳೂರು ರೈಲು ಹತ್ತಿ ಬಂಗಾರಪೇಟೆಯಲ್ಲಿ ಇಳಿದುಕೊಂಡು ಕೆಜಿಎಫ್ ಸೇರಿಕೊಂಡೆವು. ಮೂರು ದಿನಗಳು ಮಾತ್ರ ಉಳಿದುಕೊಂಡಿದ್ದ ನಾನು ಸುಶೀಲ ಮತ್ತು ಕ್ರಾಂತಿಯನ್ನು ಅಲ್ಲೇ ಬಿಟ್ಟು ಮತ್ತೆ ರೈಲಿನಲ್ಲಿ ೩೩೦೦ ಕಿ.ಮೀ. ದೂರದ ದಿಮಾಪುರಕ್ಕೆ ಹೊರಟೆ.

## ಅಧ್ಯಾಯ ೪

# ನಾಗಾಗಳ ನಡುವೆ

ನಮ್ಮ ಸಹೋದ್ಯೋಗಿ ಭೂವಿಜ್ಞಾನಿಗಳು ಆಗಲೇ ಫೀಲ್ಡ್ ತಲುಪಿದ್ದರು. ಶಾಹು ಮತ್ತು ನಾನು ಡಿಸೆಂಬರ್ ತಿಂಗಳ ಒಂದು ಮಧ್ಯಾಹ್ನ ಒಬ್ಬ ನೇಪಾಳಿ (ಕಾಂಚಾ)ಯನ್ನು ಜೊತೆಗೆ ಕರೆದುಕೊಂಡು ಕೊಹಿಮಾ ಕಡೆಗೆ ಪ್ರಯಾಣ ಬೆಳೆಸಿದೆವು. ತೊಂಗ್‌ಪಾಂಗ್ ಎಂಬ ಸ್ಥಳೀಯ ಯುವಕ ನಮ್ಮ ಚಾಲಕನಾಗಿದ್ದರಿಂದ ಸ್ವಲ್ಪ ಸಮಾಧಾನವಾಗಿತ್ತು. ಇನ್ಯಾರಾದರೂ ಹಳೆಯ ಕುಡುಕರಾಗಿದ್ದರೆ ಆ ಗುಡ್ಡಗಾಡುಗಳ ನಾಡಿನಲ್ಲಿ ಯಾವ ಯಾವ ರೀತಿಯ ತೊಂದರೆಗಳಿಗೆ ನಮ್ಮನ್ನು ಸಿಕ್ಕಿಸುತ್ತಿದ್ದರೋ ಏನೋ? ಸ್ಥಳೀಯ ಬುಡಕಟ್ಟು ಚಾಲಕರನ್ನು ಹಿಡಿತದಲ್ಲಿಡುವುದು ಸುಲಭದ ಕೆಲಸವಾಗಿರಲಿಲ್ಲ.

ನಮ್ಮ ಜೀಪು ದಿಮಾಪುರ ಬಿಟ್ಟು ದಕ್ಷಿಣಕ್ಕೆ ೨೦ ಕಿ.ಮೀ. ದೂರ ಸಾಗಿದ್ದೆ ಕೆಳ ಹಿಮಾಲಯ ತಪ್ಪಲುಗಳು ಪ್ರಾರಂಭವಾಗಿದ್ದವು. ದಟ್ಟವಾದ ಹಚ್ಚ ಹಸಿರು ಕಾಡು, ಮಧ್ಯೆ ಮಧ್ಯೆ ಸರಸರನೆ ಹರಿಯುವ ಝರಿಗಳು. ಜೀಪು ಚಲಿಸುತ್ತಿದ್ದಂತೆ ತಂಪೇರಿದ ಗಾಳಿ ಮುಖಕ್ಕೆ ರಾಚುತ್ತಿತ್ತು. ಹೇಳಿ ಕೇಳಿ ಡಿಸೆಂಬರ್ ತಿಂಗಳು ಬೇರೆ. ಇನ್ನೂ ಸರಿಯಾಗಿ ಕೆಳ ತಪ್ಪಲುಗಳನ್ನೇ ತಲುಪಲಿಲ್ಲ, ಆಗಲೇ ಈ ರೀತಿಯ ಚಳಿಯೇ? ಮನಸ್ಸಿನಲ್ಲಿ ತುಸು ಅಳುಕು ಮೂಡಿದರೂ ಹಿತವಾಗಿತ್ತು. ಪಕ್ಕದಲ್ಲಿದ್ದ ಶಾಹೂ ತಮ್ಮ ಎಂದಿನ ಮಾತು ಮುಂದುವರಿಸಿದ್ದರು.

'ಸಾಲಾ... ಮಕ್ಕಳಿಗೆ ಏನಾದರೂ ತೊಂದರೆಯಾದರೆ ನೋಡಿಕೊಳ್ಳುವವರಿಲ್ಲ. ಡಬ್ಲೂಗೆ(ಮಗ) ಆಗಾಗ ಜ್ವರ ಬರುತ್ತಲೇ ಇರುತ್ತದೆ. ಮೂವರಿಗೂ (ಇಬ್ಬರು ಮಕ್ಕಳು ಪತ್ನಿ) ಟಾನ್ಸಿಲೈಟಿಸ್, ಆಗಾಗ ಇನ್‌ಫೆಕ್ಷನ್ ಆಗುತ್ತಲೇ ಇರುತ್ತದೆ. ಹೇಳಿಕೊಳ್ಳುವುದಕ್ಕೆ ನಾವು ಕೇಂದ್ರ ಸರಕಾರದ ಮೊದಲ ದರ್ಜೆ ಅಧಿಕಾರಿಗಳು. ಒಂದು ಕ್ವಾರ್ಟರ್ಸ್ ಇಲ್ಲ, ಮೆಡಿಕಲ್ ಸೌಕರ್ಯ ಇಲ್ಲ, ಒಬ್ಬ ಸೇವಕನೂ ಇಲ್ಲ, ಎಂತಹ ದರಿದ್ರ ಇಲಾಖೆಗೆ ಸೇರಿಕೊಂಡುಬಿಟ್ಟೆವು. ೫೦ ರೂಪಾಯಿ ಡಿಎ ಕೊಟ್ಟರೆ ಸಾಮಾನುಗಳ ಬೆಲೆ ೧೫೦ ರೂಪಾಯಿಗಳಿಗೆ ಏರುತ್ತೆ,' ಹೀಗೆ ದಾರಿಯ ಉದ್ದಕ್ಕೂ ಬಡಿಬಡಿಸುತ್ತಲೇ ಇದ್ದರು.

ಶಾಹು ಮಾತುಗಳು ಹಾಗಿರಲಿ. ಈಗ ಜೀಪು ತಪ್ಪಲುಗಳ ತಿರುವಿನಲ್ಲಿ ಹಿಂದಿದ್ದ ಟೇಲರನ್ನು ಎಳೆದುಕೊಂಡು ಸಾಗುತ್ತಿತ್ತು. ಹೇರಳವಾದ ಸಸ್ಯರಾಶಿಯನ್ನು ಕಳೆದುಕೊಂಡಿರುವ ತಪ್ಪಲುಗಳು ತಮ್ಮ ಹಿಡಿತವನ್ನು ಕಳೆದುಕೊಂಡು ರಾಶಿ ರಾಶಿ ಕಲ್ಲು ಮಣ್ಣಿನಿಂದ ಕುಸಿದು ಬಿದ್ದಿದ್ದವು. ಆ ತಪ್ಪಲುಗಳ ಸೊಂಟದಿಂದ ಸೊಂಟಕ್ಕೆ ಹಾವಿನಂತೆ ಸಾಗಿರುವ ರಸ್ತೆಯಲ್ಲಿ ಜೀಪು ತನ್ನ ಶಕ್ತಿಯನ್ನೆಲ್ಲಾ ಒಟ್ಟುಗೂಡಿಸಿಕೊಂಡು ಸಾಗುತ್ತಿದ್ದಂತೆ ತಪ್ಪಲುಗಳು ಬೆಟ್ಟಗಳಾಗುತ್ತ... ಬೆಟ್ಟಗಳು ಶಿಖರಗಳಾಗುತ್ತಾ... ಮುಗಿಲುಗಳು ಹತ್ತಿರವಾಗುತ್ತ ಆಕಾಶದ ಕಡೆಗೆ ನಾವು ಹಾರಿಹೋದಂತೆ ಭಾಸವಾಗುತ್ತಿತ್ತು.

ಯಾವ ಕಡೆಗೆ ನೋಡಿದರೂ ಸಮುದ್ರದ ಅಲೆಗಳಂತೆ ಕಾಣುವ ಹಿಮಾಲಯ ಪರ್ವತ ಶ್ರೇಣಿಗಳು. ತುತ್ತತುದಿಗಳಲ್ಲಿ ನಾಗಾ ಬಸ್ತಿಗಳು. ದಾರಿಯ ಮಧ್ಯೆ ಒಂದೆರಡು ಕಡೆ ಇಳಿದು ಬಿಹಾರಿ ಡಾಬಾ ಅಂಗಡಿಗಳಲ್ಲಿ ಚಹಾ ಕುಡಿದು ೩ ಗಂಟೆಗೆಲ್ಲ ನಾಗಾ ರಾಜಧಾನಿ

ಕೊಹಿಮಾ ಸೇರಿಕೊಂಡೆವು. ಕೊಹಿಮಾ ಒಂದು ಸುಂದರವಾದ ಗಿರಿಧಾಮ. ಇಳಿಜಾರು, ಅಂಕುಡೊಂಕು ರಸ್ತೆಗಳಲ್ಲಿ ಜನ ಮೈತುಂಬ ಬೆಚ್ಚನೆ ಬಣ್ಣಬಣ್ಣದ ಉಡುಪುಗಳನ್ನು ತೊಟ್ಟು ಓಡಾಡುತ್ತಿದ್ದಾರೆ. ಬೆಟ್ಟ ಕಣಿವೆಗಳೆನ್ನದೆ ಮನೆಗಳು ವಿಶಾಲವಾಗಿ ಹರಡಿಕೊಂಡಿವೆ. ಇಳಿಜಾರುಗಳಲ್ಲಿರುವ ಮನೆಗಳಂತೂ ಮುಗಿಲುಗಳ ಮಧ್ಯೆ ತೇಲಾಡುತ್ತಿರುವಂತೆ ಕಾಣಿಸುತ್ತಿದ್ದವು.

ನಮ್ಮ ಜೀಪು ಕೊಹಿಮಾ ಜಿಲ್ಲಾಧಿಕಾರಿ ಕಚೇರಿಯ ಮುಂದೆ ನಿಂತುಕೊಂಡಿತು. ನಮ್ಮಿಬ್ಬರ ವಿಸಿಟಿಂಗ್ ಕಾರ್ಡಗಳನ್ನು ಹೊರಗಿದ್ದ ಸೇವಕನ ಕೈಗೆ ಕೊಟ್ಟು ಎದುರುಗಿದ್ದ ಆಸನಗಳಲ್ಲಿ ಕುಳಿತುಕೊಂಡೆವು. ಬ್ರೂನೋ ಜಮೀರ್ ಎಂಬ ಹೆಸರು ನೋಡಿ 'ಹೆಣ್ಣೋ ಗಂಡೋ?' ಎಂದು ಶಾಹುಗೆ ಕೇಳಿದೆ. 'ಏ ತೋ ಔರತ್ ಹೈ. ಮುಖ್ಯಮಂತ್ರಿ ಜಮೀರ್ ಸೊಸೆ' ಎಂದರು. ಅಷ್ಟರಲ್ಲಿ ಒಳಗಿನಿಂದ ಬುಲಾವ್ ಬಂದಿತು. ಇಬ್ಬರೂ ಒಳಕ್ಕೆ ಹೋದೆವು. ಲೇಡಿ ಡಿಸಿ ಮುಗುಳು ನಗೆ ಬೀರಿ ಕುಳಿತುಕೊಳ್ಳಲು ಹೇಳಿದಳು. ಗೋಧಿಬಣ್ಣ, ಅರೆತೋಳು, ಬಾಬ್‌ಕಟ್, ಪೂರ್ತಿ ಬ್ಲೆಂಡ್ ಆಗಿರುವ ಇಂಡೋ-ಮಂಗೋಲಾಯ್ಡ್ ರೇಸಿನ ಸುಂದರ ಮಹಿಳೆ. ನಾವು ಕೊಟ್ಟ ಪತ್ರವನ್ನು ಓದಿ 'ಆಯಿತು ಚೀಪೋಬೋಜೋನಲ್ಲಿರುವ (ಹಳ್ಳಿ) ಇಎಸಿಗೆ ಒಂದು ಪತ್ರ ಕೊಡುತ್ತೇನೆ. ತಾವು ಅದನ್ನು ಅವರಿಗೆ ತೋರಿಸಿ, ನಿಮಗೆ ಉಳಿದುಕೊಳ್ಳಲು ವ್ಯವಸ್ಥೆ ಮಾಡುತ್ತಾರೆ' ಎಂದರು. ಅಷ್ಟರಲ್ಲಿ ಚಹಾ ಬಂದಿತು. ಕುಡಿಯುತ್ತಿದ್ದಂತೆ ಪತ್ರ ತಯಾರಾಗಿ ನಮ್ಮ ಕೈ ಸೇರಿತು. ಹೊರಗೆ ಬಂದಾಗ ಸಾಯಂಕಾಲ ೪ ಗಂಟೆ, ಆಗಲೇ ಕತ್ತಲು ಕವಿದಿತ್ತು. ಪೆಟ್ರೋಲ್ ತುಂಬಿಸಿಕೊಂಡು ೨೫ ಕಿ.ಮೀ. ದೂರದ ಚೀಪೋಬೋಜೋ ಕಡೆಗೆ ಪ್ರಯಾಣ ಮುಂದುವರಿಸಿದೆವು. ಮಳೆ ಸಣ್ಣಗೆ ಹನಿಯಲು ಪ್ರಾರಂಭವಾಗಿ ಮೈ ನಡುಗಲು ಶುರುವಾಯಿತು.

**ಚಿತ್ರ ೬೩ : ಹಳೆ ಕೊಹಿಮಾ ನಗರದ ಒಂದು ನೋಟ**

ರಸ್ತೆ ಚೆನ್ನಾಗಿಲ್ಲದ ಕಾರಣ ಜೀಪು ನಿಧಾನವಾಗಿ ಬೆಳಕು ಚೆಲ್ಲುತ್ತಾ ರಸ್ತೆಯನ್ನು ಕಂಡುಕೊಳ್ಳುತ್ತಿತ್ತು. ಅಂತೂ ಇಂತೂ ಕತ್ತಲಲ್ಲೆ ಚೀಪೋಬೋಜೋ ತಲುಪಿ ಇಎಸಿಯನ್ನು ಭೇಟಿ ಮಾಡಿ ಪತ್ರ ತೋರಿಸಿದೆವು. ಅವರೇ ಖುದ್ದಾಗಿ ವಿಶ್ರಾಂತಿಗೃಹಕ್ಕೆ ಬಂದು ಇದ್ದ ಎರಡು ಕೊಠಡಿಗಳಲ್ಲಿ ಒಂದನ್ನು ನಿಗದಿಪಡಿಸಿ ಇನ್ನೊಂದನ್ನು ಆಗಾಗ ಬರುವ ಅತಿಥಿಗಳಿಗಾಗಿ ಕಾಯ್ದಿರಿಸುವುದಾಗಿ ತಿಳಿಸಿ ಡ್ರೈವರ್ ಮತ್ತು ಕಾಂಚಾನನ್ನು ಒಳಗಡೆಯೇ ಇದ್ದ ಇನ್ನೊಂದು ಸಣ್ಣ ಕೋಣೆಯಲ್ಲಿ ಇರುವಂತೆ ತಿಳಿಸಿದರು. ಅಷ್ಟು ಸುಲಭವಾಗಿ ವಸತಿ ಸಿಕ್ಕಿದ್ದರಿಂದ ನಮ್ಮ ಮುಖ್ಯ ಸಮಸ್ಯೆ ಪರಿಹಾರವಾಗಿ ಸಾಮಾನುಗಳನ್ನೆಲ್ಲ ಇಳಿಸಿಕೊಂಡು ಕೋಣೆ ಸೇರಿದೆವು. ಹೊರಗಡೆ ಇದ್ದ ಅಡಿಗೆಮನೆಯಲ್ಲಿ ಕಾಂಚಾ ಮತ್ತು ಡ್ರೈವರ್ ತೊಂಗ್‌ಪಾಂಗ್ ರಾತ್ರಿಯ ಊಟಕ್ಕೆ ತಯಾರಿ ನಡೆಸಿದ್ದರು.

ಬಿಸಿ ನೀರಿನಲ್ಲಿ ಮೇಲ್ಮೈ ಸ್ನಾನ ಮಾಡಿದ ನಾವು ಸ್ಲೀಪಿಂಗ್ ಚೀಲದೊಳಗೆ ಕುಳಿತುಕೊಂಡು ನಾಳೆ ಮಾಡಬೇಕಾದ ಕೆಲಸಗಳ ಬಗ್ಗೆ ಪಟ್ಟಿ ಮಾಡಿಕೊಳ್ಳುತ್ತಿದ್ದೆವು. ಒಳಕ್ಕೆ ಬಂದ ಕಾಂಚಾ, 'ಖಾನಾ ಲಗಾವೂ ಸಾಬ್' ಎಂದು ಕೇಳಿದ. 'ಲಗಾವ್... ಲಗಾವ್... ಖಾಯೇಂಗೇ, ಸಾಲಾ' ಶಾಹೂ ಉತ್ತರಿಸಿದರು. ಮನಸ್ಸಿಲ್ಲದೆ ಚೀಲದಿಂದ ಹೊರಕ್ಕೆ ಬಂದ ನಾವು ಮೇಜಿನ ಮುಂದೆ ಕುಳಿತುಕೊಂಡೆವು. ಕಾಂಚಾ ಎಣ್ಣೆಯಿಲ್ಲದ ಪುಲ್ಕಾ ರೋಟಿಗಳ ಜೊತೆಗೆ ಅಂಡಾ ಕರಿ, ಸಬ್ಜಿ ತಂದಿಟ್ಟ. ಅವಸರವಸರವಾಗಿ ತಿಂದು, ಬಿಸಿ ನೀರನ್ನು ಕುಡಿದು, ಕೈ ತೊಳೆದುಕೊಂಡು ಮತ್ತೆ ಸ್ಲೀಪಿಂಗ್ ಚೀಲದ ಒಳಕ್ಕೆ ಸೇರಿಕೊಂಡೆವು. ಸ್ಥಳ ಹೊಸತಾದರೂ ತಾಳಲಾರದಷ್ಟು ಚಳಿಯ ಜೊತೆಗೆ ಆಯಾಸವಾಗಿದ್ದರಿಂದ ದೀಪವಾರಿಸಿ ಮಲಗಿಬಿಟ್ಟೆವು. ಆದರೆ ಶಾಹು ಮಾತ್ರ ಬಡಬಡಿಸುತ್ತಲೇ ಇದ್ದರು. ಮೂಲೆಯಲ್ಲಿದ್ದ ಇಂಗ್ಲಾಚೂಲದಲ್ಲಿನ ಇದ್ದಿಲು ಕೆಂಡವಾಗಿ ಕೋಣೆಯನ್ನು ಬೆಚ್ಚಗಾಗಿಸುತ್ತಿತ್ತು. ಕೈಗಳಿಗೆ ಉಣ್ಣೆ ಗ್ಲೌಸ್, ತಲೆಗೆ ಸ್ಕಾರ್ಫ್ ಮತ್ತು ಕಾಲುಗಳಿಗೆ ಸಾಕ್ಸ್ ಹಾಕಿಕೊಂಡು ಮಲಗಿದ ಸುಮಾರು ೧೦ ನಿಮಿಷಗಳಿಗೆ ಮೈಯೆಲ್ಲಾ ಬೆಚ್ಚಗಾಗಿ ಒಂದು ರೀತಿಯ ಆರಾಮ ಸಿಕ್ಕಿತು. ಬೆಳಿಗ್ಗೆ ಎಚ್ಚರವಾದಾಗ ಕಾಂಚಾ ಬಾಗಿಲನ್ನು ತಟ್ಟುತ್ತಿದ್ದ. ಶಾಹೂ ಬಾಗಿಲು ತೆಗೆದರು. ಅವನು ಇಬ್ಬರಿಗೂ ಚಹಾ ತಂದುಕೊಟ್ಟ. 'ನಾನು ಬೆಳಿಗ್ಗೆ ಚಹಾ ಕುಡಿಯುವುದಿಲ್ಲ. ನನಗಾಗಿ ನಾಳೆಯಿಂದ ಮಾಡಬೇಡ' ಎಂದೆ.

ಬೆಳಗಿನ ಕೆಲಸಗಳನ್ನು ಮುಗಿಸಿಕೊಂಡು ಇಎಸಿ ಕಚೇರಿ ತಲುಪಿ ನಾವು ಭೂವಿಜ್ಞಾನದ ಬಗ್ಗೆ ನಡೆಸಬೇಕಾದ ಸಮೀಕ್ಷೆ ಮತ್ತು ಸ್ಥಳಗಳನ್ನು ವಿವರಿಸಿದೆವು. ಇಎಸಿ ಒಂದು ವಿಜ್ಞಾಪನ ಪತ್ರವನ್ನು ತಯಾರು ಮಾಡಿದರು. ನಾವು ಭೂಸಮೀಕ್ಷೆ ಮಾಡುವ ಪ್ರದೇಶದಲ್ಲಿ ಬರುವ ಎಲ್ಲಾ ಬಸ್ತಿಗಳ ಗಾವ್ ಬುಡಾಗಳಿಗೆ (ಹಳ್ಳಿ ಮುಖ್ಯಸ್ಥ) ಪತ್ರಗಳನ್ನು ಆ ದಿನವೇ ಕಳುಹಿಸಿ ಕೊಡುವುದಾಗಿ ಇಎಸಿ ತಿಳಿಸಿದ ಮೇಲೆ ಅವರಿಂದ ಒಂದು ಪ್ರತಿಯನ್ನು ಪಡೆದುಕೊಂಡು ವಿಶ್ರಾಂತಿಗೃಹಕ್ಕೆ ಬಂದೆವು. ನಾಗಾಲ್ಯಾಂಡಿನಲ್ಲಿ ಹೊರಗಿನವರಾಗಲಿ, ಸರಕಾರದವರಾಗಲಿ, ಯಾರೇ ಆಗಲಿ ಗಾವ್ ಬುಡಾಗಳ ಅಪ್ಪಣೆ ಇಲ್ಲದೆ ಬಸ್ತಿ ಮತ್ತು ಅವರ ಪ್ರದೇಶದ ಒಳಗೆ ಪ್ರವೇಶಿಸುವಂತಿಲ್ಲ. ನಾವು ಹೋಗುವ ಎಲ್ಲಾ ಬಸ್ತಿಗಳ ಗಾವ್ ಬುಡಾಗಳಿಗೆ ಪತ್ರ ತಲುಪಲು ನಾಲ್ಕಾರು ದಿನಗಳಾದರೂ ಬೇಕು. ಈ ನಡುವೆ ನಾವು ವಿಶ್ರಾಂತಿಗೃಹದಲ್ಲೇ ಮುಂದಿನ ಕೆಲಸಗಳ ಬಗ್ಗೆ ಯೋಜನೆಗಳನ್ನು ಮಾಡಿಕೊಳ್ಳತೊಡಗಿದೆವು.

ಅದೊಂದು ದಿನ ಬೆಳಿಗ್ಗೆ ೭ ಗಂಟೆಯಿಂದ ಸಾಯಂಕಾಲ ೪ ಗಂಟೆಯವರೆಗೂ ಕಡಿದಾದ ಕಣಿವೆ ಬೆಟ್ಟಗಳಲ್ಲೆ ಅಲೆದಲೆದು ಏದುಸಿರುಬಿಡುತ್ತಾ ವಿಶ್ರಾಂತಿಗೃಹಕ್ಕೆ ಹಿಂದಿರುಗಿ ಬಂದು

ರಾತ್ರಿಯ ಊಟಕ್ಕಾಗಿ ಕಾಯುತ್ತಿದ್ದೆವು. ಅಷ್ಟರಲ್ಲಿ ಅಡಿಗೆಮನೆಯಿಂದ ಏನೋ ಸದ್ದು ಕೇಳಿಬಂದು ಆ ಕಡೆಗೆ ಕಿವಿ ಕೊಡುತ್ತಿದ್ದಂತೆ ಬಾಗಿಲು ತಳ್ಳಿಕೊಂಡು ಒಳಕ್ಕೆ ಬಂದ ಕಾಂಚ 'ಸಾಬ್ ನಿಮ್ಮನ್ನ ಯಾರೋ ಕರೆಯುತ್ತಿದ್ದಾರೆ' ಎಂದ. ಏನೋ ಗ್ರಹಚಾರ ಮನೆ ಬಾಗಿಲಿಗೇ ಹುಡುಕಿಕೊಂಡು ಬಂದಂತಾಗಿ ಇಬ್ಬರೂ ಸ್ಲೀಪಿಂಗ್ ಚೀಲಗಳಿಂದ ಹೊರ ಬಂದು ಅಡಿಗೆ ಕೋಣೆಯ ಕಡೆಗೆ ಹೋದೆವು.

ಒಬ್ಬ ಮಧ್ಯ ವಯಸ್ಸಿನ ನಾಗಾ ಇಬ್ಬರನ್ನೂ ದುರುಗುಟ್ಟಿಕೊಂಡು ಕೆಳಗಿಂದ ಮೇಲಕ್ಕೆ ನೋಡಿದ. ಎಲ್ಲಾ ಕ್ಷುದ್ರ ಗ್ರಹಗಳು ಒಟ್ಟಾಗಿ ಸೇರಿ ಆಪತ್ತು ಬಾಗಿಲಲ್ಲೆ ನಿಂತುಕೊಂಡಂತಿತ್ತು. ಅಮಲೇರಿದ ಕಣ್ಣುಗಳು, ಕೋಪ ಹೆಪ್ಪುಗಟ್ಟಿದ ಮುಖ, ಕೆದರಿದ ತಲೆಕೂದಲು, ಇನ್ನೇನು ನಮ್ಮ ಮೇಲೆ ಹಾರಿಬಿದ್ದು ಚಿಂದಿಚಿಂದಿ ಮಾಡಿಬಿಡುವ ಆವೇಶ. ನಾಗಾಮೀಸ್ ಭಾಷೆ ಅಲ್ಪಸ್ವಲ್ಪ ತಿಳಿದಿದ್ದ ಶಾಹು ಮುಂದೆ, ನಾನು ಹಿಂದೆ ನಿಂತುಕೊಂಡೆವು.

ನಾಗ ಮುಂದೆ ನಿಂತಿದ್ದ ಶಾಹುರನ್ನು 'ಯಾರು ನೀನು...? ಯಾವೂರು...?' ಪ್ರಶ್ನಿಸಿದ. 'ನನ್ನ ಹೆಸರು ಶಾಹೂ ಅಂತ, ಒರಿಸ್ಸಾ ರಾಜ್ಯದವನು. ಸೆಂಟ್ರಲ್ ಸರ್ವಿಸ್, ಜಿಎಸ್ಐ ನಲ್ಲಿ ಜಿಯಾಲಜಿಸ್ಟ್' ಅನ್ನುವುದರೊಳಗೆ, 'ಗಂಟಾಲಜಿಸ್ಟ್ ಬೆಳಿಗ್ಗೆ ಎರಡಕ್ಕೋಗ್ತೀನಿ. ಆಗ ಬಂದು ನೋಡು ಬೇಕಾದಷ್ಟು ಗೋಲ್ಡ್ ಸಿಗುತ್ತೆ. ಇಂಡಿಯಾದಿಂದ ಇಲ್ಲಿಗ್ಯಾಕ್ ಬಂದ್ರಿ...? ನಮ್ಮ

**ಚಿತ್ರ ೬೪ : ನಾವು ಕ್ಯಾಂಪ್ ಮಾಡಿದ್ದ ಹಳ್ಳಿ**

ಕೆಲಸ ನಾವು ಮಾಡಿಕೊಳ್ತೀವಿ. ನಮ್ಮ ನಾಗಾಲ್ಯಾಂಡಿನಲ್ಲಿ ಏನಿದೆ, ಏನಿಲ್ಲ, ಎನ್ನುವುದು ನಮಗೆ ಚೆನ್ನಾಗಿ ಗೊತ್ತು. ಬಾಯಿ ಮುಚ್ಚಿಕೊಂಡು ಇಲ್ಲಿಂದ ಜಾಗ ಖಾಲಿ ಮಾಡಿ. ಬಯಲು ನಾಯಿಗಳೆ...' ಎಂದು ಯದ್ವಾತದ್ವಾ ಬಯ್ಯತೊಡಗಿದ.

'ನೋಡಿ ನಾವೆಲ್ಲ ಒಂದೇ ದೇಶದವರು, ಗೆಳೆಯರು' ಪರಿಸ್ಥಿತಿಯನ್ನು ತಿಳಿಯಾಗಿಸಲು ಶಾಹು ನಗುತ್ತಾ ಹೇಳಿದರು. 'ಹಸ್ತಾ ಹೈ ಕ್ಯಾ (ನಗ್ತಿಯಾ) ಸಾಲಾ, ತಪ್ಪಡ್ ಮಾರೇಗಾ' ಎಂದು ಹೊಡೆಯಲು ಕೈ ಎತ್ತಿಯೇ ಬಿಟ್ಟ. ಹತ್ತಿರ ಇದ್ದರೆ ಹೊಡೆದೇಬಿಡುತ್ತಿದ್ದನೋ ಏನೋ...? ಅದೃಷ್ಟದಿಂದ ಸ್ವಲ್ಪ ದೂರದಲ್ಲಿಯೇ ನಿಂತಿದ್ದೆವು. ಪರಿಸ್ಥಿತಿ ಯಾಕೋ ಕೈ ಮೀರಿ ಹೋಗುವ ಲಕ್ಷಣಗಳು ಕಾಣತೊಡಗಿ ಶಾಹೂ ಅವರನ್ನು ಕರೆದುಕೊಂಡು ಕೋಣೆಯ ಒಳಕ್ಕೆ ಬಂದುಬಿಟ್ಟೆ. 'ನಾಳೆ ಬೆಳಿಗ್ಗೆ ಕೊಹಿಮಾಗೆ ಹೋಗಿ ಬರ್ತೀನಿ ಅಷ್ಟರೊಳಗೆ ಜಾಗ ಖಾಲಿ ಮಾಡಿದ್ದರೆ ಸರಿ. ಇಲ್ಲದಿದ್ದರೆ ಶೂಟ್ ಮಾಡಿಬಿಡ್ತೀನಿ' ಎಂದು ಹಿಂದಿನಿಂದ ಎಚ್ಚರಿಕೆ ಕೊಟ್ಟ. ಬಹಳ ನೊಂದುಕೊಂಡ ಶಾಹು 'ಸಾಲ ನಮ್ಮದು ಒಂದು ಕೆಲಸಾನೇ?' ಎಂದು ಮಂಚದ ಮೇಲೆ ಕುಕ್ಕುರು ಕುಳಿತರು. ಭೀತಿಯ ಮೋಡಗಳು ನಮ್ಮ ಸುತ್ತಲೂ ಹಾರಾಡತೊಡಗಿದವು. ಹಿಂದಿನ ದಿನ ಅದೇ ರಸ್ತೆಯಲ್ಲಿ ಪಂಜಾಬಿ ಚಾಲಕನ ಟ್ರಕ್ಕಿಗೆ ಒಬ್ಬ ಹುಡುಗ ಸಿಕ್ಕಿ ಸತ್ತಾಗ ಟ್ರಕ್ಕು ಮತ್ತು ಚಾಲಕನನ್ನು ರಸ್ತೆಯಲ್ಲೇ ಸುಟ್ಟು ಹಾಕಲಾಗಿತ್ತು. ಸ್ವಯಂ ಆಡಳಿತದ ಈ ರಾಜ್ಯಗಳಲ್ಲಿ ಅವರು ಮಾಡಿದ್ದೇ ಶಾಸನ.

ಈ ಜಗಳದ ಇನ್ನೊಂದು ಮುಖ ಆಮೇಲೆ ತಿಳಿಯಿತು. ಅವನೊಬ್ಬ ಪಕ್ಕದ ಹಳ್ಳಿಯ ಪುಢಾರಿಯಾಗಿದ್ದು ಪತ್ನಿಯ ಜೊತೆಗೆ ಕೊಹಿಮಾದಿಂದ ಟುಯಿನ್‌ಸಾಂಗ್‌ಗೆ ಹೋಗುತ್ತಿರಲು ಕತ್ತಲ ಜೊತೆಗೆ ಕುಡಿತದ ಮತ್ತೇರಿ ಜೀಪನ್ನು ನಡೆಸಲಾಗದೆ ಅತಿಥಿ ಗೃಹದಲ್ಲಿ ಉಳಿದುಕೊಳ್ಳಲು ಬಂದನಂತೆ. ಇಎಸಿಯವರನ್ನು ಸಂಧಿಸಿ ಅತಿಥಿಗೃಹದಲ್ಲಿ ಕೋಣೆಯನ್ನು ಕೇಳಲು, ಇಬ್ಬರು ಅಧಿಕಾರಿಗಳು ಈಗಾಗಲೆ ಒಂದು ಕೋಣೆಯಲ್ಲಿ ತಂಗಿದ್ದು ಉಳಿದಿರುವ ಕೋಣೆಯಲ್ಲಿ ನೀನಿರಬಹುದು ಎಂದರಂತೆ. ಆ ಕೋಣೆ ನನಗೆ ಬೇಡ ಚೆನ್ನಾಗಿಲ್ಲ. ಅವರಿರುವ ಕೋಣೆಯೇ ಬೇಕೆಂದು ಹಠ ಹಿಡಿದಾಗ ಇಎಸಿ ಹೊರಕ್ಕೆ ದಬ್ಬಿದರಂತೆ.

'ನಾನು ಸ್ಥಳೀಯ, ನನಗಿಲ್ಲದ ಆದ್ಯತೆ ಈ ಬಯಲು ಇಂಡಿಯಾದವರಿಗೇಕೆ?' ಎಂದು ಕಿಡಿ ಕಾರುತ್ತ ನೇರವಾಗಿ ಅಡಿಗೆಮನೆಯೊಳಕ್ಕೆ ಬಂದು ರೋಟಿ ಮಾಡುತ್ತಿದ್ದ ಕಾಂಚಾನನ್ನು 'ಯಾರಿಗೆ ಈ ರೋಟಿಗಳು...?' ಎಂದು ಕೇಳಿದನಂತೆ. ಕಾಂಚಾ 'ನಮ್ಮ ಸಾಬರಿಗೆ' ಎಂದಿದ್ದೆ, 'ಏಯ್ ನನಗೆ. ನಾನು ತಿನ್ನುತ್ತೇನೆ' ಎಂದು ನಾಗಾ ಹೇಳಿದಾಗ, 'ಇಲ್ಲ ನಮ್ಮ ಸಾಬರಿಗೆ' ಎಂದು ಕಾಂಚಾ ತಡೆದನಂತೆ. ಕೋಪಗೊಂಡ ನಾಗ 'ಯಾರು ನಿಮ್ಮ ಸಾಬ್ ಕರಿ' ಎಂದನಂತೆ. ಬಹುಶಃ ಅವನು ರೋಟಿಗಳನ್ನು ಕೇಳಿದಾಗ ಕೊಟ್ಟುಬಿಟ್ಟಿದ್ದರೆ ಅಷ್ಟು ರಂಪಾಟ ಆಗುತ್ತಿರಲಿಲ್ಲವೇನೋ?

ಬೆಳಿಗ್ಗೆ ನಾವು ಏಳುವುದಕ್ಕಿಂತ ಮುಂಚೆಯೇ ಅವನು ಹೊರಟುಹೋಗಿದ್ದು ನಮಗೆ ಸ್ವಲ್ಪ ಸಮಾಧಾನವಾಯಿತು. ಅನಂತರ ಇಎಸಿಯನ್ನು ಸಂಧಿಸಿ ವಿಷಯ ತಿಳಿಸಿದೆವು. 'ನೀವೇನು ಭಯಪಡಬೇಡಿ. ಅವನು ಬರುವುದಿಲ್ಲ. ಬಂದರೂ ನಾನು ನೋಡಿಕೊಳ್ಳುತ್ತೇನೆ. ಕುಡಿದು ಜಾಸ್ತಿಯಾಗಿರಬೇಕು. ಇಷ್ಟಕ್ಕೆಲ್ಲ ಹೆದರಿಕೊಂಡರೆ ಹೇಗೆ?' ಎಂದು ಧೈರ್ಯ ಹೇಳಿದರು. 'ನಾಳೆ ಬೆಳಿಗ್ಗೆ ಕೊಹಿಮಾಗೆ ಹೋಗಿ ಬರ್ತೀನಿ ಅಷ್ಟರೊಳಗೆ ಜಾಗ ಖಾಲಿ ಮಾಡದಿದ್ದರೆ ಬಂದು ಶೂಟ್ ಮಾಡಿಬಿಡ್ತೀನಿ' ಎಂದು ಎಚ್ಚರಿಕೆ ಕೊಟ್ಟಿದ್ದಾನೆ ಎಂದೆವು.

**ಚಿತ್ರ ೬೫ : ರಸ್ತೆಯಲ್ಲಿ ಒಂಟಿಯಾಗಿದ್ದ ಒಂದು ಮನೆ**

'ಅವನೇನು ಶೂಟ್ ಮಾಡೋದು. ನನ್ನ ಹತ್ತಿರಾನೂ ಬಂದೂಕಿದೆ ಬರಲಿ. ಶೂಟ್ ಮಾಡೋದು ಹೇಗೆ ಅಂತ ತೋರ್‌ಸ್ತೀನಿ ಅವನಿಗೆ' ಎಂದ, ಇಎಸಿ. ಅವರು ಸ್ಥಳೀಯರು, ಎಷ್ಟೇ ಧೈರ್ಯ ಹೇಳಿದರೂ ರಿಸ್ಕ್ ತೆಗೆದುಕೊಳ್ಳಬೇಕಾದವರು ನಾವೆ ತಾನೇ? ಆ ಸ್ಥಳ ನಮ್ಮ ಕೆಲಸಕ್ಕೆ ಸರಿಹೊಂದುವ ಸ್ಥಳವಾಗಿದ್ದು ಬೇರೆ ದಾರಿ ಇಲ್ಲದೆ ಅಲ್ಲೇ ಉಳಿದುಕೊಳ್ಳಲು ತೀರ್ಮಾನಿಸಿದೆವು.

ಇದರ ನಡುವೆ ಅತಿಥಿ ಗೃಹದಲ್ಲಿ ಇನ್ನೊಂದು ಪೀಕಲಾಟ ಶುರುವಾಗಿತ್ತು. ರಾತ್ರಿ ಸುಮಾರು ೧೧ ಗಂಟೆ ದಾಟಿದ ಮೇಲೆ ಅತಿಥಿ ಗೃಹದ ಸಭಾಂಗಣ ಸ್ಥಳೀಯ ಪ್ರೇಮಿಗಳ ಸರಸ ಸಲ್ಲಾಪದ ತಂಗುದಾಣವಾಗಿ ಮಾರ್ಪಡುತ್ತಿತ್ತು. ಯೂರೋಪಿಯನ್ ಸಂಸ್ಕೃತಿಯ ಈ ಯುವ ಜನತೆ ಬೀರು ಬ್ರಾಂದಿ ಮಾದಕ ವಸ್ತುಗಳ ಸಮೇತ ಲೈಂಗಿಕ ಚಟುವಟಿಕೆಗಳಲ್ಲೂ ತೊಡಗಿಬಿಡುತ್ತಿದ್ದರು. ಅದೂ ಒಂದೆರಡು ಜೋಡಿಯಲ್ಲ, ಗುಂಪು ಗುಂಪಾಗಿ ಎಂಗೇಜ್ ಆಗಿಬಿಡುತ್ತಿದ್ದರು. ಮತ್ತೆ ಬೆಳಿಗ್ಗೆ ೫ ಗಂಟೆಗೆಲ್ಲ ಯಾರೂ ಇರುತ್ತಿರಲಿಲ್ಲ. ಕೆಲವೊಂದು ಸಲ ಕಿಕ್ ಆಗಿ ಎದ್ದು ಹೋಗಲಾರದೆ ಕೆಲವರು ಅಲ್ಲೇ ಬಿದ್ದಿರುತ್ತಿದ್ದರು. ನನಗಂತೂ ಅವರ ಚಟುವಟಿಕೆಗಳನ್ನು ನೋಡಿ ಹೊಟ್ಟೆ ತೊಳಸುತ್ತಿತ್ತು. ನಮ್ಮ ಚಾಲಕ ಅವನಿಗೆ ಬೇಕಾದ ವ್ಯವಸ್ಥೆಯನ್ನು ಆಗಲೇ ಮಾಡಿಕೊಂಡಿದ್ದ ಎನ್ನುವುದಾಗಿ ನಮ್ಮ ಕಾಂಚಾ ವರದಿ ಮಾಡಿದ್ದ. ನಮ್ಮಲ್ಲಿಗೆ ಕೆಲಸಕ್ಕೆ ಬರುತ್ತಿದ್ದ ಕೂಲಿಯವರು, 'ಆವೋ ಸಾಬ್ ಬಸ್ತಿಮೇ ಮೀಟ್ ಖಾವೋ... ಮದು ಪೀವೋ... ಲಡ್ಕೀಕಾ ಸಾತ್ ಬಾತ್ ಕರೋ... ಮೋಜ್ ಕರೋ' ಎಂದು ಹುರಿದುಂಬಿಸುತ್ತಿದ್ದರು. ನಮ್ಮ ಶಾಹು, ಅವರು ಆ ಕಡೆಗೆ ಹೋಗಿದ್ದೆ 'ಸಾಲಾ ಕ್ಯಾ ಹಮ್ ಲೋಗ್ ಮರ್‌ನಾ ಹೈ ಕ್ಯಾ?' ಎಂದು ಪೆಚ್ಚುಮೋರೆ ಹಾಕಿಕೊಂಡು ನಗುತ್ತಿದ್ದರು.

## ಅಧ್ಯಾಯ ೫

# ಖೇರಿಮಾ ಜಿಬಿ ಮತ್ತು ಅಡಿಗೆಮನೆ

ದಕ್ಷಿಣ ಭಾರತದ ಪರ್ವತಗಳಿಗಿಂತ ಎಷ್ಟೋ ಮಿಲಿಯ ವರ್ಷಗಳಷ್ಟು ಕಿರಿಯ ವಯಸ್ಸಿನ ಈ ಹಿಮಾಲಯ ಪರ್ವತಗಳು ಇನ್ನೂ ಮೊನಚು ಶಿಖರಗಳಾಗಿ ಎತ್ತರಕ್ಕೆ ನಿಂತಿದ್ದರೆ, ನದಿಗಳು ಪರ್ವತಗಳ ಆಳಕ್ಕೆ ಕೊರೆದು ರಭಸದಿಂದ ಮಿಡಿ ನಾಗರಗಳಂತೆ ಓಡುತ್ತಿವೆ. ಈ ಹಿಮಾಲಯಗಳಲ್ಲಿ ಕೇವಲ ಸಾವಿರ ಅಡಿಗಳು ಏರಿದರೂ ಸರಿ, ಇಲ್ಲ ಇಳಿದರೂ ಸರಿ ಕೈಕಾಲುಗಳು ಸೆಳೆತಗೊಂಡು ಬಿರುಸಾಗಿಬಿಡುತ್ತವೆ. ಒಂದು ದಿನ ಬೆಳಿಗ್ಗೆ ನಾವಿರುವ ಚೇಪೋಬೋಜೋ ಹಳ್ಳಿಯಿಂದ ಸುಮಾರು ೧೫ ಕಿ.ಮೀ. ದೂರ ಇರುವ ಖೇರಿಮಾ ಹಳ್ಳಿಯನ್ನು ಜೀಪಿನಲ್ಲಿ ತಲುಪಿದೆವು.

ಬೆಟ್ಟದ ತುತ್ತತುದಿಯಲ್ಲಿರುವ ಆ ನಾಗಾ ಹಳ್ಳಿಯ ಜಿಬಿ (ಗಾವ್ ಬುಡಾ/ಹಳ್ಳಿಯ ಮುಖ್ಯಸ್ಥ) ಎದುರಿಗೆ ಸಿಕ್ಕಿ ತನ್ನ ಮನೆಯ ಕಡೆಗೆ ಕರೆದುಕೊಂಡು ಹೋದ. ಹತ್ತಿ ಇಳಿದು ಸುತ್ತಿ ಬಳಸಿ ಹೋಗುತ್ತಿದ್ದಂತೆ ಅಲ್ಲಿ ಇಲ್ಲಿ ಮಹಿಳೆಯರು, ಮಕ್ಕಳು ನಮ್ಮನ್ನು ಇಣುಕಿ ಇಣುಕಿ ನೋಡುತ್ತಿದ್ದರು. ಮರದ ಕಂಭಗಳ ಆಧಾರದಿಂದ ನೆಲದ ಮೇಲೆ ರೂಪಿಸಿರುವ ಮನೆಗಳ ಮೇಲೆ ಹುಲ್ಲಿನ ಹೊದಿಕೆ ಇದ್ದರೆ, ಕೆಳಗೆ ಹಂದಿ ಕೋಳಿಗಳ ಸಂಸಾರ. ಈಶಾನ್ಯದ ಒಳನಾಡಿನಲ್ಲಿ ಅದರಲ್ಲೂ ತುಂಬಾ ಹಿಂದುಳಿದ ಪ್ರದೇಶಗಳಲ್ಲಿ ಇದೇ ರೀತಿಯ ಮನೆಗಳಲ್ಲಿ ಜೀವನ ನಡೆಸುವ ಜನರು ಮೇಲಿಂದ ಮಲ ಮೂತ್ರ ವಿಸರ್ಜಿಸುತ್ತಿದ್ದರೆ, ಕೆಳಗಡೆ ಹಂದಿ ಕೋಳಿಗಳು ಅದನ್ನು ತಿನ್ನುತ್ತ ಸಂಸಾರ ಮಾಡುತ್ತಿರುತ್ತವೆ. ಈ ರೀತಿಯ ದೃಶ್ಯಗಳು ಟ್ಯುಯಿನ್‌ಸಾಂಗ್ ಜಿಲ್ಲೆಯ ಹಳ್ಳಿಗಳಲ್ಲಿ ಹೇರಳವಾಗಿ ಕಾಣಿಸುತ್ತವೆ. ಆದರೆ ಇಲ್ಲಿ ಹಾಗಿರಲಿಲ್ಲ.

ನಾಗಾ ಗಂಡಸರು ಸಾಮಾನ್ಯವಾಗಿ ಪ್ಯಾಂಟು, ನಿಕ್ಕರ್, ಅಂಗಿ ಧರಿಸಿ ನಾಗಾ ಶಾಲುಗಳನ್ನು ಹೊದ್ದುಕೊಂಡಿರುತ್ತಾರೆ. ಒಂದೊಂದು ಉಪಬುಡಕಟ್ಟಿಗೂ ಒಂದೊಂದು ಪ್ರತ್ಯೇಕ ಕುಸಿರಿ ಬಿಡಿಸಿರುವ ಬಣ್ಣದ ಶಾಲು ಇರುತ್ತದೆ. ಆ ಶಾಲುಗಳನ್ನು ನೋಡಿದ ತಕ್ಷಣವೇ ಅವರ ಪಂಗಡಗಳನ್ನು ಗುರುತಿಸಬಹುದು. ಮಹಿಳೆಯರು ಸಾಮಾನ್ಯವಾಗಿ ತಾವೇ ಹೆಣೆದ ಉಣ್ಣೆ ಶಾಲುಗಳನ್ನು ಸೊಂಟಕ್ಕೆ ಲುಂಗಿಯಂತೆ ಸುತ್ತಿಕೊಂಡು, ಮೇಲೆ ದೊಗಲೆ ಕುಪ್ಪಸ ಅಥವಾ ಒಂದು ರೀತಿಯ ಅಂಗಿ ಧರಿಸಿರುತ್ತಾರೆ. ಸ್ವಲ್ಪ ಮಾದರಿ ಹೆಣ್ಣುಗಳು ಗಂಡು ಹುಡುಗರಂತೆ ಪ್ಯಾಂಟು ಮತ್ತು ಅಂಗಿಯನ್ನೆ ಧರಿಸಿರುತ್ತಾರೆ.

ಸುತ್ತಿ ಬಳಸಿ ಜಿಬಿ ಮನೆ ತಲಪುವುದರೊಳಗೆ ಆ ಊರಿನ ಎಲ್ಲಾ ಮನೆಗಳ ಮುಂದೆಯೂ ಒಂದು ಸಾಮಾನ್ಯ ದೃಶ್ಯ ಕಂಡುಬಂದಿತು. ಮಿಥುನ್, ಕರಡಿ, ಜಿಂಕೆ, ಕಾಡುಹಂದಿ, ಕೋತಿ, ನಾಯಿ, ನರಿ, ಹಸು, ಎಮ್ಮೆ ಹೀಗೆ ಎಲ್ಲಾ ರೀತಿಯ ಪ್ರಾಣಿಗಳ ತಲೆಬುರುಡೆ, ಕೊಂಬು ಮತ್ತು ಕೆಲವು ಕಳೇಬರಗಳನ್ನು ಮನೆ ಮುಂದಿನ ಗೋಡೆಗಳಿಗೆ ಗೆದ್ದು ತಂದ ಟ್ರೋಫಿಗಳಂತೆ ನೇತುಹಾಕಿದ್ದರು. ಅದೆಲ್ಲ ಅವರು ಸವಿದಿರುವ ಗತವೈಭವದ ಕುರುಹುಗಳು.

ಹಿಂದೊಮ್ಮೆ ಎದುರಾಳಿಗಳನ್ನು ಬೇಟೆಯಾಡಿ ತರುತ್ತಿದ್ದ ಮನುಷ್ಯರ ತಲೆ ಬುರುಡೆಗಳನ್ನು ಹೀಗೆಯೇ ಮನೆಗಳ ಮುಂದೆ ಪ್ರದರ್ಶಿಸುತ್ತಿದ್ದರು. ಜಿಬಿ ನೇರವಾಗಿ ತನ್ನ

**ಚಿತ್ರ ೬೬ : ಜಿಬಿ ಮನೆ**

ಅಡಿಗೆಮನೆಯ ಒಳಕ್ಕೆ ನಮ್ಮನ್ನು ಕರೆದೊಯ್ದು. ಒಳಗಿದ್ದ ಜಿಬಿ ಪತ್ನಿ ನಮ್ಮನ್ನು ನೋಡಿದ್ದೆ, ಒಲೆಯ ಮುಂದೆ ಸಣ್ಣ ಮಣೆಗಳನ್ನು ಹಾಕಿದಳು. ೧೫ x ೧೫ ಅಡಿಗಳ ಗುಡಿಸಲೆನ್ನಬಹುದಾದ ಅಡಿಗೆಮನೆ. ಮಧ್ಯದಲ್ಲಿ ಅಗಲವಾದ ನಾಲ್ಕು ಕಲ್ಲುಗಳ ಒಲೆ. ಕಲ್ಲುಗಳ ಮೇಲೆ ಎರಡು ಉದ್ದವಾದ ಕಬ್ಬಿಣ ಸಲಾಕೆಗಳು. ಕೆಳಗೆ ಉರಿಯುತ್ತಿರುವ ಬೆಂಕಿ. ಅದರ ಮೇಲೆ ಒಂದು ದೊಡ್ಡ ಅಲ್ಯೂಮಿನಿಯಂ ಪಾತ್ರೆ, ಪಾತ್ರೆಯಲ್ಲಿ ಕುದಿಯುತ್ತಿರುವ ಯಾವುದೊ ಪ್ರಾಣಿಯ ದೊಡ್ಡದಾದ ಮೂಳೆ ಮಾಂಸದ ತುಂಡುಗಳು. ಒಲೆಯ ಮೇಲೆ ನಾಲ್ಕೈದು ಅಡಿಗಳ ಎತ್ತರದಲ್ಲಿ, ಸೌದೆಯಲ್ಲಿ ಮಾಡಿರುವ ಒಂದು ಸಣ್ಣ ಥಾವಣಿ. ಥಾವಣಿಯ ಮೇಲೆ ಕೆಳಗಿನ ಹೊಗೆಯನ್ನು ಹೀರಿಕೊಳ್ಳುತ್ತಿರುವ ಒಂದೆರಡು ದೊಡ್ಡದಾದ ಮಿಥುನ್ ತೊಡೆಗಳು. ಅದಕ್ಕಿಂತ ಮೇಲೆ ಮಾಡಿನಲ್ಲಿ ಯಾವುದೊ ಒಣಗಿದ ಎಲೆಗಳಲ್ಲಿ ಪೊಟ್ಟಣ ಕಟ್ಟಿ ಸಿಕ್ಕಿಸಿರುವ ಸಾಲು ಸಾಲು ನಾಗಾ ಉಪ್ಪು ಪೊಟ್ಟಣಗಳು.

ಸುತ್ತಲೂ ಗೋಡೆಗಳಲ್ಲಿ ಮೇಲೆ ಕಪ್ಪಾಗಿ ಹೊಗೆಯನ್ನೆಲ್ಲಾ ಹೀರಿಕೊಂಡು ನೇತಾಡುತ್ತಿರುವ ತೊಡೆ, ಕಾಲು, ಎದೆ, ತಲೆ, ಹೀರಲು, ಘುಪ್ಪುಸ, ಮೂಳೆ, ಚರ್ಮ, ಬಾಲ, ನಾಲಿಗೆ, ಸೀಳಿದ ಅಂಡಗಳು ಇನ್ನೂ ಏನೇನೋ ಮಾಂಸದ ಮುದ್ದೆಗಳು. ಒಂದೆರಡು ನಿಮಿಷ ಬೆಕ್ಕಸಬೆರಗಾಗಿ ಅವುಗಳನ್ನೆಲ್ಲಾ ನೋಡುತ್ತಲೆ ಇದ್ದುಬಿಟ್ಟೆ, ನನ್ನ ಆಶ್ಚರ್ಯದ ಕಣ್ಣುಗಳನ್ನು ಗಮನಿಸಿದ ಜಿಬಿ 'ಉಹೋ! ಕಳೆದ ವಾರ ನನ್ನ ಮಗಳ ಮದುವೆಯಾಯಿತು. ಮದುವೆಯಲ್ಲಿ ತಿಂದು ಉಳಿದಿದ್ದೇ ಈ ಮಾಂಸ. ಎರಡು ಮಿಥುನ್‌ಗಳನ್ನು ಕಡಿದಿದ್ದೆವು. ಹೆಚ್ಚುಕಡಿಮೆ ಒಂದು ಮಿಥುನ್ ಮಾಂಸ ಉಳಿದುಬಿಟ್ಟಿತು' ಎಂದ. ಪಕ್ಕದಲ್ಲೇ ಇದ್ದ ಮಹಿಳೆ

ಸೌಟಿನಿಂದ ಕುದಿಯುತ್ತಿದ್ದ ಮಾಂಸವನ್ನು ತಿರುವುತ್ತಾ ಅದರ ಪಕ್ಕದಲ್ಲೇ ಇನ್ನೊಂದು ಪಾತ್ರೆ ಇಟ್ಟು ಚಹಾ ಮಾಡತೊಡಗಿದಳು.

'ಕುದಿಯುತ್ತಿರುವುದು ಏನು ಮಾಂಸ?' ನಿಗೂಢತೆಯನ್ನು ತಡೆಯಲಾರದೆ ಕೇಳಿದೆ.

'ಮೊಲದ ಮಾಂಸ, ಬಹಳ ದಿನಗಳ ಮೇಲೆ ನಮ್ಮ ಹುಡುಗರು ಹಿಡಿದು ತಂದಿದ್ದಾರೆ. ಕಾಯ್‌ಬೋ?' ಜಿಬಿ ಕೇಳಿದ.

'ತಿನ್ನುತ್ತೇನೆ. ಆದರೆ ಸಧ್ಯಕ್ಕೆ ಬೇಡ' ಎಂದೆ.

'ನಾಯಿ ಕೂಡ ತಿನ್ನುತ್ತೀರಾ' ಎಂದು ಅಲೆಅಲೆಯಾಗಿ ನಕ್ಕ.

'ಕುರಿ, ಮೇಕೆ, ಕೋಳಿ, ಮೀನು ಮಾತ್ರ ತಿನ್ನುತ್ತೇವೆ' ಶಾಹು ಹೇಳಿದರು.

'ಸ್ವಲ್ಪ ಮೊಲದ ಮಾಂಸ ತಿನ್ನಿ' ಜಿಬಿ ಆಹ್ವಾನಿಸಿದ.

'ಇಲ್ಲ ನಾವು ಹೊಟ್ಟೆ ತುಂಬಾ ಊಟ ಮಾಡಿ ಜೊತೆಗೆ ಬುತ್ತಿ ಕೂಡ ತಂದಿದ್ದೀವಿ' ಎಂದೆವು.

'ಹಾಗಾದರೆ ನಾನು ತಿನ್ನುತ್ತೇನೆ' ಎಂದು ಜಿಬಿ ತಿನ್ನತ್ತಾಹೋದ.

'ಇಬ್ಬರೊ ಮೂವರೊ ಗಂಡಸರನ್ನು ನಮ್ಮ ಜೊತೆಗೆ ಕಳುಹಿಸಿಕೊಟ್ಟರೆ, ನಾವು ಕೆಲಸಕ್ಕೆ ಹೊರಡುತ್ತೇವೆ' ಶಾಹು ಹೇಳಿದರು.

'ನಾವೇ ಇಬ್ಬರು ಬರಬಹುದಲ್ಲ?' ಎದುರಿಗೆ ಕುಳಿತಿದ್ದ ಇನ್ನೊಬ್ಬನ ಕಡೆಗೆ ನೋಡಿ ಜಿಬಿ ಹೇಳಿದ.

'ಒಳ್ಳೆಯದೆ ಆಯಿತು' ಶಾಹು ಹೇಳಿದರು.

'ಹೌದು ನೀವು ಯಾವ ಕಡೆಗೆ ಹೋಗಬೇಕಾಗಿದೆ? ನೋಡಬೇಕಾಗಿರುವುದಾದರೂ ಏನು?' ಪ್ರಶ್ನಿಸಿದ. ಅವರ ಊರಿನ ಉತ್ತರಕ್ಕೆ ಹರಿಯುತ್ತಿರುವ ಒಂದು ನದಿಯ ಹೆಸರನ್ನು ಹೇಳಿ, 'ಆ ಊರಿನ ಉದ್ದಗಲಕ್ಕೂ, ಕಲ್ಲಿದ್ದಲು ಮತ್ತು ಪೆಟ್ರೋಲ್ ಸಿಗುವ ಕುರುಹುಗಳೇನಾದರೂ ಇದೆಯೋ ನೋಡಬೇಕು, ಎಲ್ಲಾದರೂ ಕಲ್ಲಿದ್ದಲೋ ಎಣ್ಣೆ ಸೂಸುವ ಬುಗ್ಗೆಗಳೇನಾದರೂ ನೋಡಿದ್ದೀರಾ?' ಶಾಹು ಕೇಳಿದರು. ಅನ್ನದ ಜೊತೆಗೆ ಕರಿದ ಬಿಸಿ ಮಾಂಸ ತಿನ್ನುತ್ತಿದ್ದ ಜಿಬಿ, 'ಹೋಯ್...ಹೋಯ್... ಅದಾ ವಿಷಯ. ಒಂದೆರಡು ಕಡೆ ಕಪ್ಪುಕಪ್ಪಾದ ಇದ್ದಿಲು ಕಲ್ಲುಗಳೇನೋ ಇವೆ. ಆದರೆ ಎಣ್ಣೆ ಸೂಸುವ ಚಿಹ್ನೆಗಳನ್ನು ಕಂಡಿಲ್ಲವಲ್ಲ...?' ಎಂದು ದೀರ್ಘ ತೆಗೆದ ಜಿಬಿ.

ಅಷ್ಟರಲ್ಲಿ ನಾಗಾ ಚಹಾ ತುಂಬಿದ ಬಟ್ಟಲುಗಳು ನಮ್ಮ ಮುಂದೆ ಬಂದು ಕುಳಿತವು. ಹಾಲಿಲ್ಲದ ಕಂದುಬಣ್ಣದ ನಾಗಾ ಚಹಾ ಕುಡಿಯುತ್ತಿದ್ದರೆ ಚಳಿಯ ಜೊತೆಗೆ ಚಹಾ ತನ್ನದೇ ಆದ ಒಂದು ಹಿತವಾದ ಒಪ್ಪಂದ ಮಾಡಿಕೊಂಡಂತಿತ್ತು. ಮಧ್ಯ ಮಧ್ಯ ಜಿಬಿ, 'ಹೋಯ್ ಹೋಯ್, ಕಿ ಜಾಬೋ, ಆಯಲೇ, ಹೋಯಲೇ...' ಎಂದು ಹ್ಹೂಗುಡುತ್ತಾ ತಿನ್ನುತ್ತಲೇ ಇದ್ದ. ಆ ಮಾಂಸ ಸಾಲದೆಂಬಂತೆ ನೇತುಹಾಕಿ ಹೊಗೆ ಕಟ್ಟಿಕೊಂಡಿದ್ದ ಕೆಂಪು ಮಿಶ್ರಿತ ಕಪ್ಪು ತೊಡೆಗಳಿಂದ ಕತ್ತರಿಸಿದ ಎಣ್ಣೆಯಲ್ಲಿ ಕರಿದ ತುಂಡುಗಳು ಅವನ ತಟ್ಟೆಗೆ ಬೀಳುತ್ತಲೇ ಇದ್ದವು. ನಮಗೆ ಸಮಯದ ಬಗ್ಗೆ ಆತಂಕ ಮೂಡುತ್ತಿತ್ತು.

ಆ ದಿನ ತೆಗೆದುಕೊಳ್ಳಲಿರುವ ಟ್ರ್ಯಾವರ್ಸ್ ಸುಮಾರು ದೂರವಿದ್ದು, ಕೆಲವು ಮುಖ್ಯ ಭೂಭಾಗಗಳನ್ನು ನೋಡಲೇಬೇಕೆಂದು ನಿರ್ಧಾರ ಮಾಡಿಕೊಂಡು ಬಂದಿದ್ದೆವು. ಒಮ್ಮೆ ಹೋದರೆ ಸಾಧ್ಯವಾದಷ್ಟೂ ದೂರದ ಭಾಗಗಳನ್ನು ಒಮ್ಮೆಲೆ ನೋಡಿಕೊಂಡು ಹಿಂದಕ್ಕೆ

ಬಂದುಬಿಡಬೇಕು. ಇಲ್ಲದಿದ್ದರೆ ಒಂದು ತಳ – ಶಿಬಿರವನ್ನು ಸ್ಥಾಪಿಸಿ ಅಲ್ಲಿಂದ ಹಂತ ಹಂತವಾಗಿ ಸಣ್ಣಸಣ್ಣ ಶಿಬಿರಗಳನ್ನು ಹಾಕಿಕೊಳ್ಳುತ್ತಾ ಹಿಮಾಲಯದ ಶಿಖರಗಳಿಗೆ ಯಾತ್ರೆ ಹೋದಂತೆ ಮುಂದಕ್ಕೆ ಹೋಗಬೇಕು. ಅದಕ್ಕೆಲ್ಲಾ ಹೆಚ್ಚು ಹಣಬೇಕಾಗುತ್ತದೆ.

ಚಿತ್ರ ೬೭ : ಮನೆಯ ಒಳಗಿನ ಒಂದು ಭಾಗ

ಜಿಬಿ ಒಂದು ಸಣ್ಣ ಚೀಲವನ್ನು ಹೆಗಲಿಗೆ ನೇತುಹಾಕಿಕೊಂಡು ತಯಾರಾದರೆ, ಇನ್ನೊಬ್ಬ ನೇರವಾಗಿ ಧೂಮಕೇತುವಿನಂತೆ ಎದ್ದುನಿಂತ. ಶ್ರೀಮತಿ ಜಿಬಿಗೆ ಕೃತಜ್ಞತೆ ಸಲ್ಲಿಸಿ ಆ ಶಿಖರದ ಹಳ್ಳಿಯಿಂದ ಕೆಳಕ್ಕೆ ಇಳಿಯತೊಡಗಿದೆವು. ಸಮತಟ್ಟಾದ ನೆಲದಲ್ಲಿ ಬಿದಿರು ಮರಗಳ ಮೇಲೆ ಕಟ್ಟಿರುವ ಪುಟ್ಟಪುಟ್ಟ ಸಾಲುಸಾಲು ಗುಡಿಸಿಲುಗಳು. ಗುಡಿಸಿಲುಗಳ ಎಲ್ಲಾ ಬಾಗಿಲುಗಳನ್ನು ಮುಚ್ಚಿ ಬೀಗ ಹಾಕಿದ್ದು, ಅಲ್ಲಿ ಮನುಷ್ಯರ ಸುಳಿವೇ ಇಲ್ಲದುದಕ್ಕೆ ಕಾರಣ ಏನಿರಬಹುದೆಂದು ಕುತೂಹಲದಿಂದ, 'ಆ ಗುಡಿಸಿಲುಗಳಲ್ಲಿ ಏನಿದೇ ?' ಎಂದು ಕೇಳಿದೆ.

'ಆ ಗೋರ್‌ಗಳಲ್ಲಿ (ಮನೆಗಳು) ದವಸ ಧಾನ್ಯಗಳನ್ನು ಸಂಗ್ರಹಿಸಿ ಇಟ್ಟಿದ್ದೀವಿ' ಎಂದ.

'ಕಳ್ಳತನ ಆಗುವುದಿಲ್ಲವೇ?' ಮತ್ತೆ ಕೇಳಿದೆ.

'ಇಲ್ಲ ಯಾವಾಗಲೂ ಆಗಿಲ್ಲ. ಆಗುವುದೂ ಇಲ್ಲ' ಅವನ ಮಾತುಗಳಲ್ಲಿ ದೃಢತೆ ಇತ್ತು.

ಆ ಊರು, ಆ ಗುಡಿಸಿಲುಗಳು, ಎದುರುಬದುರು ನಿಂತಿರುವ ಹುಲ್ಲು ಮನೆಗಳು, ಆಟವಾಡುತ್ತಿರುವ ಪುಟ್ಟ ಪುಟ್ಟ ಮಕ್ಕಳು, ಮನೆಗಳ ಮೇಲೆ ಹೊರ ಹೊಮ್ಮುತ್ತಿರುವ ಹೊಗೆ, ಸುತ್ತಮುತ್ತಲ ಕಾಡು, ನೀಲಾಕಾಶ, ಎಲ್ಲವೂ ಯಾವಾಗಲೋ 'ನ್ಯಾಷನಲ್ ಜಿಯಾಗ್ರಫಿ'ಯಲ್ಲಿ ನೋಡಿದ್ದ ಆಫ್ರಿಕಾ ಖಂಡದ ಒಂದು ತುಂಡು ದೃಶ್ಯದಂತೆ ಕಾಣಿಸುತ್ತಿತ್ತು. ಗುಡಿಸಿಲುಗಳನ್ನು ದಾಟಿ ಕೆಳಕ್ಕೆ ಇಳಿಯುತ್ತಿದ್ದಂತೆ ಇಳಿಜಾರಿನಲ್ಲಿ ಒಂದು ಮರ ತನ್ನ ಬುಡದ ಬೇರುಗಳನ್ನು ಆಕ್ಟೋಪಸ್‌ನಂತೆ ಒಟ್ಟುಗೂಡಿಸಿಕೊಂಡು ನೆಲದಿಂದ ಹೊರಕ್ಕೆ ಬಂದು, ಮಕ್ಕರಿಯಂತೆ ಎತ್ತರವಾಗಿ ಎದ್ದು ನಿಂತಿರುವುದು ಕಾಣಿಸಿತು. ಮರದ ಕೆಳಗೆ ಒಂದು ಕಲ್ಲು ಕಟ್ಟೆ, ಕಟ್ಟೆಯ ಹೃದಯವನ್ನು ಭೇದಿಸಿ ಛಿದ್ರಛಿದ್ರವಾಗಿಸಿರುವ ಬೇರುಗಳು. ಆ ಕಟ್ಟೆಯ ಸುತ್ತಲೂ ಕುಳಿತು, ಮಲಗಿ ನಿಂತಿರುವ ಗೋರಿ ಕಲ್ಲುಗಳು, ಅಂದರೆ ಆ ಊರಿನ ಆತ್ಮಗಳು, ಸುತ್ತಲೂ ಹರಡಿ ಕೊಂಡಿವೆ. ಕೆಲವು ಕ್ರೈಸ್ತರ ಶಿಲುಬೆ ಆಕಾರದ ಕಲ್ಲುಗಳಾಗಿದ್ದರೆ, ಇನ್ನೂ ಕೆಲವು ಹಿಂದೂಗಳ ಸ್ಮಶಾನದಲ್ಲಿರುವ ಗೋರಿ ಕಲ್ಲುಗಳಂತಿದ್ದವು. ಆ ಗೋರಿಕಲ್ಲುಗಳ ಬಗ್ಗೆ ಕೇಳಿದಾಗ ಜಿಬಿ,

'ಹೆಚ್ಚುಕಡಿಮೆ ಊರಿನ ಎಲ್ಲಾ ಕುಟುಂಬಗಳು ಕ್ರೈಸ್ತ ಮತಸ್ಥರಾಗಿದ್ದು ಸತ್ತಾಗ ಶವಗಳನ್ನು ಮರದ ಪೆಟ್ಟಿಗೆಯಲ್ಲಿಟ್ಟು ಸಮಾಧಿ ಮಾಡುತ್ತಾರೆ' ಎಂದ.

'ಎಲ್ಲರೂ ಕ್ರೈಸ್ತರಾದರೆ ಎಲ್ಲಾ ಗೋರಿ ಕಲ್ಲುಗಳು ಶಿಲುಬೆಯಾಕಾರದ ಕಲ್ಲುಗಳಾಗಿ ಇಲ್ಲವಲ್ಲ?' ಎಂದೆ.

'ಕೆಲವರು ಈಗಲೂ ಸಮಾಧಿಗಳ ಮೇಲೆ ಹಳೆಯ ರೀತಿಯ ಗೋರಿ ಕಲ್ಲುಗಳನ್ನೇ ಇಡಲು ಇಷ್ಟಪಡುತ್ತಾರೆ' ಎಂದ.

ಇಳಿಜಾರಿನಲ್ಲಿ ಇಳಿದು ಹೋಗುತ್ತಿದ್ದಂತೆ ಅಲ್ಲೊಬ್ಬರು ಇಲ್ಲೊಬ್ಬರು ಹೆಂಗಸರು ಗಂಡಸರು ತಮ್ಮ ಮರದ ಬುಟ್ಟಿಗಳಲ್ಲಿ ಸೌದೆ, ಸೊಪ್ಪು, ದವಸ ಧಾನ್ಯಗಳನ್ನು ಹೊತ್ತುಕೊಂಡು ಒಂದು ರೀತಿಯಲ್ಲಿ ಆಯಾಸ ನಿವಾರಿಸಿಕೊಳ್ಳವ ಅಥವಾ ಕಷ್ಟವನ್ನು ಮರೆಯಲು ಪ್ರಯತ್ನಿಸುವ ಧ್ವನಿಯಲ್ಲಿ, ಹೋಯ್ಹ್... ಹೋಹ್, ಹೋಯ್ಹ್... ಹೋಯ್, ಹೂ ಹು ಹಾಯ್ ಆಹ್... ಹಾಯ್ ಆಹ್... ಎನ್ನುತ್ತಾ ಸಾಗುತ್ತಿದ್ದಾರೆ. ಆ ಜನ ಆ ಬೆಟ್ಟ ಕಣಿವೆಗಳಲ್ಲಿ ಅದು ಹೇಗೆ ದಿನವೂ ಹತ್ತಾರು ಸಲ ಏರಿ ಇಳಿಯುತ್ತಾರೋ? ನೆನೆಸಿಕೊಂಡರೆ ವಿಸ್ಮಯವಾಗುತ್ತದೆ. ಪರ್ವತಗಳು ನೋಡಲು ಬಲು ಸುಂದರವಾಗಿ ಕಾಣಿಸುತ್ತವೆ, ಆದರೆ ಅಲ್ಲಿ ಜೀವನ ನಡೆಸುವುದು ಮಾತ್ರ ಬಹಳ ಕಷ್ಟದ ಕೆಲಸ.

## ಆ ಕಾಡು ಕಣಿವೆಗಳಲ್ಲಿ

ಇಳಿಜಾರು ಕಣಿವೆ ಪ್ರದೇಶಗಳಲ್ಲಿ ಹುಲ್ಲು ಗಿಡ ಮರಗಳು ಸಮೃದ್ಧವಾಗಿ ಬೆಳೆದು ನಿಂತಿರುವುದರಿಂದ ದೂರದೂರಕ್ಕೆ ಶಿಲೆಗಳು ಕಾಣಿಸುತ್ತಿರಲಿಲ್ಲ. ಆದರೆ ಶಿಖರಗಳ ತುತ್ತ ತುದಿಗಳಲ್ಲಿ, ನದಿ ಕೊರಕಲುಗಳಲ್ಲಿ ಶಿಲೆಗಳು ದೈತ್ಯಾಕಾರವಾಗಿ ಚಿತ್ರವಿಚಿತ್ರವಾಗಿ ಪದರು ಪದರಾಗಿ ಪುಸ್ತಕದ ಹಾಳೆಗಳಂತೆ ತೆರೆದುಕೊಂಡಿದ್ದವು. ನಮಗೆ ಬೇಕಾದ ವಿವರಗಳನ್ನು ದಾಖಲಿಸಿಕೊಳ್ಳುತ್ತ... ಶಿಲೆಗಳನ್ನು ಪರೀಕ್ಷಿಸುತ್ತಾ... ಮುಂದಕ್ಕೆ ಸಾಗುತ್ತಿದ್ದೇವೆ. ನಕ್ಷೆ ಮತ್ತು ಉತ್ತರಮುಖಿಯ (ಬ್ರಂಟನ್ ಕಾಂಪಾಸ್) ಸಹಾಯದಿಂದ ನಾವಿರುವ ಸ್ಥಳವನ್ನು ನಕ್ಷೆಯಲ್ಲಿ ಸರಿಯಾಗಿ ಗುರುತಿಸಿಕೊಂಡು ಹೋಗಬೇಕಾಗಿರುವ ದಾರಿಯಲ್ಲೇ ಹೋಗುತ್ತಿದ್ದೇವೆ. ಕಣಿವೆಗಳಲ್ಲಿ ಇಳಿದು, ಶಿಖರಗಳನ್ನು ಹತ್ತಿ ನಾವು ತಲುಪಬೇಕಾದ ಮುಖ್ಯ ನದಿ ತಲುಪಿ ಕೈಗಡಿಯಾರ ನೋಡಿಕೊಂಡಾಗ ಸಮಯ ಮಧ್ಯಾಹ್ನ ೧:೩೦ ಗಂಟೆ. ಸೂರ್ಯನು ಶಿಖರಗಳ ಮೇಲೆ ಮುಸುಕು ಮುಸುಕು ಮೋಡಗಳ ಮರೆಯಿಂದ ಕೆಳಕ್ಕೆ ಇಣಿಕಿ ನೋಡುತ್ತಿದ್ದಾನೆ.

ಆಗಲೇ ಸುಮಾರು ಆಯಾಸಗೊಂಡಿದ್ದ ನಾವು, ನದಿಯ ದಡದಲ್ಲಿದ್ದ ಒಂದು ತೋಟದ ಗುಡಿಸಲು ಮುಂದೆ ಕುಳಿತುಕೊಂಡೆವು. ಆ ನದಿಯ ಎರಡೂ ದಡಗಳಲ್ಲಿ ಬತ್ತದ ಕಟಾವು ಆಗಲೇ ಮುಗಿದಿದ್ದು, ಗುಡಿಸಲಿನ ಒಳಗೆ ಬತ್ತದ ಚೀಲಗಳನ್ನು ಪೇರಿಸಿಟ್ಟಿದ್ದಾರೆ. ತೋಟದಲ್ಲಿ ನಾಲ್ಕಾರು ರೀತಿಯ ಗೆಡ್ಡೆ ಗೆಣಸು, ಸೊಪ್ಪು ಬೆಳೆದು ನಿಂತಿದ್ದು – ನಮಗೆ ಅವುಗಳಲ್ಲಿ ನಮಗೆ ಯಾವುದೂ ಗೊತ್ತಿರಲಿಲ್ಲ. ಗೊತ್ತಿರುವ ತರಕಾರಿ ಎಂದರೆ ಧನಿಯಾ ಮತ್ತು ನಾಗಾ ಟೊಮಾಟೊ ಮಾತ್ರ. ನಾಗಾ ಟೊಮಾಟೊ ನಮ್ಮ ಕಡೆ ಹೊಲಗಳಲ್ಲಿ ಬಿಡುವ ಸಣ್ಣಸಣ್ಣ ಕೆಂಪು ಟೊಮಾಟೊ ತರಹ ಇದ್ದರೆ, ಧನಿಯಾ ಸೇವಂತಿಗೆ ಹೂಗಿಡದ ಎಲೆಗಳಂತಿದೆ. ಆದರೆ ವಾಸನೆ ಮಾತ್ರ ಥೇಟ್ ಧನಿಯಾ ವಾಸನೆಯೇ.

ಶಿಖರಗಳ ಸುತ್ತ ಮೋಡಗಳು ಜಮಾಯಿಸುತ್ತಿದ್ದಂತೆ ಹೃದಯದೊಳಗೆ ಯಾವುದೋ ಒಂದು ರೀತಿಯ ಅಳುಕು ತುಂಬಿಕೊಳ್ಳುತ್ತಿತ್ತು. ಗದ್ದೆ ಬದುವಿನ ಮೇಲೆ ಕುಳಿತುಕೊಂಡು ಪರೋಟ ಮತ್ತು ಆಲೂಗಡ್ಡೆ ಪಲ್ಯವನ್ನು ನಾವು ತಿನ್ನುತ್ತಿದ್ದರೆ, ಜಿಬಿ ಮತ್ತು ಆತನ ಸಂಗಡಿಗ ನಾಗಾ ಅಕ್ಕಿಯ ಅನ್ನ ಮತ್ತು ಕರಿದ ಮಾಂಸದ ತುಂಡುಗಳನ್ನು ಎಲೆಗಳಲ್ಲಿ ಹಾಕಿಕೊಂಡು ತಿನ್ನುತ್ತಿದ್ದಾರೆ. ಊಟ ಮುಗಿಸುತ್ತಿದ್ದಂತೆ ಬಂದ ದಾರಿಯಲ್ಲೇ ಹಿಂದಕ್ಕೆ ಹೋಗುವುದೋ

**ಚಿತ್ರ ೩೮ : ನಾಗಾ ಪರ್ವತ ಕಣಿವೆಗಳ ಒಂದು ದೃಶ್ಯ**

ಅಥವಾ ನದಿಯ ಮುಖಾಂತರವೇ ಮುಂದಕ್ಕೆ ಹೋಗಿ ಇನ್ನಷ್ಟು ಭೂಮಾಹಿತಿ ಸಂಗ್ರಹಿಸುವುದೋ ಎಂಬುದಾಗಿ ಶಾಹು ಮತ್ತು ನಾನು ಚರ್ಚೆ ಮಾಡಿದೆವು. ಎರಡರಲ್ಲಿ ಒಂದನ್ನು ಆಯ್ಕೆ ಮಾಡಿಕೊಳ್ಳಬೇಕಿತ್ತು. ಹಿಂದಕ್ಕೆ ನಡೆದರೆ ಕೆಲಸ ಸುಲಭವಾಗುತ್ತದೆ, ಆದರೆ ನಮ್ಮ ಉದ್ದೇಶ ಮಾತ್ರ ಸಫಲವಾಗುವುದಿಲ್ಲ.

ಶಾಹು ನನ್ನ ಕಡೆಗೆ ಒಮ್ಮೆ ನೋಡಿ, 'ಚಲಿಯೇ ಸ್ವಾಮಿ ಸಾಬ್, ದೇಖಾ ಜಾಯೇಗಾ ಸಾಲಾ...' ಎಂದು ಮೈ ಕೊಡವಿಕೊಂಡು ಎದ್ದು ನಿಂತರು. ಆಗಲೇ ನಾವಿಬ್ಬರು ಒಂದೊಂದು ಊರುಗೋಲನ್ನು ತಯಾರು ಮಾಡಿಕೊಂಡಿದ್ದೆವು. ನಕ್ಷೆಯನ್ನು ಇನ್ನೊಮ್ಮೆ ಪರೀಕ್ಷಿಸಿ ನೋಡಿ ಹಾವಿನಂತೆ ಹರಿಯುತ್ತಿದ್ದ ನದಿಗೆ ವಿರುದ್ಧವಾಗಿ ನಡೆಯತೊಡಗಿದೆವು. ನಾಗಾಲ್ಯಾಂಡಿನ ಎಳಸು ನದಿಗಳು ಎಷ್ಟೊಂದು ಕೊರಕಲು, ಕಂದರ ಮತ್ತು ಆಳ ಎನ್ನುವುದನ್ನು ನೋಡಿಯೇ ತಿಳಿಯಬೇಕು.

ಸ್ವಲ್ಪ ಅಗಲವಾಗಿದ್ದ ನದಿ ಹೋಗುತ್ತಾ ಹೋಗುತ್ತಾ ಸಂಕುಚಿತಗೊಂಡು ದಾರಿಯೇ ಇಲ್ಲದಂತಾಗಿ ನೀರಿನಲ್ಲಿ ಇಳಿಯಬೇಕಾಯಿತು. ನೀರಿನಲ್ಲಿ ಸ್ವಲ್ಪ ದೂರ ಮುಂದಕ್ಕೆ ಸಾಗಿದ್ದೇ ಮತ್ತೆ ಅನಿರೀಕ್ಷಿತವಾಗಿ ನದಿ ವಿಶಾಲವಾಗಿ ತೆರೆದುಕೊಂಡಿತು. ಎರಡು ನದಿಗಳು ಘರ್ಜನೆಗೊಂಡು, ಒಟ್ಟುಗೂಡಿರುವ ಸ್ಥಳ. ಬೆಟ್ಟಗಳೇ ಪರಸ್ಪರ ಯುದ್ಧ ಮಾಡಿ ಪಾಳು ಬಿದ್ದಿರುವಂತಹ ಪ್ರದೇಶ. ಎಂತಹವರೂ ದಿಗಿಲುಗೊಳ್ಳುವಂತಹ ದೃಶ್ಯ. ನದಿಯ ಭುಜಗಳ ಮೇಲೆ ನಿಂತು ಕೆಳಕ್ಕೆ ಇಣಿಕಿ ನೋಡುತ್ತಿರುವ ಎತ್ತರೆತ್ತರದ ಮರಗಳು. ಸದ್ಯಕ್ಕೆ ಹೆಚ್ಚು ನೀರಿಲ್ಲದೆ ಉಸಿರಾಡುವ ಯೋಗ.

ಅಂತಹ ಸ್ಥಳದಲ್ಲಿ ಮಳೆ ನೀರೇನಾದರೂ ಒಮ್ಮೆಲೆ ನುಗ್ಗಿ ಬಂದರೆ...? ಅಳುಕು, ಭಯ ಒಟ್ಟಿಗೆ ಮೂಡಿ, ಆದಷ್ಟು ಬೇಗ ಈ ಸ್ಥಳದಿಂದ ಹೋಗಿಬಿಡುವ ಮನಸ್ಸಾಯಿತು. ಪುಸ್ತಕದ ಹಾಳೆಯಂತೆ ತೆರೆದುಕೊಂಡಿರುವ ಶಿಲೆಗಳಲ್ಲಿ ಖನಿಜದ ಖಜಾನೆ ಏನೂ ಇರಲಿಲ್ಲ. ಬರೀ ಬುರಜು ಕಲ್ಲುಗಳು. ಎಲ್ಲೋ ಬರ್ಫ್ ಗಡ್ಡೆಗಳ ಮಧ್ಯೆ ನಿಂತಿರುವ ಅನುಭವ. ಆಗಲೇ ಹಲವಾರು ಕಡೆ ನೀರಿನಲ್ಲಿ ಇಳಿದು ಹತ್ತಿ, ಎದ್ದು ಬಿದ್ದು, ತೋಯ್ದು ತೊಪ್ಪೆಯಾದ ನಮಗೆ ನಡುಕ ಪ್ರಾರಂಭವಾಗಿತ್ತು. ಮೇಲೆ ಕಪ್ಪು ಕಪ್ಪಾದ ಹೆಬ್ಬಂಡೆ ಮೋಡಗಳು ಗಟ್ಟಿಯಾಗುತ್ತಾ ನಮ್ಮತ್ತ ಇಳಿದುಬರುತ್ತಿವೆ. ಒಟ್ಟಿನಲ್ಲಿ ಈ ದಿನ ಏನೋ ಗ್ರಹಚಾರ ಕಾದಿದೆ ಎನ್ನುವ ಅಳುಕು ಮನಸ್ಸಿನಲ್ಲಿ ದೊಡ್ಡದಾಗುತ್ತ ಹೋಗುತ್ತಿದೆ. 'ಮಳೆ ಬಂದರೆ ನೀರು ಹರಿದು ಬರಬಹುದು, ಅದಕ್ಕಿಂತ ಮುಂಚಿತವಾಗಿಯೇ ನದಿಯಿಂದ ಮೇಲಕ್ಕೆ ಹೋಗಿಬಿಡಬೇಕು' ಜಿಬಿ ಮೊದಲು ಬಾರಿಗೆ ಎಚ್ಚರಿಕೆ ನೀಡಿದ.

ನಕ್ಷೆಯನ್ನು ಮಡಿಚಿ ಚೀಲದಲ್ಲಿ ಹಾಕಿಕೊಂಡು ನದಿಯ ಮುಖಾಂತರವೇ ಹೋಗುತ್ತಿದ್ದೇವೆ. ನದಿ ದಂಡೆಯನ್ನು ಬಿಟ್ಟು ಪಕ್ಕಕ್ಕೆ ಹೋಗಿಬಿಡೋಣ ಎಂದರೆ ದಾರಿಯೇ ಇಲ್ಲ. ದಟ್ಟವಾದ ಕಾಡು. ಎದ್ದು ಬಿದ್ದು ಅವಸರ ಅವಸರವಾಗಿ ನದಿಯ ಪಕ್ಕದಲ್ಲೇ ಹೋಗುತ್ತಿದ್ದೇವೆ. ಸಮಯ ಇನ್ನೂ ೩ ಗಂಟೆ. ಆದರೂ ಆಗಲೇ ಸಾಯಂಕಾಲವಾದಂತೆ ಕಾಣಿಸುತ್ತಿದೆ. ದೊಡ್ಡದೊಡ್ಡ ಮರಗಳು ಉರುಳಿಬಿದ್ದಿವೆ. ನದಿಗೆ ಅಡ್ಡ ಬಿದ್ದಿರುವ ಮರಗಳ ಮೇಲೆ ಎರಡು ಪುಟ್ಟ ಪುಟ್ಟ ಗುಡಿಸಿಲುಗಳು ಕಾಣಿಸಿಕೊಂಡವು. ಇವರ್‍ಯಾರಪ್ಪ ಇಲ್ಲಿ ಎಂದುಕೊಳ್ಳುವಷ್ಟರಲ್ಲಿ ನಮ್ಮ ಜೊತೆಗಿದ್ದ ನಾಗಾಗಳು ಅವರನ್ನು, 'ಹೋಯ್, ಹೋಯ್ ಆಯಿಲೇ... ಕೀ ಕೋಯ್' ಎಂದು ಮಾತನಾಡಿಸಿದರು.

ಅಷ್ಟರಲ್ಲಿ ಬಿರುಗಾಳಿ ಜೋರಾಗಿ ಬೀಸುತ್ತಾ ಆಲಿಕಲ್ಲುಗಳು ಮರದ ಎಲೆಗಳನ್ನು ಸೀಳಿಕೊಂಡು ರಭಸವಾಗಿ ಪಟಪಟನೆ ಬೀಳತೊಡಗಿದವು. ಬೆಳ್ಳನೆ ಬಿಳುಪಾದ ಕಲ್ಲುಗಳು, ಸಣ್ಣ ಉಪ್ಪುಕಲ್ಲುಗಳಿಂದ ಹಿಡಿದು, ಗಾಲ್ಫ್ ಚೆಂಡಿನ ಆಕಾರದವರೆಗೂ ಒಂದೇ ಸಮನೆ ಬೀಳುತ್ತಿವೆ. ನಮ್ಮ ಜೊತೆಯಲ್ಲಿದ್ದ ನಾಗಾಗಳಿಬ್ಬರೂ ಆಗಲೇ ಮರ ಏರಿ ಅಲ್ಲಿನ ಛಾವಣಿ ಗುಡಿಸಿಲು ಸೇರಿ ನಮ್ಮನ್ನು, 'ಇಥಿ ಆಯಿಬಿ, ಇಥಿ ಆಯಿಬಿ' ಎಂದು ಕರೆಯುತ್ತಿದ್ದಾರೆ. ಹತ್ತುವಾಗ ಜಾರಿದರೆ ಎಲ್ಲಿ ನೀರುಪಾಲಾಗಿ ಬಿಡುತ್ತೇವೋ... ಧೈರ್ಯ ಸಾಲದೆ, ನಾನು, ಶಾಹು ನದಿಯ ದಡದಲ್ಲೇ ಇದ್ದ ಇನ್ನೊಂದು ಅರೆ ಗುಡಿಸಿಲನ ಒಳಕ್ಕೆ ಸೇರಿಕೊಂಡೆವು. ನೋಡುನೋಡುತ್ತಿದ್ದಂತೆ ಆರ್ಭಟಿಸುವ ಗುಡುಗು ಮಿಂಚುಗಳ ಜೊತೆಗೆ ಗಿಡ, ಮರ, ತಪ್ಪಲು ಎಲ್ಲವೂ ಆಲಿಕಲ್ಲುಗಳಿಂದ ಬೆಳ್ಳನೆ ಬಿಳುಪಾಯಿತು.

ಗುಡಿಸಿಲಲ್ಲಿ ನಮ್ಮ ಜೊತೆಗೆ ನಿಂತಿದ್ದ ನಾಗಾ ಮತ್ತು ಶಾಹು ನಾಗಾಮೀಸ್‌ನಲ್ಲಿ

ಮಾತನಾಡುತ್ತಿರುವಾಗ ನಾಗ, 'ನಾವು ಮರಗಳನ್ನು ಕಡಿಯುವವರು ಊರಿಗೆ ವಾರಕ್ಕೊ ಹದಿನೈದು ದಿನಕ್ಕೊ ಒಮ್ಮೆ ಹೋಗಿ ಬರುತ್ತೇವೆ. ಮರಗಳನ್ನು ಕಡಿದು ಲಾರಿ ಬರುವ ಸ್ಥಳದವೆಗೂ ಸಾಗಿಸುತ್ತೇವೆ. ಹಣ ಆಯಾ ಊರಿನ ಸರಹದ್ದಿಗೆ ಸೇರಿದ ಜಿಬಿಗಳಿಗೆ ಹೋಗುತ್ತದೆ. ನಮಗೂ ಬೇಕಾದಷ್ಟು ಹಣ ಕೊಡುತ್ತಾರೆ' ಹೀಗೆ ಏನೇನೋ ಹೇಳುತ್ತಿದ್ದಾಗ ಶಾಹು, 'ಯಾರೂ ಅಡಚಣೆ ಮಾಡುವುದಿಲ್ಲವೆ?' ಎಂದಿದ್ದಕ್ಕೆ ಸ್ವಲ್ಪ ಕೋಪಗೊಂಡವನಂತೆ, 'ಯಾರ್ ಮಾಡ್ತಾರೆ...? ಇದೆಲ್ಲ ನಮ್ಮದು, ನಾಗಾಗಳದ್ದು... ಸಾಲಾ ನಮ್ಮ ಜೀವನವೂ ನಡೆಯಬೇಕಲ್ಲವೇ' ಪ್ರಶ್ನಿಸಿದ.

ಆಲಿಕಲ್ಲು ಸುತ್ತಲು ರಾಶಿ ರಾಶಿಯಾಗಿ ಹರಡಿಕೊಂಡಿದ್ದು, ನಮಗೆ ಸಣ್ಣಗೆ ನಡುಕ ಪ್ರಾರಂಭವಾಗಿತ್ತು. ಒಳಗಿದ್ದ ಪುಳ್ಳೆ ಕಡ್ಡಿಗಳನ್ನು ಒಂದುಗೂಡಿಸಿ ಮೂಲೆಯಲ್ಲಿ ಬೆಂಕಿ ಹೊತ್ತಿಸಲು ನಾಗಾ ಪ್ರಯತ್ನಿಸುತ್ತಿದ್ದಾನೆ. ಅದೆಲ್ಲಾ ತೊಯ್ದು ತೊಪ್ಪೆಯಾಗಿದ್ದರಿಂದ ಜಪ್ಪಯ್ಯ ಎಂದರೂ ಹೊತ್ತಿಕೊಳ್ಳಲಿಲ್ಲ. 'ಸಾಲಾ ಮರ್‌ಗಯಾ' ಶಾಹು ಪರಿಸ್ಥಿತಿಗೆ ಒಂದು ಜಖಂ ಕೊಟ್ಟಂತೆ ಉದ್ಗರಿಸಿದರು. ಸುಮಾರು ೧:೩೦ ಗಂಟೆ ಒಂದೇ ಸಮನೆ ಸುರಿದ ಆಲಿಕಲ್ಲು ಮಳೆಯಿಂದ ಸುಮಾರು ೬ ಇಂಚಿನಷ್ಟು ಬಿಳಿ ಪರದೆ ಎಲ್ಲೆಲ್ಲೂ ಹಾಸಿಕೊಂಡಿದೆ. ಈಗ ಬರೀ ಮಳೆ ಹನಿಗಳು ಮಾತ್ರ ಬೀಳುತಿದ್ದು ಆಲಿಕಲ್ಲು ನಿಧಾನವಾಗಿ ಕರಗುತ್ತಿದೆ. ಸಮಯ ೪:೩೦ ಆಗಿದ್ದು ಹೆಚ್ಚೂ ಕಡಿಮೆ ಕತ್ತಲೆಯಾಗಿದೆ. ಪೂರ್ಣ ಕತ್ತಲಾಗುವುದರೊಳಗೆ ಎದ್ದು ಬಿದ್ದು ಹಳ್ಳಿ ಸೇರಬೇಕೆಂದುಕೊಂಡಿದ್ದ ನಮ್ಮ ವಿಚಾರ ತಿರುಗುಮುರುಗಾಗಿ ಇನ್ನೂ ನದಿಯ ದಡದಲ್ಲೇ ಇದ್ದೇವೆ. ಮಳೆ ಕಡಿಮೆಯಾಗಿದ್ದೇ ಮರಗಳಿಂದ ಮಂಗಗಳಂತೆ ಜಿಬಿ ಮತ್ತು ಅವನ ಸಹಾಯಕ ಇಳಿದು ಬಂದರು.

'ಊರಿಗೆ ತಲುಪಬೇಕಾದರೆ ಎಷ್ಟು ಸಮಯವಾಗಬಹುದು?' ಎಂದು ಕೇಳಿದ್ದಕ್ಕೆ, 'ಒಂದೆರಡು ಗಂಟೆ ಆಗಬಹುದು' ಎಂಬ ಉತ್ತರ ಬಂತು. ಒಂದೆರಡು ಗಂಟೆಗಳೆಂದರೆ ಇವರ ಲೆಕ್ಕದಲ್ಲಿ ಎಷ್ಟೋ ನನಗೆ ತಲೆ ಗಿರ್ರನೆ ತಿರುಗಿತು. ಅಲ್ಲೆ ಉಳಿಯುವುದಂತೂ ಸಾಧ್ಯವಿಲ್ಲ. ಹಳ್ಳಿ ಮುಟ್ಟವುದು ಹೇಗೋ ದೇವರೆ ಬಲ್ಲ. ಸ್ವಲ್ಪ ದೂರ ನಡೆದಾದ ಮೇಲೆ ನದಿ ಸ್ವಲ್ಪ ಅಗಲವಾಯಿತು. ಅಲ್ಲಿಂದ ಇನ್ನೊಂದು ಉಪನದಿಯನ್ನು ಹಿಡಿದು ಅದನ್ನು ದಾಟಿ ಕಡಿದಾದ ಬೆಟ್ಟವನ್ನು ಹತ್ತಲು ಪ್ರಾರಂಭ ಮಾಡಿದೆವು. ಆಗಲೇ ಆ ಬೆಟ್ಟದ ತುತ್ತ ತುದಿಯ ಆ ಕಡೆಗೆ ಕಾಣಿಸುತ್ತಿದ್ದ ಇನ್ನೊಂದು ಬೆಟ್ಟದ ಮೇಲಿನ ಹಳ್ಳಿಯಲ್ಲಿ ವಿದ್ಯುತ್ ದೀಪಗಳು ಬೆಳಗುತ್ತಿವೆ. ಆ ದೀಪಗಳು ಎಷ್ಟು ಎತ್ತರದಲ್ಲಿವೆ ಎಂದರೆ ನಮಗೆ ಆಕಾಶದಲ್ಲಿರುವ ನಕ್ಷತ್ರಗಳಂತೆ ಮಿಣಕ್ ಮಿಣಕ್ ಎಂದು ಕಾಣಿಸುತ್ತಿವೆ. ಆಗಲೇ ಕೈಕಾಲುಗಳಲ್ಲೆಲ್ಲ ನೋವು ಶುರುವಾಗಿದ್ದು ೧೦-೨೦ ಮೀಟರು ಹತ್ತಿದ ತಕ್ಷಣ ನಮ್ಮ ಶಾಹು ಏದುಸಿರು ಬಿಡುತ್ತ, 'ಸಾಲಾ... ಜಿಂದಗಿ ಬರ್‌ಬಾದ್ ಹೋಗಯಾ' ಎಂದು ಕುಸಿದು ಕುಳಿತುಕೊಳ್ಳುತ್ತಿದ್ದರು. ಅವರಿಗಿನ್ನ ವಯಸ್ಸಿನಲ್ಲಿ ಐದಾರು ವರುಷ ಎಳೆಯನಾದ ನಾನೂ ಅವರು ಕುಸಿದು ಕುಳಿತುಕೊಳ್ಳುವುದನ್ನೇ ಕಾಯುತ್ತಾ ಅವರ ಹಿಂದೆಯೇ ಕುಸಿದು ಮೈ ಚೆಲ್ಲುತ್ತಿದ್ದೆ. ಒಂದೊಂದೇ ಗುಟುಕು ನೀರು ಕುಡಿದರೂ ನೀರು ಯಾವಾಗಲೋ ಮುಗಿದುಹೋಗಿತ್ತು. ಈಗ ಪೂರ್ತಿ ಕತ್ತಲು, ಕೊರಕಲುಗಳಲ್ಲಿ ಎಚ್ಚರಿಕೆಯಿಂದ ನಡೆಯುತ್ತಿದ್ದೇವೆ. ತುಸುವೇ ಹೆಚ್ಚುಕಡಿಮೆಯಾದರೂ ಸಾಕು ಎಲ್ಲಿಗೆ ಹೋಗುತ್ತೇವೋ... ವಿಳಾಸ ತಿಳಿಯದು.

ಒಬ್ಬರ ಹೆಜ್ಜೆಯ ಹಿಂದೆ ಇನ್ನೊಬ್ಬರು ಹೆಜ್ಜೆ ಇಡುತ್ತ ನಡೆಯುತ್ತಿದ್ದೇವೆ. ಜೀರುಂಡೆಗಳ

**ಚಿತ್ರ ೬೯ : ಸಾಯಂಕಾಲ ನಾಗಾ ಪರ್ವತಗಳ ಒಂದು ನೋಟ**

ನಾದ, ಥಂಡಿ ಗಾಳಿ, ಆಗಾಗ ಉದುರುವ ಮಳೆಹನಿಗಳು, ಎಡವಿ ಬೀಳುವ ಹೆಜ್ಜೆಗಳು, ಹಾವಿನ ತಿರುವುಗಳು, ಏಣಿಯ ಮೇಲೆ ಏರುವಂತಹ ಕಡಿದಾದ ತಪ್ಪಲುಗಳು ಇವೆಲ್ಲದರ ಜೊತೆಗೆ ನೋವು, ದಾಹ, ಸುಸ್ತು, ಕತ್ತಲು. ಹೊರಗೆ ಒಂದೇ ಚಳಿ, ಜಾಕೆಟ್ ಒಳಗೆ ಬೆವರು. ಇನ್ನೇನು ನಡೆಯುವುದು ನಮ್ಮಿಂದ ಸಾಧ್ಯವೆ ಇಲ್ಲವೆನ್ನುವಂತಾಗಿದೆ. ಇನ್ನೆಷ್ಟು ದೂರ. ಇನ್ನೆಷ್ಟು ದೂರ...? ಎಂದು ಕೇಳಿ ಕೇಳಿ ಕೊನೆಗೆ ಕೇಳುವುದನ್ನೇ ಬಿಟ್ಟುಬಿಟ್ಟಿದ್ದೆವು. ನಮ್ಮ ಸ್ಥಿತಿ ಎಷ್ಟೊಂದು ಕೆಟ್ಟಿತ್ತೆಂದರೆ, ನಾನು ಮತ್ತು ಶಾಹು ಮಾತನಾಡುವುದನ್ನೇ ಬಿಟ್ಟಿದ್ದೆವು. ಪ್ರಾಣ ಉಳಿಸಿಕೊಳ್ಳುವುದಕ್ಕೆ ಮಾತ್ರ ಉಸಿರಾಡುವಂತಿತ್ತು.

ಜಿಬಿ ಮತ್ತು ಆತನ ಸಹಾಯಕ ನಮ್ಮ ಜೊತೆಜೊತೆಯೇ ನಡೆದು ಬರುತ್ತಾ ಇನ್ನೂ ಸ್ವಲ್ಪ ದೂರ, ಆಯಿತು, ಮುಗಿಯಿತು ಎಂದು ಸಾಂತ್ವನ ನೀಡುತ್ತಿದ್ದರು. ಆ ಕತ್ತಲಲ್ಲಿ ಅವರ ಸ್ಥಿತಿ ಹೇಗಿತ್ತೋ ಏನೋ ನಮಗಿಂತ ಉತ್ತಮ ಸ್ಥಿತಿಯಲ್ಲಿರುವುದು ಮಾತ್ರ ಅವರ ಮಾತು ಗಳಿಂದಲೇ ಗೊತ್ತಾಗಿತ್ತು. ಎಷ್ಟೇ ಆದರೂ ಅವರು ಗುಡ್ಡಗಾಡು ಜನರು, ಬೆಟ್ಟಗಳೆ ಅವರ ಉಸಿರು. ಒಂದು ಕಡೆ ಯಥಾಪ್ರಕಾರ ಮೈಚೆಲ್ಲಿದ್ದೇವೆ. ವಿಪರೀತವಾದ ಕತ್ತಲು, ಕಣ್ಣಿಗೆ

ಏನೂ ಕಾಣಿಸುತ್ತಿಲ್ಲ. ಇದ್ದಕ್ಕಿದ್ದಂತೆ ಬೆಳಕಿನ ಕಿರಣಗಳ ಗುಚ್ಛವೊಂದು ದಿಢೀರನೆ ನಮ್ಮ ಮೇಲೆ ಬಿದ್ದಿತು. ಸತ್ತವರಿಗೆ ಪ್ರಾಣ ಬಂದಂತೆ ಬೆಳಕಿನ ಕಡೆಗೆ ನೋಡುತ್ತೇವೆ. ಜಿಬಿ ನಗುತ್ತಾ ಪಾಕೆಟ್ ಟಾರ್ಚ್‌ಅನ್ನು ಕೈಯಲ್ಲಿ ಹಿಡಿದು ಸುತ್ತಲೂ ನೋಡುತ್ತಿದ್ದಾನೆ. ಎಲಾ ಇವನ, ಇಷ್ಟು ಹೊತ್ತೂ ಕತ್ತಲಲ್ಲಿ ಸತ್ತು ಸುಣ್ಣವಾದರೂ ಟಾರ್ಚ್‌ಅನ್ನು ತೆಗೆಯದೆ ಈಗ ತೆಗೆದಿದ್ದಾನಲ್ಲ, ಚೆನ್ನಾಗಿ ಬಯ್ಯಬೇಕೆಂದುಕೊಂಡರೂ ನಾಗಾಗಳನ್ನು ಅದೂ ಅವರದೇ ರಾಜ್ಯದಲ್ಲಿ ಬಯ್ಯಲು ಸಾಧ್ಯವೇ? ಬಂದ ಆಲೋಚನೆಯನ್ನು ಹಾಗೇ ನುಂಗಿಕೊಂಡೆ. ಈಗ ಅವನೇ ಹೇಳುತ್ತಿದ್ದಾನೆ.

'ಇದರಲ್ಲಿರುವುದು ಚೋಟಾ ಸೆಲ್ಲು. ಅದೂ ಯಾವಾಗಲೋ ಪ್ರಾಣ ಕಳೆದುಕೊಂಡಿದೆ. ಆದರೂ ಇರಲಿ ಎಂದು ತಂದೆ' ಎನ್ನುತ್ತಾ ಮಿಣಕ್ ಮಿಣಕ್ ಎಂದು ಗಿಡಮರಗಳ ಮೇಲೆ ಬೆಳಕು ಚೆಲ್ಲಿದ. ಕೊನೆಗೆ ಆ ಮಿಣಕ್ ಮಿಣಕ್ ಬೆಳಕಿನ ಸಹಾಯದಿಂದಲೇ ಶಿಖರದ ಮೇಲಿದ್ದ ಬಸ್ತಿಯನ್ನು ತಲುಪಿದೆವು. ಹಸಿವು, ದಣಿವು, ಚಳಿಯಿಂದ ನಡುಗುತ್ತಿದ್ದ ದೇಹಗಳನ್ನು ಹೊತ್ತು ಬಂದ ನಾವು, ಜಿಬಿ ಅಡಿಗೆಮನೆಯಲ್ಲಿ ಕುಳಿತು ಬೆಚ್ಚನೆ ನಾಗಾ ಚಹಾ ಕುಡಿದೆವು. ಚಹಾ ಕುಡಿದ ಮೇಲೆ ಎಲ್ಲವನ್ನೂ ಮರೆತು ಅಲ್ಲೆ ಜಿಬಿ ಅಡಿಗೆಮನೆಯಲ್ಲೆ ಕೈಕಾಲು ಚೆಲ್ಲಿ ಮಲಗಿ ಬಿಡಬೇಕೆನ್ನಿಸಿತು.

ಶಾಹು, ಜಿಬಿ ಮತ್ತು ಆತನ ಸಂಗಡಿಗನ ಸಹಿಗಳನ್ನು ಪಡೆದುಕೊಂಡು, ಒಬ್ಬೊಬ್ಬರಿಗೆ ನೂರು ರೂಪಾಯಿಗಳನ್ನು ನೀಡಿ, ಧನ್ಯವಾದಗಳನ್ನು ಹೇಳಿದರು. ಅನಂತರ ಜೀಪಿನ ಹತ್ತಿರಕ್ಕೆ ಬಂದು ನೋಡುತ್ತೇವೆ. ಜೀಪಿನಲ್ಲಿ ಯಾರೂ ಇಲ್ಲ, ಅನಾಥವಾಗಿ ನಿಂತಿದೆ. ಚಾಲಕನನ್ನು ಹುಡುಕುವುದಾದರೂ ಎಲ್ಲಿ? ತೊಂಗ್‌ಪಾಂಗ್... ತೊಂಗ್‌ಪಾಂಗ್... ಎಂದು ಎಷ್ಟು ಕೂಗಿದರೂ ಆ ನಿಶ್ಶಬ್ದ ರಾತ್ರಿ ಕಿವಿಗೆ ಹಚ್ಚಿಕೊಳ್ಳಲಿಲ್ಲ. ಜಿಬಿ ಮತ್ತು ಆತನ ಸಹಾಯಕ ಮನೆ ಮನೆ ಬಾಗಿಲನ್ನು ತಟ್ಟಿ ನಿಶ್ಶಬ್ದ ಪರದೆಯ ಮೇಲೆ ಕಲ್ಲುಗಳನ್ನೆಸೆಯುತ್ತಾ ತೊಂಗ್‌ಪಾಂಗ್‌ನನ್ನು ಹುಡುಕುತ್ತಿದ್ದಾರೆ.

ನಾಗಾ ಬಿಯರ್ ಕುಡಿದು ಬೆಚ್ಚಗೆ ಮನೆಯೊಂದರಲ್ಲಿ ಮಲಗಿದ್ದ ತೊಂಗ್‌ಪಾಂಗ್ ಕೊನೆಗೂ ಸಿಕ್ಕಿಬಿದ್ದು ಕತ್ತಲಲ್ಲೇ ಓಡೋಡಿ ಜೀಪಿನ ಹತ್ತಿರಕ್ಕೆ ಬಂದ. ಜಿಬಿ ಮತ್ತು ಸಹಾಯಕನ ಕೈಕುಲಿಕಿ ಆ ಶಿಖರದಿಂದ ಬೀಳ್ಕೊಂಡೆವು. ನಮ್ಮ ಜೀಪು ದಾರಿ ತಪ್ಪಿದ ಸಲಗದಂತೆ ಘೀಳಿಡುತ್ತಾ ಶಿಖರಗಳನ್ನು ಸುತ್ತಿ ಬಳಸಿ, ಹತ್ತಿ ಇಳಿದು ವಿಶ್ರಾಂತಿ ಗೃಹ ತಲುಪಿದಾಗ ರಾತ್ರಿ ೧೧ ಗಂಟೆ. ಕಾಂಚಾ ಬಿಸಿ ನೀರು ಕೊಟ್ಟು ಅಡಿಗೆಯನ್ನು ಬಿಸಿಮಾಡತೊಡಗಿದ. ನಾವು ಹೆಸರಿಗೆ ಕೈಕಾಲು ಮುಖ ತೊಳೆದು, ನಿದ್ದೆ ಚೀಲದ ಒಳಕ್ಕೆ ಸೇರಿಕೊಂಡೆವು. ಅನಂತರ ಅದರ ಒಳಗೆಯೇ ಕುಳಿತು ಊಟ ಮುಗಿಸಿ ಮಲಗಿಕೊಂಡೆವು. ಬೆಳಿಗ್ಗೆ ಎಚ್ಚರವಾದಾಗ ೧೦ ಗಂಟೆ. ಎದ್ದು ನಿಂತರೆ ನಿಂತುಕೊಳ್ಳಲು ಆಗುತ್ತಿಲ್ಲ. ನಡೆದರೆ ನಡೆಯಲು ಆಗುತ್ತಿಲ್ಲ. ಸ್ನಾಯುಗಳೆಲ್ಲಾ ಸೆಟೆದುಕೊಂಡುಬಿಟ್ಟಿದ್ದವು.

# ಅಧ್ಯಾಯ ೬

# ಟುಯಿನ್‌ಸಾಂಗ್‌ನಲ್ಲಿ

ಹೊಸ ವರ್ಷದ ಫೀಲ್ಡ್ ಸಂಶೋಧನೆಗಳು ಶುರುವಾಗಿದ್ದು ಮತ್ತೆ ಶಾಹು ಮತ್ತು ತೊಂಗ್‌ಪಾಂಗ್ ಜೊತೆಗೆ ಬರ್ಮಾ ಗಡಿಯ ಟುಯಿನ್‌ಸಾಂಗ್ ಜಿಲ್ಲೆಗೆ ಹೋಗಬೇಕಾಗಿತ್ತು. ಟುಯಿನ್‌ಸಾಂಗ್ ಜಿಲ್ಲೆ ಈಶಾನ್ಯದಲ್ಲಿಯೇ ಅತ್ಯಂತ ಹಿಂದುಳಿದ ಜಿಲ್ಲೆ. ಸ್ಥಳೀಯ ಕಾನ್ವೆಂಟ್ ಶಾಲೆಯಲ್ಲಿ ಓದುತ್ತಿದ್ದ ಕ್ರಾಂತಿಗೆ ಆಗಲೇ ೨ ತಿಂಗಳು ರಜಾ ಶುರುವಾಗಿದ್ದು, ಕ್ರಾಂತಿ ಮತ್ತು ಸುಶೀಲಳನ್ನು ಫೀಲ್ಡ್‌ಗೆ ಕರೆದುಕೊಂಡು ಹೋಗಲು ತಯಾರಿ ಮಾಡಿಕೊಂಡೆ. ಶಾಹು ಅವರ ಮಕ್ಕಳು ಕೇಂದ್ರೀಯ ವಿದ್ಯಾಲಯದಲ್ಲಿ ಓದುತ್ತಿದ್ದು ಅವರಿಗೆ ಇನ್ನೂ ರಜಾ ಬಂದಿಲ್ಲದ ಕಾರಣ ಅವರ ಪರಿವಾರ ದಿಮಾಪುರದಲ್ಲೇ ಉಳಿದುಕೊಳ್ಳಬೇಕಾಯಿತು.

ಡಿಸೆಂಬರ್ ತಿಂಗಳ ಒಂದು ಬೆಳಿಗ್ಗೆ ಸಾಮಾನುಗಳನ್ನೆಲ್ಲಾ ಟ್ರೇಲರ್‌ನಲ್ಲಿ ತುಂಬಿ ಟಾರ್ಪಾಲಿನ್ ಹೊದಿಸಿ, ಹಗ್ಗ ಬಿಗಿದು, ಸುಶೀಲಳನ್ನು ಹಿಂದೆ ಕುಳಿತುಕೊಳ್ಳುವಂತೆ ಹೇಳಿದೆ. ಆದರೆ ಶಾಹು ನೀವಿಬ್ಬರೂ ಮುಂದೆ ಕುಳಿತುಕೊಳ್ಳಿ ಎಂದು ಹೇಳಿ ಸಾಮಾನುಗಳನ್ನು ಸರಿಸಿ ಹಿಂದಿನ ಆಸನದಲ್ಲಿ ಕುಳಿತೇಬಿಟ್ಟರು. ತೊಂಗ್‌ಪಾಂಗ್ ಕೀ ತಿರುಗಿಸಿ ಇಗ್ನೀಷನ್ ಕೊಟ್ಟು ಕ್ಲಚ್ ತುಳಿದುಕೊಂಡು ಹಿಂದಕ್ಕೆ ಒಮ್ಮೆ ನೋಡಿ ಮೃದುವಾಗಿ ಸಡಿಲಿಸಿದ. ಜೀಪು ನಿಧಾನವಾಗಿ ಚಲಿಸತೊಡಗಿತು. ಶ್ರೀಮತಿ ಶಾಹು ಮತ್ತು ಅವರ ಇಬ್ಬರು ಸಣ್ಣ ಮಕ್ಕಳು ಗಾಳಿಯಲ್ಲಿ ಕೈ ಬೀಸುತ್ತಾ ಯಾವುದೋ ದೂರದ ಪ್ರದೇಶಕ್ಕೆ ಹೋಗುತ್ತಿದ್ದರು.

ಜೀಪು ನೇರವಾಗಿ ಸರ್ಕ್ಯುಲರ್ ರಸ್ತೆಯಲ್ಲಿ ಸಾಗಿ ಒಂದು ಅಂಗಡಿಯ ಮುಂದೆ ನಿಂತುಕೊಂಡಿತು. ಮೊದಲೇ ಪ್ಯಾಕ್ ಮಾಡಿಸಿಟ್ಟಿದ್ದ ಅಡಿಗೆ ಸಾಮಾನುಗಳು ಮತ್ತು ತರಕಾರಿಯನ್ನು ತುಂಬಿಕೊಂಡು ಮತ್ತೆ ಅಲ್ಲಿಂದ ಪೂರ್ವಕ್ಕೆ ಅಂದರೆ ಅಸ್ಸಾಂನ ಗೋಲಾಘಾಟ್ ಕಡೆಗೆ ಜೀಪು ಚಲಿಸಿತು. ದಿಮಾಪುರ ಗಡಿ ಬಿಟ್ಟಿದ್ದೆ ತಡ ಹಚ್ಚನೆ ಹಸಿರು ತುಂಬಿರುವ ದಿಬ್ಬಗಳು, ದಿಬ್ಬಗಳ ಮೇಲೆ ನೀಟಾಗಿ ಕ್ರಾಪ್ ಮಾಡಿಕೊಂಡಿರುವ ಸಾಲು ಸಾಲು ಟೀ ಗಿಡಗಳು. ಗಿಡಗಳ ನಡುವೆ ಎತ್ತರೆತ್ತರ ಮರಗಳು. ದಾರಿಯ ಎರಡೂ ಕಡೆ ರಾಶಿ ರಾಶಿ ಬತ್ತದ ಬಯಲುಗಳು. ಮೇಲೆ ನೀಲಿ ಆಕಾಶ, ಕೆಳಗೆ ಗುಂಪುಗಟ್ಟಿ ಹಾರಾಡುತ್ತಿರುವ ಬಿಳಿ ಹಕ್ಕಿಗಳು. ದೂರದಲ್ಲಿ ಕಲೆಗಾರ ಚಿತ್ರಿಸಿದಂತೆ ಕಾಣುವ ಹಿಮಾಲಯ ತಪ್ಪಲುಗಳು.

ಉತ್ತರ ಮತ್ತು ದಕ್ಷಿಣಕ್ಕೆ ಹಿಮಾಲಯ ತಪ್ಪಲುಗಳು ಕಾಣಿಸುತ್ತಿದ್ದರೆ, ಮಧ್ಯದಲ್ಲಿ ವಿಶಾಲವಾದ ಬ್ರಹ್ಮಪುತ್ರ ನದಿಯ ಮೆಕ್ಕಲು ಜೌಗು ಪ್ರದೇಶ ಹರಡಿಕೊಂಡಿದೆ. ನಾವು ನಾಗಾಲ್ಯಾಂಡಿನಿಂದ ಪ್ರಯಾಣ ಪ್ರಾರಂಭಿಸಿ ಅಸ್ಸಾಂನ ಗೋಲಾಘಾಟ್ ಮತ್ತು ಮರಿಯಾಣಿ ಪಟ್ಟಣಗಳನ್ನು ದಾಟಿ ಮತ್ತೆ ನಾಗಾಲ್ಯಾಂಡಿನ ಮೊಖಕ್‌ಚುಂಗ್ ಜಿಲ್ಲೆಯಲ್ಲಿ ಬರುವ ಹಿಮಾಲಯ ಕಣಿವೆ, ಪರ್ವತಗಳನ್ನು ಹತ್ತಿ ಶಿಖರಗಳ ಮೇಲೆ ಹಾದು ೪೫೦ ಕಿ.ಮೀ. ದೂರದ ಟುಯಿನ್‌ಸಾಂಗ್ ಪಟ್ಟಣ ತಲುಪಬೇಕಿತ್ತು. ಜೀಪು ಇನ್ನೂ ಗೋಲಾಘಾಟ್ ಕೂಡ ತಲುಪಿಲ್ಲ. ಮಧ್ಯೆ ಮಧ್ಯೆ ದಟ್ಟವಾದ ಸಸ್ಯರಾಶಿ, ಚಿಲ್ಲನೆ ಬೀಸುವ ತಂಗಾಳಿ, ಹಸಿರು ಗದ್ದೆಗಳು, ಗದ್ದೆಗಳಲ್ಲಿ ಕಾಲೂರಿ ಕೆಲಸ ಮಾಡುತ್ತಿರುವ ಅಸ್ಸಾಮಿ ಹೆಣ್ಣುಗಳು. ಗಾಳ ಮತ್ತು

ಬಲೆಗಳನ್ನು ಹಾಕಿ ಮೀನು ಹಿಡಿಯುತ್ತಿರುವ ಗಂಡಸರು. ಗಾಳಿಯಲ್ಲಿ ಲಾಗಾ ಹಾಕುತ್ತಿರುವ ಹಕ್ಕಿ, ಬೆಳ್ಳಕ್ಕಿಗಳು, ಒಟ್ಟಿನಲ್ಲಿ ಕಣ್ಣು ತುಂಬಿ ಹರಿದುಹೋಗುವಷ್ಟು ಸುಂದರ ಅಸ್ಸಾಮಿನ ನೈಜ ಚಿತ್ರಣಗಳು.

ಸುಶೀಲ ಕೂಡ ಆಗಾಗ ಎಷ್ಟು ಚೆನ್ನಾಗಿದೆ ಈ ನೀರು... ಈ ತೋಟಗಳು... ಈ ಮನೆಗಳು ಎನ್ನುತ್ತಾ ಕವಯಿತ್ರಿಯ ಶೈಲಿಯಲ್ಲಿ ಒಂದೆರಡು ಸಲ ಹುರುಪಿನಿಂದ ಪುಳಕಗೊಂಡಳು. ಕ್ರಾಂತಿ ನನ್ನ ತೊಡೆಯ ಮೇಲೆ ಕುಳಿತುಕೊಂಡು ರಸ್ತೆ ಮತ್ತು ಸ್ಟೀರಿಂಗನ್ನು ನೋಡುತ್ತಲೇ ಇದ್ದ. ೩೯ನೇ ರಾಷ್ಟ್ರೀಯ ಹೆದ್ದಾರಿಯಿಂದ ಸೀಳಿಕೊಂಡ ಗೋಲಾಘಾಟ್ ರಸ್ತೆ ಸಮತಟ್ಟಾದ ಗದ್ದೆಗಳ ನಡುವೆ ಚಲಿಸುತ್ತಿರುವ ಹಾವಿನಂತೆ ಕಾಣಿಸುತ್ತಿದೆ. ಜೀಪು ತನ್ನ ವೇಗವನ್ನು ಮಿತಗೊಳಿಸಿಕೊಂಡು ಧೂಳನ್ನು ಎಬ್ಬಿಸುತ್ತಾ, ತಾನೂ ಕುಲುಕುತ್ತಾ ತನ್ನ ಒಡಲಲ್ಲಿರು ವವರನ್ನೂ ಕುಲಿಕಿಸುತ್ತಾ ಸಾಗುತ್ತಿದೆ. ಹಿಂದೆ ಧೂಳು ನುಂಗುತ್ತಾ ಕುಳಿತಿರುವ ಶಾಹು ಬಗ್ಗೆ ಕನಿಕರವಾಗಿ, ಏನೆಂದು ಮಾತನಾಡಿಸುವುದು ಎಂದು ಯೋಚಿಸುವಷ್ಟರಲ್ಲಿ ಅವರೇ, 'ಏ ತೊಂಗ್‌ಪಾಂಗ್ ಅಲ್ಲೆಲ್ಲಾದರೂ ನಿಲ್ಲಿಸು ಟೀ ಕುಡಿಯೋಣ' ಎಂದರು.

ಗೋಲಾಘಾಟ್ ನಾನು ನಿರೀಕ್ಷಿಸಿದಷ್ಟು ದೊಡ್ಡದಲ್ಲದಿದ್ದರೂ, ಸುಮಾರು ದೊಡ್ಡದಾದ ಪಟ್ಟಣ. ಬೀದಿಗಳ ತುಂಬಾ ಜನರು. ಒಂದು ರೀತಿಯಲ್ಲಿ ಬಿಹಾರ್ ಮತ್ತು ಉತ್ತರ ಪ್ರದೇಶದ ಮಧ್ಯಮ ವರ್ಗದ ಪಟ್ಟಣದಂತೆ ಕಾಣಿಸುತ್ತಿತ್ತು. ಧೂಳೆದ್ದ ರಸ್ತೆಗಳು, ಪೆಟ್ಟಿಗೆ ಅಂಗಡಿಗಳು, ಸೈಕಲ್‌ರಿಕ್ಷಾಗಳು, ಮನೆಗಳ ಮುಂದೆ ಉದ್ದುದ್ದ ಅಡಿಕೆ ಮತ್ತು ತೆಂಗಿನ ಮರಗಳು ಬೆಳೆದು ನಿಂತಿವೆ. ಜೊತೆಗೆ ಅಲ್ಲಿನ ಮುಖ್ಯ ಉದ್ದಿಮೆಗಳಲ್ಲಿ ಒಂದಾದ ಕೇನ್(ಬಿದಿರು) ಪೀಠೋಪಕರಣಗಳು ಮಾತ್ರ ಎಲ್ಲೆಂದರಲ್ಲಿ ತುಂಬಿಕೊಂಡಿವೆ. ಕಾಂಚಾನನ್ನು ಜೀಪಿನ ಹತ್ತಿರ ಕಾವಲಿರಿಸಿ ಹೋಟೆಲೊಂದರಲ್ಲಿ ಊಟ ಮಾಡಿ ಮತ್ತೆ ರಸ್ತೆಗೆ ಬಂದೆವು. ಬರೀ ಅನ್ನ ದಾಲು ಮತ್ತು ಮೀನು ಸಾರು. ಅಸ್ಸಾಮಿಗಳು ಬಂಗಾಲಿಗಳಂತೆ ಮಚ್ಚಿ ಎಂದರೆ ಪ್ರಾಣ ಬಿಟ್ಟುಬಿಡುತ್ತಾರೆ. ಸುಶೀಲ 'ಏನಾದರೂ ಸಾಮಾನು ಕೊಡಿಸಿ, ಈ ಊರಿನ ಜ್ಞಾಪಕ ಇರುತ್ತೆ' ಎಂದಳು. ಯಾವಾಗಲೂ ಹಣದ ಬಗ್ಗೆ ಸ್ವಲ್ಪ ಬಿಗಿಯಾಗಿರುತ್ತಿದ್ದ ನಾನು 'ಅಂತಹ ವಸ್ತುಗಳೇನೂ ಇಲ್ಲವಲ್ಲಾ, ವಾಪಸ್ ಬರುವಾಗ ಕೇನ್ ಕುರ್ಚಿಗಳನ್ನು ಕೊಂಡುಕೊಳ್ಳೋಣ' ಎಂದು ಸಮಾಧಾನ ಪಡಿಸಿದೆ. ಆದರೂ ಬಿಡಲಿಲ್ಲ. ಏನೋ ಸಣ್ಣಪುಟ್ಟ ವಸ್ತುಗಳನ್ನು ಕೊಂಡುಕೊಂಡಳು.

ಮತ್ತೆ ಪ್ರಯಾಣ ಶುರುವಾಗಿ ಗೋಲಾಘಾಟ್ ಬಿಟ್ಟಮೇಲೆಯೂ ದೃಶ್ಯಗಳು ಸುಂದರವಾಗಿ ಕಾಣುತ್ತಿದ್ದವು. ಆದರೆ ರಸ್ತೆಗಳು ಮಾತ್ರ ಹಳ್ಳಕೊಳ್ಳಗಳಿಂದ ಕೂಡಿದ್ದು ಮೈಕೈಗಳಲ್ಲಿ ನೋವು ಕಾಣಿಸಿಕೊಂಡಿತು. ಕೆಳ ಹಿಮಾಲಯದ ತಪ್ಪಲುಗಳಲ್ಲಿ ಹರಡಿಕೊಂಡಿದ್ದ ಮರಿಯಾಣಿ ಪಟ್ಟಣದ ಸುತ್ತಲೂ ಹಚ್ಚಹಸಿರು ಟೀ ತೋಟಗಳು ಹಾಸಿಕೊಂಡಿದ್ದವು. ಮರಿಯಾಣಿ, ಅಸ್ಸಾಂ–ನಾಗಾ ರಾಜ್ಯಗಳ ಗಡಿಯಲ್ಲಿರುವ ಪಟ್ಟಣ. ಅದರ ದಕ್ಷಿಣಕ್ಕೆ ಕೆಳ ಹಿಮಾಲಯಗಳ ಜೊತೆಗೆ ನಾಗಾ ರಾಜ್ಯದ ಗಡಿ ಪ್ರಾರಂಭಗೊಂಡಿತು. ನಾಗಾಲ್ಯಾಂಡ್ ಗಡಿ ತಲುಪಿದ್ದೆ ನಾಗಾ ಪೋಲೀಸರು ಜೀಪು ನಿಲ್ಲಿಸಿ ನಮ್ಮ ಇನ್ನರ್ ಲೈನ್ ಪರ್ಮಿಟನ್ನು (ಐಎಲ್‌ಪಿ) ಪರೀಕ್ಷಿಸಿ ಒಳಕ್ಕೆ ಬಿಟ್ಟರು.

ದಟ್ಟ ಕಾಡು... ಏರು ತಪ್ಪಲುಗಳು... ಹರಿವ ಜುಳು ಜುಳು ಝರಿಗಳು... ತಣ್ಣಗೆ ಬೀಸುವ ಗಾಳಿ ಎಲ್ಲವೂ ನಮ್ಮನ್ನು ಒಂದು ರೀತಿಯಲ್ಲಿ ಹುರುಪುಗೊಳಿಸುವುದರ ಜೊತೆಗೆ ತುಸು

ಭಯವೂ ಆವರಿಸಿಕೊಳ್ಳುತ್ತಿತ್ತು. ನಾಗಾಜನ, ನಾಗಾರಾಜ್ಯ ಎಂದರೆ ಎಲ್ಲವೂ ಅವರು ಹೇಳಿದಂತೆಯೇ ಆಗಬೇಕು. ಜೀಪು ತನ್ನಲ್ಲಿದ್ದ ಶಕ್ತಿಯನ್ನೆಲ್ಲಾ ಒಟ್ಟುಗೂಡಿಸಿಕೊಂಡು, ಹಿಂದಿನ ಟ್ರೇಲರನ್ನು ಎಳೆದುಕೊಂಡು ಮುಂದೆ ದೀಪ ಹಚ್ಚಿಕೊಂಡು ನಿಧಾನವಾಗಿ ಸಾಗುತ್ತಿದೆ. ಅದೇ ದಿನ ಸಾಯಂಕಾಲದ ಒಳಗೆ ಟುಯಿನ್‌ಸಾಂಗ್ ಸೇರಿಕೊಳ್ಳುವ ನಮ್ಮ ಬಯಕೆ ಈಡೇರದೆ ಇನ್ನೂ ಮೊಖಕ್‌ಚುಂಗ್‌ಗಿಂತ ಬಹಳ ದೂರವೇ ಉಳಿದಿದ್ದೇವೆ. ಮೊಖಕ್‌ಚುಂಗ್ ಮತ್ತು ಟುಯಿನ್‌ಸಾಂಗ್ ಮಧ್ಯೆ ೯೦ ಕಿ.ಮೀ. ದಾರಿ. ಪೂರ್ಣ ಕತ್ತಲಾದುದರಿಂದ ಜೀಪಿನ ವೇಗ ಕಡಿಮೆಯಾಗಿ, ಈ ರಾತ್ರಿ ಯಾವ ತೊಂದರೆಯೂ ಇಲ್ಲದೆ ಮೊಖಕ್‌ಚುಂಗ್ ಸೇರಿಕೊಂಡರೆ ಸಾಕೆನಿಸಿಬಿಟ್ಟಿತ್ತು. ಮೊಖಕ್‌ಚುಂಗ್ ತಲುಪಿದಾಗ ರಾತ್ರಿ ೭ ಗಂಟೆ. ಆಗಲೇ ಮನೆ, ಹೋಟೆಲು, ಅಂಗಡಿ ಎಲ್ಲವೂ ಬಾಗಿಲು ಮುಚ್ಚಿಕೊಂಡಿದ್ದವು.

ಬಹುಶಃ ಎಲ್ಲರೂ ಒಲೆಗಳ ಮುಂದೆ ಕುಳಿತಿರಬಹುದು ಅಥವಾ ಮಲಗಿರಬಹುದು. ಬೀದಿಗಳೆಲ್ಲ ಹುಡುಕಿ ಕೊನೆಗೆ ಒಂದು ಬಿಹಾರಿ ದಾಬಾ ಹೋಟೆಲ್ ಬಾಗಿಲನ್ನು ತಟ್ಟಿದೆವು. 'ಬರೀ ಚಾವಲ್ ದಾಲ್ ಬೇಕಾದರೆ ಬಡಿಸುತ್ತೇವೆ' ಎಂದರು. ಅಷ್ಟು ಹೇಳಿದ್ದೆ ತಡ ಒಳ ನುಗ್ಗಿದ ನಾವು ಒಂದು ಮೂಲೆಯಲ್ಲಿ ಮುದುರಿ ಕುಳಿತುಕೊಂಡೆವು. ಹೋಟೆಲಿನವರು ಆಗತಾನೆ ಸ್ಟೌವ್ ಹಚ್ಚಿ ಏನೋ ಮಾಡತೊಡಗಿದರು. ಸುಮಾರು ಅರ್ಧ ಗಂಟೆ ಅನ್ನ ದಾಲ್ ಜೊತೆಗೆ ಆಮ್ಲೆಟ್ ಮಾಡಿಕೊಟ್ಟರು. ಅಷ್ಟರಲ್ಲಿ ಶಾಹು ಒಂದು ಹೋಟೆಲ್ ಹುಡುಕಿ ಮಲಗಿಕೊಳ್ಳುವುದಕ್ಕೆ ವ್ಯವಸ್ಥೆ ಮಾಡಿಬಂದಿದ್ದರು. ಆದರೆ ನಾವು ಮೂವರಿಗೂ ಒಂದೇ ಕಂಬಳಿ ಸಿಕ್ಕಿತ್ತು. ನಮ್ಮ ಹಾಸಿಗೆ ಬಟ್ಟೆಯೆಲ್ಲ ಟ್ರೇಲರ್‌ನಲ್ಲಿ ಸಿಕ್ಕಿಕೊಂಡಿದ್ದು ಟ್ರೇಲರ್ ಬಿಚ್ಚಲು ಸಮಯವೂ ಇಲ್ಲ, ಸ್ಥಳವೂ ಇಲ್ಲ. ಮಳೆ ಬೇರೆ ಒಂದೇ ಸಮನೆ ಬೀಳುತ್ತಿತ್ತು.

ಸುಶೀಲ ಆ ಕಂಬಳಿ ನೋಡಿದ್ದೆ, 'ಯಾರ್‍ಯಾರು ಹೊದ್ದುಕೊಂಡಿದ್ದರೋ ಏನೋ?' ಎಂದು ದೂರ ಎಸೆದು, ಸೀರೆಯನ್ನೇ ಸುತ್ತಿಕೊಂಡು, ಮೇಲೆ ಶಾಲು ಒಂದನ್ನು ಹೊದ್ದು ಮಲಗಿದಳು. ಕ್ರಾಂತಿಗೆ ಕಂಬಳಿ ಹೊದಿಸಿ, ನಾನು ಬೂಟುಗಳನ್ನು ಮಾತ್ರ ಬಿಚ್ಚಿ ಲೆದರ್ ಜಾಕೆಟ್ ತೆಗೆದು ಮೇಲೆ ಹಾಕಿಕೊಂಡು ಮುದುರಿಕೊಂಡೆ. ರಾತ್ರಿಯೆಲ್ಲ ಏನೋ ಭಯ, ಹಸಿವು, ನಡುಗುವ ಚಳಿ. ಬೆಳಿಗ್ಗೆ ೬ ಗಂಟೆಗೆಲ್ಲಾ ಎದ್ದು ಮುಖ ತೊಳೆದುಕೊಂಡು, ಆ ನರಕದಿಂದ ಪರಾರಿಯಾಗಿಬಿಟ್ಟೆವು. ಆ ಊರನ್ನು ಬಿಟ್ಟು ದೂರ ಹೋದ ಮೇಲೆ ಸ್ವಲ್ಪ ಉಸಿರಾಡುವಂತಾಯಿತು. ಅದೇ ಕಾಡು, ಕಣಿವೆ, ರಸ್ತೆಗಳು. ೧೧ ಗಂಟೆಗೆಲ್ಲ ಟುಯನ್‌ಸಾಂಗ್ ಪಟ್ಟಣ ಸೇರಿಕೊಂಡೆವು. ಅತಿಥಿ ಗೃಹ ತಲುಪಿ, ಕೊಠಡಿ ಬಗ್ಗೆ ವಿಚಾರಿಸಿದೆವು. ಇದ್ದ ನಾಲ್ಕು ಕೊಠಡಿಗಳಲ್ಲಿ ಅಸಿಸ್ಟೆಂಟ್ ಡೆಪ್ಯೂಟಿ ಕಮೀಷನರ್ (ಎಡಿಸಿ) ಒಂದನ್ನು ಶಾಶ್ವತವಾಗಿ ಸ್ವಾಧೀನಪಡಿಸಿಕೊಂಡಿದ್ದರೆ, ಇನ್ನೊಂದರಲ್ಲಿ ಸ್ಥಳೀಯ ಎಂಎಲ್‌ಎ ಒಬ್ಬರು ಮಲೇರಿಯ ಜ್ವರ ಬಂದು ಸುಧಾರಿಸಿಕೊಳ್ಳುತ್ತಿದ್ದರು. ಸಧ್ಯಕ್ಕೆ ಎರಡು ಕೊಠಡಿಗಳು ಖಾಲಿ ಇದ್ದು ಟ್ರೇಲರನ್ನು ಅಲ್ಲಿಯೇ ಬಿಟ್ಟು ಸುಶೀಲ ಮತ್ತು ಕ್ರಾಂತಿಯನ್ನು ಹಾಲ್‌ನಲ್ಲಿ ಕೂರಿಸಿ, ಶಾಹು ಮತ್ತು ನಾನು ಎಡಿಸಿ ಕಚೇರಿ ತಲುಪಿದೆವು. ಬಾಗಿಲು ಮೇಲೆ ಮಿಸ್ ಡಿ. ವಸಂತಾ, ಐಎಎಸ್ ಎಂಬ ಫಲಕ ಕಾಣಿಸಿತು. ಅಪ್ಪಣೆ ಪಡೆದು ಒಳಕ್ಕೆ ಹೋಗುತ್ತೇವೆ. ಗೋಧಿ ಬಣ್ಣದ ಸುಂದರವಾದ ಕೋಲುಮುಖ, ನೀಳಮೂಗಿನ ಮಲೆಯಾಳಿಯಂತೆ ಕಾಣುವ ಯುವತಿ. ಅವರು ಕುರ್ಚಿ ತೋರಿಸಿದರು. ಕುಳಿತುಕೊಂಡೆವು. ಶಾಹು ತಮ್ಮಲ್ಲಿದ್ದ ಪತ್ರ ತೋರಿಸಿದರು.

'ಒಂದೆರಡು ದಿನಗಳಾದರೆ ತೊಂದರೆ ಇಲ್ಲ, ಆಗಾಗ ಯಾರ್‍ಯಾರೋ ವಿಸಿಟ್ ಮಾಡ್ತಾ

ಇರ್ತಾರೆ. ಸಾಧ್ಯವಾದಷ್ಟು ದಿನ ಕೊಡ್ತೀವಿ' ಎಂದರು. 'ಆಯಿತು ಮೇಡಮ್, ಸಧ್ಯಕ್ಕೆ ಹಾಗೇ ಆಗಲಿ, ಆದರೆ ಬೇರೆ ಯಾವುದಾದರೂ ಸರಕಾರಿ ಕ್ವಾರ್ಟರ್ಸ್ ಇದ್ದರೆ ಒಂದೆರಡು ತಿಂಗಳು ಕೊಟ್ಟರೆ ಚೆನ್ನಾಗಿರುತ್ತೆ' ಎಂದೆವು. ಸ್ವಲ್ಪ ಯೋಚಿಸಿದ ಅವರು, 'ಒಂದು ಕ್ವಾರ್ಟರ್ಸ್ ಖಾಲಿ ಇದೆ. ಆದರೆ ಅದು ಸಧ್ಯಕ್ಕೆ ಬೇರೆಯವರಿಗೆ ಅಲಾಟ್ ಆಗಿದೆಯಲ್ಲ.. ನಾಳೆ ಡಿಎಂ ಬರ್ತಾರೆ, ಅವರ್‍ನ ವಿಚಾರಿಸಿ ಅವರಿಗೆ ಒಂದೆರಡು ತಿಂಗಳಾದ ಮೇಲೆ ಅಲಾಟ್ ಮಾಡ್ತೀವಿ ಅಂತ ಹೇಳಿ, ನಿಮ್ಗೆ ಕೊಡುವುದಕ್ಕೆ ಪ್ರಯತ್ನಿಸ್ತೀನಿ. ಯಾವುದಕ್ಕೂ ನಾಳೆ ಬನ್ನಿ' ಎಂದರು. ತಾತ್ಕಾಲಿಕವಾಗಿ ಆಪತ್ತಿನಿಂದ ಪಾರಾದ ನಾವು, ಚಹಾ ಕುಡಿದು ಅಲ್ಲಿಂದ ಅತಿಥಿ ಗೃಹಕ್ಕೆ ಬಂದಿದ್ದೆ ಎರಡು ಕೊಠಡಿಗಳಲ್ಲಿ ಸೇರಿಕೊಂಡೆವು. ಹಿಂದಿದ್ದ ಒಂದು ಹೊರಮನೆಯಲ್ಲಿ ತೊಂಗ್‌ಪಾಂಗ್ ಮತ್ತು ಕಾಂಚಾ ಠಿಕಾಣಿ ಹೂಡಿದರು.

ಒಳ್ಳೆ ಕೋಣೆ, ಒಳ್ಳೆ ಮಂಚಗಳು, ಬಿಸಿನೀರು ಎಲ್ಲಾ ಇದ್ದು ಖುಷಿಯೇನೋ ಆಯಿತು, ಆದರೆ ಎಷ್ಟು ದಿನಕ್ಕೆ? ಅದೆಲ್ಲಾ ಒಂದು ಕಡೆಗಿರಲಿ, ಈ ಎಡಿಸಿ ವಸಂತಾ ಬಂದು ಈ ಬೆಟ್ಟಗಳಲ್ಲಿ ಸಿಕ್ಕಿಕೊಂಡಿರುವುದು ಮಾತ್ರ ನನಗೇಕೋ ಸರಿಯೆನಿಸಲಿಲ್ಲ. ನಾನೂ ಐಎಎಸ್ಸೊ, ಕೆಎಎಸ್ಸೊ ಮಾಡಿದ್ದರೆ ಚೆನ್ನಾಗಿತ್ತು ಎನಿಸಿತು. ಇದಕ್ಕೆ ಮುಂಚೆಯೂ ಎಷ್ಟೋ ಸಲ ಹಾಗೆ ಅನಿಸಿದ್ದುಂಟು. ಆದರೆ ಎಂಎಸ್ಸಿ ಮುಗಿಸಿದ್ದೆ ಮದುವೆ ಮಾಡಿಕೊಂಡು, ಒಂದು ದೊಡ್ಡ ತಪ್ಪು ಮಾಡಿಬಿಟ್ಟೆ ಅನಿಸಿತ್ತು. ಈಗ ಅದೆಲ್ಲಾ ಯೋಚಿಸಿ ಪ್ರಯೋಜನವಿಲ್ಲ ಎಂದುಕೊಂಡೆ.

ಪಕ್ಕಾ ಮನೆ ಸಿಗುವವರೆಗೂ ಫೀಲ್ಡ್ ಕೆಲಸ ಶುರುಮಾಡುವ ಉದ್ದೇಶ ನಮಗೆ ಇರಲಿಲ್ಲ. ಅದರ ಮಧ್ಯೆ ಬೇರೆ ಬೇರೆ ಕಚೇರಿಗಳಲ್ಲೂ ಕ್ವಾರ್ಟರ್ಸ್ ಬಗ್ಗೆ ವಿಚಾರಿಸತೊಡಗಿದೆವು, ಎಲ್ಲೂ ಸಿಗಲಿಲ್ಲ. ಡಿಎಂ ಸಿಕ್ಕಾಗ ಎಡಿಎಂ ಸಿಗುತ್ತಿರಲಿಲ್ಲ. ಎಡಿಎಂ ಸಿಕ್ಕಾಗ ಡಿಎಂ ಸಿಗುತ್ತಿರಲಿಲ್ಲ. ಇಬ್ಬರೂ ಸಿಕ್ಕಾಗ ಮನೆ ಅಲಾಟ್ ಆಗಿರುವ ಅಧಿಕಾರಿ ಸಿಗುತ್ತಿರಲಿಲ್ಲ. ಹೀಗಾಗಿ ದಿನಗಳು ಮುಂದುವರಿಯುತ್ತಲೆ ಹೋಗುತ್ತಿದ್ದವು. ದಿನಾ ಬೆಳಿಗ್ಗೆ ಮನೆ ಹುಡುಕುವುದು, ಮಧ್ಯಾಹ್ನ ಊಟಮಾಡುವುದು, ಸಾಯಂಕಾಲ ಟುಯಿನ್‌ಸಾಂಗ್ ಪಟ್ಟಣ ಸುತ್ತುವುದು, ಟಿವಿ ನೋಡುವುದು, ಇದೇ ನಡೆದಿತ್ತು. ಟುಯಿನ್‌ಸಾಂಗ್ ಜಿಲ್ಲೆಯಲ್ಲಿ ಮುಖ್ಯವಾಗಿ ಚಾಂಗ್ ಬುಡಕಟ್ಟು ಜನರಿದ್ದು, ಜೊತೆಗೆ ಇನ್ನೂ ಕೆಲವು ಉಪಬುಡಕಟ್ಟುಗಳ ಜನರೂ ಇದ್ದರು. ಅದೇ ಕಣ್ಣು, ಅದೇ ಮೂಗು, ಅದೇ ಮುಖಗಳು, ಅದೇ ಬಣ್ಣ. ಮಕ್ಕಳಂತೂ ಸಣ್ಣಸಣ್ಣ ಕಣ್ಣುಗಳ ಜೊತೆಗೆ ಸುಂದರವಾಗಿ ಕಂಗೊಳಿಸುತ್ತಿದ್ದರು.

ಮಧ್ಯೆಮಧ್ಯೆ ದೃಷ್ಟಿಯೆಂಬಂತೆ ಸುಂದರವಾದ ಮುಖಗಳ ಮೇಲೆ ಬೆಕ್ಕುಮೀಸೆ, ಹಕ್ಕಿಗರಿ, ಕೋರೆಹಲ್ಲುಗಳಂತೆ ಹಚ್ಚೆ ಹಾಕಿಕೊಂಡಿರುವ ಮಧ್ಯವಯಸ್ಸಿನ ಮಹಿಳೆಯರು ಮತ್ತು ಮುದುಕಿಯರು ಅಡ್ಡ ಸಿಗುತ್ತಿದ್ದರು. ಉಣ್ಣೆ ಶಾಲುಗಳನ್ನು ನಡುಗಳಿಗೆ ಸುತ್ತಿಕೊಂಡು ಫುಲ್ ಶರ್ಟ್‌ಗಳ ಮೇಲೆ ಸ್ವೆಟರ್‌ಗಳನ್ನು ಧರಿಸಿ, ಬೆನ್ನ ಮೇಲಿನ ಬುಟ್ಟಿಗಳಲ್ಲಿ ಸೌದೆ, ದವಸ-ಧಾನ್ಯ, ತರಕಾರಿ ಇತ್ಯಾದಿ ಹೊತ್ತು ಸಾಗುತ್ತಿದ್ದರು. ಭುಜಕ್ಕೆ ಅಡ್ಡವಾಗಿ ಸುತ್ತಿ ಕಟ್ಟಿಕೊಂಡಿದ್ದ ಶಾಲುವಿನಲ್ಲಿ ಪುಟ್ಟಪುಟ್ಟ ಮಕ್ಕಳು ಗೊಂಬೆಗಳಂತೆ ಪಿಳಿಪಿಳಿ ಕಣ್ಣುಬಿಟ್ಟು ನೋಡುತ್ತಿದ್ದವು. ಅಂಗಡಿಗಳೆಲ್ಲ ಬಿಹಾರಿ, ಯುಪಿ ಮತ್ತು ಮಾರ್ವಾಡಿಗಳದ್ದಾಗಿದ್ದು, ಹೋಟೆಲುಗಳು, ಶಾಲೆಗಳು ಮತ್ತು ಆಸ್ಪತ್ರೆಗಳು ಮಲೆಯಾಳಿ, ಒರಿಯಾ, ಬಿಹಾರಿಗಳದ್ದು. ನಮ್ಮನ್ನು ಬೀದಿಗಳಲ್ಲಿ ಯಾರೂ ಆಶ್ಚರ್ಯವಾಗಿ ನೋಡುತ್ತಿರಲಿಲ್ಲವಾದ್ದರಿಂದ ಲೀಲಾಜಾಲವಾಗಿ ಓಡಾಡುತ್ತಿದ್ದೆವು. ಈಗ ನಮ್ಮ ಜೊತೆಗೆ ಶಾಹು ಪತ್ನಿ ಮತ್ತು ಮಕ್ಕಳು ಸೇರಿಕೊಂಡಿದ್ದರು.

**ಚಿತ್ರ ೭೦ : ಟುಯಿನ್‌ಸಾಂಗ್‌ನಲ್ಲಿ ಸುಶೀಲಾ ಮತ್ತು ಶಾಹು ಕುಟುಂಬ**

ಎಡಿಎಂ ವಸಂತಾ ಅವರನ್ನು ಆಗಾಗ್ಗೆ ಸಂಧಿಸಿ ಮನೆಯ ಬಗ್ಗೆ ನಾನು ಮತ್ತು ಶಾಹು ಒತ್ತಾಯ ಮಾಡುತ್ತಲೇ ಇದ್ದೆವು. ಒಂದು ದಿನ 'ನಿಮಗೆ ಇಲ್ಲಿ ಹೇಗನಿಸುತ್ತೆ ಮೇಡಮ್? ಏನೂ ತೊಂದರೆ ಇಲ್ಲ ತಾನೆ?' ಕೇಳಿದೆ. 'ಅಯ್ಯೋ ಬಿಡಿ, ಅದೆಲ್ಲಾ ಏತಕ್ಕೆ? ನೀವೇ ನೋಡುತ್ತಿದ್ದೀರಲ್ಲ... ಇಲ್ಲಿ ಪುಢಾರಿಗಳು, ಅಧಿಕಾರಿಗಳು ಅನ್ನುವ ಅಂತರವೇ ಇಲ್ಲ. ಎಲ್ಲರೂ ನೇರವಾಗಿ ಕಚೇರಿಗಳ ಒಳಕ್ಕೆ ನುಗ್ಗಿ ಬರುತ್ತಾರೆ. ಕೆಲವೊಂದು ಸಲ ನಾನೇ ಹೊರಕ್ಕೆ ಹೋಗಿಬಿಡುತ್ತೇನೆ. ಇದು ಎಷ್ಟೋ ಮೇಲು, ಅತಿಥಿಗೃಹದಲ್ಲಿ ಯಾವಾಗಲಾದರೂ ಸಮಾರಂಭಗಳು ನಡೆದರೆ, ನನಗೆ ತಲೆ ಕೆಟ್ಟುಹೋಗುತ್ತೆ. ಒಂದು ದಿನ ಏನಾಯಿತೆಂದರೆ ಸಮಾರಂಭ ಮಧ್ಯ ರಾತ್ರಿಯವರೆಗೂ ನಡೆದಿತ್ತು, ನನ್ನಿಂದ ನಿದ್ದೆ ತಡೆದುಕೊಳ್ಳಲಾಗದೆ ಮಂಚದ ಮೇಲೆ ಮಲಗಿಬಿಟ್ಟೆ. ಬೆಳಿಗ್ಗೆ ಎದ್ದು ನೋಡುತ್ತೇನೆ. ಕೋಣೆ ತುಂಬಾ ಜನ. ಮಲಗಿ ನಿದ್ದೆ ಮಾಡುತ್ತಿದ್ದಾರೆ. ಕಾಲಿಡಲೂ ಸ್ಥಳವಿಲ್ಲ' ಎಂದು ಜೋರಾಗಿ ನಕ್ಕರು. ಎಂತಹವರನ್ನೂ ಆಕರ್ಷಿಸಬಲ್ಲ ಮೋಹಕ ನಗು ಮತ್ತೆ ಮುಂದುವರಿಸಿದರು.

'ಒಂದು ಮೆಚ್ಚಿಕೊಳ್ಳುವ ವಿಷಯವೆಂದರೆ ಅವರಿಗೆ ಯಾವ ಕೆಟ್ಟ ಉದ್ದೇಶಗಳೂ ಇರುವುದಿಲ್ಲ, ಏನು ಮಾಡಿದರೂ ನೇರವಾಗಿಯೇ ಮಾಡುತ್ತಾರೆ. ಕಾನೂನುಗಳೆಲ್ಲ ನಾಗಾಲ್ಯಾಂಡಿನ ಗಡಿಗಳಾಚೆಯೇ. ಏನೇ ತೊಂದರೆಯಾದರೂ ಹೊರಗಿನವರು ಯಾರೂ ತಮ್ಮ ಸ್ಥಳಗಳನ್ನು ಖಾಲಿ ಮಾಡುವುದಿಲ್ಲ. ಬೇಕಾದಷ್ಟು ಹಣ ಬರುತ್ತಿದ್ದರೆ ಯಾರಿಗೆ ತಾನೆ ಬೇಡ. ಯಾವುದಕ್ಕೂ ಏನೂ ಮಿತಿಯಿಲ್ಲ. ನಿಮಗೊಂದು ವಿಷಯ ಗೊತ್ತೆ? ನಾಗಾಗಳಿಗೆ ಮುಖ್ಯವಾಗಿ ಮೂರು ಮಹತ್ವಾಕಾಂಕ್ಷೆಗಳಿವೆ. ಒಂದು, ಪ್ರತಿಯೊಬ್ಬ ನಾಗಾ ಗಂಡಸಿಗೂ ಒಂದು ಆಓ (ನಾಗಾಗಳಲ್ಲೆ ಉತ್ತಮ ಬುಡಕಟ್ಟು) ಪತ್ನಿ, ಎರಡು, ದಿಮಾಪುರದಲ್ಲೊಂದು ಮನೆ (ನಾಗಾಲ್ಯಾಂಡಿನ ಬಯಲು ಪಟ್ಟಣ), ಮೂರು, ತಿನ್ನಲೂ ಮತ್ತು ಕುಡಿಯಲೂ ಹೇರಳವಾದಷ್ಟು ಮಾಂಸ ಮತ್ತು ಡ್ರಿಂಕ್ಸ್' ಮತ್ತೆ ಅದೇ ನಗು. 'ಹ... ಇನ್ನೊಂದು ವಿಷಯ, ನಿಮಗೆ ಹೇಳುವುದು ಮರೆತೇಬಿಟ್ಟೆ, ನಾಳಿದ್ದು ಮಿನಿಸ್ಟರ್ ಬರಲಿದ್ದಾರೆ, ನೀವು ಎರಡು ದಿನ

ಅತಿಥಿಗೃಹ ಖಾಲಿ ಮಾಡಬೇಕಾಗುತ್ತೆ. ಸಧ್ಯದಲ್ಲೆ ನಿಮಗೆ ಮನೆ ಏರ್ಪಾಡಾಗುತ್ತೆ. ಒಂದೆರಡು ದಿನ ಹೇಗಾದರೂ ವ್ಯವಸ್ಥೆ ಮಾಡಿಕೊಳ್ಳಿ' ಎಂದುಬಿಟ್ಟರು. ನಮ್ಮ ಜಂಘಾಬಲವೆ ಉಡುಗಿಹೋಗಿ, ಇಬ್ಬರೂ ಒಬ್ಬರನ್ನೊಬ್ಬರು ನೋಡಿಕೊಂಡೆವು.

ಅದೇ ದಿನ ಒರಿಯಾ ಡಾಕ್ಟರ್ ಒಬ್ಬರ ಸಹಾಯದಿಂದ, ಬಿಹಾರಿ ಅಧಿಕಾರಿಯೊಬ್ಬರ ಕುಟುಂಬ ಪಟ್ನಾದಲ್ಲಿದ್ದು, ಅವರಿಗೆ ಒಂದು ಕೋಣೆ ಸಾಕಾಗಿದ್ದು ಮಿಕ್ಕ ಕೋಣೆಗಳನ್ನು ನಮಗೆ ಬಿಟ್ಟುಕೊಟ್ಟರು. ನಮಗೆ ಅಷ್ಟೇ ಸಾಕೆಂದು ಆ ದಿನ ಮಧ್ಯಾಹ್ನವೆ ಸಾಮಾನುಗಳನ್ನು ಸಾಗಿಸಿ ಮರುದಿನದಿಂದಲೇ ಫೀಲ್ಡ್ ಕೆಲಸ ಶುರುಮಾಡಿಬಿಟ್ಟೆವು. ಬೆಳಿಗ್ಗೆ ೭ ಗಂಟೆಗೆಲ್ಲ ತಿಂಡಿ ತಿಂದು ಮಧ್ಯಾಹ್ನಕ್ಕೆ ಬುತ್ತಿ ಕಟ್ಟಿಕೊಂಡು ಜೊತೆಗೆ ನಾಲ್ವರು ಆಳುಗಳನ್ನು ಕರೆದುಕೊಂಡು ಹೊರಟುಬಿಡುತ್ತಿದ್ದೆವು. ಅದೇ ಕಣಿವೆ, ಬೆಟ್ಟ, ಶಿಖರಗಳು, ಗಿಡಮರ ಕಾಡು, ತೊರೆ ನದಿಗಳು. ಮಧ್ಯೆ ಮಧ್ಯೆ ಶಿಲೆಗಳಲ್ಲಿ ಅಲ್ಲೊಂದು ಇಲ್ಲೊಂದು ಎಲೆ ಮುದ್ರೆಗಳಿರುವ ಪಳೆಯುಳಿಕೆಗಳು ಮಾತ್ರ ದೊರಕುತ್ತಿದ್ದವು. ಈ ಪರ್ವತಗಳೆಲ್ಲ ಟರ್ಶಿಯರಿ ಯುಗಕ್ಕೆ ಸೇರಿದ ಜಲಜ ಶಿಲೆಗಳಾಗಿದ್ದು ಒಂದು ರೀತಿಯಲ್ಲಿ ಏಕಪ್ರಕಾರದ ಶಿಲೆಗಳಾಗಿದ್ದವು. ಬೆಟ್ಟ ಕಣಿವೆಗಳನ್ನು ಹತ್ತಿ ಇಳಿದ ಮೇಲೆ ಏನೇ ಸಿಗಲಿ, ಸಿಗದೇಹೋಗಲಿ ಸಾಯಂಕಾಲದ ಹೊತ್ತಿಗೆ ನಮ್ಮ ಕೈಕಾಲುಗಳೆಲ್ಲ ಸೋತು ಸುಣ್ಣವಾಗಿಬಿಡುತ್ತಿದ್ದವು. ಒಂದು ಒಳ್ಳೆಯ ಸಂಗತಿ ಎಂದರೆ ಸುಶೀಲ ಮತ್ತು ಕ್ರಾಂತಿ ಜೊತೆಯಲ್ಲಿದ್ದರು.

## ಎರಡು ಶಿಖರಗಳು ಅಪ್ಪಿಕೊಂಡಾಗ

ಒಂದು ದಿನ ಫೀಲ್ಡ್‌ನಿಂದ ಬರುವಾಗ ಕೂಲಿಕಾರರು ನಾವ್ಯಾರೂ ನಾಳೆ ಕೆಲಸಕ್ಕೆ ಬರುವುದಿಲ್ಲ ಎಂದರು. ವಿಷಯ ಏನೆಂದು ವಿಚಾರಿಸಿದಾಗ ಎರಡು ವೈರಿ ಹಳ್ಳಿಗಳು ನಾಳೆ

**ಚಿತ್ರ ೭೧ : ಎರಡು ಶಿಖರಗಳು ಅಪ್ಪಿಕೊಂಡ ಮೇಲೆ ಸಾಮೂಹಿಕ ನೃತ್ಯ**

ಒಂದಾಗಲಿದ್ದು ತಪ್ಪು ಮಾಡಿದ್ದ ಹಳ್ಳಿಯವರು ಇನ್ನೊಂದು ಹಳ್ಳಿಯವರನ್ನು ಆಹ್ವಾನಿಸಿ ಅವರಿಗೆ ಸಕಲ ಮಾರ್ಯಾದೆಗಳ ಜೊತೆಗೆ ಒಂದು ದೊಡ್ಡ ಹಬ್ಬವನ್ನೇ ಆಚರಿಸುವುದಾಗಿ ತಿಳಿಯಿತು. ಎರಡೂ ಹಳ್ಳಿಗಳ ಜನ ಬಹಳ ವರ್ಷಗಳಿಂದಲೂ ಕಡು ವೈರಿಗಳಾಗಿದ್ದು, ಒಂದು ಹಳ್ಳಿಯವರು ಇನ್ನೊಂದು ಹಳ್ಳಿಗೆ ಹೋಗುತ್ತಿರಲಿಲ್ಲವಂತೆ. ಅಷ್ಟೆ ಅಲ್ಲ, ಅವರ ನೆಲವನ್ನು ಇವರು, ಇವರ ನೆಲವನ್ನು ಅವರು ತುಳಿಯುವಂತೆಯೂ ಇಲ್ಲ. ನಾವ್ಯಾರಾದರೂ ಜೀಪಿನಲ್ಲಿ ಆ ಎರಡೂ ಹಳ್ಳಿಗಳ ಕಡೆಗೆ ಹೋಗಬೇಕಾದರೆ ಆ ಹಳ್ಳಿಗರನ್ನು ಅವರ ಸರಿಹದ್ದಿನಲ್ಲೇ ಬಿಟ್ಟು ಬರುವಾಗ ವಾಪಸ್ ಕರೆದುತರಬೇಕಾಗಿತ್ತು.

ನಾವಿದ್ದ ಹಳ್ಳಿಯವರು ಮತ್ತು ಎಡಿಸಿ ಅವರು ಸಮಾರಂಭಕ್ಕೆ ನಮ್ಮನ್ನೂ ಆಹ್ವಾನಿಸಿದರು. ಅವರ ಆಹ್ವಾನಕ್ಕಿಂತ ಹೆಚ್ಚಾಗಿ ಹೇಗೆ ಆಚರಿಸುತ್ತಾರೋ ಎಂಬುದನ್ನು ನೋಡಲು ನಾನು ಮತ್ತು ಶಾಹು ಹೊರಟೆವು. ಇಡೀ ಹಳ್ಳಿಯ ಜನ ಸಂಭ್ರಮದಿಂದ ತಮ್ಮ ಸಂಪ್ರದಾಯದ ಬಣ್ಣ ಬಣ್ಣದ ಉಡುಗೆ ತೊಡುಗೆಗಳನ್ನು ಧರಿಸಿ ಸಾಲಾಗಿ ನಿಂತಿದ್ದಾರೆ. ಮಹಿಳೆಯರು ಉಣ್ಣೆ ಶಾಲುಗಳನ್ನು ಸೊಂಟಗಳಿಗೆ ಸುತ್ತಿಕೊಂಡು, ದೊಗಳೆ ಕುಪ್ಪಸಗಳನ್ನು ಧರಿಸಿ ಕೂದಲನ್ನು ನೀಳವಾಗಿ ಹಿಂದಕ್ಕೆ ಬಾಚಿ, ತಲೆಗೆ ಒಂದು ಪಟ್ಟಿಯನ್ನು ಕಟ್ಟಿಕೊಂಡಿದ್ದಾರೆ. ಅಗಲವಾದ ಅಂಗವಸ್ತ್ರ ಸೊಂಟ ಎದೆ ಮತ್ತು ಬೆನ್ನನ್ನು ಸುತ್ತಿಕೊಂಡಿದೆ. ನುಣುಪಾದ ಕೈಕಾಲುಗಳು ಕುಣಿಯಲು ತವಕಿಸುವಂತೆ ಕಾಣುತ್ತಿವೆ.

ಗಂಡಸರು, ಹೆಚ್ಚೂ ಕಡಿಮೆ ಬರಿ ಮೈಯಲ್ಲಿದ್ದಾರೆ, ಕಪ್ಪಾದ ಯಾವುದೋ ಪ್ರಾಣಿಯ ಕೂದಲಿನಲ್ಲಿ ಹೆಣಿಗೆ ಮಾಡಿರುವ ಕುಲಾಯಿ, ಅದರಲ್ಲಿ ಸಿಕ್ಕಿಸಿರುವ ಉದ್ದುದ್ದವಾದ ಪಿಲಿಕನ್ ಹಕ್ಕಿಯ ರೆಕ್ಕೆಗಳು. ಕೊರಳಲ್ಲಿ ಹುಲಿ, ಕರಡಿಯ ಉಗುರುಗಳು, ಸೊಂಟದಲ್ಲಿ ಕಪ್ಪಾದ ನಡುಪಟ್ಟಿ. ಮರ್ಮಾಂಗದ ಮೇಲೆ ಥಳಥಳನೆ ಹೊಳೆಯುವ ಗುರಾಣಿಯಂತಹ ಬ್ರಾಸ್ ತಟ್ಟೆ, ಮೀನುಖಂಡಗಳ ಮೇಲೆ ಕಪ್ಪು ಬಣ್ಣದ ಪಟ್ಟಿ, ಎಲ್ಲರ ಕೈಗಳಲ್ಲೂ ನಾಡ ಬಂದೂಕುಗಳು. ನಾವು ಸಮಾರಂಭ ನಡೆಯುವ ಬಸ್ತಿಗೆ ನೇರವಾಗಿ ಹೋಗದೆ, ಮೆರವಣಿಗೆ ಹೊರಟಿರುವವರ ಜೊತೆಗೆ ಹೊರಟೆವು. ಅವರೋ ಸ್ಥಳೀಯ ಭಾಷೆಯಲ್ಲಿ ಕೂಗುತ್ತ ಕುಣಿಯುತ್ತಾ ಹೊರಟಿದ್ದಾರೆ. ಶಿಖರಗಳ ಏರಿಳಿತಗಳನ್ನು ಸುತ್ತಿಬಳಿಸಿ ಮೆರವಣಿಗೆ ಬಸ್ತಿಯ ಮುಖ್ಯ ದ್ವಾರ ತಲುಪಿದ್ದೆ, ಇನ್ನಷ್ಟು ಜೋರಾಗಿ ಕೂಗಾಡುತ್ತ ಹೆಣ್ಣು ಗಂಡೆನ್ನದೆ ಒಬ್ಬರನ್ನೊಬ್ಬರು ಅಪ್ಪಿಕೊಳ್ಳುತ್ತಾ ಆನಂದಬಾಷ್ಪ ಸುರಿಸಿದರು. ನಾಡು ಬಂದೂಕುಗಳು ಆಕಾಶದ ಕಡೆಗೆ ಮುಖ ಮಾಡಿ ಸಿಡಿಯತೊಡಗಿದವು. ಹಲವಾರು ವರ್ಷಗಳಿಂದ ವೈಷಮ್ಯ ತುಂಬಿಕೊಂಡಿದ್ದ ಮಂಜುಗಡ್ಡೆ ಒಮ್ಮೆಲೆ ಕರಗಿ ಪ್ರೀತಿಯ ಹೊಳೆಯಾಗಿ ಹರಿಯತೊಡಗಿತು. ಎಲ್ಲರನ್ನೂ ಬಸ್ತಿಯ ಮುಖ್ಯಸ್ಥರು ಆದರದಿಂದ ಬರಮಾಡಿಕೊಂಡರು.

ಅಗಲವಾದ ಚಪ್ಪರದ ಮಧ್ಯೆ ಸಣ್ಣ ವೇದಿಕೆ. ಮುಖ್ಯಸ್ಥರು ಮತ್ತು ಅತಿಥಿಗಳು ವೇದಿಕೆ ಮೇಲೆ ಆಸೀನರಾಗುತ್ತಿದ್ದಂತೆ ನಾಗಾ ಸಮೂಹದ ನೃತ್ಯ ಶುರುವಾಯಿತು. ಅವರು ಹಾಡುವ ಹಾಡುಗಳಲ್ಲಿ ತಲೆತಲಾಂತರದ ಹಿಂದೆ ಮನುಷ್ಯನೆಂಬ ಪ್ರಾಣಿ, ಭಾಷೆಯನ್ನು ಕಲಿತುಕೊಳ್ಳುವುದರ ಜೊತೆಗೆ ದುಡಿಯುವಾಗ ಆಯಾಸವನ್ನು ಮರೆಯಲು ಹಾಡುತ್ತಿರುವಂತೆ ತೋರುತ್ತಿತ್ತು. ಆ ಹಾಡುಗಳ ಜೊತೆಗೆ ಬೆಟ್ಟಕಣಿವೆಗಳೆಲ್ಲ ಸೇರಿ ಮಾರ್ದನಿಗೊಳ್ಳುತ್ತಿದ್ದವು. ಮುಖ್ಯ ಅತಿಥಿಗಳಿಂದ ಅನಾವರಣಗೊಂಡ ಒಂದು ಕೆತ್ತನೆ ಕಲ್ಲು ತನ್ನ ಎದೆಯ ಮೇಲೆ ಈ ರೀತಿ ಬರೆದುಕೊಂಡಿತ್ತು: '...ನಮ್ಮೆರಡೂ ಹಳ್ಳಿಯ ಹಳೆಯ ವೈಷಮ್ಯ ಇಂದಿಗೆ

**ಚಿತ್ರ ೭೨ : ನೃತ್ಯ ಮಾಡುತ್ತಿರುವ ಒಂದು ಯುವ ಜೋಡಿ**

ಮುಕ್ತಾಯಗೊಂಡು ನಾವಿಬ್ಬರೂ ವೈರತ್ವವನ್ನು ಮರೆತು ಎಂದೆಂದಿಗೂ ಸಹಬಾಳ್ವೆಯಿಂದ ಬಾಳುತ್ತೇವೆಂದು ಪಣ ತೊಡುತ್ತಿದ್ದೀವಿ. ಇನ್ನು ಮುಂದೆ ನಮ್ಮ ಎರಡೂ ಹಳ್ಳಿಗಳ ಗೆಳೆತನ ಚಿರಕಾಲ ಮುಂದುವರಿಯಲೆಂದು ಪ್ರಾರ್ಥಿಸುತ್ತೇವೆ... ದೇವ ಮಾನವ ಜೀಸಸ್‌ನಲ್ಲಿ ಅರಿಕೆ' (ಈಗ ನಾಗಾಗಳೆಲ್ಲ ಕ್ರೈಸ್ತರಾಗಿದ್ದಾರೆ, ಅದಕ್ಕೆ ಮುಂಚೆ ನಿಸರ್ಗ ದೇವತೆಗಳ ಮುಂದೆ ಶಪಥ ಮಾಡುತ್ತಿದ್ದರು) ... ದಿನಾಂಕ. ಈ ಒಪ್ಪಂದಕ್ಕೆ ಸಾಕ್ಷಿ ಎಂಬಂತೆ ಗಿಡ ಮರ ಬೆಟ್ಟಗುಡ್ಡಗಳೆ ನಿಂತು ನೋಡುತ್ತಿದ್ದವು.

ಇನ್ನೊಂದು ಕಡೆ ವಿಧವಿಧವಾದ ಭಕ್ಷ್ಯಗಳ ತಯಾರಿ ನಡೆದಿದೆ. ಆಸೆಗಣ್ಣುಗಳಿಂದ ಪುಳಕಗೊಂಡ ಜನಸಮೂಹ ಅದರ ಸುತ್ತಲೂ ನಿಂತು ನೋಡುತ್ತಿದೆ. ಒಬ್ಬ ನಾಗಾ, 'ತುಮ್ ಪ್ಲೇನು ಮನು ಮಾನ್ಸ್ ಕಾಯ್‌ಬೊ?' ಎಂದ.

'ಹಮ್ ಸಬ್ ಕಾಯ್‌ಬೊ' ಎಂದೆ.

'ಕುತ್ತಾ ಕಾಯ್‌ಬೊ...? ಮಂಕಿ ಕಾಯ್‌ಬೊ...?' ಕೇಳಿದ. ನಾನು ಸುಮ್ಮನೆ ನಕ್ಕೆ.

'ಇಲ್ಲ ನಿನ್ನಿಂದ ಸಾಧ್ಯ ಇಲ್ಲ' ಎಂದವನು ಮತ್ತೆ,

'ನೀನೇನಾದರೂ ನಾಗಾ ಹುಡ್ಗೀನ ಮದುವೆಯಾಗಿದ್ದಿಯೇನು?' ಪ್ರಶ್ನಿಸಿದ.

'ಮಾಡ್ಕೋಬೇಕೆಂದಿದ್ದೀನಿ' ಎಂದೆ.

'ಓ ! ನೀನು ಮಾಡಿಕೊಳ್ಳುವುದು ಯಾವಾಗ? ಇದನ್ನೆಲ್ಲ ತಿನ್ನುವುದು ಯಾವಾಗ? ಅಗೋ ಅಲ್ಲಿ ನೋಡು. ಅದು ಹಂದಿ ಮಾಂಸ, ಇದು ಗೋಮಾಂಸ, ಇದು ನೋಡು ಕೋಳಿ ಪಿಳ್ಳೆ; ಇಲ್ಲಿ ನೋಡು ನಾಯಿ ಮಾಂಸ ಕೆಂಪಗೆ ತುಂಡುಗಳೆಲ್ಲ ಹೇಗೆ ಕುಣಿಯುತ್ತಿವೆ ಅಲ್ಲವೇ...? ಇದನ್ನ ತಿಂದರೆ ಮೈಯೆಲ್ಲಾ ಒಂದು ತರಹ ಹಾಗೇ ಗಾಳಿಯಲ್ಲಿ ತೇಲಿ

**ಚಿತ್ರ ೭೩ : ಸಂಪ್ರದಾಯ ಹಾಡುಗಳನ್ನು ಹಾಡುತ್ತಿರುವ ಮಹಿಳೆಯರು**

ಹೋದಂತಾಗುತ್ತೆ. ನಾವು ನತದೃಷ್ಟರು, ಮಂಗಗಳ ಮಾಂಸ ಮಾಡಲಾಗಲಿಲ್ಲ. ನಮ್ಮ ಕಾಡುಗಳಲ್ಲಿ ಅವುಗಳ ಉಪಟಳವೆ ಇಲ್ಲ, ಎಲ್ಲಾ ಅಸ್ಸಾಂ ಕಾಡುಗಳಲ್ಲಿವೆ. ಅದಕ್ಕೇ ತರಲಾಗಲಿಲ್ಲ.' ಬಹಳ ವ್ಯಥೆಯಿಂದ ಹೇಳಿಕೊಂಡ.

ಅಷ್ಟರಲ್ಲಿ ದೊಡ್ಡ ದೊಡ್ಡ ಕಡಾಯಿಗಳಲ್ಲಿ ಅಕ್ಕಿ ಬೀರ್‌ಅನ್ನು ತಂದಿಟ್ಟು ಎಲ್ಲರನ್ನೂ ಆ ಕಡೆಗೆ ಆಹ್ವಾನಿಸಲಾಯಿತು. ಎಲ್ಲರೂ ಬಿದಿರು ನಳಿಕೆಗಳಲ್ಲಿ ಬಿಯರ್ ತುಂಬಿಕೊಂಡು ಕುಡಿಯತೊಡಗಿದರು. ನನಗೂ, ಶಾಹೂಗು ಪಿಂಗಾಣಿ ಗ್ಲಾಸುಗಳಲ್ಲಿ ತುಂಬಿಕೊಟ್ಟರು. ಹುಳಿ ಹುಳಿಯಾದ ಅಕ್ಕಿ ಗಂಜಿ, ಆರೋಗ್ಯಕ್ಕೆ ಬಹಳ ಒಳ್ಳೆಯದಂತೆ. ಸ್ವಲ್ಪ ಸ್ವಲ್ಪವೆ ಕುಡಿಯತೊಡಗಿದೆವು. ಅಷ್ಟರವರೆಗೂ ಸುಮ್ಮನಿದ್ದ ಶಾಹೂ, 'ಸಾಲಾ ಆಜ್ ಯೇ ಭೀ ಪೀಯೇಂಗೆ ಸ್ವಾಮಿ ಸಾಬ್, ನಾನು ಬರಿ ಕೋಳಿ ಮಾಂಸ ತಿನ್ನುತ್ತೇನೆ, ನೀವು?' ಕೇಳಿದರು. ನಾನು ಏನೂ ಹೇಳಲಿಲ್ಲ. ಸ್ವಸಹಾಯ ಪದ್ಧತಿಯಿಂದ ನಾಗಾಗಳೆಲ್ಲ ಹಂದಿ, ಗೋಮಾಂಸ ಮತ್ತು ಕುತ್ತಾ ಭಕ್ಷ್ಯಗಳ ಸುತ್ತ ಅಮರಿಕೊಂಡಿದ್ದರು. ಕೋಳಿ ಪಿಳ್ಳೆಗಳ ಕಡೆಗೆ ನಾವು ಬಯಲು ಸೀಮೆಯವರು ಮಾತ್ರ ನಿಂತಿದ್ದೆವು. ನಾನು ಮತ್ತು ಶಾಹು ತಟ್ಟೆ ತುಂಬಿಕೊಂಡು, ಅಕ್ಕಿ ಬೀರು ಜೊತೆಗೆ ಒಂದು ಕಡೆ ಕುಳಿತುಕೊಂಡೆವು. ಅಕ್ಕಿಬೀರ್ ಮತ್ತು ಕೋಳಿ ಬಿರಿಯಾನಿ ಚೆನ್ನಾಗಿಯೇ ಇತ್ತು. ಭರ್ಜರಿ ಊಟ ಮುಗಿಸಿದ ನಾವು ಅಲ್ಲಿಂದ ಬೀಳ್ಕೊಂಡೆವು. ಊಟದ ಜೊತೆಗೆ ಬಿಯರ್ ಹೊಟ್ಟೆ ಸೇರಿದ್ದರಿಂದ ಸಣ್ಣದಾಗಿ ಮತ್ತೇರಿ, ಕ್ವಾರ್ಟರ್ಸ್ ಸೇರಿಕೊಂಡೆವು.

* * *

ಟುಯಿನ್‌ಸಾಂಗ್ ಸುತ್ತಮುತ್ತ ಕೆಲಸ ಮುಗಿಯುತ್ತಾ ಬಂದಿದ್ದು, ಅಲ್ಲಿಂದ ಇನ್ನೂ ಈಶಾನ್ಯಕ್ಕೆ ಅಂದರೆ ಲೊಂಗ್‌ಲೆಂಗ್ ಕಡೆಯ ಕೆಲಸ ಬಾಕಿ ಉಳಿದಿತ್ತು. ಜೊತೆಗೆ ಕ್ರಾಂತಿಯ ಚಳಿಗಾಲದ ರಜಾ ಕೂಡ ಮುಗಿಯುತ್ತಾ ಬಂದಿತ್ತು. ಒಂದು ದಿನ ಎಂದಿನಂತೆ ಮನೆ ಖಾಲಿ ಮಾಡಿ, ಗಂಟುಮೂಟೆ ಕಟ್ಟಿಕೊಂಡು ದಿಮಾಪುರದ ಕಡೆಗೆ ಪ್ರಯಾಣ ಹೊರಟೆವು. ಶಾವು ಅವರ ಕುಟುಂಬ ಆಗಲೇ ದಿಮಾಪುರ ಸೇರಿಕೊಂಡಿತ್ತು. ಸಮುದ್ರದ ಅಲೆಗಳಂತೆ ಕಾಣಿಸುತ್ತಿದ್ದ ಹಿಮಾಲಯ ಪರ್ವತ ಕಣಿವೆಗಳನ್ನು ಇಳಿಯುವುದರೊಳಗೆ ಸೂರ್ಯ ಪಶ್ಚಿಮದ ಕಡೆಗೆ ವಾಲಿಕೊಂಡಿದ್ದ. ಮೊಖಕ್‌ಚುಂಗ್ ದಾಟಿ ಅಸ್ಸಾಂನ ಕೆಳ ತಪ್ಪಲುಗಳನ್ನು ಮುಟ್ಟುವ ಅವಸರದಲ್ಲಿ ನಮ್ಮ ಜೀಪು ಕಾಲು ಮುರಿದುಕೊಂಡಂತೆ ಒಂದು ತಿರುವಿನಲ್ಲಿ ಮುಗ್ಗರಿಸಿ ನಿಂತುಕೊಂಡುಬಿಟ್ಟಿತು. ಚಾಲಕನಿಗೆ ಸ್ವಲ್ಪ ರಿಪೇರಿ ಗೊತ್ತಿದ್ದರಿಂದ ಅವನು ಮೈಕೈಯಲ್ಲಾ ಗ್ರೀಸ್ ಮೆತ್ತಿಸಿಕೊಂಡು ರಿಪೇರಿ ಮಾಡತೊಡಗಿದ. ರಮಣೀಯ ದೃಶ್ಯಗಳನ್ನು ಆಹ್ಲಾದಕರವಾದ ತಂಗಾಳಿ ಇನ್ನಷ್ಟು ಹುರುಪುಗೊಳಿಸಿದ್ದರೂ ನಮ್ಮಿಂದ ಸವಿಯಲಾಗಲಿಲ್ಲ.

ಅಲ್ಲೆ ಹತ್ತಿರದಲ್ಲಿ ಬಿಹಾರಿ ಕೂಲಿಗಳು ರಸ್ತೆ ಕೆಲಸ ಮಾಡುತ್ತಿದ್ದರು. ರಸ್ತೆ ಪಕ್ಕದಲ್ಲೆ ಇರುವ ಉದ್ದವಾದ ಖಾಲಿ ಟಾರ್ ಡ್ರಮ್‌ಗಳಲ್ಲಿ ನಿರ್ಮಿತವಾದ ಶೆಡ್ಡಿನ ಸುತ್ತ ಕೆಲವು ಯುವಕರು ಬಿಸಿಲು ಕಾಯುತ್ತಾ ಹರಟೆ ಹೊಡೆಯುತ್ತಿದ್ದರು. ಇಂತಹ ಕಷ್ಟಕರವಾದ ಕೆಲಸಗಳನ್ನು ಹೆಚ್ಚಾಗಿ ಬಿಹಾರಿಗಳೆ ಮಾಡುವುದು. ಕುತೂಹಲದಿಂದ ಹತ್ತಿರಕ್ಕೆ ಹೋಗಿ ಷೆಡ್ಡಿನ ಒಳಕ್ಕೆ ಇಣಿಕಿ ನೋಡಿದೆ. ಹಳೆ ವಸ್ತುಗಳೆ ತುಂಬಿದ್ದ ಷೆಡ್ಡಿನಲ್ಲಿ ಸಾಲಾಗಿ ಹಾಕಿರುವ ಬಿದಿರು ಬೊಂಬುಗಳಿಂದ ಮಾಡಿದ ಮಂಚಗಳು, ಅವುಗಳ ಮೇಲೆ ರಜಾಯಿ ಮತ್ತು ಗದ್ದಿಗಳು. ಅಲ್ಲಲ್ಲಿ ನೇತಾಡುತ್ತಿರುವ ಚಿಂದಿ ಬಟ್ಟೆ, ಚೀಲಗಳು, ತುಟಿಗಳೇ ಇಲ್ಲದ ಮಡಿಕೆ ಕುಡಿಕೆಗಳು. ಮೂಲೆಯಲ್ಲಿ ಎಲ್ಲವನ್ನೂ ಮರೆಯಲೆಂಬಂತೆ ಟ್ರಾನ್ಸಿಸ್ಟರ್ ಒಂದು ಜೋಗುಳ ಹಾಡುತ್ತಿತ್ತು. ಮಧ್ಯೆ ಮಧ್ಯೆ ಅಲ್ಲಲ್ಲಿ ಚಟ್ಟದ ಮೇಲೆ ಮಲಗಿರುವಂತೆ ಸುಸ್ತಾಗಿ ನಿದ್ದೆ ಮಾಡುತ್ತಿರುವ ಕೂಲಿ ಆಳುಗಳು. ಒಟ್ಟಿನಲ್ಲಿ ಎಲ್ಲವೂ ಬಿಹಾರಿ ರಾಜ್ಯದ ಗೂಬೆ ನಕ್ಷೆಯಂತೆ ಕಾಣಿಸುತ್ತಿತ್ತು.

ಶಾಹು, ಜೀಪಿನ ಸುತ್ತಲೂ ನಾಯಿ ಮರಿಯಂತೆ ಚಕ್ಕರೆ ಹೊಡೆಯುತ್ತಲೇ ಇದ್ದಾರೆ. ಸುಶೀಲ ಜೀಪು ರಿಪೇರಿಯಾಗದೆ ಹೋದರೆ ಏನು ಮಾಡುವುದೆಂದು ಗಾಬರಿಗೊಂಡಿದ್ದಾಳೆ. ಸೂರ್ಯ ಇನ್ನೇನು ಪಶ್ಚಿಮ ಗುಡ್ಡಗಳ ಮೇಲೆ ತನ್ನ ಕಾಲುಗಳನ್ನು ಊರಲಿದ್ದಾನೆ ಎನ್ನುವಾಗ ಜೀಪು ಹೊರಡಲು ತಯಾರಾಗಿ ನಮ್ಮನ್ನು ಕರೆಯುವಂತೆ ಶಬ್ದ ಮಾಡಿತು. ರಸ್ತೆಯ ಪಕ್ಕದಲ್ಲಿ ಕುಳಿತಿದ್ದ ನಾವು ಎದ್ದು ಹತ್ತಿರಕ್ಕೆ ನಡೆದೆವು. ದಿಮಾಪುರ ಇನ್ನೂ ಸುಮಾರು ೧೫೦ ಕಿ.ಮೀ. ದೂರವಿದ್ದು ಕನಿಷ್ಠ ೪ ಗಂಟೆಗಳ ಪ್ರಯಾಣವಿದೆ. ಜೋರಾಹಟ್‌ನಿಂದ ಗೋಲಾಘಾಟ್‌ವರೆಗೂ ರಸ್ತೆ ಏನೇನೂ ಚೆನ್ನಾಗಿರಲಿಲ್ಲ, ಜೀಪು ನಿಧಾನವಾಗಿ ೨೦ ಕಿ.ಮೀ. ವೇಗದಲ್ಲಿ ಚಲಿಸುತ್ತಿದ್ದು ಅಸ್ಸಾಂನ ಟಿಟ್ಟಿಬಾ ಎಂಬ ಊರು ತಲುಪಿದ್ದೆ, ರಸ್ತೆ ಬದಿಯಲ್ಲಿ ಸಿಕ್ಕಿದ್ದನ್ನೇ ಕೊಂಡು ತಿಂದು ಅಲ್ಲಿಂದ ಅದೇ ರಾತ್ರಿ ಹೇಗಾದರೂ ಸರಿ ದಿಮಾಪುರ ತಲುಪಲೇಬೇಕೆಂದು ಪ್ರಯಾಣ ಮುಂದುವರಿಸಿದೆವು. ತುಂತುರು ಮಳೆ ಶುರುವಾಗುವುದರ ಜೊತೆಗೆ ವಾತಾವರಣ ತಂಪೇರಿ, ಮಳೆ ಜೋರಾಗಿ ನಮ್ಮ ಮೇಲೂ ಬೀಳುತ್ತಿತ್ತು.

ರಾತ್ರಿ ೯ ಗಂಟೆಗೆ ಶಾಂತಿಪುರಂ ಎಂಬ ಹಳ್ಳಿ ತಲುಪಿದೆವು. ನಾಗಾಲ್ಯಾಂಡಿನ ಗಡಿ ಇನ್ನೂ ೩೦ ಕಿ.ಮೀ. ದೂರ ಇದೆ. ಎಲ್ಲಿ ನೋಡಿದರೂ ಏನೋ ಗುಸುಗುಸು ಮಾತು. ಭೀತಿ ತುಂಬಿದ ವಾತಾವರಣ. 'ಗಾಡಿ ಎಲ್ಲಿಗೆ ಹೋಗ್ಬೇಕು?' ಯಾರೋ ಕೇಳಿದರು. 'ದಿಮಾಪುರಕ್ಕೆ'

ಎಂದಿದ್ದೆ, 'ಅರೆ ರಸ್ತೆ ಬಂದ್ ಆಗಿದೆ. ನಾಳೆ ಬೆಳಿಗ್ಗೆ ೯ ಗಂಟೆವರೆಗೂ ಕರ್ಬಿಯಾಂಗ್‌ಲಾಂಗ್‌ನವರು ಬಂದ್ ಘೋಷಿಸಿದ್ದಾರೆ. ಗಾಡಿ ಎಲ್ಲಾದರೂ ಸುಟ್ಟುಬಿಟ್ಟಾರು. ರಾತ್ರಿ ಇಲ್ಲೇ ಎಲ್ಲಾದರೂ ಇದ್ದು ಬೆಳಿಗ್ಗೆ ಹೋಗಿ' ಎಂದರು.

ಆ ಊರಿನಲ್ಲಿ ಹೋಟೆಲು ಇರಲಿಲ್ಲ. ಊರಿನ ಹೊರಗಡೆ ಇದ್ದ ಒಂದೇ ವಿಶ್ರಾಂತಿ ಗೃಹಕ್ಕೆ ಕಳ್ಳರಂತೆ ಹೋಗಿ ಕೊಠಡಿ ಬಗ್ಗೆ ವಿಚಾರಿಸಿದೆವು. ಕಾವಲುಗಾರ 'ಒಂದು ಕೋಣೆಯೂ ಖಾಲಿ ಇಲ್ಲ. ನಿಮಗೆ ಇಷ್ಟವಾದರೆ ಹಾಲ್‌ನಲ್ಲಿ ಇರಬಹುದು. ಆದರೆ ಕಂಬಳಿಯಾಗಲಿ, ರಜಾಯಿಯಾಗಲಿ ಯಾವುದನ್ನು ಕೇಳಬೇಡಿ' ಎಂದ. ವಿಧಿ ಇಲ್ಲದೆ ನಾವು ಹಾಲ್ ಒಳಕ್ಕೆ ಬಂದೆವು. ಅಲ್ಲಿ ಒಂದೆರಡು ಕುರ್ಚಿಗಳು ಮತ್ತು ಒಂದು ಬೆಂಚ್ ಮಾತ್ರ ಇತ್ತು. ಆಗಲೇ ನಿದ್ದೆ ಮಾಡಿದ್ದ ಕ್ರಾಂತಿಯನ್ನು ಬೆಂಚಿನ ಮೇಲೆ ಮಲಗಿಸಿದೆ. ಸುಶೀಲ ಕೂಡ ಹಿಂದೆ ಮಂದೆ ನೋಡದೆ ಕ್ರಾಂತಿಯನ್ನು ಸರಿಸಿ ಪಕ್ಕದಲ್ಲೇ ಮಲಗಿಕೊಂಡಳು. ಹೊರಗಿದ್ದ ಶಾಲನ್ನು ಸುಶೀಲ ಹೊದ್ದುಕೊಂಡರೆ, ಕ್ರಾಂತಿಗೆ ನನ್ನ ಜಾಕೆಟ್ ತೆಗೆದು ಹೊದಿಸಿದೆ. ಹೋಲ್ಡಾಲ್, ರಜಾಯಿ, ಬಟ್ಟೆಗಳೆಲ್ಲ ಟ್ರೇಲರ್‌ನಲ್ಲಿದ್ದು ಈಗ ಬಿಚ್ಚಿದರೆ ಎಲ್ಲವನ್ನೂ ಒಳಕ್ಕೆ ತರಬೇಕು. ಮತ್ತೆ ಬೆಳಿಗ್ಗೆ ಗಾಡಿಗೆ ತುಂಬಿಸಿ ಕಟ್ಟಬೇಕು. ಹೊರಗೆ ಕತ್ತಲು, ಮಳೆ ಬೇರೆ ಬೀಳುತ್ತಿತ್ತು.

ಹೇಗಾದರೂ ಆಗಲಿ ಎಂದುಕೊಂಡು ಒಂದು ಕುರ್ಚಿಯನ್ನು ಹತ್ತಿರಕ್ಕೆ ಎಳೆದುಕೊಂಡು ಪಕ್ಕದಲ್ಲಿಯೇ ಕುಳಿತುಕೊಂಡೆ. ಶಾಹು ಇನ್ನೊಂದು ಕುರ್ಚಿಯಲ್ಲಿ ಕುಳಿತುಕೊಂಡರು. ಮೇಲೆ ಒಂದೇ ಒಂದು ಬಲ್ಬು ಮಾತ್ರ ಕಾವಲು ಕಾಯುತ್ತಿತ್ತು. ಚಾಲಕ ಮತ್ತು ಶರ್ಮ(ಕಾಂಚಾ) ಗಾಡಿಯಲ್ಲೆ ಮಲಗಿಕೊಂಡರು. ಅದೊಂದು ಘೋರವಾದ ರಾತ್ರಿಯಾಗಿ ಸಮಯಕ್ಕೆ ಗೆದ್ದಲು ಹಿಡಿಯುತ್ತಿತ್ತು. ದೂರದಲ್ಲೆಲ್ಲೋ ಏಳುವ ಸದ್ದಿನ ಅಲೆಗಳು ಯಾವುದೋ ಅನಾಹುತವನ್ನು ಹೊತ್ತು ತರುವಂತೆ ಆಗಾಗ ನಮ್ಮಲ್ಲಿ ಭೀತಿಯನ್ನು ಹುಟ್ಟಿಸುತ್ತಿತ್ತು. ಅರೆ ನಿದ್ದೆ, ಅರೆ ಎಚ್ಚರ, ಮೈ ಕೊರೆಯುವ ಚಳಿ, ಯಾವುದೋ ಊರು, ಯಾವುದೋ ರಾಜ್ಯ, ಉಸಿರಾಡಿದರೆ ಗೋಡೆಗಳೇ ಎದ್ದು ಧಾಳಿ ಮಾಡುವಂತಹ ಸನ್ನಿವೇಶ.

ನಸುಕು ಮೂಡುವುದಕ್ಕಿಂತ ಮುಂಚೆಯೇ ಅಂದರೆ ೪ ಗಂಟೆಗೆಲ್ಲಾ ಎದ್ದು ಮುಖ ಕೂಡ ತೊಳೆಯದೆ ಹಾಗೆಯೇ ಹೊರಟೆವು. ಯಾರಾದರೂ ಗಾಡಿಯನ್ನು ಅಡ್ಡಗಟ್ಟುವರೋ ಅಥವಾ ಹಿಂದೆ ಅಟ್ಟಿಸಿಕೊಂಡು ಬರುವರೋ ಎಂಬ ಭೀತಿ ಇನ್ನೂ ಹೋಗಿರಲಿಲ್ಲ. ಈ ರಾಜ್ಯಗಳಲ್ಲಿ ನಡೆಯುವ ವಿದ್ಯಮಾನಗಳು, ಸ್ಥಳೀಯರ ನಡವಳಿಕೆ, ಕೇಂದ್ರ ಸರಕಾರದ ಧೋರಣೆಗಳು ಮತ್ತು ನೂರಾರು ಬಂಡುಕೋರರ ಅಟ್ಟಹಾಸ ಈ ಭಾಗವನ್ನು ಛಿದ್ರ ಛಿದ್ರವಾಗಿಸಿಬಿಟ್ಟಿದೆ. ಜೊತೆಗೆ ಚೀನಾ ದೇಶ ಪದೇ ಪದೇ ಅರುಣಾಚಲ ಪ್ರದೇಶ ತಮ್ಮದು ಎಂದು ಹೇಳುತ್ತಲೆ ಬರುತ್ತಿದೆ. ಅಂತೂ ನಾಗಾಲ್ಯಾಂಡಿನ ಗಡಿಯನ್ನು ತಲುಪಿದ ಮೇಲೆ ಜೀಪು ನಿಟ್ಟುಸಿರುಬಿಟ್ಟು ಸರಾಗವಾಗಿ ಓಡುತ್ತಿತ್ತು. ಈಗ, ಹಿಂದೆಯೇ ಇನ್ನೊಂದು ಭೀತಿ ಶುರುವಾಗಿತ್ತು. ಸುಶೀಲ ಮತ್ತು ಕ್ರಾಂತಿಯನ್ನು ದಿಮಾಪುರದಲ್ಲಿ ಬಿಟ್ಟು ಮತ್ತೆ ಬರ್ಮಾ ಗಡಿಯಲ್ಲಿರುವ ಲೊಂಗ್‌ಲೆಂಗ್ ಕಡೆಗೆ ಹೋಗಬೇಕಲ್ಲ ಎನ್ನುವುದು.

## ಅಧ್ಯಾಯ ೭

# ದೀಖು ನದಿಯ ಕಡೆಗೆ

ಎರಡು ಮೂರು ದಿನಗಳಲ್ಲಿ ಮನೆಗೆ ಬೇಕಾದ ಸಾಮಾನುಗಳನ್ನೆಲ್ಲ ತಂದುಕೊಟ್ಟು ಮತ್ತೆ ಫೀಲ್ಡ್‌ಗೆ ಹೋಗಲು ತಯಾರಿ ಮಾಡಿಕೊಂಡೆ. ನಮ್ಮ ಡೈರೆಕ್ಟರ್ ಕೂಡ ಬೇಗನೆ ಫೀಲ್ಡ್‌ಗೆ ಹೋಗುವಂತೆ ಒತ್ತಾಯ ಮಾಡುತ್ತಿದ್ದರು. ನಾಳೆ ಬೆಳಿಗ್ಗೆ ಫೀಲ್ಡ್‌ಗೆ ಹೊರಡಬೇಕು, ಅನ್ನುವಷ್ಟರಲ್ಲಿ ಶಾಹೂಗೆ ಭುವನೇಶ್ವರದಿಂದ ತುರ್ತಾಗಿ ತಂತಿ ಬಂದು ರಾತ್ರಿಯೇ ಅಲ್ಲಿಗೆ ಹೊರಟುಹೋಗಿದ್ದರು. ಈ ವಿಷಯ ತಿಳಿದಿದ್ದೆ ನನಗೇಕೊ ಸಣ್ಣದಾಗಿ ನಡುಕ ಶುರುವಾಯಿತು. ಹೊಸ ಸ್ಥಳ ಒಬ್ಬನೇ ಹೋಗಬೇಕು. ಬೇರೆ ದಾರಿ ಕಾಣದೆ ಹೊರಟು ನಿಂತೆ.

ಸುಶೀಲ 'ಅಯ್ಯೋ, ಏನ್ರಿ ಒಬ್ಬರೆ ಹೋಗ್ತಾ ಇದ್ದೀರಿ... ಭಾಯಿ ಸಾಬ್ ಸ್ವಾಮೀಜಿಯನ್ನು ಭದ್ರವಾಗಿ ನೋಡಿಕೊಳ್ಳಿ' ಎಂದು ಕಳಕಳಿಯಿಂದ ಚಾಲಕ ತೋಂಗ್‌ಪಾಂಗ್‌ಗೆ ಹೇಳಿದಳು. ನನಗಿನ್ನ ಚಿಕ್ಕವನಾದ ಅವನಿಗೆ ನನ್ನ ಹೊಣೆಯನ್ನು ಒಪ್ಪಿಸಿದುದು ನನಗ್ಯಾಕೊ ಸರಿಯೆನಿಸಲಿಲ್ಲ. ಸದ್ಯಕ್ಕೆ ಸುಮ್ಮನೆ ನಕ್ಕ ಅವನು ಏನೂ ಹೇಳಲಿಲ್ಲ. ಸಮಯ ಕಳೆದಷ್ಟು ಟೆನ್ಷನ್ ಏರುತ್ತಾ ಹೋಗುತ್ತಿತ್ತು. ಎಲ್ಲಾ ಸಾಮಾನುಗಳನ್ನು ತುಂಬಿಕೊಂಡು ಟ್ರೇಲರ್‌ಗೆ ಹಗ್ಗ ಬಿಗಿದು ಜೀಪಿನಲ್ಲಿ ಕುಳಿತುಕೊಂಡೆ.

ಚಾಲಕ ಎಂಜಿನ್ ಚಾಲನೆ ಮಾಡಿದ್ದೇ, ಸುಶೀಲ ಮತ್ತು ಕ್ರಾಂತಿ ಪಕ್ಕಕ್ಕೆ ಬಂದು ಕೈ ಬೀಸಿದರು. ಜೀಪು ಮತ್ತೊಮ್ಮೆ ಬಯಲಿನಿಂದ ಪರ್ವತಗಳ ಕಡೆಗೆ ಸಾಗಿತ್ತು. ಮೊಟ್ಟಮೊದಲ ಬಾರಿಗೆ ಬೆಟ್ಟಗಳಲ್ಲಿ ನನ್ನ ಏಕಪಾತ್ರಾಭಿನಯ ಪ್ರಾರಂಭಗೊಂಡಿತ್ತು. ಲೋಂಗ್‌ಲೆಂಗ್‌ನಿಂದ ಸುಮಾರು ೩೦ ಕಿಲೋಮೀಟರ್ ದೂರದಲ್ಲಿ ತೋಂಗ್‌ಪಾಂಗ್‌ನ ಬಸ್ತಿ ಇರುವುದಾಗಿ, ಆ ಬಸ್ತಿಯಿಂದ ಅವನ ಸಂಬಂಧಿ ಒಬ್ಬ ದಿಮಾಪುರಕ್ಕೆ ಬಂದಿದ್ದು ನಾವು ಹೋಗುವಾಗ ನಮ್ಮ ಜೊತೆಯಲ್ಲೇ ಅವನನ್ನು ಕರೆದುತರುತ್ತೇನೆಂದು ತೋಂಗ್‌ಪಾಂಗ್ ಮೊದಲೇ ತಿಳಿಸಿದ್ದ. ಜೀಪು ಒಂದು ವೃತ್ತದಲ್ಲಿ ನಿಂತುಕೊಂಡ ತಕ್ಷಣ ಆ ಯುವಕ ಗಾಡಿಯ ಹತ್ತಿರಕ್ಕೆ ಬಂದ. ಅವನ ಆಸೆ ನನಗೆ ಅರ್ಥವಾಗಿ ನನ್ನ ಪಕ್ಕದಲ್ಲಿಯೇ ಕುಳಿತುಕೊಳ್ಳಲು ಆಹ್ವಾನಿಸಿದೆ. ನನಗಿನ್ನ ಒಂದೆರಡು ವರ್ಷಗಳು ಚಿಕ್ಕವನಂತೆ ಕಾಣುತ್ತಿದ್ದು ಚೆನ್ನಾಗಿಯೇ ಬಟ್ಟೆ ಧರಿಸಿದ್ದ.

ಜೀಪಿನ ಹಿಂದೆ ನಮ್ಮ ಕಾಂಚಾ ಶರ್ಮಾ ಸಾಮಾನುಗಳ ಮಧ್ಯೆ ಕೋಳಿಪಿಳ್ಳೆಯಂತೆ ಕುಳಿತಿದ್ದಾನೆ. ಶರ್ಮನ ಒಂದು ವಿಶೇಷವೆಂದರೆ ನಮ್ಮ ಜೊತೆ ಫೀಲ್ಡ್ ಮುಗಿಸಿದಾಗ ಒಳ್ಳೆ ತೊಂಡೆಹಣ್ಣಿನಂತೆ ಊದಿಕೊಂಡಿರುತ್ತಾನೆ. ಮಧ್ಯಂತರದಲ್ಲಿ ಅವರ ಊರಿಗೆ ಹೋಗಿ (ನೇಪಾಳ) ಕೂಲಿನಾಲಿ ಮಾಡಿ ಮತ್ತೆ ಫೀಲ್ಡ್‌ಗೆ ಬರುವಾಗ ಹಪ್ಪಳದಂತಾಗಿರುತ್ತಾನೆ. ಅಡಿಗೆ ಮಾಡುವುದರಲ್ಲಿ ಅವನದು ಭಾರಿ ವೈಭವ. ಹಿಂದಿನ ವರ್ಷ ನಾನು, ಶಾಹು ಫೀಲ್ಡ್‌ಗೆ ಹೋದಾಗ ೧೬ ಕೆಜಿಯ ಸಾಸುವೆ ಎಣ್ಣೆ ಟಿನ್ನು ಕೊಂಡುಕೊಂಡಿದ್ದೆವು. ಭೂಪ ಇದನ್ನು ಕೇವಲ ೪೦ ದಿನಗಳಲ್ಲಿ ಮುಗಿಸಿದ್ದ. ಫೀಲ್ಡ್ ಮುಗಿದಾಗ ಅವನ ಕೆನ್ನೆಗಳಲ್ಲಿ ಎಣ್ಣೆ ಜಿನುಗುತ್ತಿತ್ತು.

ಅದೇ ರಸ್ತೆ, ಅದೇ ದೃಶ್ಯಗಳು, ಅದೇ ಗೋಲಾಘಾಟ್, ಮರಿಯಾಣಿ ದಾಟಿದ ಮೇಲೆ ಮೊಖಕ್‌ಚುಂಗ್ ತಲುಪುವುದಕ್ಕಿಂತ ಮುಂಚೆ ನಮ್ಮ ಜೀಪು ಮುಖ್ಯ ರಸ್ತೆಯಿಂದ

ಸೀಳಿಕೊಂಡಿದ್ದ ಕವಲು ರಸ್ತೆಯಲ್ಲಿ ಇನ್ನೂ ಈಶಾನ್ಯಕ್ಕೆ ದೀಖು ನದಿಯ ಪ್ರಪಾತದ ಕಡೆಗೆ ಇಳಿಯತೊಡಗಿತು. ದಟ್ಟವಾದ ಕಾಡು, ಆಳವಾದ ಇಳಿಜಾರುಗಳು, ಹೇರಳವಾದ ಮೆಕ್ಕಲು ಮಣ್ಣಿನ ರಾಶಿ, ಸುತ್ತಲೂ ರಾಶಿ ರಾಶಿ ಮೋಡಗಳು ಹೆಪ್ಪುಗಟ್ಟಿ ಗುಡುಗಲು ಪ್ರಾರಂಭಿಸಿದ್ದೆ ಮಳೆ ಹನಿಗಳು ಪಟಪಟನೆ ಉದುರಿದವು. ಇದೆಲ್ಲದರ ನಡುವೆ ದಿನ ಮೊಟುಕುಗೊಂಡು ಕತ್ತಲು ಆವರಿಸಿಕೊಳ್ಳುತ್ತಿದ್ದಂತೆ ನನ್ನಲ್ಲಿ ಸಣ್ಣದಾಗಿ ಭಯ ತುಂಬಿಕೊಳ್ಳುತ್ತಿತ್ತು. ನಮ್ಮ ಮಹೇಂದ್ರ ಜೀಪು ತಗ್ಗು ದಿಣ್ಣೆಗಳಲ್ಲಿ ಎದ್ದುಬಿದ್ದು ಮುಗ್ಗರಿಸುತ್ತಾ, ಏದುಸಿರುಬಿಡುತ್ತಾ ಸಾಗುತ್ತಿದೆ. ಅದೇ ಸಮಯಕ್ಕೆ ಪಕ್ಕದಲ್ಲಿದ್ದ ಯುವಕ,

'ನೋಡಿ ಸಾರ್, ಇದೇ ಸ್ಥಳದಲ್ಲಿ ನಿನ್ನೆಯಲ್ಲಾ ಮೊನ್ನೆ ಸಾಯಂಕಾಲ ನಮ್ಮೂರಿನವರು ಜೀಪಿನಲ್ಲಿ ಬರುತ್ತಿದ್ದಾಗ ಯಾರೋ ಒಂದಿಷ್ಟು ಜನ ಅಡ್ಡಗಟ್ಟಿ ಚೆನ್ನಾಗಿ ಥಳಿಸಿ ಎಲ್ಲವನ್ನೂ ದೋಚಿಕೊಂಡರಂತೆ' ಎಂದ.

'ಯಾರು? ಕಳ್ಳರೆ?' ಪ್ರಶ್ನಿಸಿದೆ.

'ಗೊತ್ತಿಲ್ಲ. ಒಂದೇ ದಿನ ಮೂರು ಗಾಡಿಗಳನ್ನು ದೋಚಿದ್ದಾರೆ. ನಮ್ಮೂರಿನ ಒಬ್ಬರು, ಅವರಿಗೆ ಬಹಳ ಧೈರ್ಯ, ಏನೂ ಕೊಡುವುದಿಲ್ಲಾ ಎಂದರಂತೆ. ತಕ್ಷಣ, ಚಾಕು ತೆಗೆದು ಹೊಟ್ಟೆ ಸೀಳಿಬಿಟ್ಟರಂತೆ.'

**ಚಿತ್ರ ೭೪ : ದೀಖು ನದಿಯ ದಾರಿಯಲ್ಲಿ ಪರ್ವತ ಶ್ರೇಣಿಗಳು**

'ಆಮೇಲೆ?'

'ಆಮೇಲೆ ಏನಾಯಿತೊ ಗೊತ್ತಿಲ್ಲ. ಮೊಖಕ್‌ಚುಂಗ್ ಆಸ್ಪತ್ರೆಯಲ್ಲಿ ಚಿಕಿತ್ಸೆ ಪಡೆಯುತ್ತ ಇದ್ದಾರಂತೆ' ಎಂದ.

ದೀಖು ನದಿಯ ದಿಬ್ಬದಲ್ಲಿ ನನ್ನ ಮನಸ್ಸಿನೊಳಗಿನ ನಾಯಿಮರಿ ಒಳಗೊಳಗೆ ವಿಲವಿಲನೆ ಕುಂಯ್‌ಗುಟ್ಟಿತು.

ಒಂದು ತಿಂಗಳು ಹಿಂದೆಯೇ ಲೋಂಗ್‌ಲೆಂಗ್ ಜಿಬಿ ಮತ್ತು ಎಡಿಸಿಗೆ ವಸತಿಯ ಬಗ್ಗೆ ಪತ್ರ ಬರೆದಿದ್ದರೂ ಉತ್ತರ ಮಾತ್ರ ಬಂದಿರಲಿಲ್ಲ. ಜೀಪು ಚಲಿಸುತ್ತಲೇ ಇದೆ. ಆದರೆ ಲೋಂಗ್‌ಲೆಂಗ್ ಮಾತ್ರ ಇನ್ನಷ್ಟು ಲಾಂಗ್ ಆಗುತ್ತಲೇ ಹೋಗುತ್ತಿದೆ. ಈಗ ಪೂರ್ತಿ ಕತ್ತಲಾಗಿ ಹೆಡ್‌ಲೈಟ್ ಹೊತ್ತಿಸಿಕೊಂಡ ಜೀಪು,-ದೀಖು ಪ್ರಪಾತದಿಂದ ಮೇಲಕ್ಕೆ ಏರುತ್ತಾ, ಏರುತ್ತಾ ಮುಂದೆ ಮುಂದೆ ಹೋಗಿ, ಒಂದೆರಡು ತಿರುವುಗಳಾದ ಮೇಲೆ ನೇರವಾಗಿ ಸಾಗಿ, ಸಣ್ಣಪುಟ್ಟ ದಿಣ್ಣೆಗಳನ್ನು ದಾಟಿ ಒಂದು ಮನೆಯ ಮುಂದೆ ನಿಂತುಕೊಂಡಿತು. ಅಷ್ಟರಲ್ಲಿ ಮಳೆಯ ಹನಿಗಳು ಇನ್ನಷ್ಟು ರಭಸವಾಗಿ ನಾವು ಜೀಪಿನಿಂದ ಇಳಿಯಲೂ ಆಗಲಿಲ್ಲ.

ಚಾಲಕ 'ಇದೇ ವಿಶ್ರಾಂತಿ ಗೃಹ' ಎಂದು ಹೇಳಿದ.

'ಇಳಿದು ಯಾರಾದರೂ ಇದ್ದಾರೇನೋ ನೋಡು' ಎಂದೆ. ಅಷ್ಟರಲ್ಲಿ ವಿದ್ಯುತ್ ಹೋಗಿ ಪೂರ್ತಿ ಕತ್ತಲಾದ್ದರಿಂದ, ಹೆಡ್‌ಲೈಟ್‌ಗಳನ್ನು ಹಾಗೆ ಹೊತ್ತಿಸಿಟ್ಟು ಇಳಿದು ಹೋಗಿ ಬಾಗಿಲು ಹತ್ತಿರ ಸದ್ದು ಮಾಡಿದ. ಸುಮಾರು ಹೊತ್ತು ಯಾರೂ ಬರಲಿಲ್ಲ. ಕೊನೆಗೆ ಯಾರೋ ಒಬ್ಬರು ಕತ್ತಲಲ್ಲಿ ಬಾಗಿಲನ್ನು ಸಣ್ಣದಾಗಿ ತೆರೆದು ಏನೋ ಹೇಳಿ ಮತ್ತೆ ಬಾಗಿಲು ಮುಚ್ಚಿಕೊಂಡರು. ಹತ್ತಿರ ಬಂದ ಚಾಲಕ,

'ಸಾಬ್ ವಿಶ್ರಾಂತಿ ಗೃಹ ಖಾಲಿ ಇಲ್ಲವಂತೆ, ಎಡಿಸಿ ಸಾಬ್ ಟುಯಿನ್‌ಸಾಂಗ್‌ಗೆ ಹೋಗಿದ್ದಾರಂತೆ. ಅವರ ಫ್ಯಾಮಿಲಿ ಮಾತ್ರ ಇದೆ' ಎಂದ. ಯಾಕೋ ಗ್ರಹಚಾರ ಸರಿಯಿಲ್ಲ ಎನಿಸಿತು. ಬಹುಶಃ ಎಡಿಸಿ ತನ್ನ ಠಿಕಾಣಿ ಇಲ್ಲೇ ಊರಿರಬಹುದು ಅಥವಾ ಇನ್ನೇನಾದರೂ ಮಾಮ್ಲಾ ಇರಬಹುದು. ಕತ್ತಲು ಬೇರೆ, ಏನು ಮಾಡಬೇಕೋ ಒಂದೂ ತಿಳಿಯಲಿಲ್ಲ.

ನನ್ನ ತಲೆಯ ಎಡ ಗೋಳದಲ್ಲಿ ವಿದ್ಯುತ್ ಫ್ಯೂಸ್ ಹೋಗಿ ಕೆಲವು ಕ್ಷಣಗಳು ಕತ್ತಲಾವರಿಸಿದಂತಾಯಿತು, ಸಾವರಿಸಿಕೊಂಡು,

'ತೊಂಗ್‌ಪಾಂಗ್ ನಿಮ್ಮ ಬಸ್ತಿ ಎಷ್ಟು ದೂರ ಆಗುತ್ತೆ?' ಕೇಳಿದೆ.

'ಅರೆ ಸಾಬ್, ಬಹಳ ದೂರ ಆಗುತ್ತೆ, ಕತ್ತಲು ಬೇರೆ' ಎಂದ.

ಪಕ್ಕದಲ್ಲಿದ್ದ ಯುವಕ, 'ನಮ್ಮಣ್ಣನ ಮನೆ ಇದೇ ಬಸ್ತಿಯಲ್ಲಿದೆ, ಹೋಗೋಣ ಬನ್ನಿ' ಎಂದ. ಖುಷಿಯ ಜೊತೆಗೆ ತಬ್ಬಿಬ್ಬಾದ ನಾನು ಒಮ್ಮೆಲೆ,

'ಆಯಿತು' ಎಂದೆ. ಜೀಪು ನಾಲ್ಕಾರು ನಿಮಿಷಗಳಲ್ಲಿ ಒಂದು ಮನೆಯ ಮುಂದೆ ನಿಂತಿತು. ಆ ಯುವಕ ಮನೆಗೆ ಕತ್ತಲಲ್ಲಿ ದಾರಿ ತೋರಿಸುತ್ತ ನಿಧಾನವಾಗಿ ನೆಲವನ್ನೇ ಕತ್ತರಿಸಿ ಮಾಡಿದ್ದ ಮೆಟ್ಟಿಲುಗಳ ಮುಖಾಂತರ ಇನ್ನಷ್ಟು ಎತ್ತರಕ್ಕೆ ಕರೆದೊಯ್ದ. ಅಷ್ಟೇನು ವಿಶಾಲವಲ್ಲದ ಹಜಾರ, ಅದನ್ನು ದಾಟಿದ ಮೇಲೆ ಅಡಿಗೆಮನೆ. ಒಳಕ್ಕೆ ಆಹ್ವಾನಿಸಿದ.

ಒಂದು ಮಗುವಿನ ಜೊತೆ ಒಲೆಯ ಮುಂದೆ ಕುಳಿತಿದ್ದ ಮಹಿಳೆಯೊಬ್ಬಳು ಬಟ್ಟೆಗಳನ್ನು ಸರಿಪಡಿಸಿಕೊಂಡು ಮುಗುಳುನಗುವಿನ ಜೊತೆಗೆ ಬಿದಿರು ಮಣೆ ತೋರಿಸಿ 'ಬೈಬಿ' ಎಂದಳು. ನಾನು ಕುಳಿತುಕೊಂಡೆ. ಸಾಕಷ್ಟು ಸಂಕೋಚ ತುಂಬಿಕೊಂಡಿರುವ, ಬೇಗನೆ

ಗೆಳೆತನ ಮಾಡಿಕೊಳ್ಳುವಂತಹ ಸರಳವಾದ ಮುಖ ಆಕೆಯದು. ಮೈಪೂರ್ತಿ ನೆನೆದು ನಡುಕ ಶುರುವಾಗಿದ್ದ ನನಗೆ ಅವರ ಅಡಿಗೆಮನೆ ಹಿತವಾಗಿ ತೋರಿತು. ಅಷ್ಟರಲ್ಲಿ ಆ ಯುವಕ ಇನ್ನೊಬ್ಬರ ಜೊತೆಗೆ ಒಳ ಬಂದು 'ಇವರೇ ನಮ್ಮಣ್ಣ' ಎಂದು ಪರಿಚಯಿಸಿದ. ಕರಚಾಲನೆ ಮಾಡಿದೆ. ಪಕ್ಕದಲ್ಲೆ ಕುಳಿತುಕೊಂಡು ವಿಷಯವನ್ನು ಟಿಪ್ಪಣಿಯಾಗಿ ಸಂಗ್ರಹಸಿಕೊಂಡರು.

ಅಷ್ಟರಲ್ಲಿ ತೋಂಗ್‌ಪಾಂಗ್ ಮತ್ತು ಶರ್ಮ ಟ್ರೇಲರ್ ಬಿಚ್ಚಿ, ಬೇಕಾಗಿದ್ದ ಸಾಮಾನು ಗಳನ್ನು ಒಳಕ್ಕೆ ತಂದಿದ್ದರು. ಸ್ವಲ್ಪ ಸಮಯದ ನಂತರ ಆ ಯುವಕ ಮತ್ತೊಮ್ಮೆ ಒಳಕ್ಕೆ ಬಂದು ನನ್ನನ್ನು ಇನ್ನೊಂದು ಕೋಣೆಯೊಳಕ್ಕೆ ಕರೆದೊಯ್ದು, ಅದೊಂದು ಸಣ್ಣ ಕೋಣೆ. ಕೋಣೆ ತುಂಬಾ ಸಾಮಾನುಗಳು. ಗೋಡೆಗಳ ಮೇಲೆ ಹಲವು ಫೋಟೋಗಳ ಮಧ್ಯೆ ಎದ್ದು ಕಾಣುವ ಏಸು ಕ್ರಿಸ್ತನ ಫೋಟೋ. ಅದಕ್ಕೆ ಬಣ್ಣಬಣ್ಣದ ಬೆಳಕಿನ ಹಾರ ಹಾಕಲಾಗಿದೆ.

ದಣಿದ ದೇಹಕ್ಕೆ ವಿಶ್ರಾಂತಿ ನೀಡಲೆಂಬಂತೆ ಬಾಹುಗಳನ್ನು ಚೆಲ್ಲಿ ಮಲಗಿರುವ ಹಾಸಿಗೆ. ಹಾಸಿಗೆ ಮೇಲೆ ಒಂದು ಕಂಬಳಿ. ಈ ಹಾಸಿಗೆ ನನಗಾಗಿಯೇ ಇರಬೇಕು ಎಂದುಕೊಳ್ಳು ವಷ್ಟರಲ್ಲಿ, 'ನೀವಿಲ್ಲಿ ವಿಶ್ರಾಂತಿ ಪಡೆದುಕೊಳ್ಳಿ, ಅಡಿಗೆ ತಯಾರಾದ ಮೇಲೆ ಕರೆಯುತ್ತೇನೆ' ಎಂದ ಯುವಕ ನನ್ನ ಪ್ರತಿಕ್ರಿಯೆಗೂ ಎದುರು ನೋಡದೆ ಬಾಗಿಲಲ್ಲಿದ್ದ ಪರದೆ ಇಳಿಬಿಟ್ಟು ಹೊರಗಡೆಗೆ ಹೋದ. ಆ ಮನೆಯಲ್ಲಿ ಬಹುಶಃ ಇನ್ನೊಂದು ಕೋಣೆ ಮತ್ತು ಹಜಾರ ಇರಬಹುದು. ಈ ಕೋಣೆಯಲ್ಲಿ ಯಾರು ಮಲಗುತ್ತಿದ್ದರೋ ನನಗೆ ಬಿಟ್ಟುಕೊಟ್ಟಿದ್ದಾರೆ. ಕೇವಲ ಕೆಲವೇ ನಿಮಿಷಗಳ ಹಿಂದೆ ನನ್ನ ಠಿಕಾಣಿ ಸಮಸ್ಯೆ ಲೋಲಾಕಿನಂತೆ ಅಲ್ಲಾಡಿಬಿಟ್ಟಿತ್ತು. ಆದರೆ ಈಗ ಅವರ ಆತಿಥ್ಯಕ್ಕೆ ಆಭಾರಿಯಾಗಿಬಿಟ್ಟಿದ್ದೆ. ಬಟ್ಟೆ ಬದಲಿಸಿ ನನ್ನ ರಜಾಯಿಯ ಒಳಗೆ ಸೇರಿಕೊಂಡೆ. ಮೈಯೆಲ್ಲಾ ಸಡಿಲಗೊಂಡು ಬೆಚ್ಚಗಾಗಿ ನಿದ್ದೆಯ ದಡದಲ್ಲಿ ಈಜಾಡುತ್ತಿದ್ದಂತೆ, ಬಾಗಿಲು ತಟ್ಟಿದ ತೋಂಗ್‌ಪಾಂಗ್,

'ಖಾನಾ ಖಾನೆ ಕಾ ಆಯಿಬಿನ ಸಾಬ್' ಎಂದ. ಹಸಿವಿನಿಂದ ತತ್ತರಿಸಿಹೋಗಿದ್ದ ನಾನು ಅಡಿಗೆಕೋಣೆಯೊಳಕ್ಕೆ ಹೋದೆ.

ಒಲೆಯ ಸುತ್ತ ಸಣ್ಣಸಣ್ಣ ಬಿದಿರು ಮಣೆಗಳ ಮೇಲೆ ಎಲ್ಲರೂ ಕುಳಿತಿದ್ದಾರೆ. ನಾನೂ ಒಂದು ಮಣೆಯ ಮೇಲೆ ಕುಳಿತುಕೊಂಡೆ. ಬೆನ್ನ ಮೇಲೆ ಪಾತ್ರೆಯೊಂದನ್ನು ಹೊತ್ತಿರುವ ಒಲೆ, ಕೆಂಪು ಕೆಂಡಗಳನ್ನು ತುಂಬಿಕೊಂಡು ಧಗಧಗಿಸುತ್ತಿದೆ. ಮುಂದೆ ಕುಳಿತಿರುವ ಮಹಿಳೆ ತಟ್ಟೆಗಳಿಗೆ ಊಟ ಬಡಿಸುತ್ತಿದ್ದಂತೆ ಮೊದಲ ತಟ್ಟೆಯನ್ನು ತೋಂಗ್‌ಪಾಂಗ್ ನನಗೆ ಎತ್ತಿಕೊಟ್ಟ, ನಾನು ಪಕ್ಕದಲ್ಲಿ ಕುಳಿತಿರುವ ಮನೆಯ ಒಡೆಯನಿಗೆ ಕೊಡಲು ಹೋದೆ.

'ಇಲ್ಲ ನೀವು ತೆಗೆದುಕೊಳ್ಳಿ ನಮ್ಮ ಊಟ ನಿಮಗೆ ಇಷ್ಟವಾಗುತ್ತದೋ ಇಲ್ಲವೋ ಗೊತ್ತಿಲ್ಲ' ಎಂದು ಸಂದೇಹ ವ್ಯಕ್ತಪಡಿಸಿದ.

'ಹಾಗೇನೂ ಇಲ್ಲ, ನಾನು ಎಲ್ಲವನ್ನೂ ತಿನ್ನುತ್ತೇನೆ' ಎಂದೆ, ತಟ್ಟೆಯಲ್ಲಿ ನಾಗಾ ಅಕ್ಕಿಯ ಕೆಂಪಾದ ಅನ್ನ ಮತ್ತು ಇಲೈಪತ್ತದ (ಸಾಸುವೆ ಜಾತಿಯ ಒಂದು ಸೊಪ್ಪು) ಅರೆ ಬೆಂದ ಹಸಿರು ಪಲ್ಯ. ಗಿಣ್ಣುಗಳಲ್ಲಿ ನೀಲಿ ಬಣ್ಣದ (ಒಂದು ರೀತಿಯ ಸೋಯಾ ಬೀಜದ) ಸಾಂಬಾರು ಮತ್ತು ಗೊಜ್ಜು. ಗೊಜ್ಜು ಹೆಚ್ಚೂ ಕಡಿಮೆ ಕೋಲಾರ ಜಿಲ್ಲೆಯಲ್ಲಿ ರಾಗಿ ಮುದ್ದೆಗೆ ಮಾಡುವ ಗೊಜ್ಜಿನಂತಿದ್ದು ಜೊತೆಯಲ್ಲಿ ಒಣ ಮೀನುಗಳು ಇವೆ.

ದಕ್ಷಿಣ ಭಾರತದ ಹವಾಗುಣ ತಿಂಡಿ ತಿನಿಸುಗಳ ಬಗ್ಗೆ ಮಾತನಾಡುತ್ತ ಊಟ

ಚಿತ್ರ ೭೫ : ಲೊಂಗ್‌ಲೆಂಗ್ ಹಳ್ಳಿ

ಮಾಡತೊಡಗಿದೆವು. ಅನ್ನ, ಒಳ್ಳೆಯ ರುಚಿ ಇದ್ದು, ಸೊಪ್ಪು ಮಾತ್ರ ಹಸಿಹಸಿಯಾಗಿ ಅರೆಬೆಂದಿದ್ದು, ಕಹಿ ಮತ್ತು ಸಿಹಿಯ ಸಂಗಮವಾಗಿತ್ತು. ಅದರ ರುಚಿ ಮೊದಲೇ ನೋಡಿದ್ದ ನನಗೆ ತಿನ್ನಲು ಕಷ್ಟವಾಗಲಿಲ್ಲ. ಆದರೆ ನೀಲಿ ಸಾಂಬಾರನ್ನು ತಿನ್ನಲು ಆಗಲೇ ಇಲ್ಲ. ಅವರು ಏನೆಂದು ಕೊಳ್ಳುವರೋ ಎಂಬ ಭಯದಿಂದ ಒಂದೊಂದೆ ಸೋಯಾ ಕಾಳುಗಳನ್ನು ತಿಂದೆ. ಅದರ ಬಣ್ಣವೇ ಗಾಬರಿ ಹುಟ್ಟಿಸುತ್ತಿತ್ತು. ಇನ್ನು ಗೊಜ್ಜು, ಗೊಜ್ಜೇನೋ ಚೆನ್ನಾಗಿಯೇ ಇತ್ತು. ಆದರೆ ಒಣಮೀನುಗಳ ಜೊತೆಗೆ ರುಚಿಸಲಿಲ್ಲ. ಒಣಮೀನುಗಳನ್ನು ನಿಧಾನವಾಗಿ ಬೇರ್ಪಡಿಸಿ ಅನ್ನದ ಜೊತೆಗೆ ಗೊಜ್ಜನ್ನು ಕಲಿಸಿಕೊಂಡೆ.

ಊಟ ಮುಗಿಸಿದ ನಂತರ ತೋಂಗ್‌ಪಾಂಗ್ ಅಗಲವಾದ ಪಾತ್ರೆಯಲ್ಲಿರಿಸಿದ್ದ ನೀರಿನಲ್ಲಿ ತನ್ನ ತಟ್ಟೆಯನ್ನು ಅದ್ದಿ ತೊಳೆಯತೊಡಗಿದ. ನಾನೂ ಅದೇ ನೀರಿನಲ್ಲಿ ತೊಳೆಯಬೇಕೋ ಅಥವಾ ಅವರೇ ತೊಳೆದುಕೊಳ್ಳುವರೋ ಒಂದೆರಡು ಕ್ಷಣಗಳು ಗೊಂದಲಗೊಂಡೆ. ಅಷ್ಟರಲ್ಲಿ ನನ್ನ ತಟ್ಟೆ ತೆಗೆದುಕೊಂಡ ತೋಂಗ್‌ಪಾಂಗ್ ಅದೇ ಪಾತ್ರೆಯಲ್ಲಿಟ್ಟು ತೊಳೆದೇಬಿಟ್ಟ. ಒಂದೆರಡು ಕ್ಷಣ ತಬ್ಬಿಬ್ಬಾದ ನಾನು ಯಾವ ರೀತಿಯಲ್ಲಿ ಪ್ರತಿಕ್ರಿಯೆ ವ್ಯಕ್ತಪಡಿಸಬೇಕೋ ಗೊತ್ತಾಗಲಿಲ್ಲ. ಅನಂತರ ತೋಂಗ್‌ಪಾಂಗ್ ಹಿಂದೆಯೇ ಹೊರಕ್ಕೆ ನಡೆದು ಹೋಗಿ ಕೈ ತೊಳೆದುಕೊಂಡೆ. ಆಗಲೇ ಸುಮಾರು ೧೦ ಗಂಟೆ ರಾತ್ರಿಯಾಗಿದ್ದು ಎಲ್ಲರೂ ಮಲಗಿಕೊಳ್ಳಲು ತಯಾರಾದರು. ಸಾಮಾನ್ಯವಾಗಿ ನನಗೆ ಹೊಸ ಜಾಗಾದಲ್ಲಿ ಮೊದಲ ದಿನ ರಾತ್ರಿ ನಿದ್ದೆಯೇ ಬರುವುದಿಲ್ಲ. ಆದರೆ ಇಲ್ಲಿ ಮಲಗಿದ ತಕ್ಷಣವೇ ನಿದ್ದೆಗೆ ಜಾರಿಕೊಂಡಿದ್ದೆ.

ಬೆಳಿಗ್ಗೆ ಜ್ಞಾಪಕ ಬಂದಿದ್ದೆ ಎದ್ದು ನೋಡುತ್ತೇನೆ. ಎಲ್ಲವೂ ಬೆಳ್ಳಂಬೆಳಗಾಗಿ ಬೆಟ್ಟಗಳ ತುದಿಯಲ್ಲಿದ್ದೇನೆ. ಬೇಗನೆ ಮುಖ ತೊಳೆದುಕೊಂಡು ತಯಾರಾದೆ. ರಾತ್ರಿ ಮಾತನಾಡಿಕೊಂಡ ಹಾಗೆ ಎಡಿಸಿಯ ಕಚೇರಿಗೆ ತೆರಳಿದೆವು. ಎಡಿಸಿ ಇನ್ನೂ ಬಂದಿಲ್ಲದ ಕಾರಣ ಅವರಿಗಾಗಿ ಕೋಣೆಯಲ್ಲಿ ಕಾಯತೊಡಗಿದೆ. ಅದೊಂದು ಮುರುಕುಲು ಕೋಣೆಗಳ ಕಚೇರಿಯಾಗಿತ್ತು. ಕೈಕಾಲುಗಳನ್ನು ಮುರಿದುಕೊಂಡ ಕುರ್ಚಿ ಮೇಜುಗಳು, ಅಲ್ಲಲ್ಲಿ ಚೆಲ್ಲಾಡಿರುವ ವಸ್ತುಗಳು, ಉಗಿದು ಉಗಿದು ಕೆಂಪಾಗಿರುವ ಮೂಲೆ ಗೋಡೆಗಳು ಕಚೇರಿಯ ವ್ಯವಸ್ಥೆಯನ್ನು ಎತ್ತಿ ತೋರಿಸುತ್ತಿತ್ತು.

ಒಬ್ಬ ಬಿಹಾರಿ ಗುಮಾಸ್ತ ನನ್ನ ಆಗಮನದ ಬಗ್ಗೆ ವಿಚಾರಿಸಿಕೊಂಡು ಸ್ವಲ್ಪ ಹೊತ್ತು ಕಾಯುವಂತೆ ತಿಳಿಸಿದ. ಒಂದು ಮೂಲೆಯಲ್ಲಿ ಮಲೆಯಾಳಿ ಯುವತಿಯೊಬ್ಬಳು ಆಗಾಗ ನನ್ನ ಕಡೆಗೆ ನೋಡುತ್ತಾ ಟೈಪ್ ಮಾಡುತ್ತಿದ್ದಾಳೆ. ಈ ವಿಷಯ ಮೊದಲೇ ತಿಳಿದಿದ್ದರೆ ಸ್ವಲ್ಪ

ಚೆನ್ನಾಗಿ ಬಟ್ಟೆ ಧರಿಸಿ ಬರಬಹುದಿತ್ತಲ್ಲ ಎಂದುಕೊಂಡೆ. ಈ ಶಿಖರಗಳಲ್ಲಿ ಯಾರನ್ನಾದರೂ ಮುಟ್ಟಿದರೆ ಸಾಕು ಫೆವಿಕಾಲ್‌ನಂತೆ ಮೆತ್ತಿಕೊಳ್ಳುತ್ತಾರೆ ಎನ್ನುವುದು ಸುಳ್ಳಲ್ಲ. ಅದೂ ಹೇಳಿ ಕೇಳಿ ಮಲೆಯಾಳಿ, ನನಗೆ ಮದುವೆ ಆಗದೆ ಇದ್ದಿದ್ದರೆ ಚೆನ್ನಾಗಿತ್ತು ಎಂದುಕೊಂಡೆ. ಅದೆಲ್ಲ ಸುಳ್ಳು, ಮದುವೆ ಆಗಿದ್ದರೂ ಅಷ್ಟೇ ಆಗದಿದ್ದರೂ ಅಷ್ಟೇ, ಅದೊಂದು ಸ್ಕಿಲ್. ಎಲ್ಲರಿಗೂ ಬರುವುದಿಲ್ಲ. ಕುಣಿಯಲಾರದ ಬಡ್ಡಿಗೆ ನೆಲ ಡೊಂಕೆಂದು ಸುಮ್ಮನಾದೆ.

ಜೀಪೊಂದು ಕಚೇರಿಯ ಮುಂದೆ ನಿಂತ ತಕ್ಷಣ, ಒಬ್ಬ ಯುವಕ ಇಳಿದು ಮುಂದೆಯೇ ಇದ್ದ ಕೋಣೆಯೊಳಕ್ಕೆ ಹೋದ. ಆ ಯುವಕನ ಹಿಂದೆಯೇ ಮೂವರು ಹಳ್ಳಿಗರು ಒಳಕ್ಕೆ ಹೋದರು. ಬಿಹಾರಿ ಗುಮಾಸ್ತ ನನ್ನ ಕಡೆಗೆ ನೋಡಿ 'ಬಂದಿದ್ದಾರೆ ನೋಡಿ' ಎಂದ. ಕೋಣೆಯ ಒಳಕ್ಕೆ ಹೋಗಿ ನನ್ನ ವಿಸಿಟಿಂಗ್ ಕಾರ್ಡ್ ಕೊಟ್ಟೆ. ಅದನ್ನು ನೋಡಿದ ಆ ಪೋಮ್ ಅಧಿಕಾರಿ ನನ್ನ ಹೆಸರನ್ನು ವಿಚಿತ್ರವಾಗಿ ಓದಿದ. ಪಕ್ಕದಲ್ಲಿದ್ದ ಹಳ್ಳಿಗರೂ ತೆಗೆದುಕೊಂಡು ತಿರುವಿ ತಿರುವಿ ನೋಡಿದರು. ಅನಂತರ ಸುಮಾರು ಹೊತ್ತು ತಮ್ಮ ಸ್ಥಳೀಯ ಬುಡಕಟ್ಟು ಭಾಷೆ ಪೋಮ್‌ನಲ್ಲಿ ಏನೇನೋ ಮಾತನಾಡಿಕೊಳ್ಳುತ್ತಾ ನನ್ನ ಇರುವಿಕೆಯನ್ನೇ ಮರೆತುಬಿಟ್ಟರು.

ನಾಗಾಗಳಲ್ಲಿಯೇ ಅತ್ಯಂತ ಹಿಂದುಳಿದ ಪೋಮ್ ಬುಡಕಟ್ಟು ಜನರಿರುವ ಬಸ್ತಿಯೇ ಲೋಂಗ್‌ಲಿಂಗ್ ಪ್ರದೇಶ. ಎಷ್ಟು ಹೊತ್ತಾದರೂ ಯಾರೂ ಎದ್ದೇಳಲಿಲ್ಲ. ಬೇರೆ ವಿಧಿಯಿಲ್ಲದೆ ಅವರ ಮಧ್ಯೆ ವಸತಿಯ ಬಗ್ಗೆ ಹೇಳಿಕೊಂಡೆ. 'ನನಗೇನೇ ಮನೆಯಿಲ್ಲ, ನಾನೇ ಅತಿಥಿಗೃಹ ದಲ್ಲಿದ್ದೀನಿ. ನಾನೇನು ಮಾಡಲೂ ಸಾಧ್ಯವಿಲ್ಲ' ಎಂದುಬಿಟ್ಟ. ಈ ಪೋಮ್ ಅಧಿಕಾರಿಯ ಕೈಯಲ್ಲಿ ಏನೂ ಆಗುವುದಿಲ್ಲ ಎಂದುಕೊಂಡು ಪೋಲೀಸರಿಗಾಗಿ ಬಸ್ತಿಯ ಹೊರಗಡೆ ಕಟ್ಟುತ್ತಿರುವ (ಇನ್ನೂ ಪೂರ್ತಿ ಆಗದ) ಕ್ವಾರ್ಟರ್ಸ್‌ಗಳನ್ನು ನೋಡಿ ಬರಲು ತೋಂಗ್‌ಪಾಂಗ್ ಮತ್ತು ಯುವಕನ ಜೊತೆಗೆ ಹೊರಟೆ. ಈ ಮನೆಗಳ ವಿಷಯ ರಾತ್ರಿಯೇ ತಿಳಿದುಕೊಂಡಿದ್ದೆ.

ಅರ್ಧ ಕಿಲೋಮೀಟರ್ ದೂರದ ಉತ್ತರಕ್ಕೆ ಬೆಟ್ಟದ ಇಳಿಜಾರಿನಲ್ಲಿ ಮೂರೇ ಮೂರು ಮನೆಗಳಿದ್ದು ಅವುಗಳಿಗೆ ಕಿಟಕಿ ಬಾಗಿಲುಗಳೂ ಇರಲಿಲ್ಲ. ವಿದ್ಯುತ್ ಇಲ್ಲವೇ ಇಲ್ಲ. ನೀರಿನ ಬಗ್ಗೆ ಕೇಳಿದಾಗ ಅಲ್ಲಿಂದ ಪಶ್ಚಿಮಕ್ಕೆ ಕೈ ತೋರಿಸಿದ ಯುವಕ, ಆ ತಪ್ಪಲುಗಳ ಮಧ್ಯದಲ್ಲಿ ಹರಿಯುವ ತೊರೆಯಿಂದ ಹೊತ್ತು ತರಬೇಕೆಂದ. ಆ ಮನೆಗಳಿಗೆ ಸುಮಾರು ೨೦೦ ಮೀಟರ್ ದೂರದಲ್ಲಿ ಗ್ರಾಮೀಣ ಬ್ಯಾಂಕೊಂದಿದ್ದು ರಾತ್ರಿ ಇಬ್ಬರು ಪೋಲೀಸರು ಕಾವಲಿರುವುದಾಗಿ ಮತ್ತು ಅಲ್ಲಿಂದ ಉತ್ತರ ಪಶ್ಚಿಮಕ್ಕೆ ಇನ್ನೊಂದು ಗುಡ್ಡದ ಮೇಲೆ ಸುಮಾರು ಅರ್ಧ ಕಿಲೋಮೀಟರ್ ದೂರದಲ್ಲಿ ಅಸ್ಸಾಂ ರೈಫಲ್ಸ್‌ನ ಶಿಬಿರ ಇರುವುದಾಗಿ ತಿಳಿಯಿತು. ಇವೆರಡೂ ಇರುವುದರಿಂದ ಸ್ವಲ್ಪ ಧೈರ್ಯವಾಯಿತು.

ಅಸ್ಸಾಂ ರೈಫಲ್ಸ್‌ನ ಶಿಬಿರದಲ್ಲಿ ಉಳಿದುಕೊಳ್ಳುವ ಯೋಚನೆ ಬಂತು. ಅಲ್ಲಿ ಮನೆಗಳು ಖಾಲಿ ಇವೆಯೋ ಇಲ್ಲವೋ ಗೊತ್ತಿಲ್ಲ. ಅದೂ ಅಲ್ಲದೆ ಈ ಮಿಲಿಟರಿ ಜನರಿಂದ ದೂರವಿರುವುದೇ ಲೇಸು. ಈ ಮಿಲಿಟರಿಯವರಿಗೂ ಸ್ಥಳೀಯರಿಗೂ ಅಷ್ಟಕ್ಕಷ್ಟೆ. ಮಿಲಿಟರಿ ಯವರ ಜೊತೆ ಸ್ನೇಹವಿರಿಸಿಕೊಂಡರೆ ನಾಗಾ ಉಗ್ರವಾದಿಗಳಿಗೆ ಸಂದೇಹ ಬರುತ್ತದೆ. ಜೊತೆಗೆ ಇಲ್ಲೆಲ್ಲ ಉಗ್ರವಾದಿಗಳ ಚಟುವಟಿಕೆಗಳು ತೀವ್ರವಾಗಿ ನಡೆಯುತ್ತಿದ್ದು, ಮೊದಲು ದಿನವೇ ಅವರ ಬಗ್ಗೆ ಮಾತನಾಡುವುದು ಸರಿಯಲ್ಲ ಎಂದು ಸುಮ್ಮನಾದೆ. ಈ ಶಾಹು ಬೇರೆ ಒಳ್ಳೆ ಸಮಯದಲ್ಲಿ ಕೈಕೊಟ್ಟಿದ್ದರು.

ಎಲ್ಲಾ ಮನೆಗಳೂ ಒಂದೇ ರೀತಿಯಾಗಿದ್ದವು. ಇಷ್ಟು ದೂರ ಬಂದು ಏನೂ ಕೆಲಸ ಮಾಡದೆ ಹಿಂದಕ್ಕೆ ಹೋಗುವುದಂತೂ ಸರಿಯಲ್ಲ. ಹೋಗುವುದಕ್ಕೆ ಒಳ್ಳೆಯ ನೆಪವಾದರೂ ಬೇಕಲ್ಲವೇ? ನಮ್ಮ ಹಳೆ ತಲೆಮಾರಿನ ನಿರ್ದೇಶಕರು ಮಾತನಾಡಿದರೆ 'ನಿಮಗಾದರೂ ಜೀಪಿದೆ, ನಮ್ಮ ಕಾಲದಲ್ಲಿ ಎತ್ತಿನ ಬಂಡಿಗಳಲ್ಲಿ ಕೆಲಸ ಮಾಡಿದ್ದೇವೆ ಎನ್ನುತ್ತಿದ್ದರು. ತೋಂಗ್‌ಪಾಂಗ್ ಜೊತೆಗೆ ಗಾಡಿಯಲ್ಲಿ ಹೋಗಿ ಜಿಬಿ ಹತ್ತಿರ ಅಪ್ಪಣೆ ಪಡೆದುಕೊಂಡು ಸಾಮಾನುಗಳ ಸಮೇತ ಮಧ್ಯದಲ್ಲಿದ್ದ ಮನೆಗೆ ಗೃಹಪ್ರವೇಶ ಮಾಡಿದೆವು. ತೋಂಗ್‌ಪಾಂಗ್ ಇಬ್ಬರು ಕೆಲಸದಾಳುಗಳ ಜೊತೆಗೆ ಮನೆಯನ್ನೆಲ್ಲಾ ಗುಡಿಸಿ ರೆಡಿ ಮಾಡಿದ. ದೂರದಲ್ಲಿ ಹರಿಯುವ ಝರಿಯಿಂದ ನೀರನ್ನು ತರಲಾಯಿತು. ಶರ್ಮ ಕೊನೆಯ ಕೋಣೆಯನ್ನು ಅಡಿಗೆಕೋಣೆಯನ್ನಾಗಿ ಪರಿವರ್ತಿಸುತ್ತಿದ್ದಂತೆ, ಮಧ್ಯದಲ್ಲಿದ್ದ ಕೋಣೆಯ ಕಿಟಕಿಗಳಿಗೆ ಏನೇನೋ ಅಡ್ಡವಿಟ್ಟು ಫೀಲ್ಡ್ ಮಂಚದ ಮೇಲೆ ಹಾಸಿಗೆ ಹಾಸಿ ರೆಡಿ ಮಾಡಿದೆ. ಮುಂದಿದ್ದ ಕೋಣೆಯನ್ನು ತೋಂಗ್‌ಪಾಂಗ್ ತನಗಾಗಿ ರೆಡಿ ಮಾಡಿಕೊಳ್ಳುತ್ತಿದ್ದ. ಈ ರಿಮೋಟ್ ಸ್ಥಳದಲ್ಲಿ ದಿನಗಳನ್ನು ಹೇಗೆ ಕಳೆಯಬೇಕೋ ಅರ್ಥವಾಗಲಿಲ್ಲ.

ಕೋಲಾರ ಚಿನ್ನದ ಗಣಿಗಳ ಪಕ್ಕದಲ್ಲಿರುವ ಬ್ಯಾಟರಾಯನಹಳ್ಳಿ ಎಲ್ಲಿ? ಈ ನಾಗಾಲ್ಯಾಂಡಿನ ಶಿಖರಗಳೆಲ್ಲಿ? ಎರಡು ಮೂರು ಸಾವಿರ ಹಣ ಬಿಟ್ಟರೆ ಬೇರೇನೂ ಬೆಲೆ ಬಾಳುವ ವಸ್ತುಗಳು ನನ್ನಲ್ಲಿರಲಿಲ್ಲ. ಯಾರಾದರೂ ಬಂದು ಜೋರಾಗಿ ಏನೇ ಕೇಳಿದರೂ ಕೊಟ್ಟುಬಿಡಬೇಕೆಂದು ಮೊದಲೇ ನಿಶ್ಚಯಿಸಿಬಿಟ್ಟಿದ್ದೆ. ಕತ್ತಲು ಮೂಡುತ್ತಿದ್ದಂತೆ ಭಯ ಗಟ್ಟಿಗೊಳ್ಳುತ್ತ ಹೋಗುತ್ತಿದ್ದು, ಎಲ್ಲಿಯೂ ಬೆಳಕಿನ ಸೂಚನೆಯೇ ಇರಲಿಲ್ಲ. ಬೆಳಕು ಬರಬೇಕಾದರೆ ಆ ಶಿಖರಗಳ ಮೇಲೆ ನಕ್ಷತ್ರಗಳು ಮೂಡಿ ಬರಬೇಕು. ಹಾಸಿಗೆ ಸೇರಿ, ಇದ್ದ ಒಂದೆರಡು ಪುಸ್ತಕಗಳನ್ನು ಲ್ಯಾಂಟೀನ್ ಬೆಳಕಿನಲ್ಲಿ ಓದತೊಡಗಿದೆ. ಶರ್ಮಾ ಅಡಿಗೆ ಕೋಣೆಯಲ್ಲಿ ಹಿಂದಿ ಹಾಡುಗಳ ಜೊತೆಗೆ ತರಕಾರಿಯನ್ನು ಚಾಕುವಿನಲ್ಲಿ ಚಕಚಕನೆ ತುಂಡರಿಸುತ್ತ ಅಡಿಗೆ ತಯಾರಿಸುತ್ತಿದ್ದ. ತೋಂಗ್‌ಪಾಂಗ್ ಎಲ್ಲಿಯೋ ಹೊರಗಡೆ ಹೋಗಿದ್ದ. ಬೇರೇನೂ ಮಾಡಲು ಸಾಧ್ಯವಾಗದೆ, ಸಮಯವನ್ನೂ ಕಳೆಯಲಾಗದೆ ಹಾಸಿಗೆಯಲ್ಲೇ ಬಿದ್ದುಕೊಂಡಿದ್ದೆ. ಶರ್ಮಾ ಊಟ ಬಡಿಸಿದ್ದ ತಿಂದು ಮಲಗಿಬಿಟ್ಟೆ.

ಸುಮಾರು ರಾತ್ರಿಯಾದ ಮೇಲೆ ತೋಂಗ್‌ಪಾಂಗ್ ಯಾರ ಜೊತೆಯಲ್ಲೋ ವಾಪಸ್ಸು ಬಂದು ರಾತ್ರಿಯೆಲ್ಲ ಮಾತನಾಡುತ್ತಲೇ ಇದ್ದ. ಬೆಳಿಗ್ಗೆ ಜ್ಞಾಪಕ ಬಂದಾಗ ಆ ರಾತ್ರಿ ಕಳೆದುಹೋಗಿತ್ತು. ಹತ್ತಿರವೇ ಇದ್ದ ಇನ್ನೊಂದು ಸಮತಟ್ಟಾದ ಶಿಖರದ ಮೇಲಿದ್ದ ಅಸ್ಸಾಂ ರೈಫಲ್ಸ್‌ನ ಶಿಖರಕ್ಕೆ ಹೋಗುವ ಮನಸ್ಸಾಗಿ ಜೀಪನ್ನು ಮುಖ್ಯದ್ವಾರದಲ್ಲಿ ನಿಲ್ಲಿಸಿ ಕಾವಲುಗಾರನಿಗೆ ನನ್ನಲ್ಲಿದ್ದ ವಿಸಿಟಿಂಗ್ ಚೀಟಿಯನ್ನು ಕೊಟ್ಟೆ. ಕಾವಲುಗಾರ ಒಳಕ್ಕೆ ಹೋಗಿ ಬಂದ ನಂತರ ಒಳಕ್ಕೆ ಆಹ್ವಾನಿಸಿದ. ಗಾಡಿಯನ್ನು ಅಲ್ಲೇ ಬಿಟ್ಟು ಒಳಕ್ಕೆ ಹೋದೆ. ಸುತ್ತಿಬಳಸಿ ಒಂದು ಬ್ಯಾರಕ್ ಹತ್ತಿರಕ್ಕೆ ಕರೆದುಕೊಂಡು ಹೋಗಿ ಕಾವಲುಗಾರ ಪಕ್ಕಕ್ಕೆ ನಿಂತು ಒಳಕ್ಕೆ ಹೋಗುವಂತೆ ಸೂಚಿಸಿದ.

ಒಬ್ಬ ಒಳ್ಳೆ ಫಿಜಿಕ್ ಇರುವ, ನನ್ನಷ್ಟೇ ವಯಸ್ಸಿನ, ಎತ್ತರದ ಕಪ್ಪು ಮುಖದ ಅಧಿಕಾರಿ ಎದ್ದು ನಿಂತು ಕೈಕುಲುಕಿ ಬಹಳ ಲವಲವಿಕೆಯಿಂದ 'ನಾನು ಭಟ್ಟಾಚಾರ್ಯ' ಎಂದು ಹೇಳಿ ಎದುರಿಗೆ ಕುಳಿತುಕೊಳ್ಳಲು ಆಹ್ವಾನಿಸಿದ. ಅದೊಂದು ಸಣ್ಣ ಕೋಣೆ. ಎಲ್ಲವೂ ಮಿಲಿಟರಿ ಅಚ್ಚುಕಟ್ಟು. ಬಹಳ ಲವಲವಿಕೆಯಿಂದ ಬಹಳ ದಿನಗಳಾದ ಮೇಲೆ ಸಂಧಿಸಿದ ಹಳೆಯ

ಗೆಳೆಯರಂತೆ ಮಾತನಾಡಿಕೊಳ್ಳುತ್ತಿದ್ದೇವೆ. ಮಾತಿನ ಜೊತೆ ನನ್ನ ಕೆಲಸದ ಬಗ್ಗೆ ತಿಳಿದುಕೊಂಡ ಭಟ್ಟಾಚಾರ್ಯ, 'Anyhow, you are the realy deserved people for this country, working in such a remote areas without any security and facilities... I don't have any problem, you see...' ಎಂದವನೆ ತನ್ನ ಪಿಸ್ತೂಲನ್ನು ಎತ್ತಿ ತೋರಿಸಿದ. ಈ ಮಾತುಗಳನ್ನು ಯಾಕಾದರೂ ನನಗೆ ಹೇಳುತ್ತಿರುವನೋ. ಬಹುಶಃ ನನ್ನ ಬಗ್ಗೆ ಕನಿಕರ ಮೂಡಿ ಆ ರೀತಿಯಾಗಿ ಹೇಳಿರಬಹುದು, ಎಂದುಕೊಂಡೆ.

ಎದುರಿಗೆ ಗೋಡೆಯ ಮೇಲೆ ನೇತು ಹಾಕಿದ್ದ ಒಬ್ಬ ಜವಾನನ ಭಾವಚಿತ್ರದ ಕೆಳಗಡೆ ಈ ರೀತಿಯಾಗಿ ಬರೆದಿತ್ತು.

'ನರ್‌ಬಹದೂರ್-೨೨ ವರ್ಷ, ಇತ್ತೀಚಿನ ಅಸ್ಸಾಮ್ ರೈಫಲ್ಸ್ ಮತ್ತು ಬಂಡುಕೋರರ ನಡುವೆ ನಡೆದ ಹೋರಾಟದಲ್ಲಿ ವೀರ ಸಾವನ್ನಪ್ಪಿದ ವೀರಯೋಧ.'

'ಈ ಹೋರಾಟ ಎಲ್ಲಿ ನಡೆದಿದ್ದು?' ಕೇಳಿದೆ.

'ಇಲ್ಲೆ ಈ ಬಸ್ತಿಯಲ್ಲೇ ೧೫ ದಿನಗಳಾಯಿತು. ಎನ್‌ಎಸ್‌ಸಿಎನ್ (ನಾಗಾ ಉಗ್ರಗಾಮಿಗಳು) ನವರಿಗೂ ಈ ಹಳ್ಳಿಯವರಿಗೂ ಸಂಬಂಧವಿದೆ. ನದಿಯ ಆ ಕಡೆಗಿರುವ ಬರ್ಮಾ ಗಡಿಯಲ್ಲಿ ಅವರ ಚಟುವಟಿಕೆಗಳು ನಿರಂತರವಾಗಿ ನಡೆಯುತ್ತಿವೆ. ಆ ರಾತ್ರಿ ಇಬ್ಬರು ಎನ್‌ಎಸ್‌ಸಿಎನ್‌ಗಳು ಒಂದು ಮನೆಯಲ್ಲಿ ಇರುವುದಾಗಿ ತಿಳಿಯಿತು. ಮನೆಯನ್ನು ಸುತ್ತುವರೆದು ಹೊರಕ್ಕೆ ಬರುವಂತೆ ಆಜ್ಞೆ ಮಾಡಿದೆವು. ಬಹುದೂರ್ ಕಿಟಿಕಿಯ ಪಕ್ಕ ಕಾಯುತ್ತಿದ್ದ. ಇನ್ನಿಬ್ಬರು ಜವಾನರು ರೈಫಲ್ಸ್ ಹಿಡಿದು ಬಾಗಿಲಲ್ಲೆ ನಿಂತಿದ್ದರು. ಗಾಢವಾದ ಕತ್ತಲು, ಬಹುದೂರ್ ಕಿಟಿಕಿಯಲ್ಲಿ ಇಣಿಕಿ ನೋಡಿದ್ದೆ ತಡ, ಗೋಲಿಯೊಂದು ಅವನ ಮುಖವನ್ನು ಸೀಳಿಕೊಂಡುಹೋಯಿತು. ಅದರ ಜೊತೆಯೇ ಎನ್‌ಎಸ್‌ಸಿಎನ್ ಯುವಕರು ಕಿಟಿಕಿಯಿಂದ ಹೊರಕ್ಕೆ ಹಾರಿ ಶಿಖರದ ಇಳಿಜಾರಿನಲ್ಲಿ ಮಾಯವಾಗಿಬಿಟ್ಟರು. ನಮ್ಮ ಯೋಜನೆ ತಡವಾಗಿತ್ತು. ಬಹುದೂರ್ ಉಳಿಯಲಿಲ್ಲ.' ಭಟ್ಟಾಚಾರ್ಯ ಒಂದು ನಿಟ್ಟುಸಿರಿಟ್ಟರು.

ಎದುರಿಗಿದ್ದ ಕಾಫಿ ತಣ್ಣಗಾಗಿತ್ತು. ಕಾಫಿ ಕುಡಿದಾದ ಮೇಲೆ ಜೀಪಿನ ಹತ್ತಿರದವರೆಗೂ ಬಂದ ಭಟ್ಟಾಚಾರ್ಯ ನನ್ನನ್ನು ಬೀಳ್ಕೊಟ್ಟರು. ಜೊತೆಯಲ್ಲೆ ಒಂದು ಮಿಲಿಟರಿ ರಮ್ ತರುವುದನ್ನು ಮರೆಯಲಿಲ್ಲ. ಹಣ ಕೊಟ್ಟರೆ ತೆಗೆದುಕೊಳ್ಳಲಿಲ್ಲ. ನನ್ನ ಮನಸ್ಸು ಭಯದ ಜೊತೆಗೆ ಇನ್ನಷ್ಟು ಗೊಂದಲಗೊಂಡಿತ್ತು.

ಎಷ್ಟು ದಿನಾ ಕುಳಿತಿರುವುದು, ಫೀಲ್ಡ್ ಕೆಲಸ ಶುರು ಮಾಡಲೇಬೇಕು, ಫೀಲ್ಡ್ ಡೈರಿ ತುಂಬಲೇಬೇಕು. ಇಬ್ಬರು ಆಳುಗಳನ್ನು ಜೊತೆಗೆ ಕರೆದುಕೊಂಡು ಜೀಪು ಎಲ್ಲಿಯವರೆಗೂ ಸಾಗುತ್ತದೋ ಅಲ್ಲಿಗೆ ತಲುಪಿ ಅಲ್ಲಿಂದ ನಕ್ಷೆಯನ್ನು ನೋಡುತ್ತಾ ಹೊರಟೆ. ಏನೇನೂ ಹೊಸದಲ್ಲದ ಜಿಯಾಲಜಿ, ಹತ್ತಿರದಲ್ಲೆ ಆಹಮ್ಸ್ ರಾಜರ ಗುಹೆಗಳು ಇವೆ ಎಂದು ತಿಳಿದು ಅವುಗಳನ್ನು ನೋಡಲು ಹೊರಟೆ. ಅದೊಂದು ಕಡಿದಾದ ಕತ್ತರಿಸಿ ನಿಲ್ಲಿಸಿದಂತೆ ಇರುವ ಶಿಲೆಗಳಿರುವ ಸ್ಥಳ. ಒಬ್ಬರು ಮಾತ್ರ ಹೆಜ್ಜೆ ಮೇಲೆ ಹೆಜ್ಜೆ ಇಟ್ಟು ನಡೆಯುವಷ್ಟು ಇಕ್ಕಟ್ಟಾದ ದಾರಿ. ಕೆಳಕ್ಕೆ ಇಣುಕಲು ಕೂಡ ಧೈರ್ಯ ಇಲ್ಲದಷ್ಟು ಕಡಿದಾದ ಪ್ರದೇಶ. ಹಾಗೂ ಹೀಗೂ ಆ ದಾರಿಯಲ್ಲೆ ನಡೆದು ಗುಹೆಯ ಒಳ ಹೊಕ್ಕೆವು. ಅದೊಂದು ಎರಡಂತಸ್ತಿನ ನಾಲ್ಕು ಕೋಣೆಗಳ ಕುಸಿದು ಕುಳಿತಿರುವ ಮನೆಯಂತೆ ತೋರುತ್ತಿತ್ತು.

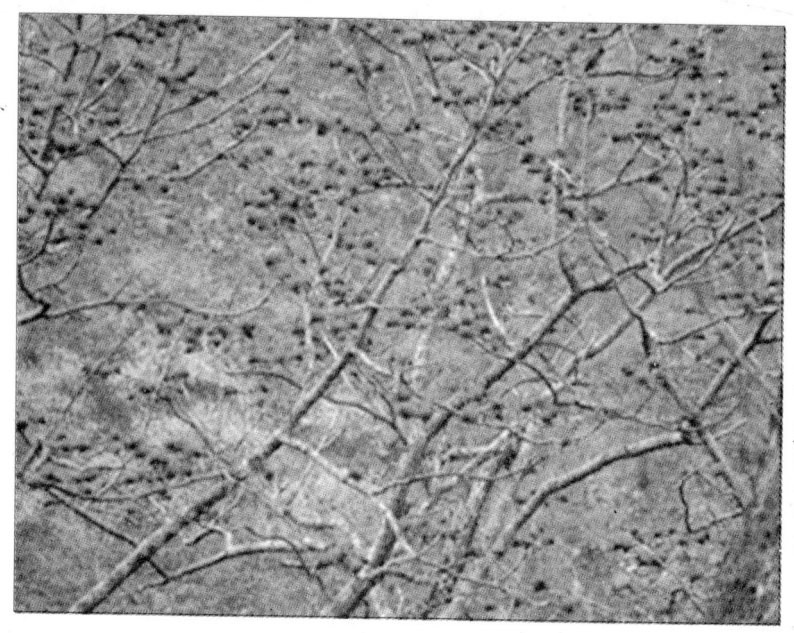

**ಚಿತ್ರ ೭೬ : ನಾಗಾಲ್ಯಾಂಡಿನ ಒಂದು ಅಪರೂಪದ ಹೂಗಿಡ**

ಬರ್ಮಾ ದೇಶದ ಕಡೆಯಿಂದ ಚಿಂದ್‌ವಿನ್-ಇರ್‌ವಾಡಿ ಕಣಿವೆಗಳ ಮುಖಾಂತರ ಉತ್ತರ ಈಶಾನ್ಯದ ಕಡೆಗೆ ನುಗ್ಗಿಬಂದ ಆಹೊಮ್ಸ್ ಜನರು ಎದುರಾದ ಅಂದಿನ ಬುಡಕಟ್ಟು ಜನರನ್ನು ಕತ್ತರಿಸಿ, ಬೇಯಿಸಿ ಅವರ ಮಾಂಸವನ್ನು ಅವರ ಜನರಿಗೆ ತಿನ್ನಿಸಿ ಚಂಗೀಸ್‌ಖಾನ್‌ಗಿಂತ ಕ್ರೂರವಾಗಿ ನಡೆದುಕೊಂಡರೆಂದು ಇತಿಹಾಸದಿಂದ ತಿಳಿದುಬರುತ್ತದೆ. ಆಗ ಬಂದ ಜನ ಈಗಿನ ಬ್ರಹ್ಮಪುತ್ರ ನದಿಯ ಇಕ್ಕೆಲಗಳಲ್ಲಿ ಹರಡಿಕೊಂಡಿದ್ದಾರೆ. ಈ ವಿಷಯ ತಿಳಿದುಕೊಂಡಿರುವ ಕೆಲವು ನಾಗಾಗಳು ಅವರೆಲ್ಲಾ ಒಳ್ಳೆ ಫಲವತ್ತಾದ ನೆಲೆಯಲ್ಲಿ ನೆಲೆಸಿದ್ದಾರೆ, ನಾವು ಮಾತ್ರ ಇಂದಿಗೂ ಶಿಖರಗಳಲ್ಲೇ ಉಳಿದಿದ್ದೇವೆ ಎಂದು ನೊಂದುಕೊಳ್ಳುತ್ತಾರೆ.

ಅಲ್ಲಿಂದ ಸುಮಾರು ದೂರ ನಡೆದು ಬಂದು ಜೀಪಿನಲ್ಲಿ ಕುಳಿತುಕೊಂಡೆವು. ಜೀಪು ಹತ್ತಿ ಇಳಿದು, ಸುತ್ತಿ ಬಳಸಿ ಸಾಗುತ್ತಿದೆ. ಅದೊಂದು ಕಡಿದಾದ ಶಿಖರಗಳ ನಡುವೆ ಹರಿಯುತ್ತಿರುವ ನದಿ. ಜೀಪು ಒಂದು ಶಿಖರದ ಸೊಂಟದಿಂದ ಇಳಿಯುತ್ತ ಬಂದು ಹರಿಯುವ ನದಿಗೆ ಅಡ್ಡವಾಗಿ ಕಟ್ಟಿರುವ ಬಿದಿರು ಸೇತುವೆ ದಾಟಿ ಇನ್ನೊಂದು ಶಿಖರದ ಸೊಂಟಕ್ಕೆ ಏರಬೇಕು. ಅದಕ್ಕಿಂತ ಮುಂಚೆ, ಜೀಪು ಇಳಿಜಾರಿನಲ್ಲಿ ಇಳಿಯಲು ಶುರುವಾಗಿತ್ತು. ಡ್ರೈವರ್ ತನ್ನ ಹಿಡಿತವನ್ನು ಕಳೆದುಕೊಂಡವನಂತೆ ಬ್ರೇಕನ್ನು ಒಮ್ಮೆಲೆ ಒತ್ತಿದ. ಬ್ರೇಕು ಪಟ್ಟನೆ ಒಡೆಯಿತು. ಜೀಪು ಇಳಿಜಾರಿನಲ್ಲಿ ಇನ್ನಷ್ಟು ವೇಗವಾಗಿ ನುಗ್ಗಿತು. ಯಾವ ರೀತಿಯ ಉದ್ವೇಗವೂ ತೋರಿಸದ ತೋಂಗ್‌ಪಾಂಗ್ ಸ್ಟೀರಿಂಗನ್ನು ಹಿಡಿದುಕೊಂಡು ಜೀಪು ದಾರಿಯಿಂದ ಹೊರಕ್ಕೆ ಹೋಗದಂತೆ ನೋಡಿಕೊಂಡ.

ಜೀಪು ವೇಗವಾಗಿ ಮುನ್ನುಗ್ಗಿ ಬಿದಿರು ಸೇತುವೆಯನ್ನು ದಾಟಿ ಸ್ವಲ್ಪ ದೂರ ಮೇಲಕ್ಕೆ ಹತ್ತಿ, ವೇಗ ಕಳೆದುಕೊಂಡು ಹಿಂದಕ್ಕೆ ಬಂದು ಮತ್ತೆ ಉಯ್ಯಾಲೆ ಆಡಿ ನಿಧಾನವಾಗಿ ನಿಂತುಕೊಂಡಿತು. ನನ್ನ ಹೃದಯ ಉಯ್ಯಾಲೆ ಆಡುತ್ತಲೇ ಇತ್ತು. ಆ ಅಪಘಾತವೇನಾದರೂ ಒಂದೆರಡು ನಿಮಿಷಗಳ ಹಿಂದೆಯೋ ಮುಂದೆಯೋ ಸಂಭವಿಸಿದ್ದರೆ ಏನಾಗುತ್ತಿತ್ತೋ ಏನೋ? ಅಯ್ಯೋ ದೇವರೆ ಎಂದುಕೊಂಡೆ. ಇದಕ್ಕಿನ್ನ ಮುಂಚೆ ಒಮ್ಮೆ ಕೊಹಿಮಾದಿಂದ ಬರುವಾಗ ಕೇವಲ ಕೆಲವು ಅಡಿಗಳ ಅಂತರದಲ್ಲಿ ಆಗಬೇಕಾಗಿದ್ದ ಭಾರಿ ಅಪಘಾತದಿಂದ ಪಾರಾಗಿದ್ದೆವು. ನಾನು, ಶಾಹು ಕೊಹಿಮಾದಿಂದ ವಾಪಸ್ಸು ಬರುವಾಗ ಶರ್ಮಾ ತನ್ನ ಜೊತೆಗೆ ತಂದಿದ್ದ ಬುತ್ತಿಯನ್ನು ತಿನ್ನಲು ಜೀಪನ್ನು ನಿಲ್ಲಿಸುವಂತೆ ಚಾಲಕನಿಗೆ ಹೇಳಿದ. ನಾನು 'ಏಯ್ ಹಾಗೇ ತಿನ್ನೋ' ಎಂದು ಗದರಿದೆ. ಶಾಹು 'ತೋಂಗ್‌ಪಾಂಗ್, ಹೋದರೆ ಹೋಗಲಿ ನಿಲ್ಲಿಸು' ಎಂದರು. ಜೀಪು ಒಂದು ತಿರುವಿನಲ್ಲಿ ನಿಂತುಕೊಂಡಿತು. ಎಡಗಡೆ ಆಳವಾದ ಇಳಿಜಾರಿನಲ್ಲಿ ಹಾವಿನಂತೆ ಹರಿಯತ್ತಿರುವ ನದಿ. ಬಲಗಡೆ ಹೆಗಲನ್ನು ಕತ್ತರಿಸಿಕೊಂಡಿರುವ ತಪ್ಪಲುಗಳು.

ರಸ್ತೆಯ ಪಕ್ಕದಲ್ಲಿರುವ ಕಲ್ಲು ಬೆಂಚಿನ ಮೇಲೆ ಕುಳಿತುಕೊಂಡು ಜೀಪಿನ ಚಕ್ರಗಳನ್ನು ನೋಡುತ್ತೇನೆ. ಎಡಗಡೆ ಇರುವ ಮುಂದಿನ ಚಕ್ರದ ನಾಲ್ಕು ಬೋಲ್ಟ್‌ಗಳು ಕೇವಲ ಎರಡೋ ಮೂರೋ ಎಳೆಗಳ ಮೇಲೆ ನಿಂತಿವೆ. ನಮ್ಮ ಜೀವಗಳು ಕೇವಲ ಎರಡೋ ಮೂರೋ ಸುತ್ತುಗಳಲ್ಲಿ ನಿಂತುಬಿಟ್ಟಿದ್ದವು. ಅದೇನು ಆಶ್ಚರ್ಯವೋ! ಅದೇನು ಮಾಯವೋ! ಬದುಕಿ ಉಳಿದಿದ್ದೆವು.

ಒಂದು ದಿನ ಸಾಯಂಕಾಲ ಒಬ್ಬನೇ ಹೊರಗಡೆ ಕುಳಿತುಕೊಂಡು ಮಹಾತ್ಮಾ ಗಾಂಧಿಯ 'ಎಕ್ಸ್‌ಪೆರಿಮೆಂಟ್ ವಿಥ್ ಟ್ರೂತ್' ಪುಸ್ತಕವನ್ನು ಓದುತ್ತಿದೇನೆ. ಒಬ್ಬ ೨೫ರ ಗಡಿಯಲ್ಲಿರುವ ನಾಗಾ ಯುವಕ ಹತ್ತಿರ ಬಂದಿದ್ದೆ ಕುಕ್ಕುರುಗಾಲಿನಲಿ ಕುಳಿತುಕೊಂಡ. ತಲೆ ಕೆಳಕ್ಕೆ ಹಾಕಿಕೊಂಡು ಒಂದು ಕಡ್ಡಿಯನ್ನು ತೆಗೆದುಕೊಂಡು ನೆಲವನ್ನು ಗೀರುತ್ತಾ ಮಧ್ಯೆ ಮಧ್ಯೆ ನನ್ನ ಕಡೆಗೆ ನೋಡತೊಡಗಿದ. ಬಹುಶಃ ತೋಂಗ್‌ಪಾಂಗ್‌ನನ್ನೋ ಅಥವಾ ಶರ್ಮಾನನ್ನೋ ನೋಡಲು ಬಂದಿರಬಹುದೆಂದು ನನ್ನ ಪಾಡಿಗೆ ನಾನು ಓದುತ್ತಲೇ ಇದ್ದೆ.

'ಯಾವೂರು ನಿನ್ನದು?' ನೇರವಾಗಿ ಕೇಳಿದ. ಹೇಳಿದೆ.

'ನೀನ್ಯಾರು?'

'ನಾನೊಬ್ಬ ಜಿಯಾಲಜಿಸ್ಟ್.'

'ಯಾವ ಇಲಾಖೆ?'

'ಜಿಎಸ್‌ಐ, ಕೇಂದ್ರ ಸರಕಾರ.'

'ಈ ಜೀಪು ಎಲ್ಲಿಯದು?'

'ನಮ್ಮ ಇಲಾಖೆಯದು, ದಿಮಾಪುರದಿಂದ ತಂದಿದ್ದೇನೆ' ಹೇಳಿದೆ.

'ನಾಗಾಲ್ಯಾಂಡ್ ಎಂದರೆ ಎನ್ ಇರಬೇಕು ಎಮ್ ಇದೆಯಲ್ಲ?' ಎಂದ.

'ಅದಾ, ಅದು ಮೇಘಾಲಯದ ನೋಂದಣಿ ನಮ್ಮ ಗಾಡಿಗಳ ನೋಂದಣಿ ಎಲ್ಲಾ ಮೇಘಾಲಯದ ಹೆಸರಿನಲ್ಲಿರುತ್ತವೆ' ಎಂದೆ.

'ಇಲ್ಲಿ ಏನೇನು ಸಿಗುತ್ತೆ?' ಕೇಳಿದ.

'ಸಧ್ಯಕ್ಕೆ ಏನೂ ಸಿಕ್ಕಿಲ್ಲ, ಏನಾದರೂ ಸಿಗುತ್ತೊ ಇಲ್ಲವೋ ನೋಡ್ಬೇಕು' ಎನ್ನುವುದರಲ್ಲಿ,

'ಬೇಕಾದಷ್ಟು ಜನ ಬಂದು ನೋಡಿದ್ದಾರಲ್ಲ?' ಪ್ರಶ್ನಿಸಿದ.

'ನೋಡಿರಬಹುದು, ಆದರೆ ನಾವು ಬಂದಿರುವುದು ಇದೇ ಮೊದಲು, ಮೈನ್ಸ್ ಅಂಡ್ ಜಿಯಾಲಜಿ, ನಾಗಾಲ್ಯಾಂಡ್‌ನವರು ಬಂದಿರಬಹುದು' ಎನ್ನುವಷ್ಟರಲ್ಲಿ,

'ಅವರೋ ತಿಂದು ತಿಂದು ಕೊಬ್ಬಿಹೋಗಿರುವ ಹಂದಿಗಳು.' ಅದೆಲ್ಲಾ ಹಾಳಾಗಿ ಹೋಗಲಿ ಈ ತಲೆಹರಟೆ ಪ್ರಶ್ನೆಗಳೆಲ್ಲಾ ಯಾತಕ್ಕೆ ಇವನಿಗೆ ಎಂದುಕೊಂಡು ಅವನನ್ನೊಮ್ಮೆ ನೋಡಿದೆ. ನನ್ನ ಕಡೆಯೇ ದುರುಗುಟ್ಟಿಕೊಂಡು ನೋಡುತ್ತಿದ್ದಾನೆ. ಎಲಾ ಇವನ ಎಂದುಕೊಂಡೆ.

'ಇಲ್ಲೇನು ಕೆಲಸ..? ಬಹಳ ಅಧಿಕಾರಿಗಳು ಬಂದು ಹೋಗಿದ್ದಾರೆ, ಯಾವ ಅಧಿಕಾರಿಗಳು ಬಂದರೂ ಅಷ್ಟೇ, ಬರದೇ ಇದ್ದರೂ ಅಷ್ಟೇ. ನಮ್ಮ ತೊಂದರೆಗಳು ನಮಗೆ ಇದ್ದೆ ಇವೆ. ಸಾಲಾ ನೀನೂ ಅಷ್ಟೇ ಮಸ್ತೀ... ಮಜಾ ಮಾಡಿ ಹಣ ಮಾಡಿಕೊಂಡು ಹೋಗ್ತೀಯಾ' ಎಂದವನೆ ಎದ್ದು ನಡದೇಬಿಟ್ಟ.

ನನಗ್ಯಾಕೊ ಸಣ್ಣಗೆ ನಡುಕ ಶುರುವಾಗಿ ಇವನು ಅವನೇ (ಉಗ್ರಗಾಮಿ) ಎನ್ನುವುದರಲ್ಲಿ ಸಂದೇಹವಿಲ್ಲ. ಸಧ್ಯಕ್ಕೆ ಅಷ್ಟಕ್ಕೆ ಬಿಟ್ಟನಲ್ಲ ಎಂದುಕೊಂಡು ಇಲ್ಲಿಂದ ಆದಷ್ಟು ಬೇಗ ಕಾಲು ಕೀಳುವುದೇ ಸರಿಯಾದ ಉಪಾಯ ಎಂದುಕೊಂಡೆ. ಮತ್ತೆ ಇನ್ನೆರಡು ದಿನ ಟ್ರ್ಯಾವರ್ಸ್ ತೆಗೆದುಕೊಂಡು ಲೋಂಗ್‌ಲೆಂಗ್‌ನಿಂದ ಕೆಳಗಿಳಿಯಲು ತಯಾರಿ ಮಾಡಿಕೊಳ್ಳುತ್ತಿದ್ದಂತೆ ಶಾಹು ಕೂಡ ಜೊತೆ ಸೇರಿಕೊಂಡರು. ಅಲ್ಲಿಂದ ಇನ್ನಷ್ಟು ದಕ್ಷಿಣ ಪಶ್ಚಿಮಕ್ಕೆ ದೀಖು ನದಿಯ ಇನ್ನೊಂದು ಹಳ್ಳಿಗೆ ಕ್ಯಾಂಪ್ ಶಿಫ್ಟ್ ಮಾಡಿ ಮೆಲ್ಲಗೆ ಉಸಿರಾಡತೊಡಗಿದೆವು. ಜರಿಪೇಮ ಎಂಬ ಹಳ್ಳಿಯ ವಿಶ್ರಾಂತಿಗೃಹದಲ್ಲಿ ಉಳಿದುಕೊಂಡು ಅಲ್ಲಿಂದ ಸುತ್ತಲೂ ಟ್ರ್ಯಾವರ್ಸ್ ತೆಗೆದುಕೊಂಡು ಕೆಲಸ ಮುಗಿಸಿ ನೇರವಾಗಿ ದಿಮಾಪುರ ಸೇರಿಕೊಂಡೆವು.

ಮುಂದಿನ ವರ್ಷ ಟುಯಿನ್‌ಸಾಂಗ್ ಮತ್ತು ಮೋನ್ ಜಿಲ್ಲೆಗಳಲ್ಲಿ ಸಂಶೋಧನೆ ನಡೆಯಬೇಕಿತ್ತು, ಆದರೆ ಎರಡು ಬುಡಕಟ್ಟುಗಳ ನಡುವೆ ನಡೆಯುತ್ತಿದ್ದ ಘೋರ ರಕ್ತಪಾತದಿಂದ ಸಂಶೋಧನೆಯನ್ನು ಒಂದು ವರ್ಷ ಮುಂದಕ್ಕೆ ಹಾಕಲಾಯಿತು. ಅಷ್ಟರಲ್ಲಿ ನನಗೂ ವರ್ಗವಾಗಿ ಗಂಟುಮೂಟೆ ಕಟ್ಟಿಕೊಂಡು ಬೆಂಗಳೂರು ತಲುಪಿಯೇಬಿಟ್ಟೆ. ಬೆಂಗಳೂರಿಗೆ ಬಂದ ಮೇಲೆ ಹೊರಗಡೆಯೇ ಇನ್ನಷ್ಟು ವರ್ಷಗಳು ಇದ್ದಿದ್ದರೆ ಚೆನ್ನಾಗಿತ್ತು ಎನಿಸುತ್ತಿತ್ತು. ಈ ನಾಗಾಲ್ಯಾಂಡ್‌ನಲ್ಲಿ ಉದ್ಯೋಗ ಮಾಡಿದ್ದು ೧೯೮೮-೯೨ರ ನಡುವೆ.

ಅನಂತರ ೨೦೦೭ರಲ್ಲಿ ಬೆಂಗಳೂರಿನಲ್ಲಿದ್ದಾಗ, ನನಗೆ ವೃತ್ತಿಯಲ್ಲಿ ಬಡತಿ ದೊರಕುವ ಸಮಯದಲ್ಲಿ ಎಲ್ಲಿಗೆ ವರ್ಗವಾಗಲು ಇಚ್ಚಿಸುತ್ತೀರಿ ಎಂದು ನಮ್ಮ ಇಲಾಖೆ ಕೇಳಿದಾಗ ಶಿಲ್ಲಾಂಗ್‌ಗೆ ವರ್ಗ ಮಾಡಿ ಎಂದು ನಾನೇ ಕೇಳಿಕೊಂಡಿದ್ದೆ. ಅದರ ಅನುಭವಗಳೇ ಈ ಕೃತಿಯ ಮೊದಲ ಭಾಗ. ಈ ಅನುಭವಗಳ ಜೊತೆಗೆ ಶಿಲ್ಲಾಂಗ್‌ನಲ್ಲಿ ಇನ್ನೊಂದು ಕೆಲಸವನ್ನೂ ಕಲಿತುಕೊಂಡಿದ್ದೆ. ನನ್ನ ೨೫ ವರ್ಷಗಳ ವೃತ್ತಿಯಲ್ಲಿ ನಾನು ಎಂದೂ ಅಡಿಗೆ ಮಾಡಿದವನಲ್ಲ. ಆದರೆ ಶಿಲ್ಲಾಂಗ್‌ನಲ್ಲಿ ಅಡಿಗೆ ಮಾಡುವುದನ್ನು ಕಲಿತುಕೊಂಡಿದ್ದು, ಜೊತೆಗೆ ಮೂರು ಕೃತಿಗಳನ್ನು ಬರೆದುಕೊಂಡು ಬಂದಿದ್ದೆ. ಇದೇ ವೇಳೆಯಲ್ಲಿ ಹಂಪಿ ಕನ್ನಡ ವಿಶ್ವವಿದ್ಯಾಲಯಕ್ಕೆ ಸಂಶೋಧನೆ ಮಾಡಿ ಒಪ್ಪಿಸಿದ್ದ 'ಕೋಲಾರ ಚಿನ್ನದ ಗಣಿಗಳು' (ಚಾರಿತ್ರಿಕ, ಸಾಂಸ್ಕೃತಿಕ, ವೈಜ್ಞಾನಿಕ, ಸಾಮಾಜಿಕ-ಆರ್ಥಿಕ) ಮಹಾ ಪ್ರಬಂಧಕ್ಕೆ ಡಾಕ್ಟರೇಟ್ ದೊರಕಿತ್ತು.

# ನವಕರ್ನಾಟಕ ಪ್ರಕಟಣೆಗಳು

## ಆತ್ಮಕಥನ, ಅನುಭವ ಚಿತ್ರಣ

## ವನಿತಾ ಚಿಂತನ ಮಾಲೆ